திரிபுர்தமான் சிங்

திரிபுர்தமான் சிங் லண்டன் பல்கலைக்கழகத்தின் காமன்வெல்த் ஆராய்ச்சி நிறுவனத்தில் பிரிட்டிஷ் கல்விக்கழக முதுநிலை முனைவர் பட்டம் பெற்றவர். 1988இல் உத்தர பிரதேசத்தின் ஆக்ராவில் பிறந்தவர். வார்விக் பல்கலைக்கழகத்தில் அரசியல் மற்றும் பன்னாட்டியல் துறையில் நவீன தெற்காசிய ஆய்வுகள் என்னும் தலைப்பில் ஆய்வியல் நிறைஞர் (எம்.பில்)பட்டம் பெற்றவர்.

கேம்பிரிட்ஜ் பல்கலைக்கழகத்தில் வரலாற்றுத் துறையில் முனைவர் பட்டம் (பிஎச்.டி)பெற்றவர்.

திரிபுர்தமான் சிங் ராயல் ஏசியாடிக் சொசைட்டியில் ஆராய்ச்சியாளராக இருப்பவர். இந்திய வரலாற்று ஆராய்ச்சி கவுன்சில் வழங்கும் சிறந்த ஆராய்ச்சியாளருக்கான விருதினை வென்றவர்.

இவரின் முந்தைய புத்தகம் 'இம்பீரியல் சாவரன்னிட்டி அண்டு லோக்கல் பாலிடிக்ஸ்' (ஏகாதிபத்திய இறையாண்மையும் உள்ளூர் அரசியலும்). இதை காம்பிரிட்ஜ் யூனிவர்சிட்டி பிரஸ் வெளியிட்டிருக்கிறது.

சதீஷ் வெங்கடேசன்
மொழிபெயர்ப்பாளர்

திருவண்ணாமலையை சேர்ந்த சதீஷ் வெங்கடேசன் இந்திய அஞ்சல் துறையில் பணியாற்றி, பின்னர் கல்வி மீதான ஈடுபாடு காரணமாக அதை விடுத்து ஆசிரியர் பணியை ஏற்றவர். இலக்கியப் பணிகள் மட்டுமில்லாமல் கல்வி சார் தொண்டு நிறுவனம் ஒன்றில் தன்னை இணைத்துக்கொண்டு விளிம்புநிலை மாணவர்களின் கல்வி முன்னேற்றத்துக்காகவும் முயல்பவர். 'மலைகளும் எதிரொலித்தன' இவரின் முதல் மொழிபெயர்ப்பு நாவல்.

பதினாறு நாள் சூறாவளி

இந்திய அரசமைப்புச் சட்டம்
முதன்முதலாகத் திருத்தப்பட்ட கதை

திரிபுர்தமான் சிங்

தமிழில்

சதீஷ் வெங்கடேசன்

எதிர் வெளியீடு

பதினாறு நாள் சூறாவளி
இந்திய அரசமைப்புச் சட்டம் முதன்முதலாகத் திருத்தப்பட்ட கதை
திரிபுர்தமான் சிங்
தமிழில்: சதீஷ் வெங்கடேசன்

முதல் பதிப்பு: ஜனவரி 2024

எதிர் வெளியீடு,
96, நியூ ஸ்கீம் ரோடு, பொள்ளாச்சி - 642 002
தொலைபேசி: 04259 226012, 99425 11302

விலை: ரூ. 399

Sixteen Stormy Days
The Story of the First Amendment to the Constitution of India
Tripurdaman Singh

Translated by: Sathish Venkatesan

First published in Vintage by Penguin Random House India 2020
This Tamil Edition is Published with an arrangement with Penguin Random House India.

Copyright © Tripurdaman Singh 2020
First Edition: January 2024

Published by
Ethir Veliyeedu, 96, New Scheme Road, Pollachi - 2
email: ethirveliyedu@gmail.com
www.ethirveliyeedu.com

ISBN: 978-81-19576-59-3
Cover Design: Lark Bhaskaran
Printed at Jothy Enterprises, Chennai.

All rights reserved. No part of this book may be reprinted or reproduced or utilised in any form or by any electronic, mechanical or other means, now known or hereafter invented, including Photocopying and recording, or in any information storage or retrieval system, without permission in writing from the Publisher.

பொருளடக்கம்

	அறிமுகம்	07
1.	முன்னோட்டம்	24
2.	மக்கள் காத்திருப்பார்களா?	53
3.	நெருக்கடி முற்றுகிறது	89
4.	புயல் உருவாகிறது	126
5.	அடைமழை	158
6.	போர் தீவிரமடைகிறது	199
7.	பிறகு	244
	புகைப்படத் தொகுப்பு	267
	பிற்சேர்க்கை	275
	குறிப்புகள்	280

அறிமுகம்

'ஏதோ ஒருவகையில், நாம் உருவாக்கிய இந்த மகத்தான அரசமைப்புச் சட்டத்தை வழக்குரைஞர்கள் சூறையாடிவிட்டார்கள்,' அரசமைப்பு முதல் திருத்தச்சட்ட மசோதாவை நிலைக்குழு ஒன்றுக்குப் பரிந்துரை செய்தபோது பிரதமர் ஜவஹர்லால் நேரு இப்படி முழங்கினார்.[1] நாள்: மே 16, 1951. இடம்: நாடாளுமன்றம். அடிப்படை உரிமைகள், தனிமனித சுதந்திரம் போன்றவை பத்தொன்பதாம் நூற்றாண்டில் மட்டுமே செல்வாக்கு பெற்றிருந்த கோட்பாடுகள் என்றும், தற்போதிருக்கும் சமூக உறவுகளை, அதன் ஏற்றத்தாழ்வுகளைக் களையாமல் அதை அப்படியே பாதுகாக்க முயற்சி செய்துகொண்டிருக்கும் தத்துவங்கள் என்றும், முன்னேற மறுக்கும் ஆண்டுகளின் பழமையான அடையாளங்கள் என்றும் அப்போது அவர் பிரகடனம் செய்தார். ஆனால் இந்தக் கோட்பாடுகள் எல்லாமே இப்போது காலாவதியாகிவிட்டன. இருபதாம் நூற்றாண்டின் சிறந்த தத்துவங்களாலும், புதிதாகச் சுதந்திரம் பெற்ற நாட்டுக்கு வழிகாட்டியாக அரசு வழிகாட்டு நெறிமுறைகளில் சொல்லப்பட்டு, அதேசமயம் காங்கிரஸ் கட்சியின் கொள்கைகளுடன் பின்னிப்பிணைந்திருக்கும் சமூகச் சீர்திருத்தம், சமூக முன்னேற்றம் போன்ற முற்போக்கான சிந்தனைகளாலும் இந்தக் காலாவதிக் கோட்பாடுகள் மாற்றப்பட்டுவிட்டன.[2]

நேரு ஆத்திரப்படுவதற்கு அத்தனை காரணங்களும் இருந்தன. புதிதாகச் சுதந்திரம் பெற்ற ஒரு பச்சிளம் தேசத்தின் சமூக, அரசியல் கட்டமைப்புகளை மாற்றுவதற்குச் சில விஷயங்கள் தேவைப்பட்டன: நிலச்சீர்திருத்தம், ஜமீன்தார்முறை ஒழிப்பு, தொழிற்சாலைகளைத் தேசியமயமாக்குதல், கல்வியிலும் வேலைவாய்ப்பிலும் 'பிற்பட்ட வகுப்பினருக்கு' இடஒதுக்கீடு, பிறகு - ஓர் இணக்கமான ஊடகம்.[3] அந்தக் காலக்கட்டத்தில், கிட்டத்தட்ட இருபது ஆண்டுகளாக, ஜமீன்தார்முறை ஒழிப்பும், நிலச்சீர்திருத்தமும் காங்கிரஸ் கட்சியின் முக்கியக் கொள்கைகளாக இருந்தன. 1938இல் நேரு தலைமையேற்றிருந்த முதல் தேசிய திட்டக்குழு உருவானதற்கு

தேசியமயமாக்கலும், பொருளாதாரத் திட்டமிடலுமே காரணங்கள். சமீபத்தில் சுதந்திரம் பெற்றிருந்த ஒரு நாட்டின் சமூகப் பொருளாதாரத் திட்டங்களுக்குப் புதுவடிவம் கொடுக்க வேண்டியிருந்தது. அதற்குப் பிரதமரே தலைமை தாங்கி வழிநடத்த வேண்டியிருந்தது.[4]

இருந்தாலும், சுதந்திரம் கிடைத்து மூன்றரை ஆண்டுகள் ஆகியிருந்தாலும், எதிர்க்க ஆளில்லாமல் நாடு முழுக்கக் காங்கிரஸ் கட்சிக்கான அலை வீசியிருந்தாலும், மேலே சொன்ன இந்தத் திட்டங்கள் அனைத்துமே ஸ்தம்பித்துப் போயிருந்தன. அரசாங்கத்தின் ஒட்டுமொத்தச் சமூகப் பொருளாதாரக் கொள்கைகளும் தோல்வியின் விளிம்பில் ஊசலாடிக் கொண்டிருந்தன. புதிய அரசமைப்புச் சட்டத்தின் பகுதி III கொடுத்த தைரியத்தில் - அனைத்துக் குடிமக்களுக்கும் அடிப்படை உரிமைகளை உறுதிசெய்து கொண்டிருந்தது அது - ஜமீன்தார்களும், பெருமுதலாளிகளும், பத்திரிகையாசிரியர்களும், பாதிக்கப்பட்ட தனிநபர்களும் தனிமனித சுதந்திரத்தின் மீது விதிக்கப்பட்ட கட்டுப்பாடுகளுக்கு எதிராக, பத்திரிகைச் சுதந்திரத்தை நசுக்கும் முயற்சிகளுக்கு எதிராக, பல்கலைக்கழகங்களில் உயர்-சாதி மாணவர்களின் எண்ணிக்கையைக் குறைப்பதற்கு எதிராக, ஜமீன்தார்களின் நிலங்களைக் கையகப்படுத்துவதற்கு எதிராக மத்திய-மாநில அரசாங்கங்களைத் திரும்பத் திரும்ப நீதிமன்றங்களுக்கு இழுத்துக் கொண்டிருந்தார்கள். அரசமைப்புச் சட்டம் அமலில் இருந்த அந்தப் பதினான்கு மாதங்களில், நாட்டு மக்களுக்கு ஆதரவாக நீதிமன்றங்கள் எடுத்த நிலைப்பாடு ஒவ்வொன்றும் அரசாங்கத்தின் மீது பேரிடியாக இறங்கியது.

தில்லியில், *தி ஆர்கனைஸர்* என்ற ஒரு ஆர்.எஸ்.எஸ் செய்தித்தாளைத் தணிக்கை செய்வதற்கான அரசாங்கத்தின் முயற்சி முறியடிக்கப்பட்டது.[5] பம்பாயில், நேருவையும் காங்கிரஸ் அரசாங்கத்தையும் விமர்சித்து வந்த *கிராஸ்ரோட்ஸ்* எனும் ஓர் இடது-சாரி வார இதழைத் தடை செய்த அரசாங்கத்தின் உத்தரவு ரத்து செய்யப்பட்டிருந்தது.[6] இதன் விளைவாக நடந்த வழக்கில், 'பொது ஒழுங்கு', 'பொதுப் பாதுகாப்பு' என்ற போர்வையில் பத்திரிகைகளைத் தணிக்கை செய்வதற்கும் தண்டிப்பதற்கும் பயன்படுத்தப்பட்ட சட்டங்கள் - மெட்ராஸ் பொது ஒழுங்குப் பராமரிப்புச் சட்டம் மற்றும் கிழக்கு பஞ்சாப் பொதுப் பாதுகாப்புச் சட்டப்பிரிவுகள் - கருத்துச் சுதந்திரத்துக்கு எதிராக இருக்கும் காரணத்தால் செல்லாது என உச்சநீதிமன்றம் அறிவித்தது. ஜமீன்தார்முறை ஒழிப்புக்கும் இதே கதிதான். உத்திரப்பிரதேசத்தில், புதிதாகக் கொண்டு வந்த ஜமீன்தார்முறை ஒழிப்புச் சட்டத்தின் கீழ் எந்தவொரு நடவடிக்கையையும் எடுக்கவிடாமல் அரசாங்கத்தைக்

கட்டுப்படுத்தும் விதத்தில் தொடர்ச்சியான தடை உத்தரவுகளைப் பிறப்பித்துக் கொண்டிருந்த அதேநேரத்தில் அந்தச் சட்டம் அரசமைப்புச் சட்டத்தின்படி செல்லுமா என்றும் அலகாபாத் உயர்நீதிமன்றம் ஆராய்ந்து கொண்டிருந்தது. பீகாரில், சட்டப்பிரிவு 31-ஐயும் (சொத்துரிமை) சட்டப்பிரிவு 14-ஐயும் (சமத்துவ உரிமை) மீறிய காரணத்தால் அரசு சொத்து மேலாண்மை மற்றும் குத்தகைச் சட்டம் என்பதே அரசமைப்புச் சட்டத்துக்கு அப்பாற்பட்டது என்று பாட்னா உயர்நீதிமன்றம் தீர்ப்பு எழுதியது.[7]

மத்தியப் பிரதேசத்தில், பீடி தயாரிப்பைக் கட்டுப்படுத்தி வரன்முறைப் படுத்திவந்த மத்திய மாகாணங்கள் மற்றும் பேரார் பீடி உற்பத்தி ஒழுங்குமுறைச் சட்டம் ரத்து செய்யப்பட்டு, செல்லாது என்று உச்சநீதிமன்றம் அறிவித்தது, காரணம் எந்தத் தொழிலையும் மேற்கொள்வதற்கு அரசமைப்புச் சட்டம் வழங்கியிருந்த உரிமையை அது தடுத்தது.[8] பம்பாயில் சாலைப் போக்குவரத்தைத் தேசியமயமாக்கும் முயற்சி நாடாளுமன்றத்தின் தலையீட்டால் நூலிழையில் தப்பிப்பிழைத்தது. மெட்ராஸில், கல்வி நிறுவனங்களில் சாதி அடிப்படையிலான இட ஒதுக்கீடு வழங்கிக்கொண்டிருந்த அந்த 'வகுப்புவாரி அரசாணை'யை, இதுபோன்ற அரசாணைகளைச் சட்டப்பூர்வமாகவும் அரசமைப்பின் படியும் அங்கீகரித்தால் சாதி, இன, வகுப்பு, மொழி அடிப்படையில் வேறுபாடு காட்டப்படுவதைத் தடுக்கின்ற சட்டப்பிரிவு 15(1)ஐ அது நீர்த்துப் போகச் செய்துவிடும் என்ற காரணத்தைக் காட்டி மெட்ராஸ் உயர்நீதிமன்றம் அதைத் தூக்கிவீசியது.[9] உச்சநீதிமன்றமும் இந்தத் தீர்ப்பை இறுதி செய்தது. இன்னும் ஒருபடி மேலே போய் அரசாங்க வேலைவாய்ப்புகளில் வகுப்புவாரி இட ஒதுக்கீடு முறையையும் ரத்து செய்து உத்தரவிட்டது அது.[10] நீதிமன்றங்களிலும் சரி பத்திரிகைகளிலும் சரி, அரசாங்கம் தொடர்ச்சியான கடும் விமர்சனங்களுக்கு உள்ளானது.

அரசமைப்புச் சட்டம் கொடுத்த அடிப்படை உரிமைகள், பிடிவாதமான மக்கள், போர்க்குணம் கொண்ட பத்திரிகைகள், அடிப்படைச் சுதந்திரங்களைப் படுவீரியத்துடன் நிலைநிறுத்துவதில் தீவிரமாக இருந்த நீதித்துறை எல்லாம் கூட்டணி சேர்ந்து கொண்டு இந்தியாவைப் புனரமைத்து, அதன் மூலம் தனது நிலையைப் பலப்படுத்திக்கொள்ளக் காங்கிரஸ் போட்டிருந்த ஒட்டுமொத்தத் திட்டங்களுக்கும் முட்டுக்கட்டை போட்டன. 1951இன் ஆரம்பத்தில், தேர்தல் கிட்டத்தில் அச்சுறுத்திக் கொண்டிருக்க, அரசாங்கத்தின் முக்கியத் திட்ட முன்னெடுப்புகள் எல்லாம் அரசமைப்புச் சட்டத்தை மதிக்காததால் தொடர்ந்து ஏதோவொரு இடைஞ்சலுக்கு

உள்ளாகிக் கொண்டிருக்க, தனது முயற்சிகள் முறியடிக்கப்பட்டுக் கொண்டிருந்ததை நினைத்துப் பிரதமர் நேருவுக்கு விரக்தி அதிகமாகிக்கொண்டே போனது. எல்லாம் நல்லபடியாகப் போய்க்கொண்டிருக்கும் நாட்களிலேயே துறுதுறுவென்று பிடிவாதமாக இருக்கும் அவர், தன் எண்ணங்களுக்குக் குறுக்கே நிற்பவர்களின் தைரியத்தால் கடும் எரிச்சலடைந்தார். அந்தச் சூழ்நிலை, அவரின் சொந்த வார்த்தைகளிலேயே சொல்லப்போனால், தாங்க முடியாத அளவுக்குப் போய்க்கொண்டிருந்தது.[11] 'உடனடியாகச் செய்ய வேண்டிய மாற்றங்களை அரசமைப்புச் சட்டம் குறுக்கே நிற்கிறது என்பதற்காகக் கைவிடுவது சாத்தியமில்லை...' என்று தனது முதலமைச்சர்களுக்கு அவர் எழுதினார். 'நாம் இதற்கொரு தீர்வு காணவேண்டும், இதற்காக அரசமைப்புச் சட்டத்தில் மாற்றம் செய்யவேண்டிய நிலை வரலாம் என்றாலும் கூட.'[12]

வெறும் பன்னிரண்டு மாதங்களுக்கு முன்பு 'சாதித்துவிட்டோம்' என்று காங்கிரஸ் கட்சி எதற்காக மார்தட்டிக் கொண்டிருந்ததோ அதே அரசமைப்புச் சட்டம் இப்போது அதன் முதுகில் வேதாளமாக ஏறியிருந்தது; பூச்சாண்டி காட்டிக்கொண்டிருந்தது. ஜனவரி 26, 1950இல் பெரும் விழா எடுத்து ஜெகஜோதியாகக் கொடுத்த சுதந்திரங்கள் எல்லாம் இப்போது முன்னேற்றத்துக்கான பாதையில் பெரும் தடைக்கற்களாகக் கடுப்பேற்றின. அரசமைப்புச் சட்டத்தை உருவாக்கியவர்களே இப்போது அது வழங்கிய அதிகப்படியான சுதந்திரத்துக்காகச் சுற்றி நின்று ஒப்பாரி வைத்தார்கள். பிரச்சினைக்குச் சுற்றிவளைக்காமல் நேரடியாகத் தீர்வு கொடுத்தார் நேரு - அரசமைப்புச் சட்டத்தை அரசாங்கத்தின் விருப்பத்துக்கு ஏற்றபடி வளைப்பது, நீதிமன்றங்களை வலுவிழக்கச்செய்து வரவிருக்கும் சட்ட நெருக்கடிகளை முன்கூட்டியே தடுப்பது. அவரின் பார்வையில், பல்வேறு வகையான சமூக நலத்திட்டங்கள் எல்லாமும் அரசாங்கத்தால் மட்டுமே தீர்மானிக்கப்பட வேண்டும். இதற்குக் குறுக்கே நிற்க நீதிமன்றங்களையோ, அரசமைப்புச் சட்டத்தையோ அனுமதிக்கக் கூடாது.[13]

நீதிமன்றங்கள் அரசு வழிகாட்டு நெறிமுறைகளைவிட அடிப்படை உரிமைகளுக்கே முக்கியத்துவம் கொடுத்துக் கொண்டிருந்ததாகவும் அதன் விளைவாக நடந்த மாற்றங்கள் அரசமைப்புச் சட்டம் கொண்டுவரப்பட்டதன் 'ஒட்டுமொத்த நோக்கத்தையே' தடுத்துக் கொண்டிருந்ததாகவும்[14] அறிவித்த பிரதமர் நேரு, தனது கனவுத் திட்டங்களுக்குக் குறுக்கே இருந்த சட்டச் சிக்கல்களை நீக்குவதற்காக மே 12, 1951இல் அரசமைப்பு முதல் திருத்தச்சட்ட மசோதாவை

நாடாளுமன்றத்தில் அறிமுகம் செய்தார். அதிலிருந்த மாற்றங்கள் யாரும் எதிர்பார்த்திராத மிகப்பெரிய மாற்றங்களாக இருந்தன. யாருமே கற்பனை செய்து பார்த்திராத மாற்றங்களாகவும் கூட. சொல்லப்போனால், இந்தியாவின் மிகப்பிரபலமான சட்டவரலாற்று நிபுணர், பேராசிரியர் உபேந்திரா பாக்சி இதை 'இரண்டாவது அரசமைப்புச் சட்டம்' அல்லது 'நேருவின் அரசமைப்புச் சட்டம்' என்று அழைக்கும் அளவுக்கு அவர்கள் மூல அரசமைப்பிலிருந்து வெகுதூரம் விலகியிருந்தார்கள்.[15]

சுருக்கமாகச் சொல்வதென்றால், இம்மசோதா பல்வேறு முக்கியத் திருத்தங்களை முன்மொழிந்தது. கருத்துச் சுதந்திரத்தைக் கட்டுப்படுத்துவதற்காக ஏற்கனவே இருந்த காரணங்களோடு சேர்த்து மேலும் சில புதிய காரணங்களைத் தேடிப்பிடித்து அறிமுகம் செய்தது. மூல அரசமைப்புச் சட்டத்தில், அவதூறு பேசுவது, ஒருவரைக் காரணமில்லாமல் பழித்துப் பேசுவது, அவரின் நற்பெயருக்குக் களங்கம் ஏற்படுத்துவது, நீதிமன்றத்தை அவமதிப்பது, தேசத்தின் பாதுகாப்புக்குக் கேடு விளைவிப்பது அல்லது ஆட்சியைக் கவிழ்க்க முயற்சி செய்வது போன்ற சூழ்நிலைகளில் மட்டும்தான் கருத்துச் சுதந்திரம் பறிக்கப்பட்டது. ஆனால் இனிமேல் பொதுஒழுங்கு, உள்நாட்டுப் பாதுகாப்பு நலன்கள் மற்றும் அயல்நாட்டு உறவுகள் சார்ந்த விஷயங்களைப் பாதிக்கும் சாயல் இருந்தால்கூட ஒருவரின் கருத்துச் சுதந்திரம் ஒடுக்கப்படும். இப்புதிய காரணங்களை அப்போது பதவியில் இருக்கும் அரசாங்கத்தின் விருப்பப்படி வரையறை செய்து கொள்ளலாம். இப்படித் தெளிவில்லாத இம்மூன்று புதிய ஷரத்துக்களைச் சேர்த்ததன் மூலம், பேச்சுச் சுதந்திரமும் கருத்துச் சுதந்திரமும் வெகுவாகக் குறைக்கப்படவிருந்தன.

பிற்படுத்தப்பட்ட வகுப்பினரின் முன்னேற்றத்திற்காகச் சாதி வாரியான இட ஒதுக்கீடு முறையைக் கொண்டு வர அரசாங்கம் திட்டம் வைத்திருந்தது. இம்மசோதா அதைச் செயல்படுத்த முயற்சி செய்தது. இதன் மூலம் சாதி, இன, வகுப்பு, மொழி அடிப்படையில் வேறுபாடு காட்டப்படுவதைத் தடுக்கும் சம உரிமையை அது மறந்தது. இம்மசோதா அமலுக்கு வந்தால் நாடாளுமன்றம் பிற்பட்ட வகுப்பினருக்கு விசேஷ சலுகைகளை உருவாக்கிக் கொடுப்பதை இனிமேல் யாராலும் தடுக்க முடியாது. இன்னும் சொல்லப்போனால் இச்சலுகைகள் எந்தவொரு அடிப்படை உரிமையை மீறினாலும் நீதிமன்றங்களால் கேள்வி கேட்க முடியாது. இம்மசோதா ஜமீன்தார்முறை ஒழிப்பைச் சட்டப்பூர்வமாக்கியது; சொத்துரிமையை ஓர் எல்லைக்குள் சுருக்கப் பார்த்தது. இரண்டு

புதிய ஷரத்துக்களைச் சேர்த்து அதன் மூலம் நியாயமான இழப்பீடு கொடுக்காமலேயே நிலங்களைக் கையகப்படுத்தும் அதிகாரத்தை அரசுக்கு வழங்கியது. அது மட்டுமல்லாமல் இந்த நடவடிக்கைகள் எதுவும் செல்லாது என இனிமேல் எந்தவொரு நீதிமன்றமும் தீர்ப்பு சொல்ல முடியாது - அரசமைப்புச் சட்டத்தில் தெளிவாகச் சொல்லப்பட்டிருக்கும் சொத்துரிமையை அது மீறினாலும் சரி. கடைசியாக, குறிப்பிட்ட சில சட்டங்களை வைப்பதற்காகவே தனியாக ஓர் அட்டவணையை அறிமுகப்படுத்த முயற்சித்தது இம்மசோதா. நீதிமன்ற விசாரணைகளிலிருந்து, அதன் தலையீட்டிலிருந்து முழுப் பாதுகாப்பு கொடுப்பதற்காகவே உருவாக்கப்பட்ட சட்டங்கள் இந்தப் பிரத்தியேக அட்டவணையில் சேர்க்கப்பட இருந்தன - இந்தச் சட்டங்கள் அடிப்படை உரிமைகளை அப்பட்டமாகப் பறித்தாலும் கூட. அந்த அட்டவணை நீதிமன்ற வரம்புக்கு அப்பாற்பட்டது. அந்த அட்டவணை அரசமைப்புக்கு விரோதமான சட்டங்களுக்கு ஒரு பாதுகாப்பான புகலிடம். சட்ட வல்லுநர் ஏ.ஜி. நூராணி சொன்னது மாதிரி அந்த அட்டவணை 'விடாப்பிடியான பிடிவாதத்தினால் உருவான ஆபாசம்.'[16]

இந்தச் சட்டத்திருத்தம் அரசாங்கத்தை விமர்சனங்களிலிருந்து பாதுகாக்கிற ஒரு கேடயமாக விளங்கியது. காங்கிரஸ் ஆட்சிக்கு எதிராக அனைத்து எதிர்கட்சிகளையும் ஒரே பாதையில் அணிவகுத்தது. 'அரசமைப்புச் சட்டத்தின் அடிப்படைக் கொள்கைகளையே வேரோடு அறுக்கிறது' என்று மசோதாவுக்கு எதிராக முதல் ஆளாகப் பதிலடி கொடுத்த எதிர்கட்சித் தலைவர் எஸ்.பி. முகர்ஜி குற்றம்சாட்டினார்.[17] 'சுதந்திர இந்திய மக்களின் உரிமைகள் மீதான அத்துமீறலின் ஆரம்பம்,'[18] என்றார். 'சுதந்திரத்தில் மேலும் கட்டுப்பாடுகள்' என்று ஒரு முக்கிய நாளேட்டின் தலைப்புச் செய்தி கர்ஜித்தது.[19] 'அநியாயம், அக்கிரமம், உச்சபட்ச ஜனநாயக விரோதம்,' என்று நாக்பூர் உயர்நீதிமன்ற வழக்குரைஞர்கள் சங்கம் அறிக்கை வெளியிட்டது.[20] இதெல்லாம் வெறும் முதல்கட்டத் தாக்குதல் மட்டும்தான். அரசமைப்புச் சட்டம் முதன்முதலில் வழங்கிய சுதந்திரங்களைப் பாதுகாப்பதற்காகப் பல்வேறு சக்திகள் ஒன்று சேர்ந்து பெரும் போராட்டத்தைக் கையிலெடுத்தன. நாடாளுமன்றம் விவாதத்துக்கு எடுத்துக் கொண்டு, அதன்பிறகு அந்த மசோதாவை நிறைவேற்றிய அடுத்த இரண்டு வாரங்களில் நடந்ததையெல்லாம் இந்திய தாராண்மையியத்துக்கான போர் என்று மட்டும்தான் விவரிக்க முடியும்.

நாடாளுமன்றத்துக்கு வெளியே, அறிவுசார் சமூகமும், வியாபாரிகளும், அரசமைப்புவாதிகளும், வழக்குரைஞர்களும் போராட்டத்தில் கலந்துகொண்டனர். செய்தித்தாள்கள் அரசாங்கத்தைத் தீவிரமாக விமர்சித்தன. தலையங்கங்கள் ரௌத்திரம் காட்டின. இம்முயற்சிக்கு எதிராக அகில இந்தியப் பத்திரிகையாசிரியர்கள் சம்மேளனமும், இந்திய வர்த்தக மற்றும் தொழிற் சங்கங்களின் கூட்டமைப்பும் தீர்மானங்களை நிறைவேற்றின; பிரதமரைச் சந்திக்க பிரதிநிதிகள் குழுவை அனுப்பின. நாடுமுழுக்க, வழக்குரைஞர் சங்கங்களும், சட்டத்துறையைச் சேர்ந்தவர்களும் பொதுமக்களின் உரிமைகளைப் பறிப்பதற்கு எதிராக ஒன்றுகூடினார்கள். ஓய்வு பெற்ற நீதிபதிகள் கண்டனக் கூட்டங்களுக்கு ஏற்பாடு செய்து கலந்து கொண்டார்கள். வெகுண்டெழுந்த ஓர் இளம் வக்கீல் (பிற்கால நீதிபதி), பெயர் - ராஜீந்தர் சச்சார்[21], 'உண்மையில் அரசாங்கத்தின் மீதான அனைத்து நேர்மையான விமர்சனங்களையும் நசுக்குகிறது' என்று இந்தச் சட்டத்திருத்தத்தைப் பற்றி *டைம்ஸ் ஆஃப் இந்தியா*வின் ஆசிரியருக்குக் கோபத்துடன் எழுதினார்.[22]

நாடாளுமன்றத்துக்கு உள்ளே, அங்கொன்றும் இங்கொன்றுமாகச் சிதறியிருந்தாலும் துணிச்சலுடன் குரலெழுப்பிய எதிர்க்கட்சிகள் பொதுமக்களின் உரிமைகளைப் பாதுகாக்கும் சவாலை ஏற்றுக்கொண்டன. சுதந்திரப் போராட்டத்திலும் பின்னர் அரசியல் நிர்ணய சபையிலும் முக்கியப் பங்காற்றிய தலைவர்களான ஷியாமா பிரசாத் முகர்ஜி, ஆச்சார்யா ஜீவத்ராம் கிருபளானி, ஹரி விஷ்ணு காமத், நசீருதீன் அஹ்மத் மற்றும் ஹ்ரிதய் நாத் குன்ஸ்ரூ போன்றவர்கள் இம்மசோதா தாக்கல் செய்யப்பட்டபோது அதை ஆக்ரோஷமாக எதிர்த்தார்கள். அரசாங்கத்தின் மீது கடுமையான தாக்குதல்களைத் தொடங்கினார்கள். 'இங்கேயோ, சந்தைகளிலோ, ஊருக்குள்ளோ, எங்கு வேண்டுமானாலும், எந்த மட்டத்திலும் மோதுவதற்குத் தயார்,'[23] என நேரு அவர்களிடம் சவால் விடுத்தார். காரசாரமாக நடந்த பரஸ்பர வாக்குவாதங்களில், முகர்ஜியை ஒரு பொய்யர் என்று நேரு குற்றம் சாட்ட, நேருவை ஒரு சர்வாதிகாரி என்று முகர்ஜி அழைத்தார். எங்கும் இறுக்கமான சூழல். விவாதங்களில் அனல் சீற்றம். ஒரு முக்கியச் செய்தித்தாள், 'நாடாளுமன்ற மாண்பு அடிமட்டத்துக்குச் சென்றுவிட்டது'[24] என்று வர்ணிக்கும் அளவுக்கு ஓர் அமர்வில் ஆவேசம் வெடித்தது.

ஒன்றுமில்லாத விஷயத்துக்கு எல்லோரும் தாம்தூம் என்று குதிப்பதாக நினைத்து யாரும் ஏமாந்துவிட வேண்டாம். காங்கிரஸ் நாடாளுமன்ற உறுப்பினர்கள் பலரும் அரசாங்கத்தை முறைத்துக் கொண்டார்கள்.

மற்றவர்களோ, அனைத்து மக்களாலும் தேர்ந்தெடுக்கப்படாத ஒரு தற்காலிக நாடாளுமன்றம் அரசமைப்புச் சட்டத்தைத் திருத்துவது முறையல்ல என்று சுட்டிக்காட்டினார்கள். ஆரம்பத்தில், நேருவே கூட கொஞ்சம் பயந்துதான் போனார். 'அரசமைப்புச் சட்டத்தைத் திருத்துவதற்கான மசோதா பத்திரிகைகளிலும் மற்ற இடங்களிலும் பலத்த எதிர்ப்பைச் சந்தித்துக் கொண்டிருக்கிறது,' என்று தனது முதலமைச்சர்களுக்கு அவர் எழுதினார், 'ஆனால் மசோதாவை நிறைவேற்றிவிடலாம் என்று நம்புகிறோம், அதற்கு மூன்றில் இரண்டு பங்கு பெரும்பான்மை தேவைப்பட்டால் கூடப் போதும்.'[25] 'ஆனால் தேவைப்படும் மூன்றில் இரண்டு பங்கு பெரும்பான்மை நமக்குக் கிடைக்குமா என்று கடைசி நிமிடம் வரை எனக்குத் தெரியாது,' என்று மேற்கு வங்க முதல்வர் பிதன் ராயிடம் அவர் கவலையுடன் ஒப்புக்கொண்டார்.[26] உறுப்பினர்களை ஒருங்கிணைத்து, சபையில் மசோதாவுக்கு ஆதரவு திரட்டக் காங்கிரஸ் கொறடாக்கள் களமிறங்கினார்கள். ஆனால், கடுமையான அழுத்தத்துக்கு இடையிலும், மனசாட்சிக்குக் கட்டுப்பட்ட காங்கிரஸ் உறுப்பினர்கள் பலர் கட்சிக்கு அடங்க மறுத்தார்கள். இன்னும் சிலர் நாடாளுமன்றத்தில் அரசாங்கத்தை விமர்சித்தாலும்; மசோதாவை எதிர்த்தாலும்; இறுதியாக வாக்கெடுப்பில் பங்குபெறாமல் தவிர்த்தார்கள்.

நாடாளுமன்றத்துக்கு உள்ளேயும் வெளியேயும், செய்தித்தாள் பக்கங்களிலும் தலையங்களிலும், வழக்குரைஞர் சங்கங்கள் மற்றும் நீதிமன்ற அறைகளுக்கு உள்ளும், கண்டனக் கூட்டங்கள் மூலமாகவும், பத்திரிகையாசிரியர்களுக்கு வந்த ஆவேசக் கடிதங்கள் மூலமாகவும் அந்தப் போர் இரண்டு வாரங்களாகப் பற்றி எரிந்தது. இறுதியாக ஜூன் 2, 1951இல் ஏகப்பட்ட வெறுப்பும் கசப்புமான விவாதங்களுக்குப் பிறகு, 228 'ஆம்'களும், 20 'இல்லை'களும், பெரியளவிலான 'நடுநிலை'களும் பெற்று - கடைசியாகக் கிடைத்த எண்ணிக்கைகள் போரின் உக்கிரத்தை மழுங்கடிக்க - அந்த மசோதா நிறைவேறியது. அந்தச் சூறாவளி உருவான அதே வேகத்தில் கடந்தும் போனது. எல்லாம் இயல்பு நிலைக்குத் திரும்பியது. அடுத்ததாக மக்கள் பிரதிநிதித்துவச் சட்டம் தொடர்பான விவாதத்தை நோக்கி நாடாளுமன்றம் நகர்ந்தது. ஒட்டுமொத்த நிகழ்வின் சுருக்கமும் அது ஏற்படுத்தப்போகும் தாக்கத்தின் தீவிரத்தை ஓரளவுக்கு மறைத்துவிட்டது. ஆனால் யாரும் ஏமாறவில்லை.

நாடாளுமன்றத்தில் வாக்கெடுப்புக்கு வந்திருந்தது முற்றிலும் மாற்றி எழுதப்பட்ட அரசமைப்புச் சட்டத்தின் பகுதி III என்று

சொன்னால் அது தவறாக இருக்காது. மூல அரசமைப்புச் சட்டத்தின் அடிப்படை உரிமைகள் குறித்த சட்டப்பிரிவுகள் அதில் நாசூக்காகக் கிழித்தெறியப்பட்டன. அரசுக்கும் பொதுமக்களுக்கும் இடையிலிருந்த உறவுமுறை முன் எப்போதும் இல்லாத அளவுக்குத் திருத்தி அமைக்கப்பட்டது. மிக எளிதாக, கிட்டத்தட்ட போகிற போக்கில் அரசமைப்புச் சட்டத்தில் மாற்றம் செய்வதற்கும், முன்தேதியிட்டு சட்டங்களை அமல்படுத்துவதற்கும் முன்னுதாரணம் காட்டப்பட்டது. நீதிமன்ற விசாரணையை மாற்று வழி மூலம் தவிர்ப்பதற்கான செயல்முறை உருவாக்கப்பட்டது. தேசத்துரோக ஷரத்துக்கள் முன்தேதியிட்டுச் சட்டப்பூர்வமாக்கப்பட்டன. பல்வேறு பொதுப் பாதுகாப்பு சட்டங்கள் மற்றும் பத்திரிகை அடக்குமுறைச் சட்டங்கள் செயல்பாட்டுக்குக் கொண்டுவரப்பட்டன. கருத்துச் சுதந்திரம் கத்தரிக்கப்பட்டது - இனி கருத்துச் சுதந்திரத்தைத் தடை செய்ய அரசின் நலன்களுக்குக் கேடு விளைவிக்கத் தேவையில்லை, வெறுமனே அரசாங்கத்தின் நலன்களுக்குக் கேடு நினைத்தாலே போதும். அரசாங்கத்தின் கொள்கைகளுக்குக் கீழ்ப்படிந்து நடக்க அரசமைப்புச் சட்டம் பணிக்கப்பட்டது. பல்வேறு ஒடுக்குமுறைச் சட்டங்களைக் கொண்டுவர அரசமைப்புச் சட்டத்தில் அடித்தளம் அமைத்துக் கொடுக்கப்பட்டது. இந்தியாவுக்கும், அதன் மக்களுக்கும், அதன் அரசியலுக்கும் மிகப்பெரிய, நீண்டகால விளைவுகளை ஏற்படுத்தக்கூடிய ஒரு முக்கியமான, அடிப்படை மாற்றம் ஏற்பட்டிருந்தது.[27]

'அடிப்படை உரிமைகள் பற்றிய சட்டப்பிரிவுகள் புனிதமானவை. அரசமைப்புச் சட்டத்தின் பகுதி IIIஇல் உள்ள வரம்புகளைத் தவிர எந்தவொரு சட்டமன்ற, நிர்வாக சட்டத்தின் மூலமாகவோ அல்லது அரசாணையின் மூலமாகவோ அவற்றைக் குறைக்க முடியாது. அரசு வழிகாட்டு நெறிமுறைகள் அடிப்படை உரிமைகளை பின்பற்றி அவற்றுக்குத் துணையாக இருக்க வேண்டும்.'[28] மெட்ராஸ் வகுப்புவாரி அரசாணை வழக்கில், உச்சநீதிமன்றத்தின் முழு அமர்வு இவ்வாறு தீர்ப்பு சொன்னது. இந்தத் தர்க்கமும், அரசமைப்புச் சட்டத்தின் அடிப்படையும் ஜனநாயகத்தை மறுத்த காரணத்துக்காக மாற்றப்பட்டன.[29]

'வெறும் பதினாறு மாதங்களுக்கு முன், ஆழமாகச் சிந்தித்து மிகுந்த கவனத்துடன் கொடுத்த உரிமைகளையும் சுதந்திரங்களையும் போதிய காரணங்கள் இல்லாமல் நீங்கள் குறைக்க முயற்சி செய்கிறீர்கள்,'[30] என்று ஷியாமா பிரசாத் முகர்ஜி நேருவைக் குற்றம்சாட்டினார். 'இதைப் பாராட்டுவது ஒரு பக்கம் இருக்கட்டும், முதல் திருத்தச்

சட்டம் கொடுக்கின்ற சட்டமியற்றும் அதிகாரம், அது தரும் சட்டப் பாதுகாப்பு, அது ஏற்படுத்தப் போகும் கடுமையான விளைவுகளை நாம் இன்னமும் உணரவில்லை.'[31] அப்போதிருந்து, சமூகஆர்வலர்கள், மனிதஉரிமைவாதிகள், அறிஞர்கள், எழுத்தாளர்கள், வரலாற்று ஆசிரியர்கள், அரசியல்வாதிகள், பத்திரிகையாளர்கள், அவ்வளவு ஏன் நகைச்சுவை நடிகர்கள்கூட அரசின் ஒடுக்குமுறையையும், கடுமையான சட்டங்களின் அடக்குமுறையையும் அடிக்கடி எதிர்கொண்டார்கள். 1951இன் அரசமைப்புச் சட்டத்திருத்தம் கொடுத்த வசதி மூலம் இவை அனைத்தும் சாத்தியமானது.

அப்போது அரசமைப்புச் சட்டத்தின் மீதும் அடிப்படை உரிமைகளின் மீதும் நேரு அரசாங்கத்தின் கண்ணோட்டம் முற்றிலும் வேறு மாதிரியாக இருந்தது. இந்தியாவுக்காக ஓர் அரசமைப்புச் சட்டத்தை வடிவமைக்கும் உரிமையும் அதன் மூலம் ஒவ்வொரு இந்தியனின் தனிமனித சுதந்திரத்தைப் பாதுகாக்கும் உரிமையும் நாடுதழுவிய சுதந்திரப் போராட்டத்தின் அடிப்படைக் கோரிக்கைகளாக இருந்தன. முதன்முதலாக அந்தக் கோரிக்கை முன்வைக்கப்பட்ட 1895இன் இந்திய அரசமைப்புச் சட்ட மசோதா காலத்திலிருந்து (சுயராஜ்ய மசோதா என்று பரவலாக அறியப்பட்ட இதை பால கங்காதர திலகர் எழுதினார் என்று கிசுகிசுக்கப்பட்டது), 1925இன் இந்தியப் பொதுவுடைமை மசோதா மூலமாக,[32] 1928இன் மோதிலால் நேரு அறிக்கையிலிருந்து,[33] 1930இன் பூரண சுயராஜ்ஜியத் தீர்மானம் வரை[34] இந்தக் கோரிக்கைகள் நீண்ட நெடும் பாதையைக் கடந்து வந்திருந்தன.

பல தலைமுறை சுதந்திரப் போராட்டத் தியாகிகளின் தீவிர முயற்சி, இந்திய மக்கள் முழுச்சுதந்திரம் அடைவதை உறுதியாகக் கொண்டிருந்ததில் காங்கிரஸ் பெற்ற வெற்றி ஆகிய இரண்டின் உச்சபட்ச சாதனையாக இந்திய அரசமைப்புச் சட்டம் பார்க்கப்பட்டது. 'வரவிருக்கும் குடியரசு நம் வரலாற்றில் ஒரு மிகப்பெரிய மைல்கல்; புதிய சகாப்தத்தின் தொடக்கம்,' என்று ஜவஹர்லால் நேரு எழுதினார். 'மாபெரும் எண்ணிக்கையிலான பல தலைமுறை இந்தியர்களின் கனவை நனவாக்குவதில் குறைந்தபட்சம் அரசியல் ரீதியான வெற்றியை அது கொண்டு வருகிறது. அது நாம் கொடுத்த உறுதிமொழியை நிறைவேற்றியிருக்கிறது,'[35] என்றார். நாட்டுக்கான அவரின் செய்தியில், 'நம் சுதந்திரப் போராட்டத்தின் ஒரு மிக முக்கிய கட்டத்தின் நிறைவு' என்று நேரு இதை அழைத்தார்.[36]

புதிய அரசியல் நிர்ணய சபை முதன்முதலில் கூடிய டிசம்பர் 9, 1946 அன்று காலை 11 மணியிலிருந்து, தங்களிடம் கொடுக்கப்பட்டிருந்த

மிகப்பெரிய பொறுப்பு குறித்தும் அதன் முக்கியத்துவம் குறித்தும் அரசியல் நிர்ணய சபையில் இருந்த யாவருக்கும் எந்தச் சந்தேகமும் இருக்கவில்லை. 'நாம் மக்களின் உரிமைகளுக்கு உத்திரவாதம் அளிக்க இங்கிருக்கிறோம்,' என்றார் மகாவீர் தியாகி.[37] பிற்கால நேரு அரசாங்கத்தின் அமைச்சரான அவர்தான் இப்படிச் சொல்லியிருந்தார்.[38] அரசியல் நிர்ணய சபையின் நிரந்தரத் தலைவராகத் தேர்ந்தெடுக்கப்பட்டபோது டாக்டர். ராஜேந்திர பிரசாத், 'நமது பரந்து விரிந்த நாட்டின் அனைத்து மக்களையும், அனைத்து இனங்களையும், அனைத்துச் சமூகத்தினரையும், அனைத்து மதத்தினரையும் திருப்திப்படுத்தும் ஓர் அரசமைப்புச் சட்டத்தை உலகுக்கு முன்னால் வைத்து, அதன்மூலம் ஒவ்வொருவருக்கும் செயல், சிந்தனை, சித்தாந்தம் மற்றும் வழிபாட்டுக்கான சுதந்திரத்தை உறுதிப்படுத்துவது'[39] இதன் நோக்கம் என்று பெருமையோடு அறிவித்தார்.

அரசியல் சட்ட வரைவுக் குழுவின் தலைவரும் சட்ட அமைச்சருமான பீமாராவ் அம்பேத்கர், தனிமனித உரிமைகளையும், அவற்றை நடைமுறைப்படுத்த, பாதுகாக்கக் கொடுத்திருந்த சட்டரீதியிலான தீர்வுகளையும் 'அரசமைப்புச் சட்டத்தின் ஆன்மா, உண்மையில் அது அரசமைப்புச் சட்டத்தின் உயிர்நாடி,'[40] என்று வர்ணித்தார். அரசாங்கமும் பொதுமக்களும் அரசமைப்புச் சட்டங்களைப் பின்பற்ற வேண்டும் என்று தீர்க்கமாக வலியுறுத்தினார். 'நாடாளுமன்ற அரசுமுறை வெற்றிபெற வேண்டுமானால் மக்களும் அரசாங்கமும் சில குறிப்பிட்ட ஒழுக்கநெறிகளை அல்லது அரசமைப்புச் சட்டத்தின் விதிமுறைகளை கண்டிப்பாகக் கடைபிடிக்க வேண்டும்,'[41] என்று குறிப்பிட்டார். 'ஒருவேளை புதிய அரசமைப்புச் சட்டத்தின்கீழ் தவறுகள் நடக்குமானால், அதற்கு நாம் தவறான அரசமைப்புச் சட்டத்தைப் பெற்றிருந்தோம் என்பது காரணமாக இருக்காது. மனிதன் மோசமாக நடந்துகொண்டான் என்பதை மட்டுமே நாம் காரணமாகச் சொல்லவேண்டும்,'[42] எனவும் அறிவுறுத்தினார்.

ஜனவரி 26, 1950 அன்று, இந்தியா இறையாண்மை கொண்ட புதிய மக்களாட்சிக் குடியரசாகப் பிரகடனம் செய்யப்பட்டபோது, 'அரசாங்க அமைப்பு, அடிப்படை உரிமைகள், சட்ட அமைப்புகள் மற்றும் அரசு வழிகாட்டு நெறிமுறைகளைத் தனது எல்லைகளுக்குள் அரவணைத்துக் கொண்டிருக்கும் வலிமையான ஆவணம்,'[43] என்று அரசமைப்புச் சட்டத்தை அழைத்தார்கள். 'மிகச்சிறந்த அரசமைப்புச் சட்டத்தின் ஆதரவுடன் இந்தியா ஒரு குடியரசாகப் புது வாழ்வுக்குள் அடியெடுத்து வைக்கிறது' என்று டைம்ஸ் ஆஃப்

இந்தியா உற்சாகத்துடன் எழுதியது.[44] அது, ஹிந்துஸ்தான் டைம்ஸ்ன் தலைப்புச் செய்தி சொன்னது போல - 'மிகுந்த முக்கியத்துவம் பெற்ற, மிகுந்த மனநிறைவு தரும் நாள்.'[45] பிரபல வழக்குரைஞர் சி. பி. ராமசாமி ஐயரின் வார்த்தைகளின்படி, 'மனித வரலாற்றிலேயே மிகவும் தொலைநோக்குப் பார்வைகொண்ட, மிகவும் தனிச்சிறப்பான பரிசோதனை.'[46]

அரசமைப்புச் சட்டத்தை எழுதியவர்களுள் ஒருவரும், மிகச்சிறந்த கல்வியாளரும், எழுத்தாளருமான கே.எம். முன்ஷி, 'இந்திய தேசத்தின் தனித்துவமான சாதனை... சுதந்திர இந்தியா எடுத்த முதல் சுதந்திர நடவடிக்கை,'[47] என்று அதைப் பெருமையோடு அழைத்தார். 'இதே அரசமைப்புச் சட்டம் தொடர்ந்து நீடிக்குமானால் உலகின் மிகச் சக்திவாய்ந்த நாடுகளுள் ஒன்றாக நாம் நிச்சயம் முன்னேறுவோம்,'[48] என்றும் எழுதினார், 'அரசமைப்புச் சட்டத்தை எழுதியவர்களுள் மற்றொருவரான எச்.என். குன்ஸ்ரூ, 'அடிப்படை உரிமைகளுக்கான சட்டப்பிரிவும் அது வழங்கும் உத்திரவாதங்களும் விலைமதிக்க முடியாதது,'[49] என்று மதிப்பிட்டார். மூன்றாமவரும், பிற்கால அமைச்சருமான கே. சந்தானம், 'அரசமைப்புச் சட்டத்தின் புனிதத்தன்மையை மேம்படுத்தி, அதன் மீதான மக்களின் நம்பிக்கையை உறுதிப்படுத்த வேண்டும்' என்று விரும்பினார்.[50] பிரதமர் நேருவே கூட நாட்டின் மக்களாட்சிச் சுதந்திரத்திற்கான அடித்தளம் என்று அரசமைப்புச் சட்டத்தைப் போற்றினார்.[51]

சரி, பிறகு எப்படி நேருவின் வார்த்தைகளில் 'இந்த மகத்தான அரசமைப்புச் சட்டம்', டைம்ஸ் ஆஃப் இந்தியாவின் ஆசிரியர்கள் அழைத்த 'இதுவரை எந்தவொரு நாடும் உருவாக்கியதிலேயே மிக விரிவான மனிதஉரிமைப் பிரகடனம்,'[52] ஆக்ஸ்ஃபோர்டு பல்கலைக்கழக மூத்த பேராசிரியரும் அரசமைப்புச் சட்டங்களில் உலகப் புகழ்பெற்றவருமான சர். கென்னத் வியர் கூறிய 'ஜனநாயக அரசாங்கத்தின் மிகப்பெரிய தாராளமயப் பரிசோதனை',[53] 1950இல் இந்திய மக்களின் விடுதலை சாசனமாக விளங்கியதிலிருந்து, அவர்களின் நீண்டநாள் கனவை நிறைவேற்றியதிலிருந்து 1951இல் அதே மக்களின் முன்னேற்றத்துக்கு முட்டுக்கட்டையாக மாறியது?

எந்த அடிப்படை உரிமைகள் அரசமைப்புச் சட்டத்தின் ஆன்மா, அரசமைப்புச் சட்டத்தின் உயிர்நாடி என்று அழைக்கப்பட்டதோ, எந்த அடிப்படை உரிமைகள் 1950இல் பெரும் விழா எடுத்துக் கொடுக்கப்பட்டதோ அந்த அடிப்படை உரிமைகள் 1951வாக்கில் அதே அரசமைப்புச் சட்டத்தின் தோல்விகளாக, கடும் சிரமங்களுக்குக் காரணங்களாக மாறியது எப்படி? அரசமைப்புச் சட்டத்தை முன்னின்று

வடிவமைத்தவர்களே பதினைந்து மாதங்களுக்குள் தங்களின் படைப்பை மறுபரிசீலனை செய்ய வழிவகுத்தது எது? இந்திய அரசும் காங்கிரஸ் கட்சியும் 1950இல் உருவாக்கிய அரசமைப்புச் சட்டத்தின் அடிப்படையை அவர்களே மாற்றுவதற்கான அசாதாரண முயற்சிக்குக் காரணம் என்ன? மிகச் சமீபத்தில் கொடுக்கப்பட்ட அடிப்படை உரிமைகளைப் பாதுகாக்கும் அரணாகச் சரியான நேரத்தில் முன்வந்தவர்கள் யார் யார்? இந்தப் போரின் உச்சகட்டம் எப்படி இருந்தது? இதன் விளைவுகள் என்னென்ன? நேரு நம்பியது போல, அரசமைப்புச் சட்டத்தில் குற்றம்குறை இருந்தனவா, அல்லது அரசியல் நிர்ணய சபையின்முன் அம்பேத்கர் வலியுறுத்தியது போல மனிதன் (அரசாங்கமும் கூட) மோசமாக நடந்து கொண்டானா? இப்புத்தகம் ஆராய விரும்புகின்ற கேள்விகள் இவைதான். இந்தக் கேள்விகளுக்கிடையில் தான் இப்புத்தகம் சொல்ல முயற்சிக்கும் வரலாறு ஒளிந்திருக்கிறது.

வெறுமனே பொது விடுதலைக்காக வெற்று கோஷங்கள் போடுவதும், அவற்றை நடைமுறையில் செயல்படுத்துவதும் முற்றிலும் வெவ்வேறான விஷயங்கள் என்கிற உண்மையை இந்திய அரசு உணர்ந்துகொண்ட கதை இது. அரசமைப்புச் சட்டத்தையும், தனிமனித சுதந்திரத்தையும் பின்னுக்குத் தள்ளிவிட்டு ஓர் அரசாங்கம் சமூகநலத் திட்டங்களுக்கு முக்கியத்துவம் கொடுத்த கதை. நீதிமன்றங்களை டம்மியாக்கிவிட்டு, அடிப்படை உரிமைகளின் ஒட்டுமொத்தப் பிரிவும் அழிக்கப்பட்ட கதை. அப்போதிலிருந்து இந்திய அரசியலில் அது ஏற்படுத்தியிருக்கும் நீண்ட நெடிய தாக்கத்தை விவரிக்கும் கதை. இந்த அரசமைப்புத் திருத்தச்சட்டம் கொண்டு வரப்பட்டது எப்படி; அது நிறைவேற்றப்பட்டது எப்படி என்று சொல்லும் கதை. நம் அரசமைப்புச் சட்டம் கொடுத்த மாபெரும் தாராண்மையிய வாக்குறுதி மறுக்கப்பட்ட கதை. எல்லாவற்றுக்கும் மேலாக, மூல அரசமைப்புச் சட்டத்தையும் அது கொடுத்திருந்த தனிமனித சுதந்திரம், பொது உரிமைகள் போன்றவற்றையும் பாதுகாப்பதற்காகத் தொடுக்கப்பட்ட மிகப்பெரிய, ஆனால் முடிவில் பயனற்றுப் போன - இப்போது மறக்கப்பட்ட - போரின் கதை இது.

அரசமைப்பு முதல் திருத்தச்சட்டத்தை எதிர்த்து நடந்த போர்தான் இந்திய தாராண்மையியத்துக்காக நடந்த முதல் போர். நம் தனிமனித உரிமைகளை, தனிமனித சுதந்திரங்களைக் காப்பதற்காக முன்நின்ற போராளிகளே அதன் தீரமிக்க வீரர்கள். அவர்களுள் யாருமே எதிர்ப்பார்க்காத கதாபாத்திரங்களான - எஸ்.பி. முகர்ஜி மற்றும் எம்.ஆர். ஜெயகர் போன்ற ஹிந்து தேசியவாதிகளும்,

ஆச்சார்ய கிருபளானி போன்ற தீவிர காந்தியவாதிகளும், ஷிப்பான் லால் சக்சேனா மற்றும் ஜெயபிரகாஷ் நாராயண் போன்ற பொதுவுடமை விசுவாசிகளும், ஹெச்.வி. காமத், சயம்நந்தன் சஹாய் மற்றும் கே.கே. பட்டாச்சார்யா போன்ற மனசாட்சியுள்ள காங்கிரஸ் கிளர்ச்சியாளர்களும், பிராண்நாத் மேஹ்தா மற்றும் எம். சி.சக்லா போன்ற சட்ட நிபுணர்களும், பத்திரிகை சங்கங்களும், பத்திரிகையாசிரியர்களும், வழக்குரைஞர்களும், வியாபாரப் புள்ளிகளும் அடக்கம். இன்று இவர்களின் கொள்கைகளைப் பின்பற்றுபவர்களும், இவர்களின் பத்திரிகை வாரிசுகளாக இருப்பவர்களும் தங்கள் முன்னோடிகள் ஆதரித்த கொள்கைகளில் விடாப்பிடியாக இருந்ததை நம்புவது சற்று கடினமாகவே இருந்தாலும் குறைந்தபட்சம் அதை நினைவில் கொள்வதாவது நல்லது. நேருவும் காங்கிரஸும் அடிப்படை உரிமைகளைக் குறைப்பதில் தீர்மானமாக இருக்க, முகர்ஜியும் ஆர்.எஸ்.எஸ்-ஸும் தனிமனித சுதந்திரத்துக்காகவும் பொது விடுதலைக்காகவும் வக்காலத்து வாங்கிக் கொண்டிருக்க - உண்மையிலேயே இந்திய வரலாற்றில் உணர்ச்சிகரமான காலக்கட்டம் அது.

துரதிஷ்டமான அந்நிகழ்வுகளின் ஞாபகங்கள் மங்கியிருந்தாலும், இக்கால இந்தியாவின் அரசியல், நீதித்துறை மற்றும் பொது விவாதங்களில் அதன் தாக்கம் அதிகரித்துக் கொண்டுதான் இருக்கிறது. அடுத்தடுத்து வந்த அரசாங்கங்கள் அனைத்தும் அடக்குமுறைச் சட்டங்களை, கொடும் சட்டங்களை உருவாக்கவும் ஏவவும் மட்டுமே அதிக ஆர்வம் காட்டி வந்திருக்க, அதுபோன்ற சட்டங்களுக்கான அரசமைப்புச் சட்ட ஆதரவு எப்படிக் கிடைத்தது என்று இனம் காண்பதன், புரிந்து கொள்வதன் முக்கியத்துவம் மேலும் மேலும் அதிகரித்துக் கொண்டிருக்கிறது. 2018 என்கிற மிகச்சமீப அளவுக்குக் கூட அது ஒப்புக்கொள்ளப்பட்டது, அப்போதைய இந்திய நிதியமைச்சரும் சட்ட நிபுணருமான அருண் ஜேட்லி முதல்திருத்தச்சட்டத்தைக் கிட்டத்தட்ட 'நம் நீதித்துறையின் மிகப்பெரிய முரண்' என்று நினைத்த அளவுக்கு, எளிதில் எதிர்ப்புக்கு ஆளாகக்கூடியது என்று கோடிகாட்டிய அளவுக்கு.[54]

அம்முரண்பாட்டின் மீது அனைவரின் கவனத்தை ஈர்க்கும் முயற்சி தான் இப்புத்தகம். அதற்கு வழிவகுத்த நிகழ்வுகளை, அதற்குக் காரணமானவர்களை, அதைத் தடுத்து நிறுத்தியவர்களை, எதிர்த்துப் போராடியவர்களை, அம்முரண்பாடு உருவாக்கிய வாதப்பிரதிவாதங்களை விவரிக்கும் முயற்சி. நிச்சயம் சொல்லப்படவேண்டிய கதை, காரணம், இது ஏறக்குறைய

மறக்கப்பட்ட வரலாறு என்பதற்காக மட்டுமல்ல,[55] இன்றைய பொது உரிமைகளின், பொதுச் சுதந்திரங்களின் நிலையைப் புரிந்துகொள்ளவும் இந்தியாவில் அது ஏற்படுத்திய மிகப்பெரிய விளைவுகளை அறிந்துகொள்ளவும் முதல் திருத்தச்சட்டம் அவசியமாக இருக்கிறது என்பதற்காக மட்டுமல்ல, தனிமனித உரிமைகள் ஆபத்தான நிலையில் இருப்பதை எச்சரிப்பதற்காகவும் தான். இதிலிருந்து கற்றுக்கொள்ள நமக்கு நிறைய இருக்கிறது என்பதற்காகக் கூடத்தான். முக்கியமாக, காலங்காலமாகப் பிரிந்து கிடக்கின்ற, குறிப்பாக இப்பிரிவினை அதிகமாகக் காணப்படும் சமீப காலங்களில், இந்தியாவின் தாராண்மையியத்துக்கும் சர்வாதிகாரத்துக்கும் இடையில், நேருவுக்கும் முகர்ஜிக்கும் இடையில், காங்கிரஸுக்கும் ஆர். எஸ். எஸ்-ஸுக்கும் இடையில், முற்போக்கு அரசியலுக்கும் பிற்போக்கு அரசியலுக்கும் இடையில் உள்ள வித்தியாசங்களைக் கொஞ்சம் ஆழமாக அலசி ஆராயும்போது அவை தெளிவில்லாமலேயே இருப்பதைப் பார்க்க முடிகிறது.

இந்தியாவின் தற்போதைய அரசியல் சூழ்நிலையில், அரசமைப்புச் சட்டம், தேசத்துரோகம், அடிப்படை உரிமைகள் போன்றவை பொது விவாதங்களில் தீவிர ஆதிக்கம் செலுத்திவருகின்றன. பேச்சுரிமை, கருத்து வேறுபடும் உரிமை, தேசத்துரோகச் சட்டப்பிரிவுகள், இடஒதுக்கீடு போன்ற அடிப்படைச் சட்டங்களின் மீதான அரசியல் மோதல்கள் உச்சமடைந்திருக்க, அரசமைப்புச் சட்டம், சந்தேகமேயில்லாமல் இப்போது இந்தியாவின் அரசியல் மையத்துக்குக் கொண்டுவரப்பட்டிருக்கிறது. தற்போதைய சட்ட அமைப்புகளுக்குள் வட்டமடித்துக் கொண்டிருக்கும் பருந்துகள் தங்களின் அரசியல் லாபத்துக்கு ஏற்ப அரசமைப்புச் சட்டத்தை வளைக்கவும், அதில் திருத்தங்கள் கொண்டுவரவும் வேண்டும் என்று அடிக்கடி வற்புறுத்தி வருகின்றன (சமீபத்தில் அயோத்தியில் ஒரு கோயில் கட்ட ஏதுவாகக் கோரிக்கை வைக்கப்பட்டது), அரசமைப்புச் சட்டத்தின் அடிப்படைகள் மீதே அச்சத்தைத் தூண்டிக் கொண்டிருக்கின்றன.[56] மற்றொரு பக்கம், பி.ஜே.பி-யும் ஆர்.எஸ்.எஸ்-ஸும் அரசமைப்புச் சட்டத்தை அச்சுறுத்துகின்றன என்ற எண்ணம் எதிர்கட்சிகளுக்கு உத்வேகத்தை அளிக்க, சசி தரூர் போன்றவர்கள் ‘வேண்டுமென்றே அரசமைப்புச் சட்டத்தின் மீதும் அடிப்படை உரிமைகள் மீதும் திட்டமிட்டத் தாக்குதல்களைத் தொடுத்துக் கொண்டிருப்பதாக’[57] மோடி அரசாங்கத்தைக் குற்றம்சாட்டி வருகின்றனர்.

பேச்சுரிமை, கருத்துரிமை மற்றும் கருத்து வேறுபடும் உரிமைகள் ஆபத்தில் இருப்பதாகவும், விமர்சனக் குரல்களும் எதிர்ப்புக் குரல்களும் ஊமையாக்கப்படுவதாகவும், குடியரசின் அரசமைப்புச் சட்ட அடிப்படைகள் ஆட்டம் கண்டிருப்பதாகவும் கேட்கும் புலம்பல்கள் இப்போது சகஜமாகிவிட்டன.[58] எது எப்படியோ, இத்தனை கூச்சல்-குழப்பங்களுக்கு இடையில், இத்தனை குற்றச்சாட்டுகள்-எதிர் குற்றச்சாட்டுகளுக்கு மத்தியில், இந்தக் கேள்விகள் அனைத்துமே இந்திய அரசியல்- அரசமைப்புச் சட்ட வரலாற்றின் ஒற்றைப் புள்ளியிலிருந்து தொடங்கிய விஷயம் எளிதாக மறக்கப்பட்டுவிட்டது: அந்த முதல் திருத்தச்சட்டம். அரசாங்கத்துக்கும் பொது மக்களுக்கும் இடையிலான அரசியல், அரசமைப்புச் சட்ட உறவுமுறை மொத்தமாக மாற்றியமைப்பட்ட அந்தத் தருணத்தில், சுதந்திரங்களின் மீதான அத்துமீறல்கள் கட்டவிழ்த்துவிடப்பட, வன்முறைகள் தொடர்ந்து அதிகரித்தன. கண்டனக் குரல்களை ஒடுக்கவும், தணிக்கை செய்யவும், கூண்டில் ஏற்றவும் அரசமைப்பு ரீதியான, சட்டரீதியான அங்கீகாரம் அரசாங்கத்துக்கு ஒரே இரவில் திடுதிப்பென்று கிடைத்துவிடவில்லை. அப்படிக் கிடைக்க வேண்டும் என்ற உள்நோக்கமும், தீர்மானமும் நிச்சயம் அரசாங்கத்துக்கு இல்லை. 1951லேயே ஆரம்பித்துவிட்டது இந்தக் கதை.

உதாரணமாக, பிரிட்டிஷ் காலனியாதிக்கத்தின் எஞ்சியிருக்கும் மிச்ச சொச்சமாக இன்று சுட்டிக்காட்டப்படுகிற, தேசத்துரோக விவகாரங்களைக் கவனிக்கும் இந்திய தண்டனைச் சட்டத்தின் பிரிவு 124A, எதிர்ப்புக்குரல்களை நசுக்கும் ஆயுதமாக இப்போதும் துஷ்பிரயோகம் செய்யப்படுகிறது.[59] ஆனாலும், இச்சட்டப்பிரிவை மிகக் கடுமையாக விமர்சிப்பவர்களும் கூட, இந்திய அரசமைப்புச் சட்டத்தை உருவாக்கிய தலைவர்கள் சட்ட புத்தகத்தில் இது இடம் பெற்றிருப்பதை விரும்பவில்லை என்பதை கவனிக்கத் தவறிவிட்டார்கள். மூல அரசமைப்பில் இச்சட்டப்பிரிவு நீக்கப்பட்டிருந்தது. பேச்சுரிமையைக் குறைப்பதற்காக அறிமுகம் செய்யப்பட்ட புதிய ஷரத்துக்களின் மூலம், எதிர்கட்சிகளின் தீவிர எதிர்ப்புகளுக்கிடையில், 1951இல் இது மீண்டும் வேறு வடிவத்தில் கொண்டுவரப்பட்டிருந்தது. அதாவது - 'அரசின் பாதுகாப்புக்குக் குந்தகம் விளைவித்தல்' அல்லது 'அரசைக் கவிழ்த்தல்' என்பதற்குப் பதிலாக - 'அரசின் பாதுகாப்பு நலன்களுக்குக் குந்தகம் விளைவித்தல்' என்ற போர்வையில் மீண்டும் தலைகாட்டியது. தேசத்துரோகச் சட்டப்பிரிவு பிரிட்டிஷ் காலனியாதிக்கத்தின் மிச்சம் அல்ல; அரசமைப்பின் முதல் திருத்தச்சட்டம் கொடுத்த பரிசு, அரசமைப்புச்

சட்டக் கடமைகளை உதாசீனப்படுத்தி, விமர்சனக் குரல்களை ஒடுக்குவதற்கான நேரு அரசாங்கத்தின் பேராசை. உண்மையிலேயே 'அரசமைப்புச் சட்டத்தின் மீதும் அடிப்படை உரிமைகள் மீதும் வேண்டுமென்றே திட்டமிட்டுத் தொடுக்கப்பட்ட தாக்குதல்'.

இந்திய அரசமைப்புச் சட்டம் நடைமுறைக்கு வந்த ஜனவரி 1950லிருந்து அதில் மாற்றங்கள் கொண்டுவரப்பட்ட ஜூன் 1951 வரையிலான அந்தப் பதினாறு மாதங்கள் இந்திய அரசியல், இந்திய அரசமைப்புச் சட்ட வரலாற்றின் குறிப்பிடத்தகுந்த காலக்கட்டங்களில் ஒன்று. அரசுக்கும் பொதுமக்களுக்கும் இடையிலிருந்த உறவுமுறையும், அரசின் முக்கிய அங்கங்களுக்கு இடையே நிலவிய அதிகாரங்களும், தேசத்தின் ஒட்டுமொத்த அரசியல், சமூக மற்றும் அரசமைப்புச் சட்டத்தின் கட்டமைப்பும் விடாப்பிடியாக மாற்றியமைக்கப்பட்டன. திருத்தப்பட்டன. அந்தத் திருத்தத்தின் கதைதான் இது.[60]

1
முன்னோட்டம்

பின்னணி

அரசியல் நிர்ணய சபை தனது வேலையைத் தொடங்கிய அந்நொடியிலிருந்து ஒட்டுமொத்த அரசமைப்புச் சட்டத்துக்கும் தொடக்கப்புள்ளியாக, அடித்தளமாக அமைந்திருந்த விஷயங்கள் இவைதான்: 1. அடிப்படை உரிமைகள், 2. தனிமனித சுதந்திரம். இந்திய அரசமைப்புச் சட்டம் சுதந்திரத்துக்கான சாசனமாக இருக்க வேண்டுமென்ற எண்ணம் குடியரசுத் தலைவர் ராஜேந்திர பிரசாத்துக்கு இருந்தது.

> 'நமது பரந்து விரிந்த நாட்டின் அனைத்து மக்களையும், அனைத்து இனங்களையும், அனைத்துச் சமூகத்தினரையும், அனைத்து மதத்தவரையும் திருப்திப்படுத்தும் ஓர் அரசமைப்புச் சட்டத்தை உலகுக்கு முன்னால் வைத்து, அதன்மூலம் ஒவ்வொருவருக்கும் செயல், சிந்தனை, சித்தாந்தம் மற்றும் வழிபாட்டுக்கான சுதந்திரத்தை உறுதிப்படுத்தி அனைவரும் உயரிய நிலையை அடைவதற்கான வாய்ப்புகளை உறுதி செய்வது. அவர்களின் அனைத்து விதமான சுதந்திரங்களுக்கும் பொறுப்பேற்பது'[1]

அரசியல் நிர்ணய சபையின் நோக்கமென்று அவர் அறிவித்த அந்தக் கணத்திலிருந்து அந்த எண்ணம் சந்தேகத்துக்கு இடமில்லாமல் உறுதியானது.

இதற்கு முன்னால் இருந்த பிரிட்டிஷ் காலனியாதிக்கத்திலிருந்து புதிதாக விடுதலைபெற்ற சுதந்திர அரசாங்கத்தை வேறுபடுத்திக் காட்டப்போவது நம் அரசமைப்புச் சட்டம் மட்டுமே, அதிலும் குறிப்பாகப் பொதுஉரிமைகளும் அவற்றை நடைமுறைப்படுத்தப்போகும் சட்டப்பிரிவுகளும். விடுதலைக்குப் பிந்தைய அரசாங்கம் காலனி ஆட்சியிலிருந்து முற்றிலும் மாறுபட்டிருக்கப்போகிறது; அதாவது அந்த பிரிட்டிஷ் ராஜாங்கம் காங்கிரஸ் ராஜாங்கமாக மாறிவிடாது;

அந்த வெள்ளைக்காரத் துரைகளின் இடத்தை இந்திய எஜமானர்கள் எடுத்துக் கொள்ளமாட்டார்கள்; நம் அரசமைப்புச் சட்டம் மக்களுக்குப் பக்கபலமாக இருக்கப்போகிறது என்பதுதான் பரவலான எண்ணம். பிரிட்டிஷ் ஏகாதிபத்தியத்துக்கும் நமது சுதந்திர இந்தியாவுக்கும் உள்ள வித்தியாசங்களைத் தனிமனித உரிமைகளை நிலைநாட்டுவதால் மட்டுமே நிரூபிக்க முடியும்; அவற்றை அத்துமீறுவதால் அல்ல. விடுதலையும், அரசமைப்புச் சட்டமும் காலனியாதிக்கத்தின் கடந்தகாலத்திலிருந்து புதிய முற்போக்கு அரசாங்கத்தின் தற்காலத்தைத் தெளிவாகப் பிரித்துக்காட்டும் எல்லைக்கோடாகப் பார்க்கப்பட்டது.[2] குறைந்தபட்சம் அப்படித்தான் எல்லோருமே நம்பிக்கொண்டிருந்தார்கள்.

மேற்கு வங்காளத்திலிருந்து தேர்ந்தெடுக்கப்பட்ட அரசியல் நிர்ணய சபையின் உறுப்பினர், பி.எல்.கே. மைத்ரா சொன்னார், 'இப்போது நாம் நமக்கென்று சொந்தமாக ஒரு நாட்டை பெற்றிருக்கும் போது, மக்களால் தேர்ந்தெடுக்கப்பட்ட நமக்கான அரசாங்கம் இருக்கும்போது, குடியரசுத் தலைவர் இருக்கும்போது... கடந்த பிரிட்டிஷ் ஆட்சியில் பொதுஉரிமைகள் ஈவிரக்கமின்றி, அலட்சியமாக நசுக்கப்பட்டது போன்ற எவ்வித ஆபத்தும் இப்போது இல்லை.'[3] தடுப்புக்காவல் சட்டம் உள்ளிட்ட சட்டப்பிரிவுகளைப் தவறாகப் பயன்படுத்துவதற்குக் கவலை தெரிவித்த அதேநேரத்தில், அடிப்படை உரிமைகளைப் பாதுகாக்கும் விஷயத்தில் பெரும்பாலான உறுப்பினர்களும் அரசாங்கத்தின்மேல் இதேபோன்ற நம்பிக்கையைத்தான் வெளியிட்டார்கள். துர்காபாய் தேஷ்முக்[4], தடுப்புக்காவல் சட்டப்பிரிவை விவாதித்துக் கொண்டிருந்தபோது - அந்த அலங்கார வார்த்தை ஜாலங்களுக்கு மத்தியில் ஒரு கணம், 'நம் அரசாங்கத்தை விடவும் தனிமனித சுதந்திரத்தை ஆதரிக்கும், பாதுகாக்கும் அரசாங்கம் இருக்க முடியுமா? நம் பிரதமர், நம் துணைப் பிரதமரை விட ஏழை எளியவர்களுக்கும், துன்பத்தில் சிரமப்படுபவர்களுக்கும் ஆறுதல் தருபவர்கள் யாராவது இருக்க முடியுமா?'[5] என்று அழுத்தம் திருத்தமாகக் கேட்டபோது பலரின் பெரும்பான்மைக் கருத்தையே எதிரொலித்தார்.

அரசியல் நிர்ணய சபையின் பதவிக்காலம் முழுக்க, ஒவ்வொரு உறுப்பினரின் மனதிலும் தனிமனித சுதந்திரம், பொதுச் சுதந்திரங்கள், தனிமனித உரிமைகள் போன்ற எண்ணங்களே ஓடிக்கொண்டிருந்தன. இவற்றை எந்தெந்த வடிவங்களில் அரசமைப்புச் சட்டத்தில் இடம்பெற வைக்கலாம்; எப்படியெல்லாம் செயல்படுத்தலாம் என்பதே எல்லா விவாதங்களின் பின்னணியிலும் ஓடிய ஒற்றைச் சிந்தனை.

சர்வவல்லமை படைத்த சர்தார் வல்லபாய் படேலை அடிப்படை உரிமைகள், சிறுபான்மையினர், பழங்குடியினர் மற்றும் தவிர்க்கப்பட்ட பகுதிகளுக்கான ஆலோசனைக் குழுவின் தலைவராக நியமனம் செய்ததிலிருந்து இதற்கு அரசியல் நிர்ணய சபை கொடுத்திருந்த முக்கியத்துவத்தை உணரலாம். தனிமனித சுதந்திரங்கள் என்னும் விஷயத்தில் சர்தார் படேலின் கண்ணோட்டம் வேறுபட்டிருந்தது. பொதுஒழுங்கு என்று வரும்போதும், அவசரநிலைக் காலங்களிலும் தனிமனித உரிமைகளைக் கட்டுப்படுத்தி வைக்க வேண்டுமென்று அவர் விரும்பினார்.[6] ஆனாலும் அடிப்படை உரிமைகள் என்னும் பொதுவான கருத்தைச் சர்தார் ஒப்புக்கொண்டுதான் இருந்தார்.

கடந்த காலத்தின் பிரிட்டிஷ் அடக்குமுறைக்கும் தற்காலச் சுதந்திர இந்தியாவுக்கும் உள்ள மிகப்பெரிய வித்தியாசமே அடிப்படை உரிமைகளும் தனிமனித சுதந்திரமும்தான் என்பதைச் சர்தார் நன்கு உணர்ந்தவர். இந்திய அரசுச் சட்டம்-1935இன் படி, பிரிட்டிஷ் காலனி அரசாங்கம் தனக்குத்தானே கொடுத்துக்கொண்ட வானளாவிய அதிகாரங்களுக்குக் கடிவாளம் போடப்போவதும் இவைதான் என்பதும் அவருக்குத் தெரியும். 1947 ஏப்ரலில் தனது தலைமையிலான ஆலோசனைக் குழுவின் இடைக்கால அறிக்கையை அரசியல் நிர்ணய சபைக்கு வழங்கியபோது அரசமைப்புச் சட்டத்தைவிட மேலானது என எதுவும் இருக்கக்கூடாது என்பதில் அவர் உறுதியுடன் இருந்தார். அடிப்படை உரிமைகள் நியாயமானதாக இருக்கவேண்டும். அவற்றை நாட்டிலுள்ள நீதிமன்றங்கள் கட்டிக்காக்க வேண்டும். மற்ற எல்லாச் சட்டங்களையும்விட அடிப்படை உரிமைகளே மேலானதாக இருக்க வேண்டும். இதுவரை கொண்டுவரப்பட்டிருந்த பிற சட்டங்களும், விதிமுறைகளும் அடிப்படை உரிமைகளுடன் எப்போதும் ஒத்துப்போக வேண்டும். இதுதான் அவர் கொடுத்த இடைக்கால அறிக்கையின் இரண்டாவது உட்பிரிவின் சாராம்சம். சுருக்கமாகச் சொல்வதென்றால், அரசமைப்புச் சட்டத்தில் சொல்லப்பட்டிருக்கும் உரிமைகளுக்குப் புறம்பாக இருக்கின்ற எந்தவொரு சட்டமும், விதிமுறையும் செல்லாது. அவ்வளவுதான். முன்பிருந்த பிரிட்டிஷ் ராஜாங்கத்தின் அடையாளத்தைப் புதிதாக மக்களாட்சி மலர்ந்திருக்கும் ஒரு தேசம் களையவேண்டுமானால் இது மிகமிக முக்கியம்.

நம்முடைய அரசமைப்புச் சட்டத்தில் அடிப்படை உரிமைகளை கொண்டுவந்ததற்கான ஒரே நோக்கம் தன்னிச்சையான அதிகாரத்திலிருந்தும், மோசமான விதிமுறைகளிலிருந்தும், வரம்புமீறும் சட்டமன்றங்களிலிருந்தும், அதன் விளைவாக உருவாகும் அடக்குமுறைச் சட்டங்களிலிருந்தும் தனிமனித

சுதந்திரத்தைக் காப்பாற்றுவது மட்டுமே. படேலும் இதைத்தான் விரும்பினார்; ஆதரித்தார்.

> 'இந்த உரிமைகள் நியாயமானவை, அடிப்படையானவை என்று கருதினால் இந்த உட்பிரிவுக்கு ஒப்புதல் கொடுக்கவேண்டும். ஒருவேளை, பொதுமக்களுக்கு உரிமைகளை வழங்கும் இந்த உட்பிரிவை அரசமைப்புச் சட்டத்தில் அமல்படுத்தலாம் என்று முடிவு செய்துவிட்டால், இந்த உரிமைகளைப் பறிக்கும் அல்லது குறைக்கும் எந்தவொரு செயலையும், நடைமுறையையும், கட்டுப்பாட்டையும் அல்லது அறிவிப்பையும் செல்லாது என்று அறிவிக்க வேண்டும். இல்லையென்றால் எல்லாமே வீண்.'[7]

என்று அரசமைப்புச் சட்டத்தில் அந்த இரண்டாவது உட்பிரிவைச் சேர்ப்பதற்காக அரசியல் நிர்ணய சபையிடம் அவர் வலியுறுத்தினார்.

அந்த உட்பிரிவைக் குடியரசுத் தலைவர் ராஜேந்திர பிரசாத் சபையின் வாக்கெடுப்புக்கு விட்டபோது, 'அரசமைப்புச் சட்டத்தின் இந்தப் பகுதியில் கொடுக்கப்பட்டிருக்கும் உரிமைகளுக்குப் புறம்பாக, இந்தியாவின் எல்லைகளுக்குள் அமலில் இருக்கின்ற எல்லாச் சட்டங்களும், அறிவிப்புகளும், விதிமுறைகளும், நடைமுறைகளும் அல்லது மரபுகளும் ரத்து செய்யப்படும்' என்கிற அந்தக் கருத்தை, பலத்த ஆரவாரங்களுக்கு இடையே அரசியல் நிர்ணய சபை ஒருமனதாக ஏற்றுக்கொண்டது.[8]

ஆக, ஏப்ரல் 1947லியே, அதாவது அடிப்படை உரிமைகளுக்குள் எதை எதைக் கொண்டுவரவேண்டும் என்ற முடிவுக்கு வருவதற்கு முன்பே, அதற்குத் திட்டவட்டமான ஒரு வடிவம் கொடுப்பதற்கு முன்பாகவே, 'அடிப்படை உரிமைகள்' என்ற பொதுவான கருத்தியலில், அடிப்படை உரிமைகளுக்குப் புறம்பாக இருக்கும் அனைத்துச் சட்டங்களும் செல்லாமல் போய்விடும் என்ற அந்தக் கொள்கையில் அரசமைப்புச் சட்டத்தை உருவாக்கியவர்கள் உறுதியாக நின்றார்கள். அடிப்படை உரிமைகளில் நியாயம் இருக்க வேண்டும். எந்த அளவுக்கு? அந்த உரிமைகளைப் பாதுகாத்துக்கொள்ள சாதாரணப் பொதுஜனம்கூட நீதிமன்றத்தை நாடக்கூடிய அளவுக்கு. எந்தச் சட்டமாவது, விதிமுறையாவது அரசமைப்புச் சட்டத்தில் உள்ள உரிமைகளை மீறுகிறதா என்று நீதிமன்றங்கள் எடைபோட்டுப் பார்க்க வேண்டும். எல்லாவற்றையும் விட முக்கியம், இந்த உரிமைகள் அனைத்தும் ஜென்ம ஜென்மத்துக்கும் நிரந்தரமாக நிலைத்திருக்க வேண்டும், வெறுமனே பிரச்சினைகள் வரும் நேரம் மட்டும் உதவக்கூடிய தற்காலிக நிவாரணமாக இருந்துவிடக்

கூடாது. ‘அடிப்படை உரிமைகளை ஒரு குறிப்பிட்ட நேரத்தில், ஒரு குறிப்பிட்ட பிரச்சினைக்கான தீர்வாக மட்டுமில்லாமல் நிரந்தரக் கண்ணோட்டத்தோடு பார்க்க வேண்டும். அரசமைப்புச் சட்டத்தில் அவை எப்போதும் இருக்க வேண்டும்,’[9] என்று அரசியல் நிர்ணய சபையில் நேரு பேசியது மாதிரி.

இந்தக் கொள்கைகள் - அதாவது எல்லாச் சூழ்நிலைகளிலும் அடிப்படை உரிமைகளை உயர்த்திப் பிடிக்க வேண்டும், அவற்றுக்குப் முரணாக உள்ள சட்டங்களையும், விதிமுறைகளையும் ஒட்டுமொத்தமாக ரத்து செய்ய வேண்டும், இந்தச் சட்டங்களும் விதிமுறைகளும் முரணாக இருக்கிறதா இல்லையா என்பதை நீதிமன்றங்கள் தீர்மானிக்க வேண்டும் - அடிமை இந்தியாவையும் சுதந்திர இந்தியாவையும் தெளிவாகப் பிரித்துக் காட்டப்போகும் எல்லைக் கோடாக மாறின. இந்தக் கொள்கைகளே புதிய அரசமைப்புச் சட்டத்தில் பிரிவு-13ஆக வடிவம் பெற்றன. புதிய ஜனநாயகத்தின் அரசியல், நிர்வாகம், சட்ட அமைப்புகளுக்கு அடித்தளமே அடிப்படை உரிமைகள் பற்றிய இந்தக் கொள்கைகள்தான். சிறப்பான சட்டப்பிரிவுகளைச் சேர்ப்பதற்கான பல நீண்ட விவாதங்களுக்கு அடிநாதமும் இவைதான். இதே அரசமைப்புச் சட்டத்தில் அடிப்படை உரிமைகளைக் கட்டுப்படுத்தும் ஷரத்துகளைப் பட்டியல் போட்டிருந்தாலும்கூட, இந்தக் கொள்கைகளைக் கட்சி பேதமில்லாமல் எல்லோரும் ஏற்றுக் கொண்டார்கள்.

ஜனவரி 26, 1950இல் அரசமைப்புச் சட்டம் நடைமுறைக்கு வந்தபோது, அரசியல் நிர்ணய சபையில் நடந்தத் தொடர்ச்சியான பல நீண்ட விவாதங்களின் பலனாக மட்டும் அது இருக்கவில்லை, பலநாள் தேடலின் முற்றுப்புள்ளியாக மட்டும் அது இருக்கவில்லை, நாட்டின் ஒட்டுமொத்தக் கட்டமைப்புகளுக்கும் அடிப்படையான கோட்பாடுகள், சிந்தனைகள், கொள்கைகளுக்கான அங்கீகாரமாக அது அனைவராலும் ஏற்றுக்கொள்ளப்பட்டது.[10] பத்திரிகைகள், பொதுமக்கள், சட்டவல்லுநர்கள், நாடாளுமன்ற-சட்டமன்ற உறுப்பினர்கள் என ஏறக்குறைய எல்லோருமே அடிப்படை உரிமைகளின் (அதன் வரம்புகளையும் சேர்த்து) முக்கியத்துவத்தைப் புரிந்துகொண்டார்கள், ஒப்புக்கொண்டார்கள், தலையில் தூக்கிவைத்துக்கூடக் கொண்டாடினார்கள். அவர்களுள் அளவுக்கதிகமான உரிமைகளுக்கு எதிராகக் குரல்கொடுத்த, அடிப்படை உரிமைகளுக்கு வரம்புகள் தேவையென்று கருதிய, உரிமைகளைவிட நாட்டின் தேவைகளுக்கு முன்னுரிமை கொடுத்த திரு.முன்ஷி போன்றவர்களும் அடக்கம்.

புதிய அரசமைப்புச் சட்டத்தின் சிறப்பம்சங்களைத் தெரிவிக்கும்போது, 'அடிப்படை உரிமைகள் இடம் பெற்றிருக்கும் சட்டப்பிரிவுகளுக்குப் புறம்பாக உள்ள பிற சட்டங்கள் எதுவும் இனி செல்லாது.'[11] என்று *டைம்ஸ் ஆஃப் இந்தியா* கொட்டை எழுத்தில் அச்சிட்டது. இதற்கு எந்த விதிவிலக்குகளும் இல்லை என்றும் அது குறிப்பிட்டது. மீறினால் அந்தச் சட்டங்கள் தானாகவே ரத்து செய்யப்படும்.[12] இந்தச் சட்டங்களும் விதிமுறைகளும் அடிப்படை உரிமைகளுக்கு முரணாக இருக்கிறதா இல்லையா என்பதை நீதிமன்றங்கள் தீர்மானிக்க வேண்டும் என்பதுகூட யாருடைய கவனத்திலிருந்தும் தப்பவில்லை. 'இந்தத் துறையில் சட்டங்களை உருவாக்கும் போது சட்டமன்றங்கள் கவனமுடன் இருக்க வேண்டும் என்று எச்சரிப்பதுதான் இந்தச் சட்டப்பிரிவுகள் இடம் பெற்றிருப்பதற்கான முக்கிய நோக்கம்,' என்று அரசியல் நிர்ணய சபையின் உறுப்பினரும் பிற்கால அமைச்சருமான கே. சந்தானம் எழுதினார். 'இதில் ஏதாவது சச்சரவுகள் எழும்போது, உச்சநீதிமன்றத்தின் தீர்ப்பே இறுதியானது'[13] என்றார். 'இப்போது மட்டுமல்ல, எப்போதுமே மக்களின் உரிமைகளுக்கு நீதித்துறை பாதுகாவலாக இருக்கும்,' என்று பம்பாய் உயர்நீதிமன்றத்தின் தலைமை நீதிபதி (மற்றொரு பிற்கால கேபினட் அமைச்சர்), எம்.சி. சக்லா உறுதி கொடுத்தார்.[14]

அடிப்படை உரிமைகள் சார்ந்த சட்டப்பிரிவுகளுக்கு ஏன் இவ்வளவு முக்கியத்துவம் என்று இப்போது புரிகிறதா? தனிமனித உரிமைகளையும், அவற்றைப் பாதுகாக்கக் கொடுத்திருந்த சட்டரீதியிலான தீர்வுகளையும் 'ஒட்டுமொத்த அரசமைப்புச் சட்டத்தின் ஆன்மா, உயிர்நாடி.'[15] என்று அம்பேத்கர் பெருமையுடன் வர்ணித்ததில் ஆச்சரியம் எதுவும் இல்லைதானே? 'இதுவரை எந்தவொரு நாடும் உருவாக்கியதிலேயே மிக விரிவான மனிதஉரிமைப் பிரகடனம்,'[16] இந்தியக் குடியரசின் அஸ்திவாரம்,[17] மக்களுக்குப் பூரண சுதந்திரம் பெற்றுக் கொடுத்ததில் காங்கிரஸ் பெற்ற வெற்றி,[18] 'ஜனநாயக அரசாங்கத்தின் மிகப்பெரிய தாராளமயப் பரிசோதனை',[19] என்று அந்தப் புதிய அரசமைப்புச் சட்டத்தை உருவாக்கியவர்கள் அதன் அறிமுக விழாவில் மார்தட்டிக்கொண்டதும் நியாயம்தானே?

இதே அரசமைப்புச் சட்டத்தில் இந்த உரிமைகளுக்கு வரம்புகள் நிர்ணயம் செய்திருந்தாலும்கூட, எந்தெந்தக் காரணங்களைக் காட்டி அவற்றைக் குறைக்கலாம் என்று எழுதியிருந்தாலும்கூட, மேலே சொன்ன புகழ்ச்சிகள் சற்று தூக்கலாகவே தெரிந்தாலும்கூட, 1947 வாக்கிலேயே சர்தார் படேல் அழுத்தம் திருத்தமாக வலியுறுத்தியிருந்த ஒரு சாதாரணக் கோட்பாடு, அரசமைப்புச் சட்டம் என்ற கம்பீரமான

மாளிகையின் தூண்களாக மாறிப்போன அந்தக் கோட்பாடு - அடிப்படை உரிமைகளை நிரந்தரமாக்க வேண்டும், நீதிமன்றங்கள் அவற்றைக் கட்டிக் காக்க வேண்டும், மற்ற எந்தவொரு சட்டமும் அதனோடு முரண்பட்டிருக்கக் கூடாது - எல்லோராலும் ஏற்றுக்கொள்ளப்பட்டதை நிச்சயம் பாராட்டாமல் இருக்கமுடியாது. வெளிப்படையான, அதே சமயத்தில் தெள்ளத் தெளிவான இந்தக் கோட்பாடே முந்தைய பிரிட்டிஷ் காலனியிலிருந்து புதிய சுதந்திர இந்தியாவை வேறுபடுத்திக் காட்ட இருந்தது. நேரு குறிப்பிட்டது மாதிரி உண்மையிலேயே அது, 'ஒரு புதிய சகாப்தத்தின் தொடக்கம்.'[20]

ஆனாலும், ஜனவரி 26, 1950இல் அந்தப் புதிய சகாப்தம் தொடங்கிய போது, அரசாங்க வட்டத்திலும் நிர்வாக வட்டாரத்திலும் சில குழப்ப ரேகைகள் படர்ந்து கொண்டிருந்தன. 'நம்மில் சிலர், நாட்டின் நிலை குறித்து திருப்தியடைகிறோம். ஒரு சிலர் மகிழ்ச்சியாகக்கூட உணர்கிறோம் என நினைக்கிறேன். பழைய பிரிட்டிஷ் எஜமானர்களுடன் மிச்சம் மீதி ஒட்டிக்கிடந்த உறவும் இப்போது முறிந்திருக்க, காலனியாதிக்கத்தின் சிறையில் வாடிய அடையாளம் கொஞ்சம்கூடத் தெரியாமல் டில்லியின் லுட்யன்ஸ் பங்களாக்களில் செல்வாக்கோடும், அதிகாரங்களோடும் குடியேறிவிட்ட தேசத்தலைவர்களுக்கு, ஏற்பட்டிருக்கும் மாற்றத்தின் தீவிரம் ஒரு வழியாக இப்போதுதான் உறைத்திருக்கிறது. எந்தளவுக்குச் சக இந்திய மக்களின் விடுதலையில் அவர்களுக்கு அக்கறையும், அர்ப்பணிப்பும் இருந்ததென்று இனிமேல்தான் தெரியவரும்.'[21] நேருதான் இப்படி எழுதினார்.

எதிர்காலத்தில் இந்தியா தன்னுடைய அரசமைப்புச் சட்டத்தையும், ஜனநாயகத்தையும், சுதந்திரங்களையும் இழந்துவிடலாம் என்று அரசியல் நிர்ணய சபையின் முன்னால் வெளிப்படையாகவே கவலைப்பட்டார் அம்பேத்கர். அவரின் கவலைக்குச் சில காரணங்களை அடுக்கினார். முதலில், இந்தியாவுக்கென்று ஜனநாயகப் பாரம்பரியம் இல்லை. அடுத்தது, தலைவர்களின்மேல் காட்டப்படும் கண்மூடித்தனமான விசுவாசம் அல்லது 'பக்தி'. கடைசியாக, அரசாங்கம் கொடுத்த வாக்குறுதிகளுக்கும் நடைமுறையில் உள்ள சமூகப்பொருளாதார ஏற்றத்தாழ்வுகளுக்கும் நிலவிய மிகப்பெரிய இடைவெளி. இத்தனை காரணங்களின் அடிப்படையில் எப்போது வேண்டுமானாலும் அவர் கவலைப்பட்டது மாதிரி நடக்க வாய்ப்பிருக்கிறது என்றார்.[22] புதிய குடியரசாக இந்தியா அறிவிக்கப்பட்டபோது, 'சுதந்திரத்தை அடைய நாம் கடுமையாக உழைத்தோம். ஆனால் பெற்ற சுதந்திரத்தை நியாயப்படுத்த

இன்னும் கடுமையாகப் போராட வேண்டியிருக்கும்,'[23] என்று நடைமுறை யதார்த்தத்தைக் கொஞ்சம் பூடகமாகக் குத்திக்காட்டினார் சர்தார் படேல். 'இந்திய மக்களின் மனதில் தனிமனித சுதந்திரம் என்ற எண்ணம் வேரூன்றவில்லை என்றால், நாடாளுமன்ற-சட்டமன்றங்களில் உள்ள அவர்களின் பிரதிநிதிகள் சர்வாதிகாரிகளாக இருப்பார்கள், அரசமைப்புச் சட்டத்தால் ஓரளவுக்கு மேல் பொதுமக்களுக்குப் பாதுகாப்பு கொடுக்க முடியாது,'[24] என்று சந்தானம் எச்சரித்தார்.

இறுதியாக, ஓய்வு பெறப்போகும் கவர்னர் ஜெனரல் சக்கரவர்த்தி ராஜகோபாலாச்சாரியிடம் விஷயம் வர, தங்களின் சொந்த மக்களுக்குக் கொடுக்கப்போகிற உரிமைகளை நினைத்து அதிகார வர்க்கத்தினர் எந்தளவுக்குச் சங்கடப்பட்டார்கள், நெருடலாக உணர்ந்தார்கள் என்பது அவரது பேச்சிலிருந்தே தெரிந்தது. 'நம் முன்னோர்கள் காலத்தில் இருந்ததைப் போல, அரசின் மீதும் சட்டம்-ஒழுங்கின் மீதும் மக்களுக்கு இருந்த அப்பழுக்கற்ற பயபக்தியை மறுபடியும் மீட்டெடுக்க வேண்டும். இன்னும் சொல்லப்போனால் ஜமீன்தார்முறையில் இருந்ததைப் போன்ற மரபுகளுக்கும் தர்மங்களுக்கும் மீண்டும் புத்துயிர் கொடுக்க வேண்டும், ஆனால் தற்கால ஜனநாயகத்துக்கு ஏற்றபடி,'[25] என்று ராஜாஜி அப்பாவியாகச் சொன்னார். பிரிட்டிஷ் ஏகாதிபத்தியத்தின் கடைசி பிரதிநிதி, இந்தியாவின் விடுதலைக்கு முன்னணியில் நின்ற தலைவர்களுள் ஒருவர், புதிய குடியரசு பிறந்துவிட்டதை இந்தியா முழுதும் கொண்டாடிக் கொண்டிருந்த சமயத்தில் தன்னுடைய மகாகனம் பொருந்திய பதவியின் அந்திம நாட்களை எண்ணிக்கொண்டிருந்த மூத்த தலைவர், ஆண்டான்-அடிமை வழக்கத்தின் மறுஉருவான ஜமீன்தார்முறையின் புகழ் பாடிக்கொண்டிருந்தது ஓர் அப்பட்டமான முரண்பாடு. அதுவும் மக்களாட்சியை நோக்கி நடைபழக ஆரம்பித்த அந்தத் தருணத்தில்!

ராஜாஜியின் கருத்துகள் பழங்காலத்து அரசுகள் செலுத்தி வந்த ஈடுஇணையற்ற சர்வாதிகாரத்துக்கு வக்காலத்து வாங்குவது மாதிரி தோன்றலாம், ஒருவேளை அது உண்மையாகக்கூட இருக்கலாம். ஆனால் அது பழம்பெருமை குறித்த அங்கலாய்ப்பாக இருந்ததை விட, ஆள்பவர்களுக்கும் ஆளப்படுபவர்களுக்கும் இடையிலான உறவு முன் எப்போதும் இல்லாத அளவுக்கு இப்போது மாறியிருக்கிறது என்ற யதார்த்தத்தைப் புரிந்து கொண்டதன் வெளிப்பாடு என்றுதான் சொல்லவேண்டும். அரசின் மீது மக்களுக்கு இருந்த அப்பழுக்கற்ற பயபக்தியை எப்படி மறுபடியும் மீட்டெடுக்க

முடியும்? அது சரி, உண்மையில் எதற்காக இந்த 'பயபக்தியை' மீட்டெடுக்க வேண்டும்? அப்படியென்ன அவசியம்? புதிய சுதந்திரக் குடியரசின் அரசமைப்புச் சட்டத்தோடு இது எப்படி ஒத்துப்போகும்? இந்தக் கேள்விகளுக்கான விடைகளை ராஜாஜி விளக்கவில்லை. அவரவரின் கற்பனைக்கே விட்டுவிட்டார். ஆனால் அரசமைப்புச் சட்டம் குறித்து, தனிமனித உரிமைகள் குறித்து, மக்களின் சுதந்திரத்தை விட அரசின் நலன்களுக்கு முன்னுரிமை கொடுக்கும் அதிகார வர்க்கத்தினரின் மனப்பான்மை குறித்து, இது எல்லாவற்றுக்கும் மேலாக அரசமைப்புச் சட்டம் கொடுத்த உரிமைகளைப் பயன்படுத்தப்போகும் மக்களின் மேல் அந்த அதிகார வர்க்கத்தினர் கொண்டிருந்த அவநம்பிக்கை குறித்து காங்கிரஸ் வட்டாரத்துக்குள் நிலவிய கலவையான உணர்வுகளை ராஜாஜியின் கருத்து அப்பட்டமாக வெளிக்காட்டிவிட்டது. இந்த மனப்பான்மையும் அவநம்பிக்கையும் எந்தளவுக்கு என்று இனிமேல்தான் தெரியும்.

ஆரம்பம்

எப்படியிருந்தாலும், அந்தப் புதிய அரசமைப்புச் சட்டத்தின் மீது அரசாங்கம் தனது கவனத்தைத் திருப்புவதற்கு நீண்ட காலம் ஆகவில்லை. இந்தியா குடியரசாகி இரண்டே இரண்டு வாரங்கள் மட்டுமே ஆகியிருந்தன. ஆனால் அதற்குள்ளாகவே அரசமைப்புச் சட்டத்தோடு அரசாங்கம் முட்டிமோதிக் கொண்டிருந்தது. பிப்ரவரி 8, 1950. அதாவது அரசமைப்புச் சட்டம் நடைமுறைக்கு வந்து சரியாகப் பதினான்கு நாட்கள் கழித்து, கம்யூனிஸ்டுகள் என்ற சந்தேகத்தின் அடிப்படையில் கைது செய்யப்பட்டு, பம்பாய் பொதுப் பாதுகாப்பு நடவடிக்கைகள் சட்டத்தின்படி காலவரையறையின்றி அடைத்து வைக்கப்பட்டிருந்தவர்களைப் போதிய காரணங்கள் இல்லாமல் தடுப்புக் காவலில் கைது செய்தது அரசமைப்புச் சட்டத்துக்கு எதிரானது என்று தீர்ப்பு கொடுத்து விடுதலை செய்தது பம்பாய் உயர்நீதிமன்றம். இதுதான் அரசாங்கத்துக்கு விழுந்த முதல் அடி.

நடந்தது இதுதான்: மே,1949. பம்பாயில் கம்யூனிஸ்டுகள் என்ற சந்தேகத்தின் அடிப்படையில் இருபத்தெட்டு நபர்கள் கைது செய்யப்பட்டிருந்தார்கள். பம்பாய் பொதுப் பாதுகாப்பு நடவடிக்கைகள் சட்டம் என்ற கொடிய சட்டத்தின் பேரில் அவர்களைக் கைது செய்ய காவல் ஆணையர் உத்தரவு போட்டிருந்தார். நாட்டின் முக்கியப் புள்ளிகள் எல்லோரும் சுதந்திர இந்தியாவின் புதிய அரசமைப்புச்

சட்டத்தை எழுதிக் கொண்டிருந்த அதேநேரத்தில், நீதி-நேர்மை-தர்மம் என்று வாய்கிழிய பேசிக்கொண்டிருந்த அதே சமயத்தில், எவ்விதக் குற்றச்சாட்டும் சுமத்தப்படாமல், உரிய விசாரணையின்றி, எட்டு நீண்ட மாதங்களாக அந்த அப்பாவிகள் சிறையில் சித்ரவதை அனுபவித்துக் கொண்டிருந்தார்கள். பிற்காலத்தில் சேலத்தில் நடக்க இருந்தச் சம்பவத்தைப் போல, லாக்கப் மரணத்தின் கொடூரம் வேறு எப்போதும் அவர்களை அச்சுறுத்திக் கொண்டிருந்தது. நீதிவிசாரணை இல்லை, பரோல் கிடைக்க வாய்ப்பில்லை, கண்ணுக்கு எட்டிய தூரம்வரை விடுதலை என்ற வெளிச்சமில்லை, அரசாங்கத்தின் கருணையைத் தவிர வேறு நாதியில்லை. அவர்களைச் சுற்றியிருந்தது சிறையின் அந்த நான்கு சுவர்கள் மட்டும்தான். இருபத்தெட்டு கைதிகளையும் சிறையின் நிரந்தர இருள் சூழ்ந்துகொண்டிருக்க, 1950ஆம் ஆண்டும் விடிந்துவிட்டது. இந்திய சுதந்திரத்துக்கு இரண்டே-கால் வயதாகியிருந்தது. தொடுவானத்தில் குடியரசு எனும் விடியல் வளர்ந்து கொண்டிருந்தது. ஆனால் அதிகாரத்தால் நசுக்கப்படுபவர்களுக்கும், போலீஸ் லத்தியால் தடியடிபடுவர்களுக்கும் ராமன் ஆண்டால் என்ன, ராவணன் ஆண்டால் என்ன?

ஜனவரி 26, 1950. யாருமே எதிர்பார்க்காத அளவுக்கு நிலைமை தலைகீழாக மாறியது. அரசாங்கமும் சரி பொது மக்களும் சரி, போலீஸும் சரி கைதிகளும் சரி, கனவிலும் நினைத்துப் பார்க்காத மாற்றம் அது. புதிய அரசமைப்புச் சட்டத்தின் பிரிவு-22இன்படி இனிமேல் யாரையும் காலவரையின்றிச் சிறையில் அடைத்து வைக்க முடியாது என்று அரசமைப்புச் சட்டம் அறிவித்துவிட்டது. மூன்று மாதங்களுக்கு மேலாக ஒருவரைச் சிறையில் அடைத்துவைக்க வேண்டுமானால் அதற்கு நிபுணர் குழு ஒன்றின் அனுமதி அவசியம். அப்போதிருந்த சட்டங்களால் இனிமேலும் அதிகாரத்தின் அடக்குமுறைகளுக்கு ஜால்ரா போடமுடியாது என்பது தெளிவாகிவிட்டது. உரிய ஆதாரங்கள் இல்லாத காலவரையற்ற தடுப்புக்காவல் அரசமைப்புச் சட்டத்துக்கு விரோதமானது. இதில் வேறு பேச்சுக்கே இடமில்லை. அரசாங்கத்தின் ஒடுக்குமுறைகளுக்கு எதிரான போராட்டத்தில் தடுப்புக் காவல் கைதிகளுக்கு அரசமைப்புச் சட்டம் கொடுத்திருந்த பிரம்மாஸ்திரம் - அடிப்படை உரிமைகள்.

'அனைவரும் ஒருமித்த கருத்தோடு ஏற்றுக்கொண்ட மகத்தான கொள்கைகள் நிறைந்த அரசமைப்புச் சட்டம் எனும் ஆவணம் ஆள்பவர்களுக்கும் ஆளப்படுபவர்களுக்கும், சாதாரணக் குடிமக்களுக்கும் அதிகாரிகளுக்கும் இடையிலான உறவை மறுபரிசீலனை செய்வதற்கான ஒரு வழி'[26] என்று யேல் பல்கலைக்கழக

வரலாற்று அறிஞர் ரோஹித் டே சொல்லியிருந்தார். ஆமாம், மறுபரிசீலனை செய்வதற்கான நேரம் வந்துவிட்டது. அந்தக் கைதிகள் இனிமேலும் அரசாங்கத்தின் கருணைக்காகக் கெஞ்சிக்கொண்டிருக்க வேண்டியதில்லை. அவர்கள் சுதந்திர நாட்டின் உரிமையுள்ள பிரஜைகள். அவர்களுக்காகவே எழுதப்பட்ட அரசமைப்புச் சட்டம் இப்போது அவர்களின் தோளோடு தோள்சேர்ந்து நிற்கிறது. அதன் துணையோடு நாட்டின் உச்சநீதிமன்றத்தின் கதவைக் கூட அவர்களால் துணிச்சலுடன் தட்ட முடியும். அவர்களுக்குரிய நியாயமான சுதந்திரத்தை நெஞ்சை நிமிர்த்திக் கேட்கவும் முடியும். அப்படியென்றால் அரசாங்கம் போட்ட கைது உத்தரவு? திடீரென்று இப்போது அரசாங்கத்தை விடவும் சக்திமிக்க ஒன்று, அவ்வளவு ஏன், அரசை விடவும் அதிகாரமிக்க ஒன்று முன்னால் நின்றுகொண்டிருக்கிறது. இந்திய மக்கள் தங்களுக்குத் தாங்களே கொடுத்துக்கொண்ட அதிகாரம் அது. நீதிமன்றங்களின் உறுதுணையுடன் கிடைத்த அதிகாரம். அரசாங்கங்களைக் கைகட்டி-வாய் பொத்தி நிற்கவைக்கும் அதிகாரம். இந்த மக்களதிகாரம் கொடுத்த தைரியத்தில் அந்த இருபத்து எட்டு கைதிகளும் அரசாங்கத்தை நீதிமன்றத்துக்கு இழுக்கத் தயாரானார்கள்.

பிப்ரவரி 6, 1950. அடிப்படை உரிமைகளுக்காகப் போராடிய ஆரம்பகட்ட வழக்குகளில் முக்கியமான வழக்கு அது. பம்பாய் பொதுப் பாதுகாப்பு நடவடிக்கைகள் சட்டத்தை எதிர்த்து அந்தக் கைதிகள் அனைவரும் பம்பாய் உயர்நீதிமன்றத்தில் வழக்குத் தொடர்ந்தார்கள். இந்திய அரசமைப்புச் சட்டத்தின் பிரிவு-22இல் சொல்லப்பட்டிருந்தது மாதிரி 'ஒரு நிபுணர் குழுவின் பரிந்துரை இல்லாமலேயே மூன்று மாதங்களுக்கு மேலாகச் சிறைவைக்கப்பட்டிருந்ததை எதிர்த்து' தொடரப்பட்ட வழக்கு அது.[27] அதுபோன்ற நிபுணர் குழு எதுவும் இல்லை என்பதைச் சொல்லித்தான் தெரியவேண்டுமா என்ன? பம்பாய் அரசு பேந்தப்பேந்த முழித்தது. வாதாடுவதற்கு விஷயம் இருந்தால்தானே. பிப்ரவரி 7ஆம் தேதி, மிகக் குறுகிய நேரமே நடந்த விசாரணையில், இந்திய அரசமைப்புச் சட்டம் நடைமுறைக்கு வருவதற்கு முன்பே அவர்கள் கைது செய்யப்பட்டுவிட்டதால் இந்த விஷயத்தில் முன்தேதியிட்டு அரசமைப்புச் சட்டத்தை அமல்படுத்த முடியாது என்று பம்பாய் அரசாங்கம் (அடிப்படை உரிமைகளுக்குப் புறம்பாக நடைமுறையிலிருக்கும் அனைத்துச் சட்டங்களும் செல்லாது என அரசமைப்புச் சட்டம் தெளிவுபடுத்தியிருப்பது[28] தெரிந்துமேகூட) வாதிட்டது. எதிர்பார்த்தபடியே நீதிமன்றத்தில் இது எடுபடவில்லை, படுத்துவிட்டது. ஆக, பிப்ரவரி 8, 1950இல் காவல் ஆணையர்

போட்டிருந்த அந்தக் கைது உத்தரவு செல்லாது என்று பம்பாய் உயர்நீதிமன்றத்தின் முழு அமர்வு தீர்ப்பளித்தது. இந்த வாய்ப்பைப் பயன்படுத்திக்கொண்டு, 'பொதுப்பாதுகாப்பு' என்ற போர்வையில் வழக்கமான கிரிமினல் சட்டவிதிகளைக் காற்றில் பறக்கவிட்டு அடிப்படை உரிமைகளுக்கு எதிராகச் செயல்படும் காவல்துறை அராஜகத்தை உயர்நீதிமன்றம் கண்டிக்கவும் தவறவில்லை. நீதிமன்றம் யார் பக்கம் என்று இப்போது சந்தேகத்துக்கிடமில்லாமல் தெரிந்துவிட்டது.[29]

புதிய அரசாங்கத்துக்கு இது மிகப்பெரிய அவமானம். போதாதென்று இன்னும் பல பின்னடைவுகள் வரிசைகட்டி நின்றன. அரசமைப்புச் சட்டத்துக்குப் புறம்பாகவும் சிவில் உரிமைகளுக்கு எதிராகவும் உள்ள பொதுப் பாதுகாப்பு நடவடிக்கைகள் சட்டத்தை உடனடியாக ஒழிக்க வேண்டுமென்று கோஷம் போட்டுக்கொண்டு சோஷியலிச கட்சி, விவசாயிகள் மற்றும் தொழிலாளர் கட்சி போன்ற கட்சிகளின் தலைமையில் மற்ற எதிர்க்கட்சிகள் அணிதிரண்டன.[30] இரண்டு நாட்கள் கழித்து, பம்பாய் பொதுப் பாதுகாப்பு நடவடிக்கைகள் சட்டத்தின் அடிப்படையில் ஒருவரை மாகாணத்தை விட்டு வெளியேற்றுவதற்கு அரசாங்கத்துக்கு அதிகாரமில்லை என்று அதே பம்பாய் உயர்நீதிமன்றம் உத்தரவு போட்டது.[31] உத்திரப்பிரதேச பொதுப் பாதுகாப்பு நடவடிக்கைகள் சட்டத்தில் உள்ள பல்வேறு தடுப்புக்காவல் சட்டவிதிகள் அரசமைப்புச் சட்டத்துக்கு விரோதமாக இருக்கிறது என்று அலகாபாத் உயர்நீதிமன்றமும் அறிவித்தது. ஜனவரி 19இல்-அதாவது அரசமைப்புச் சட்டம் நடைமுறைக்கு வருவதற்கு ஒரு வாரத்துக்கு முன்பு- பீகார் பொதுப் பாதுகாப்பு அவசரச்சட்டத்தை பாட்னா உயர்நீதிமன்றம் உறுதிப்படுத்தியிருந்தது.[32] ஆனால் அதன் பிறகு என்ன ஆனதோ தெரியவில்லை பிப்ரவரி 15இல் திடீர் மனமாற்றம் ஏற்பட்டு, அந்த ஒட்டுமொத்த அவசரச் சட்டத்தையே அரசமைப்புச் சட்டத்துக்கு அப்பாற்பட்டது என்று சொல்லி ரத்து செய்துவிட்டது.[33] அதற்குப் பிறகு, மேல்முறையீட்டுக்கு வழியில்லாத காலவரையறையற்ற தடுப்புக் காவல் என்ற வழக்கம் மூட்டைகட்டிப் பரணையில் தூக்கி வீசப்பட்டது.

சர்தார் படேல் - அடிப்படை உரிமைகள் என்ற பாறாங்கல்லைத் தோண்டியெடுத்தவர், அதன் கொள்கைகளுக்கு முழு வடிவம் கொடுத்த சிற்பி - இப்போது கையைப் பிசைந்து கொண்டிருந்தார். எதுவாக இருந்தாலும் நெத்தியடியாகப் பேசக்கூடிய அந்த இரும்பு மனிதருக்கு, நாட்டின் பாதுகாப்புக்குப் பதில் சொல்லியாக வேண்டிய அந்த உள்துறை அமைச்சருக்கு முன்னாலிருந்த சிக்கல்

எளிமையானது. எதிர்க்கட்சிகளின் கோரிக்கைகளை ஏற்று சிவில் உரிமைகளுக்கு ஆதரவாக நின்று தடுப்புக்காவல் சட்டத்தை ரத்து செய்வதா? அல்லது அவரும் அவரது மந்திரிசபையும் விரும்பிய ஏகபோக அதிகாரத்தைக் கொஞ்சம் கொஞ்சமாகக் கரைய விடுவதா? அடிப்படை உரிமைகளா? அதிகாரமா? எது முக்கியம்? படேல் இரண்டாவதைத் தேர்ந்தெடுத்தார். தெலுங்கானாவில் ஆயுதம் தாங்கிய கம்யூனிசக் கிளர்ச்சியை நாடு எதிர்கொண்டிருக்க, அதேபோன்ற கிளர்ச்சிகள் பிற இடங்களிலும் வெடிக்கலாம் என்றிருக்க, அடிதடியும் அடக்குமுறையுமே பழகிப்போயிருக்க, அரசமைப்புச் சட்டத்தைப் புரிந்துகொள்ளத் திணறிக்கொண்டிருந்த அந்த நேரத்தில், இந்திய அரசாங்கம் தனது சட்டத்துறையைப் பாதுகாத்துக் கொள்ளத் தட்டுத்தடுமாறிக் கொண்டிருந்தது.

ஒரு புதிய தடுப்புக் காவல் மசோதா அவசர அவசரமாகத் தயாரிக்கப்பட்டது. பல்வேறு மாகாணங்களின் பாதுகாப்புச் சட்டவிதிகளை ஒருங்கிணைத்து அரசமைப்புச் சட்டத்தில் உள்ள ஷரத்துக்களை ஒட்டி நாடு முழுவதற்கும் ஒரே தடுப்புக் காவல் சட்டத்தைக் கொண்டுவர முயற்சி எடுக்கப்பட்டது. நிபுணர் குழுக்கள் வாயுவேக மனோவேகத்தில் அமைக்கப்பட்டன. நாடாளுமன்றத்தில் இம்மசோதாவை அறிமுகம் செய்து பேசிய சர்தார், இதைக் கம்யூனிஸ்டுகளுக்கு எதிரான அவசரச்சட்டம் என்று விளக்கினார். 'கம்யூனிஸ்டுகள் அரசுக்கும் நாட்டின் பாதுகாப்புக்கும் ஆபத்தை ஏற்படுத்துகிறார்கள். அவர்களை எதிர்கொள்ள வழக்கமான சட்டங்களிலுள்ள விதிகள் போதாது'[34] என்றார். புதிய நாட்டின் சட்டஒழுங்கையும், அமைதியையும் அவ்வளவு கடுமையான சட்டத்தின் உதவியில்லாமல் பாதுகாக்க முடியாதுபோல - அதுவும் தங்களின் சொந்த நாட்டு மக்களிடமிருந்து.

பிப்ரவரி 25, 1950. சர்தாரின் செல்வாக்கால் அந்தப் புதிய மசோதா ஒருமனதாக நிறைவேறியது. ஆனாலும் 'ஒருமனதாக' என்பது வெளித்தோற்றத்துக்கு மட்டுமே. இது போன்ற அடக்குமுறைச் சட்டத்தால் நாடாளுமன்றம் சங்கடப்பட்டதும் தெளிவாகத் தெரிந்தது. மசோதா தொடர்பான விவாதத்தில், ரோஹிணி குமார் சௌத்திரி[35] பலரின் விரக்தியை, இருக்கின்ற சட்ட எல்லைகளுக்குள் செயல்பட முடியாத அரசாங்கத்தின் இயலாமை குறித்துப் பல மட்டங்களிலும் கனன்று கொண்டிருந்த அச்சத்தை, 'சர்தாரைத் தவிர வேறு யார் இம்மசோதாவைக் கொண்டு வந்திருந்தாலும் இதைக் கருப்புச் சட்டம் என்று அழைத்திருப்பேன்',[36] என்று ஆவேசமாக வெளிப்படுத்தினார். ஆச்சரியமாக இருந்தாலும் எதிர்பார்த்த மாதிரியே, கடமையைக்

கண்ணும் கருத்துமாகச் செய்து வந்த நீதிமன்றங்களுக்கு உறுதுணையாக நிற்காமல், நீதிமன்றத் தீர்ப்புகள் மாநிலங்களுக்குள் மிகப்பெரிய பிரச்சனைகளை உண்டாக்குவதாக நாட்டின் உள்துறை மந்திரி புகார் சொன்னார்.[37] இத்தனைக்கும் அவர் இயற்றியிருந்த அரசமைப்புச் சட்டத்துக்குப் புறம்பாக உள்ள சட்டங்களைத்தான் நீதிமன்றங்கள் ரத்து செய்து கொண்டிருந்தன. அரசியல் நிர்ணய சபையிடம் அவர் வலியுறுத்தியிருந்த கொள்கைகளைத்தான் அவை நிலைநிறுத்திக் கொண்டிருந்தன. அரசமைப்புச் சட்டத்தின் மீதான அரசாங்கத்தின் அணுகுமுறையை ஆரம்பித்திலிருந்து உற்றுநோக்கி வந்தவர்களுக்கு இதெல்லாம் கொஞ்சம்கூட நல்லதாகப் படவில்லை.[38]

சர்தார் தனது கருத்தில் எந்தளவுக்குத் திடமாக இருந்தார் என்று துல்லியமாகச் சொல்லமுடியவில்லை. ஆனால் நீதிமன்றங்களுக்கு ஆதரவாக நிற்க வேண்டிய நேரத்தில் அவர் அந்த வாய்ப்பைக் கைவிட முடிவெடுத்துச் சட்டம், நீதி மற்றும் தனிநபரின் சுதந்திரங்களை விட அரசாங்கத்தின் தேவைகளுக்கு முன்னுரிமை கொடுத்ததன் மூலம் பரவலான எரிச்சலைக் கிளப்பினார். பிரதமர் நேருவுக்கும் துணைப் பிரதமர் சர்தார் படேலுக்கும் கொள்கை ரீதியாகப் பல முரண்பாடுகள் இருந்தன. ஆனால் பிரிட்டிஷ் ஆட்சியாளர்களின் அதே பாணியில் பொதுப் பாதுகாப்பு நடவடிக்கைகளின்கீழ் மக்களின் மீது மிதமிஞ்சிய அதிகாரங்களைப் பயன்படுத்துவது அதில் ஒன்றல்ல (பிரிட்டிஷ் அரசாங்கத்தைப் போல செயல்படக்கூடாது என்று நேரு எவ்வளவுதான் தயங்கியிருந்தாலும்).[39] சிவில் உரிமைகளின் மீதும் தனிமனித சுதந்திரத்தின் மீதும் அவர்கள் காட்டிய அக்கறையில், அல்லது அக்கறையின்மையில், இந்திய அரசியலின் அந்த இருபெரும் ஜாம்பவான்கள் மத்தியில் அபூர்வமான ஒற்றுமை நிலவியது ஆச்சரியமே.

தடுப்புக்காவல் சட்டம் அப்போதைக்குத் தப்பிப்பிழைத்தது. நாட்டு மக்களை எந்தவிதக் குற்றச்சாட்டும் இல்லாமல், நீதிமன்றத்தில் ஆஜர்படுத்தாமல், அவ்வளவு ஏன், கைது செய்யப்படுவதற்கான காரணத்தைக்கூட தெரிவிக்காமல் சிறையில் தள்ள ஒரு புதிய வழி - சட்டப்பூர்வமாக உண்டாக்கப்பட்ட வழி - நாடாளுமன்றத்தின் குறுக்கீட்டால் சாத்தியமானது. அரசாங்கம் நிம்மதிப் பெருமூச்சு விட்டது. ஆனால் பொதுப் பாதுகாப்பு மசோதா மீதான விவாதத்தின் சீற்றம் தணியும் முன்னரே அதைவிட சர்ச்சையான மற்றொரு புயல் வலுவடைந்து கொண்டிருந்தது. அரசமைப்புச் சட்டம் நடைமுறைக்கு வரவிருந்த அந்நாட்களின் கொந்தளிப்புக்கு அதுவும் ஒரு காரணம்.

கருத்துச் சுதந்திரத்துக்கான மோதல்

பிப்ரவரி 11, 1950. பம்பாய் உயர்நீதிமன்றம் அந்த இருபத்தெட்டு கைதிகளையும் விடுதலை செய்து மூன்று நாட்கள்கூட ஆகியிருக்கவில்லை, மெட்ராஸ் மாகாணத்திலுள்ள சேலம் மத்தியச் சிறையில் கைதிகளாக இருந்த இருநூற்றுக்கும் மேற்பட்ட கம்யூனிஸ்டுகள் போராட்டத்தில் குதித்தார்கள். மூன்றாம்தரக் கிரிமினல் குற்றவாளிகளைப் போலில்லாமல் தங்களை அரசியல் கைதிகளாக நடத்த வேண்டும் என்பது போராட்டத்தின் கோரிக்கை. சிறையில் வேலை செய்யவும், பிற சாதாரண கைதிகள் மாதிரி கருப்புத் தொப்பி அணியவும் சிறைக்காவலர்கள் போட்ட உத்தரவுக்கு அவர்கள் கீழ்ப்படிய மறுத்துவிட்டார்கள். கோரிக்கைகளைக் கைவிட்டுவிட்டுப் போராட்டத்தைத் திரும்பப் பெறச்செய்ய அவர்களிடம் காவலர்களின் குழு ஒன்று முயற்சித்தது. சிறைத்துறை அமைச்சர் மாதவ மேனனின் வார்த்தைகளின்படி, பதிலுக்கு அந்த 'வெறிபிடித்த' கம்யூனிஸ்டுகள் 'நெசவுத்தறியின் கைப்பிடிக் கட்டைகளைக் கொண்டு' போலீஸ்காரர்களைத் தாக்கினார்கள்.[40] பிறகு தொடர்ந்த கலவரத்தில், துணை ஜெயிலர் உட்பட போலீஸ்காரர்கள் பலர் காயமடைந்தார்கள்.[41] விஷயம் இத்துடன் முடிந்திருக்கலாம் - ஏதாவது ஒரு செய்தித்தாளின் பொடி எழுத்துக்களில் அந்தச் செய்தி கரைந்து போயிருக்கும்.

ஆனால் அந்தக் காக்கிச்சட்டைக்காரர்கள் சர்வவல்லமை படைத்த அரசாங்கத்தின் பிரதிநிதிகள் ஆயிற்றே, அதுபோன்ற கிளர்ச்சியை அவ்வளவு எளிதில் விட்டுவிடத் தயாராக இருப்பார்களா என்ன? கேவலம் ஒருசில சிறைக்கைதிகள் போலீஸின் உத்தரவுக்கு மண்டியிட மறுக்கிறார்களே என ஆத்திரம் கொண்ட காவலர்கள் பதிலடி கொடுக்கத் தயாரானார்கள். அந்த இருநூற்றுச் சொச்சம் கைதிகளையும் ஒரு பெரிய கூடத்தில் சேர்த்துவைத்து அடைத்தார்கள். கூடத்தைப் பூட்டினார்கள். தப்பிக்க வழியே இல்லை. பிறகு அந்தக் கைதிகளை நோக்கிக் கண்மூடித்தனமாகத் துப்பாக்கியால் சுட்டார்கள். இருபத்து இரண்டு பேர் ரத்த வெள்ளத்தில் அதே இடத்தில் துடிதுடித்து இறக்க, நூற்று ஏழு பேர் குண்டடியால் காயம்பட்டார்கள். புதிதாகச் சுதந்திரம் பெற்று, எழுதப்பட்ட அரசமைப்புச் சட்டத்தின் மை காய்வதற்குள்ளாகவே மக்களுடைய உயிர்களின்மேல், உரிமைகளின்மேல் நாடு வைத்திருந்த மரியாதையும், அக்கறையும் கொடூரமாக நிரூபிக்கப்பட்டுவிட்டது.[42]

பிரிட்டிஷிடமிருந்து காங்கிரஸுக்கு அதிகாரத்தைக் கைமாற்றுவது மக்களுக்கான சுதந்திரம் ஆகிவிடாது என்று கம்யூனிஸ்ட் கட்சி

திரும்பத் திரும்ப வலியுறுத்தியிருந்தது. காட்டுமிராண்டித்தனமான அந்தக் கொலைகளும், துப்பாக்கிச்சூட்டை நியாயப்படுத்திய மெட்ராஸ் மாகாண அரசாங்கத்தின் அந்தத் திமிரான மனோபாவமும் மேலே சொன்ன கருத்துக்கு வலுசேர்த்தன. கம்யூனிஸ சித்தாந்தத்தின் மேல் அவ்வளவாக ஈடுபாடு இல்லாதவர்களைக்கூட அது அதிர்ச்சிக்கு ஆளாக்கியது; நிலைகுலைத்தது. நடந்த சம்பவத்துக்கு எதிர்ப்பு தெரிவித்து மற்ற கைதிகள் உண்ணாவிரதப் போராட்டத்தில் ஈடுபட்டார்கள். பலி எண்ணிக்கை குறித்து கவலை தெரிவித்து மெட்ராஸ் அரசாங்கத்துக்கு கடிதம் எழுதினார் சர்தார் படேல்.[43] அரசாங்கத்தின் நற்பெயருக்குக் களங்கம் ஏற்பட்டதால் நேரு வருத்தமடைந்தது கண்கூடாகத் தெரிந்தது. ‘நாம் பொதுமக்களின் ஆதரவை இழந்து கொண்டிருக்கிறோம். பிரிட்டிஷ் ஆட்சியின் கீழ் இருந்ததைப் போல காவல்துறைக்கு எதிரான வெறுப்புணர்வு அதிகரித்து வருகிறது’[44] என்று தனிப்பட்ட முறையில் அவர் சர்தார் படேலிடம் அச்சப்பட்டார். மேலும் அவர் எழுதினார், ‘இந்தியாவில் மட்டுமல்ல வெளிநாடுகளில் வாழும் மக்களும்கூட இந்தச் சம்பவங்களால் கொந்தளித்துப் போயிருக்கிறார்கள்.’[45]

பொதுமக்களில் பலர் கொந்தளித்துப் போயிருந்தாலும், ரோமேஷ் தாப்பர்[46] என்ற இளைஞரைப் போல மனம் கலங்கியது ஒரு சிலர் மட்டுமே. அவர்தான் பம்பாயிலிருந்து வெளிவந்து கொண்டிருந்த *க்ராஸ் ரோட்ஸ்* என்ற இடதுசாரி ஆதரவு வாரப்பத்திரிகையின் நிர்வாக ஆசிரியர், பதிப்பாளர் எல்லாமே. கம்யூனிஸ்டுகளுக்காகக் குரல் கொடுத்த அந்தப் பத்திரிகை காங்கிரஸ் கட்சியைக் கடுமையாக விமர்சித்து வந்தது. அதிலும் குறிப்பாக சிவில் உரிமைகள் மீது அக்கறை இருப்பதாகக் காட்டிக்கொண்டே தனது அரசியல் எதிரிகளான கம்யூனிஸ்டுகளைச் சிறையில் தள்ளுவதில் ஆர்வமாய் இருந்த காங்கிரஸின் இரட்டை வேடத்தைத் தொடர்ந்து வெளிச்சம் போட்டுக் காட்டியும் வந்தது.[47]

பிப்ரவரியில், மெட்ராஸ் அரசாங்கத்தின் எதேச்சதிகாரப் போக்கையும், சூழ்நிலையைக் கையாண்ட விதத்தையும் *க்ராஸ் ரோட்ஸ்* விமர்சித்துத் தொடர் கட்டுரைகளை வெளியிட்டுக் கொண்டிருந்தது. எங்கே அரசாங்கத்துக்கு எதிரான அதிருப்தி அதிகரித்துவிடுமோ, எங்கே இந்த விமர்சனங்களால் கம்யூனிஸ இயக்கம் வலுப்பெற்றுவிடுமோ என்று முன்னெச்சரிக்கையாக, மாகாண அரசு மார்ச் 1இல் மெட்ராஸ் பொது ஒழுங்குப் பராமரிப்புச் சட்டப்பிரிவுகளின்படி அந்த வாரஇதழின் விற்பனையையும், விநியோகத்தையும் அடியோடு தடை செய்து பதிலடி கொடுத்தது. *க்ராஸ் ரோட்ஸ்* தனது மார்ச்

17ஆம் தேதியிட்ட பிரசுரத்தில் மெட்ராஸ் மாகாண காங்கிரஸ் அரசை இப்படிக் கடுமையாகக் கண்டித்தது: 'உண்மையைக் கண்டு காங்கிரஸ் ஆட்சியாளர்கள் பயப்படுகிறார்கள் என்பதற்கு இது மற்றொரு ஆதாரம். அவர்கள் ஹிட்லரின் வழியை, முஸோலினியின் வழியைப் பின்பற்றுகிறார்கள். அவர்கள் சாமானியர்களின் குரலை நசுக்கப்பார்க்கிறார்கள்.'[48]

ரோமேஷ் தாப்பர் ஒன்றும் சாதாரண ஆளல்ல. ராணுவத் தளபதி பி. என். தாப்பர் இவரின் சொந்தச் சித்தப்பா. பேர்போன குடும்பத்தைச் சேர்ந்த ரோமேஷ் ஒருவகையில் நேருவுக்குத் தூரத்து சொந்தம். இங்கிலாந்தில் படித்துக் கொண்டிருந்த சமயத்தில் மார்க்சியத்தில் ஈடுபாடு ஏற்படுத்திக் கொண்ட இவர் கடைசிவரை இந்தியக் கம்யூனிஸ்ட் கட்சியில் உறுப்பினராக இருந்தார். 1949இல் டைம்ஸ் ஆஃப் இந்தியா நாளிதழின் முதல் இந்திய நிர்வாக ஆசிரியரான ஃபிராங்க் மோரேஸ் என்ற பத்திரிகையுலக ஜாம்பவானிடம் பயிற்சி பெற்றுப் பத்திரிகைத் துறைக்கு அறிமுகம் செய்யப்பட்டார். சொத்து சுகத்துக்கு வஞ்சனை வைக்காத குடும்பத்தில் பிறந்திருந்தாலும் தான் ஏற்றுக்கொண்ட கொள்கை-கோட்பாடுகளில் உறுதியாக நின்ற தாப்பர் கிராஸ் ரோட்ஸ் பத்திரிகையைத் தனது சொந்தச் செலவில் நடத்திக் கொண்டிருந்தார். வயது ஏற ஏற, ஒரு கட்டத்தில் அவரது புரட்சித் தீயின் சூடு தணிந்துகொண்டிருந்தது. அதனால் 1960களிலும் 1970களிலும் காங்கிரஸ் கட்சியோடு சமரசமாகிப் பிரதிபலனாகச் சிலபல பதவி சுகங்களையும் அனுபவித்திருந்தார்.

ஆனால் 1950இல், அவர் ஒரு புரட்சிகர இளைஞர். சிறந்த பேச்சாளர். தீவிர முற்போக்குச் சிந்தனையாளர். (தடை செய்யப்பட்டிருந்த) கம்யூனிஸ்ட் கட்சி பின்னால் இருக்க, ரோமேஷ் தாப்பர் எந்தவித அழுத்தத்துக்கும் அவ்வளவு எளிதில் அடிபணியத் தயாராக இல்லை. புதிய அரசமைப்புச் சட்டம் எனும் ஆயுதத்தின் உதவியுடன் அவர் அரசாங்கத்தை எதிர்த்துப் போரிடத் தயாரானார். ஏப்ரல் 1ஆம் தேதியிட்ட பிரசுரத்தில் தன் மீதான தடையை எதிர்த்து நீதிமன்றத்தில் போராட நிதி வேண்டி வாசகர்களிடம் உதவி கேட்டது கிராஸ் ரோட்ஸ். பிறகு ஏப்ரல் 7ஆம் நாள் பிரசுரத்தில் உச்சநீதிமன்றத்தில் வழக்கு போடப் போவதாக பெருமையோடு அறிவித்தது.[49] போர் தொடங்கிவிட்டது.

கிராஸ் ரோட்ஸ் தடைசெய்யப்பட்டிருந்தது மெட்ராஸ் மாகாணத்தில் மட்டுமல்ல என்பது இன்னொரு சுவாரஸ்யம். ஜூலை 1949இல் பம்பாயிலும் அது தடைசெய்யப்பட்டிருந்தது. தொழிலாளர் சங்கங்களுக்கு எதிரான போலீஸ் நடவடிக்கைகளை விமர்சித்து

எழுதியிருந்ததால் இந்தக் கதி. பிரச்சினைக்குரிய அந்தச் செய்திக் கட்டுரையை எழுதியது கல்லூரி விடுமுறைக்காகப் பம்பாய் வந்திருந்த ரோமேஷின் சகோதரி, பிற்காலத்தில் இந்தியாவின் மிகச்சிறந்த வரலாற்றுப் பேராசிரியர்களில் ஒருவராக விளங்கிய ரோமிலா தாப்பர்[50] என்பது தனிக்கதை. பல கட்ட விசாரணைக்குப் பிறகு அக்டோபர் 1949இல் பம்பாய் உயர்நீதிமன்றம் வழக்கு விசாரணை முடியும் வரை அந்தத் தடையை நிறுத்தி வைத்திருந்தாலும், மெட்ராஸ் மாகாணத்தின் தடை அமலுக்கு வந்த சமயத்தில் அவ்வழக்கு அப்போதும் நிலுவையில்தான் இருந்தது.

★★★

ரோமேஷ் தாப்பர் பம்பாயிலும் மெட்ராஸிலும் அரசாங்கத்தை எதிர்த்துப் போராடிக் கொண்டிருந்த அதே காலக்கட்டத்தில் அதே மாதிரியான ஒரு மோதல் டெல்லியிலும் வெடித்தது. இவ்வழக்கில் குற்றவாளிக் கூண்டில் ஏற்றப்பட்டது அரசியல் வானில் கம்யூனிஸ்டுகளுக்கு எதிர்துருவத்தில் இருந்த *தி ஆர்கனைஸர்* - காந்தி கொலையில் தொடர்பு இருப்பதாகக் குற்றம்சாட்டப்பட்டு, சில காலம் (பிப்ரவரி 1948 முதல் ஜூலை 1949 வரை) தடை செய்யப்பட்டிருந்த ராஷ்ட்ரிய ஸ்வயம்சேவக் சங் - ஆர்.எஸ்.எஸ் என்ற இந்து தேசியவாத அமைப்பின் வாராந்திர செய்திப் பத்திரிகை.

பிப்ரவரியில், தாக்காவிலும் கிழக்கு பாகிஸ்தானின் பிற பகுதிகளிலும் பற்றி எரிந்துகொண்டிருந்த வகுப்புக் கலவரங்களின் பின்னணி தொடர்பாக, பல்லாயிரக்கணக்கான இந்து அகதிகள் மேற்கு வங்காளத்திற்குள் இடம்பெயர்ந்தது தொடர்பாக *தி ஆர்கனைஸர்* வெளியிட்ட சில கட்டுரைகளில் நேருவை விமர்சித்தும், வெளியேற்றப்பட்ட முஸ்லீம்களின் சொத்துக்கள், எல்லைக்குள் குவிந்து கொண்டிருந்த அகதிகள், கிழக்கு பாகிஸ்தானில் நிலவிய கொந்தளிப்பான சூழ்நிலைகள் பற்றிய அவரின் கொள்கைகள் குறித்தும் சில விமர்சனங்கள் இடம்பெற்று வந்துகொண்டிருந்தன. நேருவும் பாகிஸ்தானின் பிரதமர் லியாகத் அலி கானும் தோன்றுவது போன்ற கேலிச்சித்திரம் அதில் ஒன்று. 'வில்லன்களும் முட்டாள்களும்' என்னும் தலைப்பில் வெளிவந்த அந்தக் கேலிச்சித்திரம், 'பாகிஸ்தானின் வில்லத்தனத்துக்கு நிகர் நம்முடைய முட்டாள்தனம் மட்டும்தான்'[51] என்று கேலி செய்திருந்தது. பிற கட்டுரைகளில், வெளியேற்றப்பட்ட முஸ்லீம்களின் சொத்துக்களை இந்து அகதிகளுக்கு வழங்க வேண்டும் என்று அந்தப் பத்திரிகை கோரியது. ரத்த வங்கிகளில் ரத்தத்தை

விற்றுச் சாப்பாட்டுக்கு வழி தேடும் அளவுக்கு இந்து அகதிகள் கடும் வறுமையில் தள்ளப்பட்டிருந்ததாக அது எழுதியது.

1950இன் ஜனவரியும் பிப்ரவரியும் வங்காள வரலாற்றில் ரத்தம் தோய்ந்த மாதங்கள். கிழக்கு பாகிஸ்தானில் நடந்து கொண்டிருந்த இனப்படுகொலைகளிலிருந்து ஆயிரமாயிரம் அகதிகள் தப்பித்து வந்துகொண்டேயிருக்க, மேற்குவங்கத்தில் அமைதி குலைந்துகொண்டே இருந்தது. நிலைமையைச் சமாளிக்க அடிக்கடி போலீஸை அழைக்க வேண்டியிருந்தது. லியாகத் அலி கான் அரைகுறை மனதோடு இருந்தாலும், நல்லெண்ண நடவடிக்கைகளிலும் கூட்டுக் குழுக்களை அமைப்பதிலும் ஆர்வமாக இருந்த நேருவுக்கு சொந்தக் கட்சிக்குள்ளேயிருந்தும் வெளியிலிருந்தும் குடைச்சல் அதிகமானது. தக்க நடவடிக்கை எடுக்கச் சொல்லி எல்லோரும் போட்டு அழுத்தினார்கள். 'தக்க நடவடிக்கை' என்பது மக்களைக் கட்டாயப் பரிமாற்றம் செய்து கொள்வதாக இருந்தாலும் சரி, அது பாகிஸ்தானுக்கு எதிரான ராணுவ நடவடிக்கையாக இருந்தாலும் சரி.[52] தனது சகாக்கள் 'அரசாங்கத்தின் கொள்கை-கோட்பாடுகளை மறந்துவிட்டார்கள்'[53] என்று குற்றம் சாட்டிய நேரு, தான் ராஜினாமா செய்யப்போவதாக மிரட்டும் அளவுக்கு அப்போது காங்கிரஸின் சில வட்டாரங்களில் அரசாங்கத்தின் அணுகுமுறையோடு முட்டல்-மோதல் காணப்பட்டது.

தொழில் மற்றும் உற்பத்தித்துறை அமைச்சர் எஸ்.பி. முகர்ஜி போன்ற வலது-சாரி ஊடகங்களின் ஆதரவு பெற்ற வங்காளத் தலைவர்கள், அரசாங்கத்தின் மேல் மிகக் கடுமையான விமர்சனங்களை அடுக்கினார்கள். இந்து மகாசபையின் பொதுச் செயலாளர் (மற்றும் யோகி ஆதித்யநாத்தின் ஆன்மீக முன்னோடி) மகாந்த் திக்விஜய்நாத்[54] போன்ற பிற தலைவர்கள் பிரிவினையை ரத்து செய்துவிட்டு, இரு நாடுகளின் நன்மைக்காக இந்தியாவையும் பாகிஸ்தானையும் மீண்டும் ஒருங்கிணைக்க வேண்டும் என்ற தங்களின் 'அகண்ட பாரத'க் கொள்கைக்கு விசுவாசம் காட்டினார்கள். ஆனால் இந்தக் கோரிக்கையை விவேகமற்றது, விரும்பத்தகாதது, உண்மையிலேயே மிக மிக ஆபத்தானது என்று சொல்லி அரசாங்கம் ஒதுக்கித்தள்ளிவிட்டது. 'இருப்பதிலேயே மிக முட்டாள்தனமான கோரிக்கை' என்றும் 'நேரடியாக மோதலுக்கு வழிவகுத்துவிடும்'[55] என்றும் காரணம் சொன்னது.

பிரதமர் நேருவும் கூட, எதிர்வருகின்ற பாகிஸ்தான் பிரதமருடனான சந்திப்பைச் சீர்குலைக்கக் கூடிய எந்தவொரு நடவடிக்கையையும் - அதிலும் குறிப்பாக இராணுவ நடவடிக்கையை - தவிர்ப்பதில்

தீவிரமாக இருந்தார். அவரது தலைமை குறித்த வெளிப்படையான பகடி, பாகிஸ்தானோடு இரண்டில் ஒன்று மோதிப்பார்த்துவிட வேண்டும் என்ற இந்து மகாசபையின் தொடர் அழுத்தம் போன்ற விஷயங்கள் அவர் மனதை மிகவும் கவலைப்படுத்தின. தனது சொந்த விருப்பத்துக்கு எதிராகத் தன்னை மிரட்டிப் போரில் தள்ளிவிட இந்து மகாசபை முயற்சித்துக் கொண்டிருந்ததாக அவர் புகார் சொன்னார்.[56] ஆனால் அவரை இன்னமும் கடுப்பேற்றியது பத்திரிகைகளின் சித்து விளையாட்டுகள்தான், குறிப்பாக மாநில மொழிப் பத்திரிகைகள். அங்கேதான் மகாசபையின் கோரிக்கை பலமாக எதிரொலித்தது. 'கல்கத்தா செய்தித்தாள்களின் விஷமத்தனங்கள்தான் பெரும்பாலான பிரச்சினைகளுக்குக் காரணம் என்று எனக்குத் தோன்றுகிறது. இதை அவர்களுக்குத் தெளிவாகப் புரிய வைக்க வேண்டும். அவர்கள் பொறுப்பில்லாமல் நெருப்புடன் விளையாடிக் கொண்டிருக்கிறார்கள்,' என்று பிறகொரு சமயத்தில் பிதன் ராயிடம் குற்றம் சுமத்தினார் நேரு. 'போருக்காகவும், இந்து ராஜ்ஜியத்துக்காகவும் இந்து மகாசபையும், ஆர்.எஸ்.எஸ்ஸும் செய்துவரும் பிரச்சாரம் தற்போதைய பதட்டமான சூழ்நிலையில் மிக மோசமான விளைவுகளை ஏற்படுத்திவிடும்.[57] இந்தப் பிரச்சினை குறித்து நேருவிடம் கேள்வி எழுப்பியபோது, 'காழ்ப்புணர்ச்சியுடன் உண்மைகளைத் திரித்து' தனது நற்பெயருக்குக் களங்கம் ஏற்படுத்தும் உள்நோக்கத்துடன் கட்டவிழ்த்துவிடப்படும் 'அப்பட்டமான கட்டுக்கதை'[58] என்று நிருபர்களுக்கு நீண்டநெடிய பாடம் எடுத்தார்.

பாகிஸ்தானையும், அது தொடர்பான அரசாங்கத்தின் கொள்கைளையும் குறிவைத்து இந்து மகாசபை மற்றும் ஆர்.எஸ்.எஸ் கிளப்பி வந்த கடும் விமர்சனங்கள் நேருவை ஆத்திரப்படுத்தின. தேசியம் குறித்த அவர்களின் சித்தாந்தத்தையும் அவர் வெறுத்தார். அதைவிட அந்தச் சித்தாந்தத்தை நடைமுறைப்படுத்துவதற்கு பொதுவெளியில் அவர்கள் கொடுத்த அழுத்தத்தை நேருவால் தாங்கமுடியவில்லை. 'பாகிஸ்தான் அல்லது இந்து மகாசபையின் கொள்கையைப் படிப்படியாக ஏற்றுக்கொள்ளும்படி நாம் வற்புறுத்தப்படுகிறோம் என உணர்கிறேன்,' என்று படேலிடம் அவர் புலம்பினார்.[59] 'நடவடிக்கை எடுக்கச் சொல்லி நாலாபுறத்திலிருந்தும் என்னை அழுத்திக் கொண்டிருக்கிறார்கள். நடவடிக்கை என்றால் போர் என்று சூசகம்,' என்று ராஜகோபாலச்சாரிக்கு அவர் எழுதிய கடிதத்தில் குறிப்பிட்டார். 'அதற்கு நான் சாதகமான பதில் எதையும் சொல்லவில்லை. ஏறுமாறானவன் என்பதால் இப்படி மிரட்டப்படுவதையும் வெறுக்கிறேன்.'[60] அவர் குறிப்பிட்டது

போல இந்த 'மிரட்டலை' எந்த அளவுக்கு வெறுத்தார் என்பது போகப் போக வெளிப்படையாகிவிடும். ஆனால் மார்ச் 1இல் தனது முதலமைச்சர்களுக்கு இப்படி எழுதிய கடிதத்திலிருந்து அவரது எரிச்சல் கண்கூடாகத் தெரிந்தது:

'இந்து மகாசபையின் கொள்கைகள் இந்தியாவை அழித்துவிடும் என்பதில் உறுதியாக இருக்கிறேன். பிரிவினைக்கு முடிவு கட்டவேண்டும் என்று அவர்கள் பேசிக்கொண்டிருப்பது முட்டாள்தனத்தின் உச்சம். நம்மால் அப்படிச் செய்ய முடியாது, செய்யவும் கூடாது. அப்படி ஒருவேளை ஏதாவது ஓர் எதிர்பாராத சூழ்நிலையில் அது நடந்து, இரு புறமும் இதே போன்ற மனநிலை நீடித்தால், பயங்கரமான பல புதிய பிரச்சினைகளை நாம் சந்திக்க வேண்டியிருக்கும். இதுவரை இருந்ததை விட இன்னும் மோசமான நிலையில் இருப்போம். ஆகவே, பிரிவினைக்கு முடிவு கட்டுவது, அவர்கள் கேட்பது போல 'அகண்ட பாரதம்' என்ற சிந்தனையே இருக்கக்கூடாது.'[61]

மார்ச் 2. தி ஆர்கனைஸர் பிரசுரித்த உருப்படிகளைப் பற்றி விவாதிக்க (விசாரிக்க) மத்திய பத்திரிகை ஆலோசனைக் குழு கூடிய அதே நாளில், டெல்லியின் முதன்மை ஆணையர் கிழக்கு பஞ்சாப் பொதுப் பாதுகாப்புச் சட்டத்தின் அடிப்படையில் ஒரு 'முன்-தணிக்கை முறை' உத்தரவைப் பிறப்பித்தார். இதன்படி பத்திரிகையாசிரியர்களோ பதிப்பாளர்களோ, தாங்கள் பிரசுரிக்க விரும்பும் வகுப்புவாத விவகாரங்கள், பாகிஸ்தான் தொடர்பான செய்திகள்-கருத்துக்கள் என அனைத்தையும் அரசாங்கத்தின் அனுமதிக்காக முன்கூட்டியே ஒப்படைக்க வேண்டும். அதிகாரப்பூர்வ தகவல்களைத் தவிர பிற வழிகளில் திரட்டப்படும் விஷயங்களும், கேலிச்சித்திரங்களும் கூட இதில் அடக்கம்.[62] அரசாங்கத்தின் அனுமதி கிடைத்த பிறகே அவற்றை அச்சில் ஏற்ற வேண்டும். அந்த உத்தரவு பிரதமரைப் பற்றியும் அரசாங்கத்தைப் பற்றியும் எழுந்த விமர்சனங்களைக் கட்டுப்படுத்தும் அப்பட்டமான முயற்சி என்பதை விட பாகிஸ்தான் மீதான பொதுவிவாதங்களை அரசாங்கத்தின் கண்ணோட்டத்துடன் இணங்கிப் போக வைக்கும் கருத்துத்திணிப்பு என்று சொல்வதுதான் முறையாக இருக்கும். அரசாங்கத்தின் எண்ண ஓட்டம் தெளிவாகத் தெரிந்துவிட்டது. அரசமைப்புச் சட்டம் வகுத்துக் கொடுத்த பாதையிலிருந்து அது பல காதம் விலகியிருந்ததும் கூட.

கே.ஆர். மல்கானி,[63] ஆர்கனைஸர் பத்திரிகையின் அர்ப்பணிப்புள்ள ஆசிரியர், (எமர்ஜென்சியின் போது கைது செய்யப்பட்ட முதல் ஆள் என்ற வினோத சாதனைக்கு சொந்தக்காரராக இருக்கப்போகிறவர்)

அடிபணியத் தயாராக இல்லை. விடாப்பிடியாக அடுத்த இதழிலேயே இப்படி எழுதினார்:

‘ஒவ்வொரு விஷயத்திலும் அதிகார வர்க்கத்தின் கண்ணோட்டத்துடன் இணங்கிப் போக மறுக்கின்ற ஒரே குற்றத்துக்காக பத்திரிகைச் சுதந்திரத்தை நசுக்குவது கொடுங்கோலர்களுக்கு வேண்டுமானால் கைவந்த கலையாக இருக்கலாம் ஆனால் இதன்மூலம் ஜனநாயக நாட்டின் பொது உரிமைகளை முடக்குவதைத் தவிர வேறு எதையும் சாதித்துவிட முடியாது... எப்போதுமே போலிகளின் முகஸ்துதியை விட சுதந்திரச் சிந்தனை கொண்ட குடிமக்களின் நேர்மையான விமர்சனங்களிலிருந்து ஓர் அரசாங்கம் அதிகமாகக் கற்றுக்கொள்ள முடியும்.’[64]

மார்ச் 13ம் தேதியிட்ட இதழில், மீண்டும் அவர் அரசாங்கத்துக்கு அறிவுரை செய்தார்:

‘விரும்பத்தகாத செய்திகள் எதுவும் பத்திரிகைகளில் வரக்கூடாது என்று ஆட்சிநிர்வாகம் மனப்பூர்வமாக விரும்பினால், அதற்குரிய நேர்மையான, நியாயமான வழி இதுபோன்ற கொடுமைகள் இனிமேல் நடக்காது என்று அது தானாக முன்வந்து உரக்கச் சொல்லி ஒப்புக்கொள்வது மட்டும்தான். செய்திகளை அமுக்குவது வங்காளத்தில் நடக்கின்ற அவலங்களுக்குத் தீர்வாகிவிடாது. எரிமலையின் வாயில் சம்மணம் போட்டு உட்கார்வதன் மூலம் அதன் சீற்றத்தை அணைத்துவிடலாம் என்று அரசாங்கம் நிச்சயம் எண்ணக்கூடாது.’[65]

ஏப்ரல் 10, 1950. உச்சநீதிமன்றத்தில் கிராஸ் ரோட்ஸ் வழக்குப் பதிவு செய்த சில நாட்களுக்குள், ஆர்கனைஸர் பத்திரிகையின் ஆசிரியர் மல்கானி மற்றும் அதன் பதிப்பாளர் பிரிஜ் பூஷன் ஆகிய இருவரும் ரோமேஷ் தாப்பரின் வழியைப் பின்பற்றினார்கள். இங்கேயும் கூட, ஆட்சி-நிர்வாகத்தின் அடக்குமுறைகளை எதிர்த்து நிற்க அரசமைப்புச் சட்டம் எனும் கேடயம்தான் பயன்படுத்தப்பட்டது. கொள்கை ரீதியாக எதிரெதிர் துருவங்களில் முறைத்துக் கொண்டிருந்தாலும் ஆர்.எஸ்.எஸ் மற்றும் கம்யூனிஸ்டுகள் என இரண்டு கட்சிகளுமே விமர்சனத்தை எதிர்கொள்ள அரசாங்கம் காட்டிய வெறுப்பாலும், மாற்றுக்கருத்துகளைக் கட்டுப்படுத்த அது காட்டிய ஆர்வத்தாலும் பாதிக்கப்பட்டவர்களாக ஒரே அணியில் திரண்டார்கள். தற்செயலாகவோ என்னவோ, கடந்த காலத்தில், இரண்டு பத்திரிகைகளுமே அடிப்படை உரிமைகள் மீதான காங்கிரஸ்

கட்சியின் நிலைப்பாட்டை வெளிப்படையாக ஏளனம் செய்திருந்தன; ஈவிரக்கமற்ற பொதுப் பாதுகாப்புச் சட்டங்களை நீக்கவும் கூப்பாடு போட்டிருந்தன.

தி ஆர்கனைஸர் சார்பாக நீதிமன்றத்தில் ஆஜரான இந்து மகாசபையின் முன்னாள் தலைவர் (பிற்கால கம்யூனிஸ்ட் ஜாம்பவான் சோம்நாத் சாட்டர்ஜீ அவர்களின் தந்தை) என்.சி. சாட்டர்ஜீ,[66] அந்த முன்-தணிக்கை முறை உத்தரவு பேச்சுரிமைக்கும் கருத்துச் சுதந்திரத்துக்கும் எதிரானது என்று வாதாடினார். சொல்லப்போனால் கிழக்கு பஞ்சாப் பொதுப் பாதுகாப்புச் சட்டமே செல்லாது காரணம் அடிப்படை உரிமைகளைக் கட்டுப்படுத்தும் எந்த ஷரத்துக்குள்ளும் அது வரவில்லை.[67] இவ்வழக்கு புதுமையானது, எளிமையானது. இவ்வழக்கு சுவாரஸ்யமான தகவல்களைத் தந்ததும் கூட. அப்புறம் இவ்வழக்கு, ஒரு காலத்தில் மிகச்சிறந்த தாராண்மையியப் பாரம்பரியத்தைக் கொண்டிருந்த - ஆனால் தற்போது அதை இழந்துவிட்டதைப் போல, மறந்துவிட்டதைப் போலத் தெரிகிற - இந்து தேசியவாத இயக்கத்தின் முற்போக்குத்தனத்துக்கு உதாரணமும் கூட.[68]

★★★

ஏப்ரல்-மே, 1950. உச்சநீதிமன்றம் அந்த இரண்டு வழக்குகளையும் ஒரே நேரத்தில் விசாரித்தது: ஒரு வழக்கின் வாதி: பிரிஜ் பூஷன்; பிரதிவாதி: டெல்லி அரசு.[69] மற்றொரு வழக்கின் வாதி: ரோமேஷ் தாப்பர்; பிரதிவாதி: மெட்ராஸ் அரசு.[70] பேச்சுச் சுதந்திரத்தை உறுதிப்படுத்தும் இந்திய அரசமைப்புச் சட்டத்தின் பிரிவு-19(1) ஐப் பற்றிய பல முக்கிய கேள்விகளை அவர்கள் எழுப்பியதால் அந்த இரு வழக்குகளும் பரவலான கவனத்தை ஈர்த்தன. நீதிவிசாரணையின் போது, நீதிமன்றத்துக்கு வெளியே, அடிப்படை உரிமைகளை அலட்சியப்படுத்திவிட்டு சுதந்திரத்துக்குப் பிறகும் பிரிட்டிஷ் காலத்து அடக்குமுறைச் சட்டங்களைச் சார்ந்து இயங்கிக் கொண்டிருந்த அரசாங்கத்தின் போக்கால் பொதுமக்களின் கவலை பெருகிக்கொண்டிருந்தது. பிரதமரின் கோட்பாடுகளின் மீதே கேள்விகள் எழ, முன்னணி அரசியல் தலைவர்கள் பலரும், சட்ட நிபுணர்களும் இதுவரை இல்லாத அளவுக்கு அவரைக் கடுமையாகக் கண்டித்தார்கள்.

சோசியலிச தலைவர் ஜெயபிரகாஷ் நாராயண் ஏப்ரல் 16இல் நடந்த அனைத்திந்திய பொது உரிமைகள் மாநாட்டில் உரையாற்றக் கிடைத்த சந்தர்ப்பத்தைப் பயன்படுத்திக் கொண்டு அரசாங்கத்தை

விளாசித் தள்ளினார். 'தேசப் பாதுகாப்பா அல்லது தனிமனிதச் சுதந்திரமா எனும் நிலை வரும்போது நாம் முதலாவதைத்தான் தேர்ந்தெடுக்க வேண்டும் என்று இந்தியாவின் பிரதமர் பேசியபோது, அது சர்வாதிகாரிகளின் குரலாக மட்டுமே தொனித்தது,' என்று நாராயண் தாக்கினார். 'எமர்ஜென்சி'யின் பெயராலும் 'சட்டம்-ஒழுங்கி'ன் பெயராலும் செய்யப்பட்ட கைது சம்பவங்கள் மற்றும் தடுப்புக்காவல் நடவடிக்கைகளுக்கும் தேசப்பாதுகாப்புக்கும் எவ்விதத் தொடர்பும் இல்லை என்றார். 'அதிகாரத்தில் இருப்பவர்கள் என்னதான் சுதந்திரம், ஜனநாயகம், பொது உரிமைகள் என்று வாய்கிழியப் பேசினாலும் அது அவர்களின் உதட்டிலிருந்து மட்டுமே வருகிறது, உள்ளத்திலிருந்து வரவில்லை.'[71]

மே 1இல் நடந்த கருத்தரங்கில், பம்பாய் உயர்நீதிமன்றத்தின் தலைமை நீதிபதி எம்.சி.சக்லா, அரசாங்கத்தைக் கடுமையாகச் சாடினார். எல்லாவற்றையும்விட அரசமைப்புச் சட்டமே உயர்வானது என்றும், அடிப்படை உரிமைகளை மீறுகின்ற எதுவொன்றும் சட்டவிரோதமாகிவிடும்; செல்லாது என்றும், அரசமைப்புச் சட்டம் தொடர்பான சச்சரவுகளில் நீதிபதிகளின் வார்த்தைகளே இறுதியானவை என்றும் அழுத்தம் திருத்தமாகச் சொன்னார். அந்த நீண்ட சொற்பொழிவில், அவசரச் சட்டங்களால் ஏற்படக்கூடிய ஆபத்துகளைப் பற்றி எச்சரித்தார். மேலும் மேலும் விசேஷ அதிகாரங்களை, அளவு கடந்த அதிகாரங்களைத் தேடி ஓடுகின்ற அரசாங்கங்களின் மனப்பான்மையையும் கடுமையாகத் தாக்கினார், காரணம் 'நிர்வாகத்தில் இருப்பவர்களுக்கு ஒரு புல் அசைந்தாலும் கூடப் போதும் அது பூகம்பத்துக்கான அறிகுறி என்பார்கள்.'

தொடர்ந்து பேசிய சக்லா, காங்கிரஸ் கட்சியை வறுத்தெடுத்தார். அன்றைய செய்தித்தாள்களில் வந்திருந்த அவரின் பேச்சிலிருந்து:

'முடிவில், அதிகாரத்தில் இருக்கும் கட்சியே சட்டங்களை உருவாக்குகிறது ...எனவே, அந்தக் கட்சிதான் தனது அதிகாரத்தை வரம்புகளுக்குள் வைத்துக்கொள்ள வேண்டும். மாறாக அந்த அதிகாரத்தைச் செலுத்தும்போது ஈவிரக்கமில்லாமல் சர்வாதிகாரி போல நடந்துகொள்ளக்கூடாது. இந்த வரம்புகளுக்கென்று சில குறிக்கோள்கள் இருக்கலாம் ஆனால் அவை சட்டரீதியான குறிக்கோள்களுடன் இணங்குகிறதா இல்லையா என்று முடிவு செய்யும் பொறுப்பு நீதிமன்றங்களுக்கு இருக்கிறது. அடிப்படை உரிமைகளைப் நாடாளுமன்றத்தில் அல்லது சட்டமன்றங்களில் ஆட்சியிலிருக்கும் கட்சியிடம் விட்டுவிடவோ, நிர்வாகத்தின் இஷ்டத்துக்குக் குறைக்கவோ கட்டுப்படுத்தவோ அல்லது

பலவீனப்படுத்தவோ அரசமைப்புச் சட்டம் விட்டுவிடவில்லை... சில கருத்துகள் அரசாங்கத்தின் மீதோ அல்லது அமைப்புகளின் மீதோ வைக்கப்படும் கடுமையான விமர்சனமாக இருந்தாலும்கூட, அந்தக் கருத்துகளைச் சுதந்திரமாக வெளிப்படுத்தும் உரிமைதான் ஒரு ஜனநாயக நாட்டின் குடிமகனுக்கு இருக்கும் மிகமிக அடிப்படையான உரிமை. ஆட்சியாளர்கள் சொல்லுவதற்கெல்லாம் கண்மூடித்தனமாகத் தலையாட்டுவது தேசபக்திக்கான அடையாளமாகிவிடாது.'[72]

லக்னோவில் நடந்த ஜனநாயக மாநாட்டில் - ஜனநாயகக் கட்சி மற்றும் உத்திரப்பிரதேச ஜமீன்தார்கள் சம்மேளனம் ஆகிய இரண்டின் கூட்டுக்கூட்டம் அது - பிரபல சட்ட நிபுணரும், அனைத்திந்திய பொதுஉரிமைகள் சம்மேளனத்தின் தலைவருமான பி. ஆர். தாஸ்,[73] (காங்கிரஸ் கட்சியின் முக்கியத் தலைவர்களில் ஒருவரான 'தேசபந்து' சி. ஆர். தாஸ், இவரின் சகோதரர். இதைவிட முக்கியமான செய்தி: இவர் பாட்னா உயர்நீதிமன்றத்தின் முன்னாள் நீதிபதி) சுற்றி வளைக்காமல் கொஞ்சம் வெளிப்படையாகவே பேசினார்:

'இந்தியாவில் இன்று ஒரு கட்சி ஆட்சி முறை இருந்து வருகிறது, ஹிட்லரின் ஜெர்மனியில் இருந்ததைப் போல, முசோலினியின் இத்தாலியில் இருந்ததைப் போல, ஸ்டாலினின் ரஷ்யாவில் இருந்ததைப் போல... பொது ஒழுங்கைக் காக்க ஒரு கட்சியை நசுக்க வேண்டியது அவசியம் என்னும் பட்சத்தில் காங்கிரஸ் அரசாங்கத்தை எதிர்க்கின்ற எந்தவொரு கட்சியையும் இந்த அரசு நசுக்க முயற்சிக்கலாம் என்பதே என் கண்களுக்குத் தெரிகிற ஆபத்து.'[74]

வங்காளத்தில், அரசாங்கத்தை எச்சரிக்கும் நிலைக்குத் தள்ளப்பட்டது வேறு யாருமில்லை சிறந்த சட்ட வல்லுநர், பிற்கால மத்திய அமைச்சர், மாகாணத்தின் உட்சபட்ச பதவியில் இருந்தவர், அரசியல் சாசன வழிகாட்டி - ஆளுநர் கைலாஷ் நாத் கட்ஜு.[75] இப்படிப் பேச வேண்டிய கட்டாயம்தான் அவருக்கு ஏற்பட்டது: 'தேசப்பாதுகாப்பு என்ற பெயரில், சட்டவிரோத செயல்களைத் தடுக்கிறோம் என்ற பெயரில் நாம் ஜனநாயகத்தையே நசுக்கிவிடாமல் பார்த்துக் கொள்ள வேண்டும்.'[76]

ஜெயபிரகாஷ் நாராயண், எம்.சி. சக்லா, பி.ஆர். தாஸ், கைலாஷ் நாத் கட்ஜு - இப்படி விமர்சனங்களைத் தொடுத்தவர்கள் எல்லோரும் பகுதி-நேர பேச்சாளர்களோ, விளிம்புநிலை அரசியல்வாதிகளோ அல்ல. ஆகப்பெரும் ஜாம்பவான்கள். ஆனால் இப்படிப்பட்ட உயர்ரக

அறிவுஜீவிகள் குத்திக்காட்டியும் கூட அரசாங்கத்தின் வைராக்கியம் குறையவே இல்லை. போர் தொடர்ந்து கொண்டுதான் இருந்தது.

★★★

மே 26, 1950. உச்சநீதிமன்றம் அந்த இரண்டு வழக்குகளுக்கும் சேர்த்து ஒரேநாளில் தீர்ப்பு கொடுத்தது. கிராஸ்ரோட்ஸ் வழக்கில், அதன் விநியோகத்தைத் தடை செய்த மெட்ராஸ் அரசாங்கத்தின் உத்தரவை நீதிமன்றம் தூக்கியெறிந்தது. பொதுப் பாதுகாப்புக்குக் கேடு விளைவிக்கும் ஆவணங்களின் புழக்கத்தைத் தடை செய்யும் அதிகாரத்தை அரசுக்கு வழங்கிய மெட்ராஸ் பொது ஒழுங்குப் பராமரிப்புச் சட்டத்தின் பிரிவுகளை, அரசமைப்புச் சட்டத்துக்கு விரோதமாக இருக்கிறது என்ற காரணம் சொல்லி ரத்து செய்வதாகத் தீர்ப்பும் எழுதியது. தீர்ப்பில், 'அரசின் பாதுகாப்புக்குக் குந்தகம் விளைவித்தல் அல்லது அரசைக் கவிழ்த்தல் போன்ற காரணங்களைத் தவிர பிற காரணங்களுக்காகப் பேச்சு மற்றும் கருத்துச் சுதந்திரத்தைக் கட்டுப்படுத்தும் வகையில் சட்டம் இயற்றினால், அது அரசமைப்புச் சட்டத்தின் பிரிவு-19, உட்பிரிவு-(2)க்குள் வராது.'[77] என்று சொல்லப்பட்டிருந்தது. ஆர்கனைஸர் வழக்கில், மீண்டும், கிழக்கு பஞ்சாப் பொதுப் பாதுகாப்பு சட்டத்தின் அடிப்படையில் விதிக்கப்பட்டிருந்த கட்டுப்பாடுகள் அரசமைப்புச் சட்டத்தின் வரம்புகளுக்குள் வரவில்லை என்று தீர்ப்பு வழங்கியது அது. அதன் விளைவாக ரத்தானது அந்த முன்-தணிக்கை முறை உத்தரவு மட்டுமல்ல, சட்டவிரோதமானது; 'அரசியல் சாசனத்தால் ஏற்றுக்கொள்ள முடியாதது'[78] என்று சுட்டிக்காட்டப்பட்ட அந்த ஒட்டுமொத்த சட்டப்பிரிவுமேதான்.

கிட்டத்தட்ட அந்த இரண்டு தீர்ப்புகளின் அர்த்தமும் ஒன்றுதான்: அடிப்படை உரிமைகளில் ஒன்றான கருத்துச் சுதந்திரத்தை எந்தெந்தக் காரணங்களைக் காட்டிக் கட்டுப்படுத்தலாம் என்று அரசமைப்புச் சட்டத்திலேயே தெளிவாக எழுதப்பட்டிருக்கிறது. அந்தக் காரணங்களையொட்டி வகுக்கப்படும் சட்டங்கள் மட்டுமே செல்லுபடியாகும். இதையே வேறு வார்த்தைகளில் சொல்வதானால், இயற்றப்படுகிற சட்டங்கள் அரசமைப்புச் சட்டத்தின் பிரிவு-19, உட்பிரிவு-(2)இல் உள்ள காரணிகளின் அடிப்படையில் மட்டுமே கட்டுப்பாடுகளை விதிக்க முடியும். அவதூறு பேசுவது, ஒருவரைக் காரணமில்லாமல் பழித்துப் பேசுவது, அவரின் நற்பெயருக்குக் களங்கம் ஏற்படுத்துவது, நீதிமன்றத்தை அவமதிப்பது, தேசத்தின்

பாதுகாப்புக்குக் கேடு விளைவிப்பது என்பதே அந்தக் காரணிகள். இதைத் தவிர பிற காரணங்களை ஏற்றுக்கொள்ள முடியாது, 'பொதுப் பாதுகாப்பு' உட்பட. பொதுப் பாதுகாப்புக்கு அச்சுறுத்தலாக இருக்கலாம் அல்லது சட்டம் ஒழுங்கைச் சீர்குலைக்கலாம் என்ற யூகத்தின் அடிப்படையின் எழுதப்படும் எந்தவொரு சட்டத்தாலும் கருத்துச் சுதந்திரத்தை முடக்கவோ, ஓர் அச்சுப் பதிப்பைத் தடை செய்யவோ அல்லது தணிக்கை செய்யவோ முடியாது. நாட்டின் பாதுகாப்புக்கு மிகக் கடுமையான அபாயம் ஏற்படும் நெருக்கடியில் மட்டும்தான் பேச்சுச் சுதந்திரத்தின் மீதான கட்டுப்பாடுகளை நியாயப்படுத்த முடியும்.

இந்த இரு தீர்ப்புகளும் வரலாற்று முக்கியத்துவம் வாய்ந்தன. பொதுப் பாதுகாப்புக்குத் தீங்கு செய்கின்றன எனும் காரணத்தைக் காட்டி தனிநபர் ஒருவரின் எண்ணங்களையும் ஊடகங்களின் கருத்துக்களையும் கட்டுப்படுத்த முடியாது என்று அந்தத் தீர்ப்புகள் இரண்டும் பிரகடனம் செய்து கொண்டிருந்தன. உச்சநீதிமன்றத் தீர்ப்பிலிருந்து சில வரிகள்:

> 'பேச்சுரிமை மற்றும் கருத்துரிமையைச் சட்ட ரீதியாகக் கட்டுப்படுத்தும் காரணிகள் மிகக் குறுகிய, கடுமையான வரம்புகளுக்குள் அமைக்கப்பட்டுள்ளதால், பேச்சுச் சுதந்திரமும் கருத்துச் சுதந்திரமும் ஜனநாயக அமைப்புகளுக்கு அடிப்படை என்பதை சந்தேகத்துக்கு இடமின்றி உணரமுடிகிறது. சுதந்திரமான அரசியல் கலந்துரையாடல் இல்லாமல், மக்களால் தேர்ந்தெடுக்கப்பட்ட ஓர் அரசாங்கத்தின் நியாயமான செயல்பாடுகளுக்கு மிகவும் அவசியமான பொது விழிப்புணர்வு என்பது சாத்தியமேயில்லை.'[79]

கருத்துச் சுதந்திரத்தைக் கட்டுப்படுத்தவும், விமர்சனக் குரல்களை அடக்கி ஒடுக்கவும், அவர்கள் எழுதிய அரசமைப்புச் சட்டத்தை அவர்களே வளைக்கவும் அரசாங்கம் எடுத்த அத்தனை முயற்சிகளுக்கும் உச்சநீதிமன்றத்தின் அந்த இரு தீர்ப்புகள் சம்மட்டி அடி கொடுத்தன. நொந்துபோன படேல், பத்திரிகைகளை அதட்டி ஒழுங்குமுறைப்படுத்துவதற்கான சட்டங்களின் அஸ்திவாரமே ஆட்டம் கண்டுவிட்டதாக நேருவுக்கு எழுதினார். தேசத்துரோகம் இனிமேல் குற்றமில்லை.[80]

இம்மோதலில், தனிமனிதச் சுதந்திரத்துக்கும் சிவில் உரிமைகளுக்கும் தனது தீர்க்கமான ஆதரவைத் தந்தது உச்சநீதிமன்றம். தேசப்பாதுகாப்பும் பொதுப் பாதுகாப்பும் கிட்டத்தட்ட ஒன்றுதான் என அரசாங்கம்

வாதிட்டதைக் உச்சநீதிமன்றம் கண்டுகொள்ளவில்லை. அல்லது, அது போன்ற மோசமான விமர்சனங்களால் சட்டம் ஒழுங்கு கடுமையாகப் பாதிக்கும் என்று ஒப்பாரி வைத்ததையும். பத்திரிகைச் சுதந்திரத்தைக் காப்பாற்றியதற்காக அந்தத் தீர்ப்புகளை நாடே கொண்டாடியது. 'நாட்டின் பாதுகாப்புக்குக் கேடு செய்தாலொழிய, அரசாங்கத்தை விமர்சிப்பது, அதன் மேல் அதிருப்தியை உண்டாக்குவது, கசப்புணர்வை வளர்ப்பது போன்ற காரணங்களுக்காக பத்திரிகைச் சுதந்திரத்தை நசுக்குவதை நியாயப்படுத்த முடியாது.'[81] என்று ஒரு நாளிதழ் அச்சடித்தது. கொடுமையான அந்தப் பொதுப் பாதுகாப்புச் சட்டங்கள் ஒழிந்தன.

அரசாங்கங்களுக்கு, மாகாணங்களிலும் சரி டில்லியிலும் சரி, அது அவமானகரமான தோல்வி. எதிர்ப்பாளர்களுக்கு - எதிர்க்கட்சி தலைவர்கள், எழுத்தாளர்கள், கருத்தாளர்கள், அறிஞர்கள் - அரசாங்கத்தின் எதேச்சதிராத்துக்குக் கடிவாளம் போட்டதில் கிடைத்த மாபெரும் வெற்றி. பொதுஒழுங்குக்குப் பங்கம் விளைவிக்கிறது என்று குருட்டாம்போக்கான சாக்குசொல்லி காங்கிரஸ் கட்சியை விமர்சிக்கும் பத்திரிகைகளை இனிமேல் தடைசெய்ய முடியாது. தணிக்கை என்ற போர்வையில் எதிர்ப்புக் குரல்களை இனிமேல் நசுக்கவும் முடியாது. அவ்வளவு ஏன், இதற்கென தனிச்சட்டம் போடும் யோசனைகூட இனிமேல் தோன்றமுடியாது. நாட்டின் பாதுகாப்பைக் கடுமையாக பாதிக்கும் விஷயங்களைத் தவிர இனிமேல் வேறெதுவும் வேலைக்கு ஆகாது.

அரசியல் நிர்ணய சபையில், நேருவையும் சர்தார் படேலையும் 'தனிமனித சுதந்திரத்தின் பாதுகாவலர்கள்' என்று எல்லோரும் புகழ்ந்தார்கள். அவர்கள் தலைமையில் நடந்த அரசாங்கம் - நம்முடைய அரசாங்கம் - சிவில் உரிமைகளுக்கு மிகப்பெரிய அரண் என்று நம்பினார்கள். ஆனால் அரசமைப்புச் சட்டம் அமலுக்கு வந்து நான்கு மாதங்களுக்குள், அந்தப் 'பாதுகாவலர்களி'ன் சுயரூபம் வெட்டவெளிச்சமாகிவிட்டது. மேலே பூசிக்கொண்டிருந்த ஜனநாயகச் சாயம் வெளுக்க வெளுக்க உள்ளே பதுங்கிக் கொண்டிருந்த சர்வாதிகாரச் சுபாவம் பட்டவர்த்தனமாகிவிட்டது. கடந்தகால பிரிட்டிஷ் காலனி ஆட்சியையும் பிறகு வந்த சுதந்திர அரசாங்கத்தையும் பிரித்துக் காட்டும் கோடு, அரசமைப்புச் சட்டத்தை எழுதியவர்கள் எதிர்பார்த்திருந்ததை விட, தெளிவில்லாமல் இருந்தது. அடிப்படை உரிமைகள் குறித்த ஆட்சியாளர்களின் பார்வை, நினைத்ததைவிடக் குழப்பமாக இருந்தது. பழைய பிரிட்டிஷ் ஆட்சிக்கும் புதிய இந்தியாவின் குடியரசுக்கும் உள்ள ஒற்றுமை

வேற்றுமைகளை அதிகாரத்தின் உச்சியில் இருந்தவர்கள் இன்னமும் புரிந்து கொள்ளவில்லை.

ஆனாலும், ஜெயபிரகாஷ் நாராயண் சொன்னது போல, பிரச்சினைக்கு வெறுமனே அரசாங்கத்தின் எதேச்சதிகாரப் போக்கு மட்டுமே காரணமில்லை. சுதந்திரம் என்றால் அது நாட்டின் சுதந்திரம் மட்டும்தான், பொதுஉரிமைகளுக்கும் அதற்கும் எந்தவிதத் தொடர்பும் இல்லை என்று நினைத்துக் கொண்டிருக்கும் சாமானியர்களின், இன்னும் சொல்லப் போனால், அவர்களுடைய தலைவர்களின் அறியாமைதான் மூலகாரணம்.[82] 1. மிக விரிவான, தெளிவான, முற்போக்கான அரசமைப்புச் சட்டம், 2. எதற்கும் சமரசம் செய்து கொள்ளாத ஆதிக்க அரசு, 3. அடிப்படை உரிமைகளைக் கண்டுகொள்ளாத ஓர் ஆளும் கட்சி என இந்த மும்முனை முரண்பாட்டைத் தீர்க்க வழியில்லாததால் மற்றொரு மோதல் தவிர்க்க இயலாததாகிவிட்டது. டெல்லியில் ஒரு பஞ்சாயத்து ஓய்ந்த நிலையில், இன்னொரு பஞ்சாயத்து, அதைவிடக் கொஞ்சம் தீவிரமான பஞ்சாயத்து, உத்திரப் பிரதேசத்திலும் பீகாரிலும் கிளம்பிக் கொண்டிருந்தது. சொத்துரிமை தொடர்பான வில்லங்கம் அது. நிலச்சீர்திருத்தம் தொடர்பான காங்கிரஸ் கட்சியின் கொள்கை சார்ந்த மோதல். அரசாங்கத்தின் தூண்களையே அசைத்துப் பார்த்த நிலஅதிர்வு. நிர்வாகத்தின் அடிப்படையையேப் புரட்டிப் போட்ட புயல்.

2

மக்கள் காத்திருப்பார்களா?

எல்லாம் தயார்

1949இல், ஜமீன்தார்களின் நிலபுலங்களையும் சொத்துபத்துகளையும் கையகப்படுத்துவதற்கு ஏதுவாக, ஜமீன்தார்முறை ஒழிப்பு மற்றும் நிலச்சீர்திருத்தம் தொடர்பான சட்டங்களை உருவாக்குகின்ற கடினமான வேலையில் குதிப்பதற்கு முன்னால், எப்படியும் இந்திய அரசமைப்புச் சட்டம் நடைமுறைக்கு வந்தவுடன் அந்தப் பண்ணையார்கள் ஒழியத்தானே போகிறார்கள் என்ற எதிர்பார்ப்பிலோ என்னவோ, ஜமீன்தார்களின் தோட்டம்துறவுகளை அரசாங்கமே நிர்வகிக்க அனுமதியளிக்கும் சொத்து மேலாண்மை மற்றும் குத்தகைச் சட்டத்தை பீகார் சட்டமன்றம் நிறைவேற்றியது. எல்லாம் இறுதியானதும், ஜமீன்தார்களின் நிலங்களை அரசாங்கம் நிர்வகித்து, அதிலிருந்து கிடைக்கும் வருமானத்தில் எண்பது சதவீதத்தை எடுத்துக்கொண்டு மீதி இருபது சதவீதத்தை உரிமையாளர்களுக்குக் கொடுக்கும்.

1930களிலிருந்தே காங்கிரஸ் கொள்கைகளில் நிலச்சீர்திருத்தம் ஊறிப்போயிருந்தது. சமூக முன்னேற்றத்துக்கான காங்கிரஸ் திட்டங்களின் அச்சாணியே அதுதான். ஜமீன்தார்முறையை ஒழித்துவிட்டு அவர்களின் நிலங்களை எளியவர்களுக்குப் பங்கிட்டுக் கொடுப்பது புதிய இந்தியாவின் மிகப்பெரிய சமூகச்சீர்திருத்தமாக இருக்கப்போகிறது. பண்ணையார்களின் அதிகாரத்தை உடைத்து அதே சமயம் அவர்களின் முதலாளித்துவத்துக்கும் குறைவைக்காமல், ஒரு சமத்துவ கிராம சமுதாயத்தை உருவாக்கி அதன்மூலம் புதிய கிராமப்புற இந்தியாவைக் கட்டமைக்கப்போகும் ஒரு மாபெரும் சமூகப்பொருளாதாரப் புரட்சி ஏற்படப்போகிறது - காங்கிரஸ் ஆசைப்பட்டது மாதிரி. 1949இன் கடைசியில், அதாவது அரசமைப்புச் சட்டம் முறையாக அமலுக்கு வருவதற்கு முன்பு, எங்கோ ஒரு மூலையிலிருக்கும் ஹசாரிபாக்[1] மாவட்டத்தில் அந்த முதல் தோட்டா வெடித்தபோதே பெரும்பாலான மாநிலங்கள் நிலச்சீர்திருத்தம்

மூட்டப்போகும் அரசியல் போருக்கு ஏற்கனவே தயாராகியிருந்தன. ஹசாரிபாக்கில் அப்பாவியாக ஆரம்பித்த அந்தச் சம்பவம்தான் இந்தியக் குடியரசையே உலுக்கியெடுத்த சட்டப்போராட்டத்தின் மையப்புள்ளி.

ஹசாரிபாக்கில், பாரம்பரியப் பெருமை கொண்ட ராம்கர் சமஸ்தானத்துக்கு ஒரு ராஜா இருந்தார். காமாக்ய நாராயண் சிங். மிகவும் துணிச்சல்காரர். பிற்கால சுதந்திரா கட்சியின் முக்கியத் தலைவரும், மத்திய அமைச்சருமான அவர்தான் இந்தியாவிலேயே தேர்தல் பிரச்சாரத்துக்காக ஹெலிகாப்டரைப் பயன்படுத்திய முதல் நபர். ஒரு சுபயோக சுபதினத்தில் அவருக்குத் துணை ஆணையரிடமிருந்து கடிதம் ஒன்று வந்தது. என்னவென்று? அவருடைய மொத்த நிலங்களையும், பண்ணைகளையும், தோட்டங்களையும், மேற்படி வேலையாட்கள் எல்லோரையும் நிர்வகிக்கும் அதிகாரம் அவரிடமிருந்து பறிக்கப்படப்போகிறது என்று.[2] உடனே அந்த ராஜா ஹசாரிபாக் மாவட்ட நீதிமன்றத்தில் வழக்கு தொடுத்து, ராம்கர் நிலங்களின் நிர்வாகத்தை அரசு எடுத்துக்கொள்வதைத் தடுக்கும் தடையுத்தரவை வாங்கி வைத்துக்கொண்டார்.[3] இருந்தாலும், துணை ஆணையர் அந்த நீதிமன்ற உத்தரவைச் சட்டைசெய்யவில்லை. நீதிமன்றத்தை அப்பட்டமாக அவமதிக்கும் வகையில் இனிமேல் மக்கள் யாரும் ராஜாவுக்கு வரி, திரை, வட்டி, வாடகை என எதுவும் தரத்தேவையில்லை என்று மாவட்டம் முழுக்கத் தண்டோரா போடவைத்தார்.

நீதிமன்ற உத்தரவைப் பகிரங்கமாக மீறியதால் திகைத்துப்போன பாட்னா உயர்நீதிமன்றம், ஜனவரி 1950இல் கீழமை நீதிமன்றத்தின் உத்தரவை மதிக்காத துணை ஆணையர் மீதும், அவருடைய சகாக்கள் மீதும் ஏன் நீதிமன்ற அவமதிப்பு வழக்கு போடக்கூடாது என்று மாநில அரசுக்கு விளக்கம் கேட்டு உத்தரவிட்டது.[4] இந்தக் கடுமையான வார்த்தைகளால் புண்பட்டு, தர்மசங்கடத்துக்கு ஆளான பீகார் அரசு, அவசரஅவசரமாக கீழமை நீதிமன்றத்தின் தடையுத்தரவை எதிர்த்து உயர்நீதிமன்றத்தில் மேல்முறையீடு செய்தது. ஆனால் பிப்ரவரி 1950இல் அதைத் தள்ளுபடி செய்த பாட்னா உயர்நீதிமன்றம், ஜமீன்தார்களின் சொத்துக்களைக் கையகப்படுத்துவதற்கான தடையை நீட்டித்துத் தீர்ப்பு கொடுத்தது.[5] இதற்கிடையே, புதிய அரசமைப்புச் சட்டமும் நடைமுறைக்கு வர, தர்பங்காவைச் சேர்ந்த பீகாரின் மிகப்பிரபலமான ஜமீன்தாரும், புதிய அரசமைப்பை எழுதியவர்களுள் ஒருவரும் மற்றும் நாடாளுமன்ற உறுப்பினருமான மகாராஜா சர் காமேஷ்வர் சிங்[6] தொடுத்திருந்த வேறொரு தனி

வழக்கில், அந்த ஒட்டுமொத்தச் சொத்து மேலாண்மை மற்றும் குத்தகைச் சட்டங்களும் அரசமைப்புச் சட்டத்தின்படி செல்லுமா செல்லாதா என்ற ஆய்வுக்கு உயர்நீதிமன்றம் எடுத்துக்கொள்ள, பீகார் அரசுக்குக் கிலி பிடித்துக்கொண்டது.

அதேநேரம் டெல்லியில், மார்ச் மாதத்து நாட்கள் ஒவ்வொன்றும் ஏப்ரலில் கரைந்துகொண்டிருக்க, ஏற்கனவே ஏகப்பட்ட கவலையில் இருந்த பிரதமரின் கவனத்தை வங்காளத்தில் ஓயாது நடக்கும் வகுப்புக் கலவரங்கள் தொடர்ந்து தின்றுகொண்டிருந்தன.[7] இன்னும் இரண்டு மூன்று மாதங்களுக்கு இதே கதிதான். அமைச்சரவைக் கூட்டங்களிலும், நாடாளுமன்ற உறுப்பினர்களின் ஆலோசனைக் கூட்டங்களிலும் வங்காளம் மற்றும் பாகிஸ்தான் விஷயங்களில் 'ஆழமாக யோசித்து தீர்க்கமான, உறுதியான முடிவை'[8] எடுக்கவேண்டுமென்று தனிப்பட்ட முறையில் சர்தார் படேல் வற்புறுத்தி வந்தது நேருவை இன்னமும் கடுப்பேற்றியது. பாகிஸ்தானுடன் மோதலை விரும்பியவர்களுக்கு (அதாவது ஆர். எஸ். எஸ் மற்றும் இந்து மகாசபை போன்றவர்களுக்கு) படேலின் நடவடிக்கைகள் துணை செய்ததாக அவர் நினைத்தார். ஒருபக்கம் எதிர்க்கட்சிகள் மிரட்ட, இன்னொரு பக்கம் பத்திரிகைகள் நையாண்டி செய்ய,[9] இது போதாதென்று பக்கபலமாக இருக்கவேண்டிய துணைப் பிரதமரிடம் மதிக்காத தோரணை தெரிய, தன்னைச் சுற்றிலும் பிரச்சினைகள் வேலி கட்டியது போல நேரு உணர்ந்தார். ஆர்கனைஸருக்கு எதிரான தணிக்கை உத்தரவாலும், நிலைமையைக் கட்டுக்குள் வைக்க உள்துறை அமைச்சகம் எடுத்த அடுத்தடுத்த நடவடிக்கைகளாலும் திருப்தியடையாத பிரதமர், தனது உள்துறை அமைச்சருக்குக் காட்டமாக எழுதினார்:

> *'இந்தியாவில் பிரிவினருக்கு இடையே பகை, வன்முறை போன்ற வகுப்புவாத உணர்வுகளை ஊக்குவிப்பவர்களிடம் நாம் அளவுக்கு மீறி மென்மையாக நடந்துகொள்கிறோம் என நினைக்கிறேன். இந்து மகாசபை அகண்ட பாரதம் என்று பேசிக்கொண்டிருப்பது நேரடியாக மோதலுக்கு வழிவகுத்துவிடும்... பாகிஸ்தானை அல்லது பாகிஸ்தானில் நடப்பதைச் சமாளிக்கத் திருப்பித் தாக்குவதுதான் சரியான வழி என்ற எண்ணம் வலுத்துக் கொண்டிருக்கிறது. அந்த வழி வெகுநிச்சயமாக இந்தியாவையும் பாகிஸ்தானையும் அழித்துவிடும்.'*[10]

தனக்குள் சந்தேகங்கள் இருந்தாலும் இந்த விஷயத்தில் நேருவின் முடிவுக்குத் தன்னை முழுவதுமாக ஒப்புக்கொடுத்திருந்த படேல்,

அதிர்ச்சியடைந்தார். 'நம்முடைய சட்ட ஆலோசகர்களும், உயர்நீதிமன்றங்களும் சொல்லியிருக்கும் சட்டத்தின் விதிகளுக்கு உட்பட்டுதான் நமது நடவடிக்கைகள் அமைந்திருக்கின்றன,' என்று பதிலளித்தார். 'நாம் ஆயிரக்கணக்கானவர்களைச் சிறையில் தள்ளி பொதுஉரிமைகள் என்கிற வகையில் தொடர்ந்து தாக்கப்பட்டால் மட்டுமே அவர்களை விடுவிக்க வேண்டும் என்ற நிலையை கடைபிடித்தோம்,'[11] என்று ஈவிரக்கம் பார்க்காமல் குத்திக்காட்டினார் அவர்:

> *'அடிப்படை உரிமைகளைப் பாதுகாக்கின்ற அரசமைப்புச் சட்டம் இப்போது நமக்கு முன்னால் இருக்கிறது - ஒன்றிணையும் உரிமை, நினைத்த இடத்துக்குச் சுதந்திரமாகச் சென்றுவரும் உரிமை, கருத்துரிமை, தனிமனித சுதந்திரம் என நம் நடவடிக்கைகளை அவை மேலும் மேலும் கட்டுப்படுத்துகின்றன. நிர்வாகரீதியான நடவடிக்கைள் ஒவ்வொன்றும் சட்டத்துக்கு உட்பட்டிருக்க வேண்டும் என்பதே இதன் அர்த்தம். இந்த வரம்புகளுக்கு உட்பட்டிருக்கும், வகுப்புவாத அமைப்புகளின் மீதான நமது அணுகுமுறை மென்மையாக இருக்கிறது என்று நீங்கள் நினைத்தால், நிச்சயமாக நீங்கள் பரிந்துரைக்கும் விதத்தில் நடவடிக்கைகள் எடுக்கப்படும்.'*[12]

எதுவாக இருந்தாலும் வெட்டு ஒன்று துண்டு இரண்டு என்று போட்டு உடைக்கும் மனிதரிடமிருந்து, அதுவும் நேருவின் மிக மூத்த, மிக நெருங்கிய கூட்டாளியிடமிருந்து வந்த இவ்வார்த்தைகள் அப்பட்டமான அவமதிப்பு என்பதைத் தவிர வேறில்லை. ஆட்சி அதிகாரத்துக்கு இருக்கும் சட்ட வரம்புகள் நேருவுக்குத் தெரியாது என சர்தார் நம்பினாரா? அல்லது தனது விருப்பங்களுக்குத் தடையாக இருக்கும் பட்சத்தில் அந்த வரம்புகளை அழிக்கவும் பிரதமர் தயாராக இருப்பதாக அவர் நினைத்தாரா? உறுதியான பதில் இல்லை. அரசமைப்புச் சட்டம் விதித்திருந்த கட்டுப்பாடுகளை நேரு மதிக்கவில்லை என்று படேலுக்கு உள்ளூர சந்தேகம் இருந்ததா இல்லையா என்பது வேறொரு தனி விவாதம்; முழுக்க யூகத்தின் அடிப்படையிலான விவாதம் அது. ஆனால் ஒன்று மட்டும் நிச்சயம்: அரசமைப்புச் சட்ட வரம்புகளை வளைக்க முயற்சித்ததற்காகவும், அடிப்படை உரிமைகளை அலட்சியப்படுத்தியதற்காகவும், படேல் தனது பிரதமரைக் கண்டித்தார். இதை மறுக்கவே முடியாது. படேல் மாதிரியான ஒரு ராஜதந்திரிக்கு, நேருவின் எண்ண ஓட்டங்கள் தெளிவாகத் தெரிந்திருக்கின்றன. அதன் அடிப்படையிலேயே பிரதமருக்கான அவரின் அறிவுரை அமைந்திருக்கிறது. அவரொன்றும்

தனிமனிதச் சுதந்திரத்தின் பாதுகாவலராக இல்லாமல் போயிருக்கலாம் - ஒருமுறை அரசமைப்புச் சட்டத்தில் உள்ள அடிப்படை உரிமைகளை 'அளவுக்கு மீறிய லட்சியவாதத்தின் விளைவு'[13] என்று கூட அவர் முத்திரை குத்தியிருக்கலாம் - ஆனால் எல்லோரும் அரசமைப்புச் சட்டத்தோடு விளையாடிக் கொண்டிருந்தார்கள் என்பதில் அந்த உள்துறை அமைச்சர் தெளிவாக இருந்தார்; எச்சரிக்கையாக இருந்தார்.

நேருவின் மனதில் என்ன இருந்தது? இதை அவர் எப்படி எதிர்கொண்டார்? நம்மால் எப்போதுமே அறிந்துகொள்ள முடியாது. ஆனால் அரசமைப்புச் சட்டத்தின் அடிப்படைகளைச் சர்தார் படேல் தனது தலைவருக்குச் சொல்லித்தர முயற்சித்தது ஒரேயொரு விஷயத்தைத் தெளிவுபடுத்துகிறது: அரசமைப்புச் சட்டம் விதித்த கட்டுப்பாடுகளால் வெறுப்பான பிரதமர், தனது அரசியல் நோக்கங்களுக்காக அவற்றைத் தூக்கியெறியவும் தயாராக இருந்தார். சர்தாரின் அந்த நக்கலான தொனி, அரசமைப்புச் சட்டத்துக்குப் புறம்பான செயல்களைப் பற்றிய அந்தச் சூசகம், என்னவோ அரசமைப்புச் சட்டத்தின் மிகமிக அடிப்படையான சித்தாந்தங்கள் கூட நேருவுக்குத் தெரியாதது போன்ற தோற்றத்தை உருவாக்குகிற அந்த நையாண்டி, முகத்தில் அடித்தது போன்ற அந்தப் பதில் எல்லாம் சேர்ந்துகொண்டு பிரதமருக்கும், அதன்படி நடப்பதாகச் சமீபத்தில் அவர் உறுதிகொடுத்திருந்த அரசமைப்புச் சட்டத்துக்கும் இடையே நிலவிய முட்டல் மோதல்களின் ஆரம்ப அறிகுறிகளை வெளிச்சம் போட்டுக்காட்டின.

சில வாரங்கள் கழித்து, மேற்குவங்காளப் பத்திரிகைகள் பற்றி அண்டை நாடான பாகிஸ்தான் புகார் வாசிக்க,[14] ஜனநாயகத்தின் அந்த நான்காவது தூணை இழுத்துப் பிடிக்கத் தேவையான அத்தனை முயற்சிகளும் மேற்கொள்ளப்பட்டு வருவதாகப் பாகிஸ்தான் அரசாங்கத்துக்கு உறுதியளித்த போது, நேருவே இவ்விவகாரம் தொடர்பான தனது நிலைப்பாட்டுக்கு சமிக்ஞை காட்டினார். 'மேற்கு வங்காளத்தில் உள்ள சில பத்திரிகைகள் இன்னமும் விரும்பத்தகாத முறையில் தொடர்ந்து எழுதிவருவதை நான் முழுமையாக ஒப்புக்கொள்கிறேன்,' என்று பாகிஸ்தான் வெளியுறவு அமைச்சர் ஜஃபாருல்லா கானுக்கு அவர் எழுதினார். '...ஆனால் பத்திரிகைகளுக்கு எதிராக எடுக்கப்பட்ட பல்வேறு நடவடிக்கைகளை, எங்களுடைய புதிய அரசமைப்புச் சட்டத்தின் காரணமாக, முன்புபோல இப்போது நீதிமன்றங்கள் அனுமதிக்காத சிரமத்தையும் நாங்கள் எதிர்கொள்ள வேண்டியிருக்கிறது.'[15]

அதிர்ச்சிகரமான இந்த ஒப்புதல் வாக்குமூலம் அரசமைப்புச் சட்ட வரம்புகளைச் சகிக்காத நேருவின் பொறுமையின்மையை, தனிப்பட்ட முறையில் நேருவின் மேல் சர்தார் கொண்டிருந்த சந்தேகங்களை ஊர்ஜிதப்படுத்தியது. நேரு இதை எப்படி எதிர்கொள்ளப்போகிறார்? காலம்தான் பதில் சொல்லவேண்டும். பேச்சுரிமை தொடர்பான பிரச்சினைகளுக்கு இடையே, நிர்வாகத்தின் மீதான அரசமைப்புச் சட்ட நெருக்கடிகளுக்கு நடுவே, தனது அதிகாரத்தின் மேல் விதிக்கப்பட்ட கட்டுப்பாடுகளால் கடுப்பான அரசாங்கத்தின் தலையில் உச்சநீதிமன்றம் குட்டிய எரிச்சல் அடங்குவதற்குள், ஜமீன்தார்முறை ஒழிப்பு மற்றும் நிலச்சீர்திருத்த மசோதாக்களை உத்திரப்பிரதேசச் சட்டமன்றமும் பீகார் சட்டமன்றமும் அறிமுகப்படுத்த, உச்சபட்ச மோதலுக்குத் தயாராக மாநில அரசாங்கங்களும் ஜமீன்தார்களும் முஷ்டியை மடக்கிக் கொண்டிருந்தார்கள்.

ராஜ யுத்தம் !

ஏப்ரல் 1, 1950. 'மாண்புமிகு உறுப்பினர் கொண்டுவந்த சட்டத்திருத்தம் ஏற்கப்பட்டால் நிலச்சீர்திருத்தம் தொடர்பான நிச்சயமற்ற நிலையை மட்டுமே அது மேலும் நீட்டிக்கும்,' என்று சட்டசபையில் அறிவித்தார் வருவாய்த்துறை அமைச்சர் ஹுக்கம் சிங். எவ்வளவு சீக்கிரம் முடியுமோ அவ்வளவு சீக்கிரம் ஜமீன்தார்முறை ஒழிப்புச் சட்டமசோதாவை நிறைவேற்றுவது அரசாங்கத்தின் குறிக்கோள் என்றார் அவர்.[16] எதிர்க்கட்சி வரிசையில், ஜனநாயகக் கட்சியைச் சேர்ந்த ராஜா வீரேந்திர ஷாஹி என்ற உறுப்பினர் உ.பி ஜமீன்தாரி மற்றும் நிலச்சீர்திருத்த மசோதாவில் கொண்டுவந்திருந்த அந்தச் சட்டத்திருத்தத்தைப் பற்றிதான் மேற்கண்ட பேச்சு ஓடியது. ஜமீன்தார்களின் சொத்துக்கள் அரசிடம் ஒப்படைக்கப்படுவதற்கு முன்பே அவர்களுக்கு உண்டான இழப்பீட்டுத் தொகை பற்றிய மதிப்பீடு வெளிப்படையாகத் தெரியவேண்டும். இதுதான் எதிர்க்கட்சிகள் கோரிய சட்டத்திருத்தம். ஆனால் வாக்கெடுப்பில் அந்தச் சட்டத்திருத்தம் தோற்கடிக்கப்பட்டது. எதிர்வரும் நவம்பரில் முதல் தேர்தல் வரவிருந்தது. மக்களிடம் ஓட்டு கேட்பதற்கு முன்பாகவே அந்த மசோதாவை நிறைவேற்றிவிட்டு சூட்டோடு சூடாக நிலச்சீர்திருத்த நடவடிக்கைகளையும் ஆரம்பித்து வைத்துவிட வேண்டும் என்று உத்திரப்பிரதேச அரசாங்கம் துடித்துக் கொண்டிருந்தது

- பீகாரிலிருக்கும் அரசாங்கத்தை மாதிரியே, பொதுவில் காங்கிரஸ் மாதிரியே.

இருந்தாலும், இந்த விவகாரத்தில் உத்திரப்பிரதேசம் மற்றும் பீகார் அரசாங்கங்களின் அணுகுமுறைகளில் பெரிய வித்தியாசம் எதுவும் இருந்திருக்கவில்லை. உத்திரப்பிரதேசத்தில் ஜமீன்தார்முறை ஒழிப்புக் குழுவின் அறிக்கையைப் படித்து முடித்தவுடன், முதலமைச்சர் கோவிந்த் வல்லப பந்த்தும் வருவாய்த்துறை அமைச்சர் ஹுக்கம் சிங்கும் ஜமீன்தார்களின் நிலங்களைக் கையகப்படுத்தி, அதன் பிறகு மேற்கொள்ள வேண்டிய மறுகட்டமைப்பு நடவடிக்கைகளுக்கு உதவும் வகையில் மிக விரிவான ஒரு திட்டத்தைக் கையில் வைத்திருந்தார்கள். 344 உட்பிரிவுகளைக் கொண்டிருந்த அந்த பிரம்மாண்ட நிலச்சீர்திருத்த மசோதா வரப்போகும் சட்டச்சிக்கல்களை முன்கூட்டியே சமாளித்து, அரசமைப்புச் சட்டத்தில் சொல்லப்பட்டிருக்கிற சொத்துரிமைக்கும் பாதிப்பு ஏற்படுத்தாமல், இரண்டு தரப்புக்கும் நியாயமான, ஓரளவுக்குத் தேவலாம் போன்ற சமரச ஒப்பந்தத்துக்கு வழி செய்கிற வகையில், அனைத்து ஜமீன்தார்களுக்கும் சமச்சீரான இழப்பீட்டு விகிதங்கள் வழங்குதல், குட்டிக் குட்டி ஜமீன்தார்களுக்கு மறுவாழ்வு மானியம் அளித்தல் போன்ற அம்சங்களைக் கொண்டிருந்தது. சட்டத்தில் ஏற்படக்கூடிய எல்லா ஓட்டைகளையும் அடைத்துவிட்டு, அமைதியான முறையில் யாருக்கும் எந்தப் பிரச்சினையும் இல்லாமல் ஜமீன் வழக்கத்தை வழியனுப்பி வைக்கவேண்டும் என்பதில் அவர்கள் நம்பிக்கை கொண்டிருந்தார்கள்.

மறுபுறம், சமூகச்சீர்திருத்தங்களின் பாசறையான, பல பெரிய ஜமீன்களின் நிலபுலங்களை ஏற்கனவே வாயில் போட்டுக்கொண்டிருந்த பீகாரில், வெறும் சுமார் 40 உட்பிரிவுகளை மட்டுமே கொண்டு, உத்திரப்பிரதேசத்தைவிடக் கால்பாகம் கூட இல்லாத அந்த நிலச்சீர்திருத்த மசோதா, ஜமீன்தார்கள் வைத்திருந்த நிலங்களுக்கு ஒழுங்கற்ற இழப்பீட்டுத் தொகையைத் தன்னிச்சையாகக் குறைத்து வழங்கி அரசமைப்புச் சட்டம் என்ற கயிற்றின் மேல் தடுக்குவதற்கு நேரம் பார்த்து தள்ளாடிக் கொண்டிருந்தது. இந்த விவகாரத்தில் உத்திரப்பிரதேசத்தை முந்திக்கொண்ட பீகாரின் வருவாய்த்துறை அமைச்சர் கே.பி. சஹாய் (இவர் ஒரு தீவிர ஜமீன்-எதிர்ப்பாளர், முதலமைச்சர் பதவி மேல் ஆர்வம் அதிகம்), அந்தப் பண்ணையார் முறைக்குச் சமாதி கட்டிவிட்டு வரலாற்றில் தனக்கெனத் தனிஇடம் பிடிக்க ஆவலாக இருந்தார்.

உத்திரப்பிரதேசச் சட்டமன்றம் தனக்கே உரிய ஆரவார பாணியில் மசோதாவை விவாதித்தது. பெரும்பாலும் அதைக் கட்டுப்படுத்துவது

கடினம். ஏற்கனவே ஒவ்வொரு உட்பிரிவாக விவாதம் மெல்ல நகர்ந்துகொண்டிருக்க, சட்டமன்ற உறுப்பினர்களாக இருந்த ஜமீன்தார்கள் மேலும் மேலும் நீளமாகப் பேசி விவாதத்தை நீட்டி முழக்கித் தாமதிக்கும் உத்தியைப் பயன்படுத்துவதாகக் காங்கிரஸ் உறுப்பினர்களும், சோசியலிசக் கட்சியின் உறுப்பினர்களும் அவர்களை எச்சரித்தார்கள்.[17] ஒவ்வொரு உட்பிரிவுமே சர்ச்சையை உண்டாக்க, கருத்து வேறுபாடுகள் களைகட்டின. எல்லா எழுத்துகளையும் விடாமல் படித்து வார்த்தைக்கு வார்த்தை குற்றம் கண்டுபிடித்து வரிக்கு வரி திருத்தங்களைக் கூறிய எதிர்க்கட்சிகள் மட்டுமில்லாமல், ஜமீன்தார்களுக்குச் சாதமாகப் பல அம்சங்கள் இருப்பதாக அடிக்கடி குறைகூறிய சோசியலிச ஆதரவாளர்களும் பிரச்சினைகளைக் கிளப்பினார்கள். ஒவ்வொரு உட்பிரிவும் ஒவ்வொரு திருத்தமும் வாக்கெடுப்புக்கு விடப்பட்டது, பெரும்பாலும் அனல் பறந்த நீண்ட விவாதத்துக்குப் பிறகு. இது போதாதென்று, கட்சிக்குக் கட்டுப்படாத காங்கிரஸ் சட்டமன்ற உறுப்பினர்களில் சிலர் அவ்வப்போது கட்சியை மீறி வாக்களித்த வினோதங்களும் நடந்தன.

ஒரு வாரம் கூட ஆகவில்லை, அதற்குள்ளேயே காங்கிரஸ் உறுப்பினர்கள் எந்தளவுக்கு நொந்துபோயிருந்தால் எதிர்க்கட்சிகள் கொண்டுவரும் திருத்தங்களின் மீதான விவாதத்தில் பேசும் கால அவகாசத்தைப் பத்து நிமிடங்களாகக் குறைக்க வேண்டுமென்று கோரியிருப்பார்கள்.[18] ஆனாலும், இத்தனை தடங்கல்களைத் தாண்டியும், எதிர்க்கட்சிகள் தொடர்ந்து போராடிக்கொண்டுதான் இருந்தார்கள். ஒவ்வொரு விஷயமும் வைராக்கியத்தோடு வாதம் செய்யப்பட்டது. பிரபல பத்திரிகை ஒன்று ‘பிரச்சினையின் அவசரம் புரியாமல், மிக மெதுவாக ஊர்ந்து செல்லும் மந்தமான இயந்திரம்’[19] மாதிரி நீட்டி முழக்கிக் கொண்டிருப்பதாகப் பிற்காலத்தில் அந்த மசோதாவை விமர்சிக்கும் அளவுக்கு நத்தை வேகத்தில் எல்லோரின் பொறுமையையும் சோதித்துக் கொண்டிருந்தது அந்த விவாதம். ஏப்ரல் தேயத்தேய, நடப்புக் கூட்டத்தொடரில் வேலை முடியாமல் போகக்கூடிய சாத்தியத்தால் விசனமடைந்த காங்கிரஸ் உறுப்பினர்கள், மசோதா தொடர்பான விவாதத்துக்குக் காலஅளவை நிர்ணயிக்க வேண்டுமென்று போர்க்கொடி தூக்கினார்கள். இதற்கு அரசாங்கம் பரிந்துரைத்த முப்பது நாள் காலஅளவு அடுத்துவந்த பல நாட்களுக்குக் கொந்தளிப்பைக் கூட்ட, வாக்குவாதங்கள் உஷ்ணத்தைக் கிளப்ப - நடந்ததையெல்லாம் ‘ராஜ யுத்தம்’ என்று பத்திரிகைகள்[20] நக்கலடித்தது தனிக்கதை - அரசாங்கம், சபாநாயகரின்[21] உதவியோடு, ஏப்ரல் 25இல் அந்தத் தீர்மானத்தை வெற்றிகரமாக

நிறைவேற்றியபோது ஒருவழியாக நாற்பது நாட்கள்[22] எனப் பேரம் படிந்திருந்தது.

எதிர்பார்த்த மாதிரியே, ஜமீன்தார்களுக்கான இழப்பீட்டை எவ்வளவு கொடுப்பது, எப்படிக் கொடுப்பது, அதை எந்த வகையில் கொடுப்பது என்னும் கேள்விகளைச் சுற்றியே அந்த விவாதப்புயல் மையம் கொண்டிருந்தது. மே மாதவாக்கில், பண்ணையார்களுக்கு இழப்பீட்டுத் தொகை வழங்குவதை எதிர்த்த சோசியலிசக் கட்சியின் முயற்சிகள் தீவிர வாக்குவாதத்தைத் தூண்டினாலும், பாரம்பரியக் காங்கிரஸ் உறுப்பினர்கள் எதிர்க்கட்சி உறுப்பினர்களுடன் கைகோர்த்துக் கொண்டு சோசியலிசக் கட்சி கொண்டுவந்த திருத்தங்களை வாக்கெடுப்பில் தோற்கடித்ததால் அம்முயற்சிகள் அனைத்தும் முறியடிக்கப்பட்டன.[23] கூடுதல் இழப்பீட்டுத் தொகையை அடைய ஜமீன்தார்களின் தரப்பில் எடுத்த முயற்சிகளும் தோல்வியிலேயே முடிந்தன. தவிர்க்க முடியாத விஷயத்தை எப்படியாவது தள்ளிப்போட்டுவிட வேண்டுமென்று எதிர்க்கட்சிகள் திரும்பத் திரும்ப மசோதாவில் திருத்தங்களைக் கோருவதாக காங்கிரஸ் அமைச்சர்கள் அடிக்கடி அவர்களைக் கண்டித்தார்கள்.[24] அரசாங்கத்தின் கருவூலம் கிட்டத்தட்ட காலியாகியிருக்க, புதிதாக உருவாக்கப்பட்ட 'ஜமீன்தார்முறை ஒழிப்பு நிதி'க்கு எதிர்பார்த்ததை விட மிகக் குறைவாகவே நன்கொடைகள் வந்திருக்க, அரசாங்கத்துக்கும் காங்கிரஸ் தலைமைக்கும் இழப்பீடு குறித்த கவலைகள் தொற்றிக்கொண்டன.[25]

சட்டசபைக்கு வெளியே, அரசாங்கம் 'ஜமீன்தார்முறை ஒழிப்புப் பிரச்சாரக் குழு'வைச் சௌத்ரி சரண் சிங் (பிற்காலப் பிரதமர் இவர்; ஏறக்குறைய தன்னந்தனியாக உத்திரப்பிரதேசத்தில் காங்கிரஸ் ஆதிக்கத்தை உடைத்தவர்) தலைமையில் அமைத்தது. மக்களிடம் ஆதரவும், நிலங்களுக்குக்கான பட்டாவைப் பெற்றுக்கொள்ள 'ஜமீன்தார்முறை ஒழிப்பு நிதி'க்குப் பத்து மடங்கு குத்தகைத் தொகையையும் திரட்டுவது இதன் நோக்கம். சரண் சிங்கும், மற்ற மூத்த அமைச்சர்களும் உத்திரப்பிரதேசத்தின் இண்டு இடுக்குகளுக்கெல்லாம் சுற்றுப்பயணம் போய்க்கொண்டிருந்தார்கள். ஜமீன்தார்முறை ஒழிப்புத் திட்டத்தை மிகப்பெரிய வெற்றியாக்க மக்களிடம் உற்சாகத்தைத் தூண்டிக்கொண்டிருந்தார்கள்.[26] 'உத்திரப்பிரதேசத்தில் பண்ணையார்முறை எந்த வடிவத்திலிருந்தாலும் அது விரைவில் முடிவுக்கு வரும். ஜமீன்தார்களுக்கு இழப்பீடு வழங்கப்படும்,' என்று ஆரம்பகாலக் கூட்டம் ஒன்றில் கம்பீரகமாக முழங்கினார் அவர், 'ஆனால் இழப்பீட்டின் தன்மை, இழப்பீடு வழங்கப்படும்

நேரத்தைத் தீர்மானிக்க அரசாங்கத்துக்கு முழுச்சுதந்திரம் உண்டு.'[27] 'பணம்காசு உண்டோ இல்லையோ, பூமிதார்கள்[28] இருப்பார்களோ இருக்கமாட்டார்களோ, ஆனால் ஜமீன்தார்முறை மூட்டை முடிச்சுகளுடன் வெளியேற்றப்படும்,' என மற்ற மாநிலங்களில் பிற தலைவர்கள் கர்ஜித்தார்கள்.[29]

ஜமீன்தார்முறை ஒழிப்பு மற்றும் நிலச்சீர்திருத்தத் திட்டங்கள் பற்றி 'நாட்டிலுள்ள விவசாயிகளுக்கு எடுத்துச் சொல்ல' மிக விரிவான பிரச்சாரக் கூட்டங்களுக்கு ஏற்பாடு செய்யுமாறு மாகாணக் குழுக்களுக்கு காங்கிரஸ் தலைமை உத்தரவு போட்டது.[30] கட்டளைக்கு ஏற்றபடியே, கட்சியின் தலையாய சமூகத்திட்டமான இதை, இந்தியாவின் அரசியல் பொருளாதாரத்தையே மாற்றியமைக்கப்போகிற, சீர்திருத்தப்போகிற திட்டமான இதை மக்களிடம் கொண்டு சேர்ப்பதற்காக அமைப்பு ரீதியிலான தனது ராட்சச பலம் அத்தனையையும் காங்கிரஸ் பயன்படுத்தியது. காங்கிரஸ் தலைவர்கள், அதிகாரிகள் புடைசூழ ஆயிரக்கணக்கான பொதுக்கூட்டங்களை வடமாநிலங்கள் முழுக்க நடத்தினார்கள். உதாரணமாக மீரட்டில், அது போன்றதொரு பொதுக்கூட்டத்தில், நிலச்சீர்திருத்தத்துறை துணை ஆணையர் மற்றும் மாவட்ட நீதித்துறை நடுவர் ஆகியோர் மேடையில் இருக்க, 'நாடு சுதந்திரம் அடைந்ததற்கு இணையான புரட்சி ஜமீன்தார்முறை ஒழிப்புத் திட்டம்,'[31] என்று மாவட்ட காங்கிரஸ் தலைவர் ரகுபீர் சிங் மக்களிடம் முழங்கினார். கங்கைச் சமவெளியின் குறுக்கும் நெடுக்கும் இதே போன்ற முழக்கங்கள் எதிரொலிக்க, உத்திரப்பிரதேசத்தில் மே மற்றும் ஜூன் மாத காலத்தில் மட்டும், ஜமீன்தார்முறை ஒழிப்பு நிதி திரட்ட சுமார் 35,000 அதிகாரப்பூர்வ பொதுக்கூட்டங்கள் நடத்தப்பட்டன.[32]

இதற்கு நேரெதிராக, ஜமீன்தார்களால் ஏற்கனவே நீதிமன்றத்துக்கு இழுக்கப்பட்டு லோல்பட்டுக்கொண்டிருந்த பீகாரில், வெறும் நாற்பத்து-மூன்று உட்பிரிவுகள் மட்டுமே வைத்திருந்த அந்தப் புதிய நிலச்சீர்திருத்த மசோதா, சட்டமன்றத்தில் விறுவிறுவென நடைபோட்டது. பிப்ரவரியிலேயே சட்டமன்றத் தேர்வுக்குழுவின் ஒப்புதலைப் பெற்றிருந்த அந்த மசோதா, நிறைவேறும் தருவாயில் இருந்தது. ஏப்ரல் மத்திக்கெல்லாம், இருபதுக்கும் மேற்பட்ட உட்பிரிவுகள் விவாதம் செய்யப்பட்டு நிறைவேறியிருந்தன, இழப்பீடுகளை மதிப்பிடும் சர்ச்சைக்குரிய சட்டப்பிரிவு உட்பட.[33] அடுத்த வாரத்துக்குள், இழப்பீட்டு விகிதம் தொடர்பான மற்றொரு வில்லங்க சட்டப்பிரிவு-24ஐயும் சேர்த்து, இன்னும் எட்டு உட்பிரிவுகள் நிறைவேற்றப்பட்டிருந்தன. சட்டப்பிரிவின் 24இன்

படி, '1 லட்சத்துக்கும் அதிகமாக இருக்கும் நிகர வருமானத்தின் 3 மடங்கிலிருந்து 500 ரூபாய்க்கும் அதிகமாக இருக்கும் நிகர வருமானத்தின் 20 மடங்கு வரை நிலக்கிழார்களுக்கான இழப்பீட்டு விகிதம் இருக்கும்.'[34] மூன்று நாள் விவாதம். பிறகு, நிலச்சீர்திருத்த மசோதா பீகார் சட்டமன்றத்தால் நிறைவேற்றப்பட்டது என்றும் வெகு சீக்கிரத்திலேயே அது குடியரசுத் தலைவரின் ஒப்புதலுக்காக அனுப்பிவைக்கப்படும் என்றும் ஏப்ரல் 23 அன்று ஹிந்துஸ்தான் டைம்ஸ் வெற்றிகரமாகச் செய்தி வெளியிட்டது.[35]

முக்கியமான மிட்டா மிராசுகள் எல்லோரும் இழப்பீட்டு விகிதங்கள் அரசமைப்புச் சட்டத்துக்கு விரோதமாக இருப்பதாகப் புகார் சொன்னாலும், தங்களின் பெயரிலிருந்து வேறு யாருடைய பெயருக்கும் மாற்ற இயலாத அரசுப் பத்திரங்களைக் கொடுப்பது உண்மையில் இழப்பீடே அல்ல என்று மூக்கால் அழுதாலும், பாதிக்கப்பட்டவர்கள் எல்லோரும் சேர்ந்து அரசாங்கத்துக்கு எதிராக நீதிமன்றத்தின் படியேறப்போவது தொண்ணூற்று ஒன்பது சதவீதம் உறுதி என்ற போதிலும்,[36] மசோதா நிறைவேறியிருந்த பூரிப்பில், சீக்கிரமே கிடைக்கப்போகின்ற குடியரசுத் தலைவர் ஒப்புதலின் எதிர்பார்ப்பில், பீகார் அரசாங்கமும் காங்கிரஸ் பெரும்புள்ளிகளும் கொண்டாடிக் கொண்டிருந்தார்கள். மகிழ்ச்சி ஆரவாரம் ஒவ்வொருவரையும் பற்றியது. ஜமீன் ஒழிப்பில் தங்களைவிடச் சிறிய மாநிலமான பீகார் ஜெயித்துவிட்ட அவமானத்தால் குறுகிய உத்திரப்பிரதேசச் சட்டமன்றம், மே மாதத்தில் ஒரு நல்லநாளாகப் பார்த்து, தங்களின் சொந்த நிலச்சீர்திருத்த மசோதாவின் நாற்பத்து-இரண்டு உட்பிரிவுகளை விவாதமே இல்லாமல் நிறைவேற்றி, எதிர்க்கட்சி உறுப்பினர்கள் கூண்டோடு வெளிநடப்பு செய்யக் காரணமாக இருந்தது.[37]

மே மாதம் முடிவுக்கு வர, உத்திரப்பிரதேச மற்றும் பீகார் அரசாங்க வட்டாரங்களில், அவ்வளவு ஏன், ஒட்டுமொத்தக் காங்கிரஸாரிடமும் ஒரே சந்தோஷம். உற்சாகம். மாநில சட்டமன்றங்களில் உறுப்பினர்களாக இருந்த பண்ணையார்களின் எண்ணிக்கை சொற்பமாக இருந்ததால் அவர்களின் எதிர்ப்புக்குரல் கட்சி-மீறிய காங்கிரஸ் உறுப்பினர்களின் ஆதரவு இருந்துமே கூட ரொம்ப காலம் நிலைக்கவில்லை. சுணங்கிவிட்டது. இந்த விஷயத்தில் முன்னணி அரசியல் தலைவர்கள் ஏறக்குறைய ஒருமித்த கருத்தோடு இருக்க, நிச்சயமான நிதர்சனத்தை உணர்ந்ததால் அரைகுறை மனதுடன் ஏற்கும் நிலைக்கு ஜமீன்காரர்களும் தள்ளப்பட்டார்கள். உச்சநீதிமன்றத்தில் சில பின்னடைவுகள் ஏற்பட்டிருக்கலாம்,

விமர்சனங்களுக்கு எதிரான சட்டவிரோத அடக்குமுறைகளை நீதிமன்ற உத்தரவு தவிடுபொடியாக்கியிருந்ததால் இதுதான் வாய்ப்பு என்று பத்திரிகைகள் பக்கம் பக்கமாக அரசாங்கத்தைத் திட்டி எழுதியிருக்கலாம், ஆனாலும் ஜமீன்தார்முறையை ஒழித்துவிட்டு நிலங்களைப் பங்கிட்டுக் கொடுக்கப் போகும் மிகமுக்கியமான அந்தச் செயல்திட்டம், நாட்டு மக்களிடம் அதை எடுத்துச்சென்று ஒரு சமூகப்பொருளாதாரப் புரட்சியை ஏற்படுத்தப் போகும் அரசாங்கத்தின் அந்தப் பலநாள் கனவு, நனவாகப் போகிறது.

கிராமப்புறங்களில் காங்கிரஸ் கட்சியின் செல்வாக்கு யாரும் தொடமுடியாத அளவுக்கு உயரவிருந்தது. எதிர்காலத்தில் அரசியல் ரீதியாக எதிர்ப்பு கொடுக்கக்கூடிய வசதிமிக்க பண்ணையக்காரர்களும், மிராசுதாரர்களும் புறந்தள்ளப்பட இருந்தார்கள். பீகாரில் ஏற்கனவே நிலச்சீர்திருத்த மசோதா நிறைவேறியிருக்க, உத்திரப்பிரதேசத்திலும் நிதான முன்னேற்றம் தெரிய, காங்கிரஸின் கண்ணுக்கெட்டிய தூரம் வரை எதிர்ப்புகளே இல்லை. எதிரிகளே இல்லை. இருந்த ஒரே சிக்கல் இழப்பீடுகளை எப்படிக் கொடுப்பது, எவ்வளவு கொடுப்பது என்பதுதான். ஆனால் ஓர் உயரிய நோக்கத்துக்காகச் சட்டப்படியும், சட்டத்தைத் தாண்டியும் சில வழிமுறைகளைக் கையாள்வதை நியாயப்படுத்திய அரசாங்கத்தின் வாதம் எல்லோர் முன்னிலையிலும் உடைவதற்கு நீண்ட நாள் ஆகப்போவதில்லை.

ஜூன் 6, 1950. மகாராஜா காமேஷ்வர் சிங்[38] தொடுத்திருந்த வழக்கில் பாட்னா உயர்நீதிமன்றம் தீர்ப்பு கொடுத்தபோதுதான் எல்லோருக்கும் விஷயம் புரிய ஆரம்பித்தது. எல்லோருடைய சந்தோஷத்திலும், எதிர்பார்ப்பிலும், பூரிப்பிலும் மண். அதுபோன்ற ஒரு முதல் தீர்ப்பில், உயர்நீதிமன்றம் இப்படிச் சொல்லியிருந்தது: பீகார் சொத்து மேலாண்மை மற்றும் குத்தகைச் சட்டம் அரசமைப்புச் சட்டத்துக்குப் புறம்பானது. ஆகவே அது செல்லாது. அதுபோன்ற ஒரு சட்டத்தை இயற்ற மாநிலச் சட்டமன்றத்துக்கு அதிகாரமில்லை.[39] உரிய இழப்பீடு இல்லாமல், நில உரிமையாளர்களுக்குரிய சொத்துக்களை நிர்வகிக்கும் அதிகாரத்தின் மேல் கடுமையான பின்விளைவுகளை ஏற்படுத்தும் தீவிரக் கட்டுப்பாடுகளை விதிப்பது, அவர்களின் சொந்த உடைமைகளின் மீதே எந்தவொரு உரிமையும் இல்லாத நிலையில் அவர்களைத் தள்ளியிருக்கிறது, ஆகவே ஆதியிலிருந்தே - அதாவது அரசமைப்புச் சட்டம் உருவாக்கப்பட்டதற்கு முன்னும் பின்னும் - அந்தச் சட்டம் செல்லாது என நீதிமன்றம் தனது தீர்ப்பில் குறிப்பிட்டிருந்தது.[40]

உயர்நீதிமன்றத்தின் அந்தத் தீர்ப்பு இடியாய் இறங்க, பீகார் அரசாங்கமும் காங்கிரஸ் தலைவர்களும் திகைத்துப் போனார்கள்; பீதியில் உறைந்தார்கள். நீதித்துறை அடிப்படை உரிமைகளின் பக்கம்தான் (குறிப்பாகச் சொத்துரிமையின் பக்கம்) என்பது மீண்டும் உறுதியானது. அதே போல அரசாங்கத்தின் கொள்கைகளுக்கும் அரசமைப்புச் சட்டத்துக்குமான நேரடியான மோதலும் அம்பலமானது. அந்தத் தீர்ப்பு ஒட்டுமொத்த நிலச்சீர்திருத்தத் திட்டத்தையுமே கேள்விக்குள்ளாக்கியது. இதைச் சாதிக்க அரசாங்கம் மேற்கொண்ட வழிமுறைகளைப் பிரித்து மேய்ந்தது. அடைந்து கிடந்த எதிர்ப்புகளுக்கு வாசல்கதவுகளைத் திறந்து கொடுத்தது. பரவலான ஆலோசனைக்கு இடம் கொடுக்காமல், தன்னிச்சையான ஒரு முடிவெடுத்து, அதை நாட்டு மக்களிடம் திணிக்க யத்தனித்த அரசாங்கத்தின் திட்டத்தைத் தூள்தூளாக்கியது. அரசியல்வாதிகள், ஜமீன்தார்கள், சட்ட வல்லுநர்கள் என சம்மந்தப்பட்ட எல்லோரும் அடுத்தகட்ட நடவடிக்கைகளை ஆராய்ந்து கொண்டிருக்க, சியாச்சினிலிருந்து கன்னியாகுமரி வரை கட்ச்சிலிருந்து கிபித்து வரை குழப்பங்களும் கவலைகளும் சூழ்ந்தன.

★★★

குழப்பங்கள் சூழ்ந்தன

ஜூன் 2. அறுபது நாட்களுக்கு முன்னர் உச்சநீதிமன்றம் கொடுத்திருந்த தீர்ப்பினால் உத்வேகம் அடைந்த அலகாபாத் உயர்நீதிமன்றம், உத்திரப்பிரதேச அரசாங்கத்தை இப்படி விளாசியது: ‘ஒரு குறிப்பிட்ட கட்சியின் அரசாங்கத்துக்கு எதிராக அதிருப்தியைப் பரப்புவது ஜனநாயக நாட்டின் ஒவ்வொரு குடிமகனுக்கும் உள்ள உரிமை.’ அஹமத் அலி என்ற நபரை விடுதலை செய்ய உத்தரவிட்ட நேரத்தில் மாகாண அரசாங்கத்துக்கு அறிவுரை செய்தது அது. அரசாங்கத்துக்கு எதிராகப் பிரச்சாரம் செய்தது, காங்கிரஸ் கட்சியின் மீது அவதூறு பரப்புகிற நோக்கில் துண்டுப்பிரசுரங்களை விநியோகித்தது போன்ற குற்றங்களுக்காக அஹமத் அலி கைது செய்யப்பட்டு ஆக்ரா சிறையில் அடைக்கப்பட்டிருந்தார். ‘அரசாங்கத்துக்கு எதிரான அந்த அதிருப்தி வன்முறையைத் தூண்டும் வகையிலோ, சட்டவிரோத செயல்களுக்குக் காரணமாகவோ அமைந்துவிடக்கூடாது என்கிற நிபந்தனைகளுக்கு உட்பட்டது அவ்வுரிமை,’ எனவும் நீதிமன்றம் தெளிவுபடுத்தியது.[41] இந்த வழக்கில் எவ்வித வன்முறையோ சட்டவிரோத செயல்களோ நடக்காத காரணத்தால், உண்மையில்

இந்த வழக்குக்கு அடிப்படை முகாந்திரமே இல்லை என்று நீதிமன்றம் சொன்னது. அரசமைப்புச் சட்டத்தின்படி நடக்குமாறு அரசுத்தரப்புக்கு நாசூக்காக அறிவுறுத்தியது.[42] வருங்காலத்துக்கான அறிகுறி அது. அலகாபாத் உயர்நீதிமன்றத்தின் அறிவுரை உண்மையில் அறிவுரை அல்ல. அடிப்படை உரிமைகள் விஷயத்தில் நீதித்துறையின் உறுதியான நிலைப்பாட்டை எடுத்துக் காட்டும் மெல்லிய எச்சரிக்கை. அரசாங்கம் அதன் அறிவுரைப்படி நடந்திருந்தால் எவ்வளவு நன்றாக இருந்திருக்கும்.

மற்றொரு பக்கம், டில்லியில், காங்கிரஸ் கட்சியின் ஜூன் மாதம் ஜான் மத்தாய் ராஜினாமாவுடன் பயங்கரமாகத் தொடங்குகிறது. ஜான் மத்தாய்[43], நேரு அமைச்சரவையின் நிதியமைச்சர். ஏற்கனவே நேரு-லியாகத் உடன்படிக்கையை எதிர்த்து எஸ்.பி. முகர்ஜி (உற்பத்தி மற்றும் தொழில்துறை அமைச்சர்) மற்றும் கே.சி. நியோகி (நிவாரணம் மற்றும் புனரமைப்புத் துறை அமைச்சர்) ஆகியோர் தங்களது பதவிகளைவிட்டு ஏப்ரல் மாதம் விலகியிருக்க, அரசாங்கத்தை அசைத்துப் பார்த்த மூன்றாவது ராஜினாமா இது. பேராசிரியர் மத்தாய் மிகச்சிறந்த பொருளாதார நிபுணர். திட்டக்குழு உருவாக்கியதில் ஏற்பட்ட கருத்து வேறுபாட்டால், நிதித்துறைக்கான நிலைக்குழுவின் அதிகாரங்களை சட்டை செய்யாமல் அரசின் செலவினங்களை சீர்குலைக்கும் பிரதமரின் அலட்சியப்போக்கால், இதையெல்லாம் விட முக்கியமாக, 'சமாதான ஒப்பந்தம்' என்று அவர் அழைத்த பாகிஸ்தான் உடனான அரசாங்கத்தின் 'மென்மையான அணுகுமுறை'யில் அவருக்கு இருந்த சந்தேகங்களால், அந்த அணுகுமுறை நாட்டின் மிக முக்கிய நலன்களை விட்டுக்கொடுத்துவிட்டதாக அவர் நம்பியதால் நேருவுக்கும் மத்தாய்க்கும் அடிக்கடி மோதல் வலுத்துக்கொண்டிருந்தது.[44] தனது ராஜினாமாவால் அரசாங்கத்தைக் கைவிட்டுக் கொண்டிருந்த மத்தாய், தேவையற்ற எதேச்சதிகாரத்தினால் அமைச்சரவையின் செயல்பாடுகளைக் கெடுத்துக் கொண்டிருந்ததாக பிரதமரின் மீதே குற்றம் சுமத்தினார்.[45]

அந்தக்காலச் செய்தித்தாள்கள் தொடர்ந்து எழுதிவந்தது மாதிரி, மத்தாய் ஒரு காங்கிரஸ்காரரும் அல்ல இந்துவும் அல்ல, அவ்வளவு ஏன், அவர் அரசியல்வாதிகூட கிடையாது.[46] ஈடுஇணையற்ற அறிஞர். அரசியலுக்கு அப்பாற்பட்டவர். தனது துறைசார்ந்த நிபுணத்துவத்துக்காக மட்டுமே ஆட்சிக்குக் கொண்டு வரப்பட்ட வெளியாள். அவரின் திடீர் ராஜினாமாவும், நேருவை வெளிப்படையாகக் கண்டித்த விதமும், யார் யாரெல்லாம் நேரு-லியாகத் உடன்படிக்கையை

மனதார ஒப்புக்கொள்கிறார்களோ, யாரெல்லாம் பாகிஸ்தான் உடனான அரசாங்கத்தின் கொள்கையை ஆதரிக்கிறார்களோ அவர்களை மட்டுமே தனது அமைச்சரவையில் வைத்துக்கொள்ள பிரதமர் விரும்பினார் என்ற வாதத்துக்கு (வதந்திகளுக்கும் கூட) வலுசேர்த்தது.[47] 'பாகிஸ்தானைச் சமாதானப்படுத்தும் ஒரு நடவடிக்கையாக டாக்டர். ஜான் மத்தாயின் ராஜினாமாவைப் பிரதமர் கோரினார்' என்று தனது முதல் பக்கத்தில் டைம்ஸ் ஆஃப் இந்தியா தைரியமாகச் செய்தி வெளியிட்டது.[48] உச்சநீதிமன்றத்தில் வாங்கிய பலத்த அடி, அரசாங்கத்தின் கொள்கைகள் மீதான விமர்சனங்களைக் கட்டுப்படுத்துவதற்காக மேற்கொள்ளப்பட்ட திறமையற்ற முயற்சிகள் அடைந்த தோல்வி, முகர்ஜி மற்றும் நியோகி ஆகியோரின் ராஜினாமா, பிறகு இது போதாதென்று மத்தாயின் ராஜினாமாவும் பின்தொடர அரசாங்கத்தின் கவுரவத்துக்குத் துடைக்க முடியாத களங்கம் ஏற்பட்டது.[49]

முகர்ஜி ஹிந்து மகாசபையின் தலைவர்களுள் ஒருவராக இருந்தவர். சித்தாந்த ரீதியாக காங்கிரஸுக்கு எதிர் துருவத்தில் நின்றவர். நியோகி வங்காளத்தைச் சேர்ந்தவர். தன் மாகாண மக்களின் எண்ண ஓட்டங்களைத் துல்லியமாக அறிந்தவர், தனது சொந்த அரசியல் நிர்ப்பந்தங்களையும் கூட. இவ்விருவரின் விமர்சனங்களும் நேருவால் புறக்கணிக்கப்படலாம். கட்சி சார்ந்த அரசியலுக்காகவோ அல்லது கொள்கைப் பற்றுக்காகவோ அவர்கள் விமர்சிக்கிறார்கள் என்றும் சாக்கு சொல்லி நிராகரித்துவிடலாம். ஆனால் மத்தாய் - கேரளத்துச் சிரியன் கிறிஸ்துவர். மென்மையாகப் பேசக்கூடிய அறிவுஜீவி (இந்தியாவின் வெண்மைப் புரட்சிக்கு வித்திட்டவரான வர்கீஸ் குரியன் இவருடைய உடன்பிறந்தாரின் மகன்). அவரைப் போன்ற நாடறிந்த நடுநிலைவாதி ஒருவர் அடுக்கிய குற்றச்சாட்டுகளை அவ்வளவு இலகுவாகப் புறந்தள்ளிவிட முடியாது.[50] ஐ.என்.எஸ் டெல்லி போர்க்கப்பலில் ஓய்வெடுத்துக்கொண்டிருந்த நேரு, கடலில் நிம்மதியாகச் செல்லவேண்டிய தனது விடுமுறைக்கு இடைஞ்சல் ஏற்பட்டதற்காக மனம் வெதும்பினார்.[51]

பிரதமரின் எதேச்சதிகார ஆசைகளையும், அவரின் பாகிஸ்தான் கொள்கைகள் குறித்த விமர்சனங்கள் பொதுவெளியில் ஒடுக்கப்படுவதையும், அவ்வளவு ஏன், அமைச்சரவைக்குள் நிலவிய தனிப்பட்ட கருத்து வேறுபாடுகளையும் கூட விட்டுவைக்காமல் பத்திரிகைகள் வெளிப்படையாக எழுதிக் கொண்டிருக்க, விமர்சனங்களையும் கொள்கை ரீதியான சவால்களையும் விரும்பாத ஒரு வல்லாதிக்க ஆளுமை என்ற பிம்பத்தின் நிழல் நேருவின்

மேல் வளர்ந்து கொண்டேயிருந்தது. வங்காள மக்கள் ஏற்கனவே விரோதத்தால் கனன்று கொண்டிருந்தார்கள். இந்நிலையில் மத்தாய் பகிரங்கமாகப் பேசியதைப் பிரதமரின் இரட்டை வேடத்துக்கான மற்றொரு ஆதாரமாக அவர்கள் எடுத்துக்கொண்டார்கள்.[52] சோதனையான சில மாதங்களைச் சமாளித்த நேரு அக்கால நிலைமை குறித்த தனது விரக்தியைத் தொடர்ந்து பதிவு செய்து வந்தார்.[53] இதுபோன்ற குற்றச்சாட்டுகள் மற்றும் எதிர் குற்றச்சாட்டுகளின் மீது மத்திய அரசின் உயர்மட்டத்திலிருந்த முக்கிய புள்ளிகளின் கவனம் குவிந்திருந்த வேளையில்தான், பீகார் சொத்து மேலாண்மை மற்றும் குத்தகைச் சட்டத்தை பாட்னா உயர்நீதிமன்றம் ரத்து செய்து தீர்ப்பு கொடுத்த விவகாரம் தெரியவந்தது. காங்கிரஸ் வட்டாரங்களை இந்தத் தீர்ப்பு ஒரு கலக்கு கலக்கிவிட்டது.

ஆரம்பத்தில், குழப்பம்; அதிர்ச்சி. இது சாத்தியம் என்று யாரும் கனவில்கூட நினைத்திருக்கவில்லை. ஆழமாக யோசித்து நுட்பமாகத் திட்டம்போட்டு இதற்கான சட்டரீதியான அடித்தளம் அமைக்கப்பட்டிருந்தது. எல்லாவற்றுக்கும் மேலாக, அரசியல் நிர்ணய சபையில் அடிப்படை உரிமைகள் என்னும் பிரிவுக்குள் சொத்துரிமையை சேர்த்தபோதுகூட, ஜமீன்தார்முறை ஒழிப்புக்கான அரசமைப்புச் சட்ட ஆதரவைப் பெறுவதற்கு நிலச்சீர்திருத்தத்தில் மேற்கொள்ள வேண்டிய பணிகள், அந்தப் பணிகளின்போது எதிர்பார்க்கப்படும் சட்டச்சிக்கல்கள் போன்றவற்றை அடிப்படை உரிமைகளுக்காக அமைக்கப்பட்ட துணைக்குழு மிக விரிவாக அலசி ஆராய்ந்திருந்தது. சரியாக இதே காரணத்துக்காகத்தான் சொத்துரிமையைப் பற்றிக் கூறும் சட்டப்பிரிவு-31 ஆனது தனியான ஒரு சட்டப்பிரிவாக இயற்றப்பட்டது. உயிர்வாழ்வதற்கான உரிமை, சுதந்திரத்துக்கான உரிமை போன்ற சட்டப்பிரிவுகளுடன் சேராமல் தனியே பிரித்து வைக்கப்பட்டிருந்தது.[54] பிரச்சினை முடிந்தது என்று எல்லோருமே ஆசுவாசமான நேரத்தில் இந்தத் தீர்ப்பு அரசாங்கத்தின் காலை வாரிவிட்டது. அதோடு மட்டுமில்லாமல் சமூக முன்னேற்றத்துக்கான காங்கிரஸ் திட்டங்களின் அச்சாணியை; புதிய இந்தியாவின் மிகப்பெரிய சமூகச் சீர்திருத்தத்தை; புதிய கிராமப்புற இந்தியாவைக் கட்டமைக்கப்போகும் ஒரு சமூகப்பொருளாதாரப் புரட்சியை நீதிமன்றச் சவால்கள் அடுத்தடுத்து எதிர்நோக்கிக் காத்திருக்க, காங்கிரஸ் வட்டாரங்களைப் பதற்றமும் பீதியும் பற்றிக்கொண்டன.

1930களிலிருந்தே ஜமீன்தார்முறை ஒழிப்பில் உறுதியாக நின்றுகொண்டிருந்த காங்கிரஸ் கட்சி மொத்தமும் இந்தத் தீர்ப்பால்

அவமானத்தில் கூனிக்குறுகியது. தர்மசங்கடத்தில் நெளிந்தது. சமூக முன்னேற்றத்துக்கான காங்கிரஸ் திட்டங்களின் அச்சாணியே ஜமீன்தார்முறை ஒழிப்பு என்கிற இது ஒன்று மட்டும்தான். இதை நம்பித்தான் எதிர்வரும் தேர்தலுக்காக மக்களை நாடிப்போய் ஓட்டுக்கேட்க காங்கிரஸ் கட்சி நினைத்திருந்தது. ஜமீன்தார்முறை ஒழிப்புக்கான பிரச்சாரக் கூட்டங்களை நடத்துவதில் பெருமளவிலான காலத்தையும் உழைப்பையும் அக்கட்சி போட்டிருந்தது, தொடர்ந்து போட்டுக்கொண்டும் இருந்தது. தன்னுடைய பேரும்புகழும் ஜமீன் ஒழிப்பின் வெற்றியில் பணயம் கிடந்ததாக காங்கிரஸ் கட்சி கருதியது. நாடு முழுக்க, அதன் தலைவர்களும் தொண்டர்களும் கிராமம் கிராமமாகச் சென்று கொண்டிருந்தார்கள். நிலச்சீர்திருத்தத்தையும் அது கொண்டுவரப்போகும் சமூகப்புரட்சியையும் தூக்கிப்பிடித்துக் கொண்டிருந்தார்கள். இதற்கு ஏதுவாக மாகாண அரசாங்கங்களும் ஒத்துழைக்கப் பணிக்கப்பட்டன. மாவட்டத் தலைவர்களான ரகுபீர் சிங் முதல் உட்சபட்ச அதிகாரம் படைத்த மத்திய அமைச்சரவையின் மூத்த அமைச்சரான சி.பி.குப்தா[55] வரை ஆயிரக்கணக்கானோர் தங்களின் ஆளுமையையும், செல்வாக்கையும் இதில் அடகு வைத்திருந்தார்கள். நூற்றாண்டுகால பழக்கவழக்கத்துக்கு முடிவுரை வரப்போகிறது என்று பிரகடனம் செய்திருந்தார்கள். ஜமீன்தார்முறை ஒழிப்பு என்பது தவிர்க்க முடியாதது என்றார்கள். காங்கிரஸ் கட்சியின் அசைக்கமுடியாத ஆதிக்கம் அவர்களின் வார்த்தைகளை வேதவாக்காக மாற்றியிருந்தது. நீதிமன்றத்தில் ஏற்பட்ட அதிர்ச்சித் தோல்வி, அதுவும் நிலச்சீர்திருத்த ஏற்பாடுகள் தொடங்குவதற்கு முன்பாகவே அது ஏற்பட்டிருந்த விதம், காங்கிரஸ் கட்சிக்கும் அதன் செல்வாக்குக்கும் பலத்த அடியாக விழுந்தது.

உத்திரப்பிரதேசத்திலும் பீகாரிலும் குறுக்கும் நெடுக்குமாகச் சுற்றிக்கொண்டு மக்களிடையே எழுச்சியை ஏற்படுத்திக் கொண்டிருந்த காங்கிரஸ் தலைவர்களையும் தொண்டர்களையும் நீதிமன்றத்தின் இந்தத் தீர்ப்பு அசாதாரண நிலைக்குத் தள்ளியது. உத்திரப்பிரதேசச் சட்டமசோதா இன்னமும் நிறைவேற்றப்படாமல் இருந்தது. பீகார் மசோதா குடியரசுத் தலைவர் ஒப்புதலுக்காகக் காத்திருந்தது. ஜமீன்தார்முறை ஒழிப்பும் நிலம் கையகப்படுத்துதலும் ஒழுங்காகத் தொடங்கக்கூட இல்லை. தங்களுடைய வார்த்தைகளில் இருந்த அத்தனை செல்வாக்கு, அத்தனை அதிகாரத்தின் அடிப்படையில் நிலங்களின் மறுபங்கீட்டுக்குக் காங்கிரஸ் தலைவர்கள் உத்திரவாதம் கொடுத்துக் கொண்டிருந்தார்கள். ஆனால் இப்போது அந்த ஒட்டுமொத்தத் திட்டமும் கேள்விக்குறியாகிவிட்டது. தொடவே

முடியாத ஒன்றை அசைத்துப் பார்த்தாகிவிட்டது. கட்சியின் மூத்த தலைவர்களின் வார்த்தைகளைச் சுற்றிப் பிரகாசித்த ஒளிவட்டம் மங்கத் தொடங்கிவிட்டது. ஜமீன்தார்முறை ஒழிப்பையும் நிலச்சீர்திருத்தத்தையும் இனிமேலும் நிச்சய வெற்றி என்ற முடிவுக்கு வந்துவிட முடியாது. பொதுமக்களிடம் இந்தச் சூழ்நிலையை எப்படி விளக்குவது? காங்கிரஸ் தலைவர்களின் வார்த்தைகள்கூடத் தப்பாகக் கூடும் என்று எப்படி அவர்களிடம் எடுத்துச் சொல்வது?

ஸ்ரீ கிருஷ்ண சின்ஹா தலைமையிலான பீகார் அரசாங்கம், பீதியிலும் ஆத்திரத்திலும் சில நடவடிக்கைகளை எடுத்தது. நீதிமன்றத்தால் தோற்கடிக்கப்பட்ட ஆவேசத்தில், வருவாய்த்துறை அமைச்சரான கிருஷ்ண பல்லப சஹாய்,[56] ஒரு துணிச்சலான புதுத்திட்டத்தைக் கொண்டு வந்தார். 'ஜமீன்தார்களின் மீது போடப்பட்ட வெடிகுண்டு அது.' செஸ் சட்டத்தைப் பயன்படுத்தி ரூ.15,000க்கும் அதிகமாக செஸ் வரி பாக்கி வைத்திருக்கும் நிலங்களைத் தற்காலிகமாகக் கையகம் செய்வது அந்தத் திட்டம்.[57] காங்கிரஸ் கட்சியின் பல்வேறு மாகாணக் கிளைகளில், அரசமைப்புச் சட்டத்துக்கு எதிரான கோபம் உக்கிரமாகக் கொதித்துக் கொண்டிருந்தது. அரசமைப்புச் சட்டத்தினாலும் சரி வேறு எதனாலும் சரி, எந்தவொரு விஷயத்தாலும் காங்கிரஸ் கொள்கைகளை, அதன் வாக்குறுதிகளை மாற்ற முடியாது என்ற அவர்களின் கருத்துக்குப் பீகார் அரசாங்கமும் துணை நின்றது. அவர்கள் அடுத்தகட்ட நடவடிக்கைகளுக்காகத் தங்களின் தேசியத் தலைவர்களை எதிர்நோக்கிக் காத்திருந்தார்கள்.

'அமைதியான முறையில் ஜமீன்தார்முறையை நீக்க வேண்டுமென்ற காங்கிரஸ் கொள்கையைச் செயல்படுத்துவதற்கு இந்திய அரசமைப்புச் சட்டம் முட்டுக்கட்டையாக உள்ளதால் அரசமைப்புச் சட்டத்தைத் திருத்துவதற்குப் பீகார் அரசு இந்திய நாடாளுமன்றத்தை அணுகும் என்று அறியப்படுகிறது,' என ஜூன் 10 அன்று டைம்ஸ் ஆஃப் இந்தியா எழுதியது.[58] காங்கிரஸின் சில சக்திவாய்ந்த அதிகார மையங்கள் அரசமைப்புச் சட்டத்தைத் திருத்த வேண்டுமென்று விரும்பியதன் முதல் பகிரங்க வெளிப்பாடு இதுதான். அரசமைப்புச் சட்டத்தையும், அது வழங்கும் சுதந்திரங்களையும் காங்கிரஸின் கொள்கைகள் தோற்கடித்துவிட்டன என்கிற கருத்துக்குக் கிடைத்த முதல் பொதுப்படையான ஒப்புதல் இதுதான். காங்கிரஸ்-வகுத்த-முன்னேற்றப் பாதையில் அரசமைப்புச் சட்டம் முட்டுக்கட்டையாக நிற்கிறது என்று வர்ணிக்கப்பட்டதும் இதுதான் முதன்முறை.

புதிய குடியரசு உருவாகி வெறும் நான்கு மாதங்களுக்குள், பீகார் அரசும் அதன் முன்னணி தலைவர்களும், காங்கிரஸ் கட்சியின்

சமூகத் திட்டங்களுக்கு ஏற்றபடி அரசமைப்புச் சட்டத்தை அடிபணிய வைக்க வேண்டுமென்று முதன்முதலில் வெளிப்படையாகக் கோரிக்கை வைத்தார்கள். அரசமைப்புச் சட்டத்தின்மீது காங்கிரஸ் கட்சிக்கு இருந்த உறுதி குறித்து பலருக்கும் பலசமயங்களில் சந்தேகம் இருந்துவந்தது. அதுவரை அரசல் புரசலாக, தனிப்பட்ட முணுமுணுப்பாக, எப்போதாவது ஜாடைமாடையாக வெளிப்படும் எதிர்க்கட்சிகளின் குற்றச்சாட்டுகளாக இருந்தது இப்போது பட்டவர்த்தனமாக நிரூபணமாகிவிட்டது. காங்கிரஸ்காரர்களின் இம்மனநிலையை எங்கோ தூரத்திலிருக்கும் கேரளாவில் அலுவல் ரீதியாக சுற்றுப்பயணம் மேற்கொண்டிருந்த மத்திய சட்ட அமைச்சர் பி.ஆர். அம்பேத்கர் உணர்ந்ததாலோ என்னவோ நாடாளுமன்ற ஜனநாயகத்தில் புதிய குடியரசு அடையும் வெற்றி என்பது அரசமைப்புச் சட்ட அறநெறியைக் கடைப்பிடிப்பதைப் பொறுத்தே அமையும் என்று தனது சகாக்களை எச்சரித்தார்.[59] ஆனால் யாரும் காது கொடுத்துக் கேட்க விரும்பவில்லை.

தங்களின் பங்குக்கு, பீகாரின் ஜமீன்தார்கள் சமாதானக் கொடியை பறக்க விட்டார்கள். நாட்டின் பொருளாதார நிலையை மேம்படுத்த அரசு எடுக்கும் முயற்சிகளுக்குத் தடையாக இருக்க விரும்பவில்லை என்று அறிவித்துக் கொண்டிருந்தார்கள். இந்தப் பிரச்சினையை அரசாங்கம் பெருந்தன்மையோடு அணுக வேண்டும் என்பது மட்டுமே அவர்களின் கோரிக்கை – சமஸ்தானங்களின் விஷயத்தில் சர்தார் படேல் நடந்து கொண்டதைப் போல. ஜமீன்தார்களின் தலைவரான தர்பங்காவைச் சேர்ந்த மகாராஜா காமேஷ்வர் சிங், 'தற்போது நடைமுறையிலிருக்கும் நில அமைப்புமுறைகளை மேம்படுத்தவும், காங்கிரஸின் கொள்கைகளைச் செயல்படுத்தவும் அரசு எடுக்கும் நடவடிக்கைகளுக்கு ஒத்துழைப்பு அளிக்க மிகுந்த ஆர்வத்துடன் இருப்பதாகவும், ஆனால் அதற்குச் சிறப்பான முறையில் பிரச்சினையை விவாதித்து ஜமீன்தார்களுக்கு நியாயமான இழப்பீடு கொடுக்க அரசு முன்வர வேண்டும்,'[60] என்றார். 'சட்டங்களை ஆராய்ந்து பார்த்து அவை அடிப்படை உரிமைகளுடன் எவ்வளவு தூரம் ஒத்துப் போகின்றன என்பதைத் தீர்மானிப்பது நீதித்துறையை மட்டுமே சார்ந்தது,' என்று ஒரு செய்தித்தாளின் தலையங்கம் குறிப்பிட்டது. 'இது சிக்கலான வேலையாக இருக்கலாம், ஆனால் தவிர்க்க முடியாதது.'[61]

ஆனால் தர்மசங்கடத்திலும் பழிவாங்கும் உணர்ச்சியிலும் துடித்துக்கொண்டிருந்த பீகார் காங்கிரஸ், எவ்விதச் சமாதானத்துக்கும் ஒத்துவரத் தயாராக இருக்கவில்லை. இந்தச் சுற்றை ஜமீன்தார்கள்

வென்றிருக்கலாம், ஆனால் ஜமீன்தார்முறை ஒழிப்பு, நிலம் கையகப்படுத்துதல் என்ற பேரிடி இனிமேல்தான் அவர்களின் மேல் இறங்க இருக்கிறது. ஜூன் மற்றும் ஜூலையில், தான் கையகப்படுத்திய நிலங்களையெல்லாம் திருப்பியளிக்க வேண்டிய கட்டாயத்தில் தள்ளப்பட்ட அரசாங்கம்,[62] பீகார் நிலச்சீர்திருத்த மசோதாவுக்கு உடனடியாக ஒப்புதல் அளிக்குமாறு அமைச்சரவையையும் குடியரசுத் தலைவரையும் தீவிரமாக வலியுறுத்தியது.[63] கரணம் தப்பினால் மரணம் எனும் ஆபத்தான பாதையில் சிக்கியிருப்பதை உணர்ந்து எச்சரிக்கையான மத்திய அரசாங்கம், மீண்டுமொரு சரிவைச் சந்திக்க விரும்பாமல், மசோதாவைப் பரிசீலிக்கவும் இழப்பீடு குறித்து ஆய்வு செய்யவும் அமைச்சரவையின் சிறப்புக் குழு ஒன்றை அமைத்து நிலைமையைச் சமாளித்தது.[64]

நிலச்சீர்திருத்த மசோதாவை இன்னமும் சட்டசபையில் விவாதித்துக் கொண்டிருந்த லக்னோவில், உஷாரான சரண்சிங், உத்திரப்பிரதேச அரசாங்கம் ஜமீன்தார்முறை ஒழிப்புக்கான இழப்பீட்டுத் தொகையை நில உடைமையாளர்களுக்கு நிச்சயம் கொடுக்கும் என்று உறுதியளித்தார், முடிந்தால் ஒரே தவணையில் கூட.[65] இந்திய ரிசர்வ் வங்கி ஜமீன்தார்முறை ஒழிப்புக்கு ஆகும் செலவு ரூ. 414 கோடி என்று கணக்கிட்டுக் கொண்டிருக்க, உண்மையில் அவர் சொன்னதெல்லாம் நடப்பதற்கான சாத்தியம் பூச்சியத்திலிருந்து சொற்பம் வரை மட்டுமே.[66] எங்கு பார்த்தாலும் சோக மனநிலை. ஆனாலும், சிறிய இடைவேளைக்குப் பிறகு ஜூலை மாதம் சட்டமன்றம் மீண்டும் கூடியபோது, மெதுவாக, சோர்வாக ஊர்ந்துகொண்டிருந்த விவாதம் மசோதாவை எப்படியாவது கூடிய சீக்கிரம் நிறைவேற்றிவிட வேண்டுமென்ற தீவிரத்தில் சூடுபிடிக்கத் தொடங்கியது. வேலை நாலுகால் பாய்ச்சலில் ஓடிய ஒருநாளில், அந்த பிரம்மாண்ட மசோதாவின் எழுபத்து இரண்டு உட்பிரிவுகளை சட்டமன்றம் நிறைவேற்றியிருந்தது.[67]

பழங்கால ஜமீன் வழக்கத்தை ஒழித்துக் கட்டுவதில் அநியாய காலதாமதம் காட்டப்படுவதாகப் பொங்கியெழுந்த காங்கிரஸ் கட்சியின் பொதுவுடைமைப் போராளிகள், 'முழுமையான ஜனநாயகத்தின் சாதனமாக இருக்க முடியாத ஓர் அலங்கோலமான ஆவணம்'[68] என்று அரசமைப்புச் சட்டத்தைப் பழித்து அனலைக் கூட்டினார்கள். அரசமைப்புச் சட்டத்தை அவமதித்துக் கொண்டிருந்ததற்காக, ஜனநாயகத்தை ஆபத்தில் தள்ளிக் கொண்டிருந்ததற்காக அதுவரையிலும் நேருவைக் கடுமையாக எச்சரித்துக் கொண்டிருந்த ஜெயபிரகாஷ் நாராயண், 'என்னை

விட்டால், அரசமைப்புச் சட்டத்தைத் தூக்கிபோட்டுவிட்டு புதிய அரசமைப்புச் சட்டத்தை உருவாக்க வேண்டும் என்று சொல்லும் அளவுக்குக்கூட செல்வேன்,'[69] என்று உணர்ச்சிவசப்பட்டார்,

டில்லியின் அதிகார மட்டங்களில் அதிர்வுகள் பரவின. 'அரசமைப்புச் சட்டத்தின் காரணமாகவும், வழக்குரைஞர்களின் கருத்துக்கள்- உயர்நீதிமன்றத் தீர்ப்புகளின் காரணமாகவும், நாம் மோசமான சிக்கலில் மாட்டியிருப்பதுபோலத் தெரிகிறது,' என்று பண்டித நேரு உள்துறை அமைச்சகத்துக்கு எழுதினார், 'பீகாரிலும் பிற இடங்களிலும் நிலவுகின்ற விவசாயிகளின் பிரச்சினைகளைச் சமாளிப்பதற்கு உடனடியாக ஒரு வழியைக் கண்டுபிடிக்காவிட்டால், நாம் கடுமையான பாதிப்பில் இருப்போம் என்று நிச்சயமாக நம்புகிறேன்.'[70] அவருடைய அந்தக் குறிப்பில், தனது பிரச்சினையைத் தெளிவாக, துல்லியமாகக் கோடிட்டுக் காட்டினார்:

'நீண்டகாலமாக ஜமீன்தார்முறை ஒழிப்பை நமது கொள்கையின் முக்கிய அம்சமாக அறிவித்துவிட்டு, மீண்டும் மீண்டும் அதற்கான முயற்சிகளை எடுத்துவிட்டு, எதிர்பார்ப்புகளை அதிகமாக்கிவிட்டு, வெறுமனே தார்மீக அடிப்படையிலோ அல்லது நடைமுறையின் அடிப்படையிலோ அல்லது சட்டச்சிக்கலின் அடிப்படையிலோ கூட, இதை நிறுத்திவைக்கவோ அல்லது தாமதிக்கவோ நம்மால் முடியாது... எனவே நமக்குச் சுட்டிக்காட்டப்பட்டச் சட்டச்சிக்கல்களை அமைதியாக ஏற்றுக்கொள்வது மட்டுமே போதுமானதாக இருக்காது என்பதால் ஜமீன்தார் முறையை ஒழிப்பதற்கான மாநில அரசுகளின் பிரச்சினையை அவர்களே போதுமான அளவில் கையாள்வதற்கான வழிகளை மிக விரைவில் கண்டுபிடிக்க வேண்டும் என்று உணர்கிறேன். தேவைப்பட்டால், இவ்விவகாரத்தைப் நாடாளுமன்றத்தில் வைக்க வேண்டும்.'[71]

இவ்விவகாரத்தால் மிகப்பெரிய அரசியல் பூகம்பமே ஏற்படக்கூடும் என்று பிரதமர் அஞ்சினார். பதற்றமடைந்தார். குழம்பினார். தன்னுடைய எல்லா பிரச்சினைகளுக்கும் அரசமைப்புச் சட்டம்தான் காரணம் என்று குற்றம்சாட்டினார். அரசாங்கத்தின் நிலச்சீர்திருத்த இயக்கத்துக்குக் கொள்கை அளவிலான பலத்தையும் தார்மீக ரீதியான தலைமையையும் அவர்தான் அளித்துக் கொண்டிருந்தார். நினைத்துப்பார்க்க முடியாததெல்லாம் நடந்து, ஒருவேளை பொதுமக்களின் எதிர்பார்ப்புகளைப் பூர்த்தி செய்யமுடியாமல் போய்விட்டால், பிறகு அதற்கு யார் பொறுப்பேற்பது? நிலச்சீர்திருத்தம் தொடர்பான நீண்ட சட்டப் போராட்டங்கள்

பற்றிய பயமும் நீதிமன்றங்களில் கிடைக்கக்கூடிய தோல்வி குறித்த சாத்தியக்கூறுகளும் சேர்ந்துகொண்டு அரசாங்கத்தையும் பிரதமரையும் பீதியடையச் செய்தன. இருந்தாலும், எல்லோருடைய கவனத்தையும் ஆக்கிரமித்துக் கொண்டிருந்த கேள்வி ஒன்றுதான். கட்சியின் கொள்கைகளுடன் அரசமைப்புச் சட்டம் போட்டிபோடும்போது சட்டத்தின் வரம்புகளுக்குள் எப்படி நடப்பது? அரசமைப்புச் சட்டமா அல்லது கட்சியின் கொள்கைகளா, இந்த இரண்டில் எது மேலானது? என்னதான் வழி?

நீதிமன்றத்தின் பதில் சந்தேகத்துக்கிடமில்லாமல் தெளிவாகிவிட்டது. ஆனாலும் பிரதமர் இன்னமும் அந்தக் கேள்வியையே சிந்தித்துக் கொண்டிருந்தார்; தனக்கு முன்னாலிருக்கும் சாத்தியக்கூறுகளை எடைபோட்டுக் கொண்டிருந்தார். அதேநேரம், பல்லாயிரக்கணக்கான மைல்களுக்கு அப்பால் தமிழ்நாட்டில், சம்பகம் துரைராஜன் என்ற துணிச்சலான பெண்மணி ஒருவர் மாகாண அரசாங்கத்தை நீதிமன்றத்துக்கு இழுக்க, அதிமுக்கியத்துவம் வாய்ந்த வழக்கு ஒன்று முடிவை நெருங்கிக்கொண்டிருந்தது. அரசமைப்புச் சட்டத்துக்கும் அரசாங்கத்துக்கும் இடையிலான போரின் மற்றொரு அத்தியாயம் மெட்ராஸில் தொடங்க இருந்தது.

சாமானியர்களின் யுத்தம்

பிற்பட்ட வகுப்பினரின் உரிமைகளும் சமூகநீதி அரசியலும் வடஇந்தியாவில் காலூன்றுவதற்கு முன்பாகவே, சமூகச் சீர்திருத்தங்கள் மற்றும் சமூகநீதியின் பூமியாக மெட்ராஸ் மாகாணம் அறியப்பட்டிருந்தது. மெட்ராஸில் சமூகநீதி அரசியலை முன்னெடுத்திருந்தது மெட்ராஸ் மாகாணத்தை ஆட்சி செய்து 1920களில் ஆரம்பித்து 1930கள் வரை குறிப்பிடத்தகுந்த காலம் மாகாண அரசியலில் ஆதிக்கம் செலுத்தி வந்த நீதிக்கட்சி - இன்றைய திராவிட முன்னேற்ற கழகத்தின் (தி.மு.க) முன்னோடி. நீதிக்கட்சியிலிருந்து ஈ.வெ.ராமசாமி பெரியாரின் தலைமையில் பிறந்ததுதான் சுயமரியாதை இயக்கம். இவ்வியக்கம் தமிழ்ச் சமூகத்தில் பிராமணர்களின் ஆதிக்கத்தையும், சாதி அடிப்படையிலான பாகுபாட்டையும் எதிர்த்தது. 1940களில் பெரியாரின் தலைமையில் திராவிடர் கழகமாக (தி.க) உருமாறிய நீதிக்கட்சி சமூகச்சீர்திருத்தங்களுக்காக, பிற்பட்ட வகுப்பினரின் உரிமைகளுக்காக, 'பகுத்தறிவு'க் கொள்கைகளுக்காக,

இந்தி மற்றும் ஆரிய அடையாளத்தை மறுப்பதற்காகக் கடுமையாகப் போராட ஆரம்பித்திருந்தது.[72]

சாதி மற்றும் வகுப்புவாரி பிரதிநிதித்துவம் நீதிக்கட்சியின் அரசியல் நிலைப்பாட்டுக்கு மிக முக்கியமானதாக இருந்துவந்தது. ஒட்டுமொத்த தமிழக அரசியலுக்கும் இன்றுவரை அப்படித்தான். சாதிய வழக்கத்தையும், பிற்பட்ட மக்கள் விளிம்புநிலைக்குத் தள்ளப்படுவதையும் எதிர்ப்பதற்காக இடஒதுக்கீட்டைப் பயன்படுத்தும் முயற்சிகள் 1921வாக்கிலேயே தொடங்கியிருந்தன. மெட்ராஸ் மாகாணத்தில் நீதிக்கட்சியின் முதல் அமைச்சரவை பொறுப்பேற்றபோது, அரசுத் துறைகளிலும் கல்வி நிறுவனங்களிலும் இடஒதுக்கீட்டை ஏற்படுத்தவும் 'ஒரு குறிப்பிட்ட சமூகத்தைச் சேர்ந்த மாணவர்கள் அளவுக்கதிகமாக பிரதிநிதித்துவப்படுத்தப்படுவதைத் தடுக்கவும்' கல்வி, தொழில் மற்றும் அரசுப்பணிகளில் நிலவுகிற பிராமண ஏகபோகத்துக்கு எதிராக பிராமணரல்லாதோரின் முன்னேற்றத்தைப் பாதுகாக்கவும் வகுப்புவாரி பிரதிநிதித்துவ அரசாணையை முதன்முதலில் கொண்டுவந்தது.[73]

மேலே சொன்ன குறிக்கோள்களை அடைவதற்கு, வகுப்புவாரி அரசாணை என்று அழைக்கப்பட்ட இது கொஞ்சம் சிக்கலான வழிமுறைதான். ஒவ்வொரு பதின்மூன்று பேரிலும், பின்வரும் ஆறு பிரிவுகளைச் சேர்ந்த மாணவர்களுக்கும், விண்ணப்பதாரர்களுக்கும் ஒரு குறிப்பிட்ட விகிதத்தில் இடங்களை ஒதுக்கியது இந்த அரசாணை: பிராமணரல்லாத இந்துக்கள் – 5, முகமதியர்கள் – 2, ஆங்கிலோ-இந்தியர்கள் – 2, இந்திய கிறிஸ்துவர்கள் – 2, பிராமணர்கள் – 1, பிற ஒடுக்கப்பட்ட வகுப்புகள் – 1. ஒரு பிரிவினருக்குரிய இடத்தை மற்றொரு பிரிவினரால் பறிக்க முடியாத காரணத்தால் இந்த அரசாணை ஒரே சமயத்தில் இரண்டு விஷயங்களைச் சாதித்தது: ஒரு குறிப்பிட்ட வகுப்பினருக்குக் குறிப்பிட்ட எண்ணிக்கையிலான இடங்களை ஒதுக்கிய அதே நேரத்தில் அந்தக் குறிப்பிட்ட வகுப்பினரிலிருந்து விண்ணப்பிக்கும் விண்ணப்பதாரர்களை நிர்ணயிக்கப்பட்ட எண்ணிக்கைக்குள் அது கட்டுப்படுத்தியது. உதாரணத்துக்கு, ஒவ்வொரு பதின்மூன்று விண்ணப்பத்தாரர்களிலிருந்து, 'பிராமணரல்லாத இந்து'க்களுக்கு ஐந்து பதவிகள் ஒதுக்கப்பட்டன. ஆனால் அவர்கள் வகிக்க்க்கூடிய அதிகபட்ச பதவிகளின் எண்ணிக்கையும் ஐந்து தான். தங்களுக்கு ஒதுக்கப்பட்ட ஒரேயொரு பதவிக்குப் பிராமணர்கள் பிற பிராமணர்களோடு போட்டிபோட்டனர். வேறு விதமாகச் சொல்வதானால், பல்கலைக்கழக சேர்க்கையிலும் அரசுத்துறை நியமனங்களிலும் வகுப்புவாரியான இடஒதுக்கீட்டை

எவ்விதச் சமரசத்துக்கும் ஈடுகொடுக்காமல் மிகக்கடுமையாகச் செயல்படுத்தினார்கள்.

இடஒதுக்கீட்டை ஆட்சிநிர்வாகத்தின் கருவியாக்குவது, அரசு இயந்திரத்தில் பிற்பட்ட வகுப்பினருக்கும் விளிம்புநிலை மக்களுக்கும் அதிகப்படியான பிரதிநிதித்துவத்தை உறுதிப்படுத்துவது, அதோடு சேர்த்து 'பிராமணமயமாக்கலை நீக்குவது' தமிழக அரசியலின் பாரம்பரியமாகத் தொடர்ந்து நீடித்துவருகிறது. தேர்தல் களத்தை வெகுவாகப் பாதித்த இந்தப் பாரம்பரியத்தை 1940களில் நீதிக்கட்சி ஆட்சிக்கு மாற்றாக வந்த காங்கிரஸாலும் தவிர்க்க முடியவில்லை. 1920 மற்றும் 1930 காலகட்டங்களில் அந்த வகுப்புவாரி பிரதிநிதித்துவ அரசாணை பல திருத்தங்களைச் செய்துகொண்டு 1948இல் ஓ.பி. ராமசாமி ரெட்டியார் தலைமையிலான காங்கிரஸ் அரசாங்கத்தில் இறுதி வடிவத்தை அடைந்தது. அதன் இறுதி வடிவில், ஒவ்வொரு பதினான்கு விண்ணப்பதாரர்களுக்கான இடஒதுக்கீட்டு விகிதம் இப்படியாக இருந்தது: பிராமணரல்லாத இந்துக்கள் – 6; பிராமணர்கள் – 2; முஸ்லீம்கள் – 1; ஆங்கிலோ-இந்தியர்கள், கிறிஸ்துவர்கள் மற்றும் ஐரோப்பியர்கள் – 1; பிற வகுப்பினர்கள் – 2; ஹரிஜன்கள் – 2. இந்த நடைமுறை பின்பற்றப்பட்டபோதுதான் அந்தச் சர்ச்சை வெடித்தது.

இந்திய அரசமைப்புச் சட்டம் நடைமுறைக்கு வந்தவுடனேயே, அரசமைப்புச் சட்டத்தின்படி செல்லுமா என்கிற விவாதத்துக்குள் வகுப்புவாரி பிரிதிநிதித்துவ அரசாணை சிக்கிக்கொண்டது. சட்டப்பிரிவு-15இல் சொல்லப்பட்டிருக்கும் சமத்துவ உரிமைக்கு முரணாக அந்த அரசாணை இருப்பது மேம்போக்காகப் பார்த்தாலே தெளிவானது. அரசு நிறுவனத்தின் சேர்க்கையைச் சாதிய அடிப்படையில் மறுப்பது அரசமைப்புச் சட்டத்தின் பிரிவு-29இல் குறிப்பிட்டுள்ள அடிப்படை உரிமைக்கு எதிரானது என்பதும் கூட (ஒரு மாநிலம் பிற்பட்ட வகுப்பினருக்கான சிறப்பு சலுகைகளைச் செய்து கொடுப்பதை இவ்வுரிமை தடுக்காது என்ற நிபந்தனை இருந்தாலும்). எல்லோரும் நினைத்தது மாதிரி, அதுவொரு எளிதான இலக்கு. ஜூன் 7, 1950. பீகார் அரசாங்கத்துக்கு நீதிமன்றத்தில் கிடைத்த அதிர்ச்சித் தோல்வியுடன் நாடு விழித்தெழுந்த போது, இரண்டு மாணவர்கள் – சம்பகம் துரைராஜன் மற்றும் சி.ஆர். சீனிவாசன் – செயலுறுத்தும் நீதிப்பேராணைக்காக மெட்ராஸ் உயர்நீதிமன்றத்தை அணுகி வழக்கு போட்டதைப் பலர் கவனிக்கவில்லை.

மெட்ராஸைச் சேர்ந்த சம்பகம் துரைராஜன் என்பவர் 1934இல் மெட்ராஸ் பல்கலைக்கழகத்திலிருந்து பட்டம் பெற்றிருந்த ஒரு நடுத்தர

வயதுப் பெண்மணி. மெட்ராஸ் மருத்துவக் கல்லூரியில் சேர்வதற்காக முயற்சிப்பது என்று முடிவு செய்திருந்தார் அவர். கல்லூரியின் இளநிலை மருத்துவப்படிப்பில் தனக்கு இடம் கிடைப்பதற்கான வாய்ப்புகள் மிகவும் குறைவு என்றும் தெரிந்துகொண்டார், காரணம், வகுப்புவாரி பிரதிநிதித்துவ அரசாணையின்படி மாணவர் சேர்க்கை ஒழுங்குமுறைப்படுத்தப்பட்டிருந்தது.[74] பிராமணராக இருந்ததால், அவர் விண்ணப்பிப்பதற்கான இடங்கள் குறைவாகவே இருந்தன. அதேபோல அவருக்கு நிர்ணயம் செய்த தகுதி மதிப்பெண்ணும் அதிகமாக இருந்தது. இடைநிலைத் தேர்வுகளில் தேர்ச்சி பெற்று கிண்டி அரசு பொறியியல் கல்லூரியில் சேர்வதற்காக விண்ணப்பித்திருந்த சி. ஆர். சீனிவாசன் என்ற இளம் மாணவருக்கும் அதேபோன்ற ஒரு சங்கடமான நிலைதான். கல்லூரியின் சேர்க்கை வகுப்புவாரி பிரதிநிதித்துவ அரசாணையின் விதிமுறைகளால் நிர்வகிக்கப்பட்டு, சாதிவாரியான விகிதங்களின்படி வழங்கப்பட்டதால், சாதி, இனம் அல்லது மதம் போன்றவற்றை கருத்தில் கொள்ளாமல், தன்னுடைய தகுதியின் அடிப்படையில் தனது விண்ணப்பம் பரிசீலனை செய்யப்படுவதற்கான வாய்ப்புகள் மிகவும் குறைவு என்று கண்டுகொண்டார் அவர். தங்களிடம் அநியாய பாகுபாடு காட்டப்பட்டதாக உணர்ந்த இருவரும் அதிர்ச்சியடைந்தார்கள். ஆத்திரம் கொண்டார்கள்.

★★★

தங்களுடைய மனுக்களில் – ஒரு மனு ஜூன் 6 அன்றும் மற்றொன்று ஜூன் 13 அன்றும் தாக்கலானது[75] – அந்த இரண்டு மனுதாரர்களும் வகுப்புவாரி அரசாணை தங்களது அடிப்படை உரிமையை மீறுவதாகவும், அரசமைப்புச் சட்டத்தின் விதிகளுக்கு முரணாக இருப்பதாகவும் வாதிட்டார்கள். ‘மதம், இனம், சாதி, பாலினம், பிறப்பிடம் அல்லது இவற்றில் ஏதேனும் ஒன்றின் அடிப்படையில் குடிமக்கள் எவருக்கெதிராகவும் அரசு பாகுபாடு காட்டக்கூடாது’ என்று சொல்லியிருந்த இந்திய அரசமைப்புச் சட்டத்தின் சட்டப்பிரிவு-15(1)ஐயும், ‘அரசு நடத்தும் அல்லது அரசு நிதியிலிருந்து உதவி பெற்றுக்கொண்டிருக்கும் எந்தவொரு கல்வி நிறுவனத்திலும் மதம், இனம், சாதி, மொழி அல்லது இவற்றில் ஏதேனும் ஒன்றின் அடிப்படையில் குடிமக்கள் எவருக்கும் அனுமதி மறுக்கக் கூடாது’[76] என்று சொல்லியிருந்த சட்டப்பிரிவு-29(2)ஐயும் அந்த அரசாணை மீறுவதாக அவர்கள் புகார் தெரிவித்திருந்தார்கள். அவர்கள் விரும்பியதெல்லாம் மதம், சாதி அல்லது பாலினம்

போன்றவற்றைக் கருத்தில் கொள்ளாமல் தங்களுடைய தகுதியின் அடிப்படையில் மட்டுமே விண்ணப்பங்களைப் பரிசீலிக்கவேண்டும் என்பது மட்டும்தான். இதைத்தான் அவர்கள் நீதிமன்றத்திலும் முறையிட்டார்கள்.[77]

ஆர்வமிக்க இரு மாணவர்களிடமிருந்து வந்த அப்பாவியான, அந்தச் சின்னஞ்சிறிய கோரிக்கை இந்தியக் குடியரசிடம் மிகப்பெரிய கேள்விகளை எழுப்பியது. இன்றுவரை நிலைத்திருக்கும் ஓர் அரசியல் பிழையின் ஆதிமூலம் அந்தக் கோரிக்கையில்தான் இருந்தது. இடஒதுக்கீடு எனும் கருத்துக்கு எதிரான முதல் சட்டப்போராட்டம் அதுதான். அரசமைப்புச் சட்டத்துக்கும் சமூகநீதிக்கும் இடையிலான உறவை முதன்முதலில் கேள்விக்குள்ளாக்கியதும் அதுதான். அவ்வழக்கு - விசாரணைக்கு ஏற்றுக்கொண்ட போது நீதிபதி பஷீர் அஹமது சயீத் சொன்னது போல - 'நாட்டின் எதிர்கால நலன்சார்ந்த மிக முக்கியப் பிரச்சினைகளை உள்ளடக்கியது.'[78] வகுப்புவாரி அரசாணை 'பாரபட்சமானதா இல்லையா என்று திட்டவட்டமாகத் தீர்ப்பளித்துவிட வேண்டும்,' என்று டைம்ஸ் ஆஃப் இந்தியா எழுதியது.[79] இடஒதுக்கீட்டின் எதிர்காலம், சொல்லப்போனால், சாதகமான சூழ்நிலையை எதிர்நோக்கியிருந்த அரசாங்கத்தின் பல்வேறு தொலைநோக்குத் திட்டங்களின் எதிர்காலமே ஊசலாடிக்கொண்டிருந்தது.

நீதிமன்றத்தில், மனுதாரர்களுக்கு ஆதரவாக உற்சாகத்தோடு வாதாடியவர் அல்லாடி கிருஷ்ணசுவாமி அய்யர் என்ற பிரபல வழக்குரைஞர். புதிய அரசமைப்புச் சட்டத்தை வடிவமைத்த சிற்பிகளுள் முக்கியமானவர். முந்தைய அரசியல் நிர்ணய சபையின் ஒன்பது குழுக்களில் உறுப்பினராகப் பதவி வகித்தவர். இவ்வழக்கு தொடர்பான நுணுக்கங்கள் அனைத்தையும் ஆழமாக அறிந்தவர். இந்திய அரசமைப்பின் சட்டப்பிரிவு-29(2) கொடுத்திருக்கும் உரிமை - அதாவது அரசால் நடத்தப்படும் அல்லது அரசு நிதியிலிருந்து உதவி பெறும் கல்வி நிறுவனங்களில் சேர்க்கை தொடர்பாக எவ்விதப் பாகுபாடும் காட்டப்படுவதைச் சந்தேகத்துக்கிடமில்லாமல் தடுத்த உரிமை - ஒவ்வொரு குடிமக்களுக்கும் வழங்கப்பட்டிருந்த தனிப்பட்ட உரிமையென்று கிருஷ்ணசாமி அய்யர் வாதாடினார். சாதி அடிப்படையிலான வாய்ப்புகளைக் கொடுப்பதன் மூலம் அந்த உரிமையைத் தட்டிக்கழித்துவிட முடியாது. ஒரு குறிப்பிட்ட சாதி அல்லது குறிப்பிட்ட மதத்தின் அடிப்படையில் வழங்கப்பட்ட உரிமை அல்ல அது. மற்ற பிராமணர்களுக்குச் சேர்க்கை வழங்கப்பட்டிருந்தது ஒரு பொருட்டே கிடையாது. மனுதாரர்கள் பிராமணர்கள் என்ற

அடிப்படையில் தங்களுக்கான உரிமையைக் கோரவில்லை; இந்தியக் குடிமக்கள் என்ற அடிப்படையிலேயே கோருகிறார்கள். பிற்பட்ட வகுப்பினருக்குச் சிறப்பு சலுகைகள் வழங்குவதை அனுமதிக்கும் எந்தவொரு ஷரத்தும் சட்டப்பிரிவு-29(2)க்கு முரணானது, அரசுப்பணி நியமனங்களில் பாரபட்சம் காட்டப்படுவதைத் தடுக்கின்ற சட்டப்பிரிவு-16க்கும் கூட. மாணவர் சேர்க்கையை முடிவு செய்யும் ஒற்றை அளவுகோலாக மதிப்பெண்ணைக் கருதமுடியாதுதான், ஆனால் அதே சமயம் மதம், இனம் அல்லது சாதி போன்றவையும் மாணவர் சேர்க்கைக்கான அடிப்படையாக இருக்க முடியாது. சமூகத்தில் பின்தங்கிய பிரிவினரை ஆதரிக்க வேண்டுமென்று அரசாங்கம் விரும்பினாலும் இதேநிலைதான்.

சாதி ரீதியிலான பாரபட்ச நடைமுறைகள் பின்பற்றப்படுவதை மெட்ராஸ் அரசாங்கம் ஒப்புக்கொண்டது. அரசாங்கத்தின் கொள்கை என்ற அடிப்படையிலும் சமூகநீதிக்கான அவசியம் என்ற அடிப்படையிலும் இதுபோன்ற பாரபட்சங்களை மெட்ராஸ் அரசாங்கம் நியாயப்படுத்தியது. சமுதாயத்தில் நலிந்த பிரிவினரின் நலன்களை மேம்படுத்துவதற்காகச் சில வழிமுறைகளை அரசமைப்பின் சட்டப்பிரிவு-16 சொல்லியிருக்கிறது. அதற்கு அரசு நெறிமுறைக் கோட்பாடுகள் என்று பெயர். இதுபோன்ற நலிந்த பிரிவினரின் கல்வி நலனில் சிறப்பு கவனம் செலுத்தி ஊக்குவிப்பது அரசாங்கத்தின் கடமை என்றும், நலிந்த பிரிவினர் யார் என்பதை தீர்மானிக்கும் முழு உரிமையும் அரசாங்கத்துக்கு உண்டு என்றும் தன் தரப்பு வாதத்தை மெட்ராஸ் அரசாங்கம் முன்வைத்தது. வகுப்புவாரி அரசாணை பரிந்துரைத்த விகிதாச்சாரத்தின்படி மாணவர் சேர்க்கையை நடத்தியதின் விளைவாக 77 பிராமணர்கள், 224 பிராமணரல்லாத இந்துக்கள், 51 கிறிஸ்துவர்கள், 26 முஸ்லீம்கள் மற்றும் 26 ஹரிஜன்கள் பொறியியல் கல்லூரிகளுக்குத் தேர்வு செய்யப்பட்டிருந்தார்கள். சாதிவாரியான, வகுப்புவாரியான பரிசீலனைகளைப் புறக்கணித்திருந்தால், 249 பிராமணர்கள், 112 பிராமணரல்லாத் இந்துக்கள், 22 கிறிஸ்துவர்கள், 3 முஸ்லீம்கள் என்கிற ரீதியில் அந்த எண்ணிக்கை அமைந்திருக்கும். ஒரேயொரு ஹரிஜன் கூட கல்லூரிகளில் சேர்ந்திருக்க முடியாது. இதுபோன்ற சூழ்நிலையைத் தவிர்க்கவே, சாதி மற்றும் வகுப்பின் அடிப்படையிலான பாரபட்சமும் பாகுபாடும் கட்டாயமாகிறது என அரசாங்கம் வாதிட்டது.

ஜூன் மற்றும் ஜூலை மாதங்களில் தனக்கு முன்னால் வைக்கப்பட்ட வாதப் பிரதிவாதங்களை மெட்ராஸ் உயர்நீதிமன்றம் ஆராய்ந்து கொண்டிருக்க, சாமானிய மக்களிடையே, குறிப்பாக இந்த

அரசாணையால் பாதிக்கப்பட்டதாக உணர்ந்தவர்களிடையே, அவ்வழக்கு தீவிர எழுச்சியை உண்டாக்கிக் கொண்டிருந்தது.[80] பல்லாயிரக்கணக்கான இளைஞர்களின் லட்சியத்தையும் அவர்களின் வாழ்க்கையையும் புரட்டிப் போடக்கூடிய இந்த விவகாரம், பத்திரிகை அலுவலகங்களின் வாசல்களுக்குப் பலநூறு கடிதங்களை அனுப்பிக்கொண்டிருந்தது. அரசாங்கத்தின் நிலைப்பாட்டுக்கு எதிராக உரக்கக் குரல் கொடுத்துக்கொண்டிருந்தது.

'தீவிரமான வகுப்புவாதக் கொள்கையைக் கடைபிடித்த நீதித்துறையை அப்போதைய தென்னிந்திய காங்கிரஸ் ஜாம்பவான்கள் கடுமையாக விமர்சித்தார்கள். ஆனால் காங்கிரஸ் ஆட்சிக்கு வந்தவுடன், இதுபோன்ற நடவடிக்கைகளுக்கு சட்டப்புத்தகத்தில் நிரந்தர இடம் கொடுத்தது மட்டுமில்லாமல், அதற்கெதிரான நியாயமான எதிர்ப்புகளும் இரும்புக்கரம் கொண்டு நசுக்கப்படுகின்றன,'[81] என்று எஸ். கிருஷ்ணசுவாமி என்ற கோபக்காரர் எழுதினார். காங்கிரஸ் பின்பற்றிக்கொண்டிருந்த வகுப்புவாதக் கொள்கை தற்கொலைக்குச் சமமானது என ஒரு கடிதம் புலம்பியது. பொறுப்பான காங்கிரஸ் தலைவர்கள் என்று சொல்லிக் கொண்டவர்களிடமிருந்து இதற்கெதிராக ஒரு ஆட்சேப வார்த்தைகூட வரவில்லை.[82] 'அரசாங்கத்தின் ஆதரவோடு... வெறித்தனமாக ஊட்டி வளர்க்கப்படும் வகுப்புவாத விஷத்தின் விளைவாக, பணிநியமனங்களிலும் கல்லூரிகளிலும் பிராமணர்களின் சேர்க்கையை மெட்ராஸ் அரசாங்கம் கட்டுப்படுத்திக்கொண்டிருக்கிறது,' என்று மற்றொரு கடிதம் புகார் வாசித்தது. கல்வியில் பிராமணர்களின் ஆதிக்கத்துக்குக் காரணம் அவர்கள் ஆங்கிலேயர் ஆட்சியின்கீழ் ஆரம்பத்திலிருந்தே நவீன கல்வியை எடுத்ததால்தான் என்றும் அக்கடிதம் விளக்கியது.[83]

'குடியரசின் அங்கங்களாக இருக்கும் பல்வேறு மாநிலங்களின் அரசாங்கங்கள்... வகுப்புவாதமற்ற, பிராந்தியவாதமற்ற அணுகுமுறையோடு இருப்பவர்களுக்கு முன்னுரிமை கொடுக்கவேண்டும்,' என்று பம்பாயிலிருந்து ஒரு குடிமகன் அறிவுரை கொடுத்தார்.[84] ஊட்டியில், வகுப்புவாரி அரசாணைக்கு ஆதரவாக அரசாங்கத்தின் எண்ணத்தை வெளிப்படுத்திய மாநிலத்தின் நிதியமைச்சர், மாநிலத்திலுள்ள முன்னேறிய வகுப்பினரால் தங்களைவிடப் பின்தங்கிய சகோதரர்களுக்காகச் சில தியாகங்களைச் செய்யமுடியும் என்று வலியுறுத்தினார்.[85] அந்த அரசாணையின் விளைவாக நடக்கப்போவது 'சில தியாகங்கள் அல்ல, ஒட்டுமொத்தத் துடைத்தழிப்பு,' என்றொரு பிரபல நாளிதழ் உடனடியாகப் பதிலடி கொடுத்தது. 'வகுப்புவாரி இடஒதுக்கீடு என்கிற பாதை எளிதானதாக

இருக்கலாம், ஆனால் குழிகள் நிறைந்தது,'[86] என்று எழுதியது. மேலும் அதில்: கல்வி மற்றும் பொருளாதாரத்தில் நலிவடைந்தோருக்கான 'சிறப்பு கவனம்' என்று சட்டப்பிரிவு-46 சொல்வதை இலவச கல்வி, இலவச பாடப்புத்தகங்கள், இலவச உணவு மற்றும் தங்குமிட வசதிகள் ஆகியவற்றை வழங்குதல் என்று மட்டுமே நாம் அர்த்தம் செய்துகொள்ளவேண்டும்.

ஜூலை 27. மெட்ராஸ் உயர்நீதிமன்றத்தின் மூன்று நீதிபதிகள் அடங்கிய அமர்வு இவ்வழக்கில் தீர்ப்பளித்தது. மதம், இனம் மற்றும் சாதி போன்றவை சேர்க்கைக்கான அடிப்படையாக இருக்க முடியாது. ஆகவே, வகுப்புவாரி பிரதிநிதித்துவ அரசாணை அரசமைப்பின் சட்டப்பிரிவுகள்-15(1) மற்றும் 29(2)ஐ மீறுகிறது. இந்த அரசாணை ஒருவகையான பாகுபாட்டை உருவாக்குகிறது என உயர்நீதிமன்றத் தீர்ப்பு அறிவித்தது.[87] அதிலும் குறிப்பாக அரசு நிதியில் இயங்கும் கல்வி நிறுவனங்களின் மாணவர் சேர்க்கையில் பாகுபாடு காட்டப்படுவதைத் தடுக்கும் அரசமைப்பின் சட்டப்பிரிவு-29 விஷயத்தில் இதைத் தெள்ளத்தெளிவாகப் பார்க்க முடிகிறது, காரணம் இடஒதுக்கீட்டை அனுமதிக்கின்ற எந்தவொரு ஷரத்தும் இச்சட்டப்பிரிவில் உருவாக்கப்படவில்லை. தனது தீர்ப்பில் சில கடுமையான கண்டன வாசகங்களை உயர்நீதிமன்றம் சேர்ந்திருந்தது:

> *'வகுப்புவாரி பிரதிநிதித்துவ அரசாணை ஒத்த சூழல் மற்றும் சமூக நிலையின் கீழுள்ள அனைத்துக் குடிமக்களுக்கும், வழங்கப்பட்ட சலுகைகளிலும் திணிக்கப்பட்ட குறைபாடுகளிலும் சமதர்மத்தை மறுக்கிறது... (அது) சாதி அல்லது மதத்தை மட்டுமே காரணம் காட்டி உயர் தகுதி கொண்டிருக்கும் மாணவர்களை வெளியே துரத்திவிட்டு அதே காரணத்தின் அடிப்படையில் தகுதி குறைந்த மற்றவர்களை உள்ளே அனுமதிக்கிறது... தற்போதுள்ள அரசமைப்புச் சட்டப்பிரிவுகளின்படி, மதம் அல்லது சாதியின் அடிப்படையில் ஒரு விண்ணப்பதாரருக்கும் மற்றொரு விண்ணப்பதாரருக்கும் இடையே அரசால் எப்படி பாகுபாடு காட்ட முடியும், ஒரு குறிப்பிட்ட மதம் அல்லது சாதியைச் சேர்ந்த விண்ணப்பதாரர்கள் பெறக்கூடிய இடங்களின் எண்ணிக்கையை எப்படிக் கட்டுப்படுத்த முடியும், வெவ்வேறு மதங்கள் அல்லது சாதிகளைச் சேர்ந்த விண்ணப்பதாரர்களுக்கு ஒரு சிலருக்கு சாதகமாகவும் மற்றவர்களுக்குப் பாதகமாகவும் அமையும் வகையில் வெவ்வேறு தகுதிகளை எப்படி நிர்ணயம் செய்திட முடியும் என்பதைப் புரிந்துகொள்வது கடினமாக இருக்கிறது... சமூகநீதிக்காக அல்லது அரசின் நலனுக்காக*

குறிப்பிட்ட சாதியைச் சேர்ந்தவன் என்கிற காரணத்தைக் காட்டி ஒரு குடிமகனின் தனிமனித சுதந்திரத்தையும் நேர்மையையும் நசுக்க வேண்டுமா?... சட்டவிரோத மனப்பான்மைக்கு ஆணிவேராக இருக்கும் சாதி, இன மற்றும் மதம் சார்ந்த வேறுபாடுகளை அரசின் கொள்கையாக அங்கீகரித்து வளர்க்க வேண்டுமா?'[88]

வகுப்புவாரி பிரதிநிதித்துவ அரசாணையும், அதன்மூலம் இடஒதுக்கீடு என்ற அகன்ற கொள்கையும் தூக்கிவீசப்பட்டது. அதுமட்டுமல்ல தூக்கிவீசப்பட்டது அரசு வழிகாட்டு நெறிமுறைக் கொள்கைகள் என்ற அரசாங்கத்தின் கேடயமும்தான். வழிகாட்டு நெறிமுறைகள் அடிப்படை உரிமைகளுக்குக் கீழ்படிந்திருக்க வேண்டும் என உயர்நீதிமன்றம் தெளிவாக, வெளிப்படையாக, திட்டவட்டமாகத் தெரிவித்துவிட்டது. அரசமைப்புச் சட்டத்தின் பகுதி III தடை செய்த ஒன்றை பகுதி IVஇல் இருக்கும் வழிகாட்டு நெறிமுறைக் கொள்கைகள் எனும் பின்வாசல் வழியாக அறிமுகப்படுத்த முடியாது. இடஒதுக்கீடு இல்லாததால் பிற்பட்ட சமூகங்களுக்குரிய வாய்ப்புகள் மறுக்கப்பட்டு, சமூக அநீதி நீடித்துவிடும் என்றால், அதற்கான உண்மையான, திருப்திகரமான தீர்வு விண்ணப்பதாரர்கள் அனைவருக்கும் போதுமான வசதிகளை வழங்குவதுதான். இதுதான் நீதிமன்றத்தின் பார்வை.[89]

உயர்நீதிமன்றம் மூன்று திடமான, தெளிவான கோட்பாடுகளுக்குள் தனது தீர்ப்பினைச் சுருக்கியிருந்தது. 1. வழிகாட்டு நெறிமுறைகள் அடிப்படை உரிமைகளின் விதிகளுக்குக் கீழ்படிந்திருக்க வேண்டும். அரசமைப்புச் சட்டம் அளித்த தனிநபர் சுதந்திரத்தை முடக்குவதற்கு வழிகாட்டு நெறிமுறைகளைப் பயன்படுத்த முடியாது. 2. எவ்வளவுதான் பொதுநல நோக்கமாக இருந்தாலும், அது எவ்வளவுதான் உன்னத நோக்கமாக இருந்தாலும், அரசமைப்புச் சட்டத்தின் வரம்புகளுக்குள் மட்டுமே அரசாங்கம் செயல்பட வேண்டும். அடிப்படை உரிமைகள் மீறமுடியாதவை, அரசமைப்புச் சட்டத்தில் வகுத்திருக்கும் நிபந்தனைகளைத் தவிர. 3. ஆழ்ந்த சிந்தனை, விரிவான விவாதங்களுக்குப் பிறகே, இந்திய அரசமைப்புச் சட்டம் ஒரு குறிப்பிட்ட விதத்தில் வடிவமைக்கப்பட்டிருக்கிறது. முந்தைய ஆட்சிநிர்வாகத்தின் கொள்கைகளையோ, பரவலாக வழக்கத்திலிருக்கும் நடைமுறைகளையோ அது தலைகீழாக மாற்றியமைத்தாலும், அரசமைப்பின் சட்டப்பிரிவுகளை உறுதியுடன் நிலைநிறுத்தவேண்டும். நீதிபதிகளுள் ஒருவர் சுட்டிக்காட்டியது போல, தெளிவாக வரையறுக்கப்படாத சமூகநீதி என்னும் ஒரு

கொள்கையைக் காரணம்காட்டி சட்டமன்றம், நிர்வாகம் மற்றும் நீதித்துறை ஆகியவற்றை ஒரே மாதிரியாகக் கட்டுப்படுத்துகின்ற அரசமைப்புச் சட்டத்தின் தெளிவான ஓர் எளிய உத்தரவுக்குக் கீழ்ப்படிய மறுப்பதை நியாயப்படுத்த முடியாது.[90]

இறுதியில், அரசாங்கத்தின் கண்ணோட்டத்தைக் கடுமையாகச் சாடிய நீதிபதிகள், இப்படி கிண்டலாகக் குறிப்பிட்டார்கள்:

> *'தற்போதைக்கு ஓர் அரசின் பொறுப்பாக இருக்கும் நபர், தேர்தலில் பெரும்பான்மையான வாக்காளர்களால் சந்தேகத்திற்கு இடமின்றி தேர்ந்தெடுக்கப்பட்டவர் என்றாலும் கூட, அரசமைப்புச் சட்டத்தின் கட்டுப்பாடுகளை மதிக்காமல் சமூகப்பொருளாதார நீதி பற்றிய தனது தனிப்பட்ட எண்ணங்களைச் செயல்படுத்தும் சுதந்திரத்தைப் பெற்றுவிட்டால், பெருவாரியான குடிமக்களுக்கு வீண் துன்பங்களையும், கடும் சேதங்களையும் உண்டாக்கும் வாய்ப்பாக அது அமைந்துவிடும்... வகுப்புவாரி அரசாணை போன்ற நிர்வாக உத்தரவுகளால் சட்டப்பிரிவு-15(1)இல் உத்தரவாதம் அளிக்கப்பட்ட உரிமையை அலட்சியப்படுத்தவோ அல்லது ரத்து செய்யவோ முடியுமானால், அரசமைப்புச் சட்டத்தின் உறுதிமொழி பயனற்றதாகிவிடும்... மாணவர் சேர்க்கையை நெறிமுறைப்படுத்தும் வகுப்புவாரி அரசாணையை சட்டப்பூர்வமாகவும், அரசமைப்புச் சட்ட ரீதியாகவும் ஆதரித்தால், சட்டப்பிரிவு-15(1) கேலிக்கூத்தாகிவிடும்.'*[91]

காங்கிரஸ் கட்சியின் சமூகப் பொருளாதாரக் கொள்கையின் மற்றொரு தூண் சாய்ந்துவிட்டது. பல்வேறு கேள்விகள் எழுந்தன. பீகாரில் சொல்லப்பட்டது என்னவோ இடைக்காலத் தீர்ப்புதான். ஆனால் மெட்ராஸ் உயர்நீதிமன்றத்தின் இறுதித் தீர்ப்பு காங்கிரஸின் ஒட்டுமொத்த நம்பிக்கையையும் தவிடுபொடியாக்கிவிட்டது. மெட்ராஸில், உயர்நீதிமன்றத் தீர்ப்பைத் திரும்பப் பெறவும், வகுப்புவாரி அரசாணையை அமல்படுத்தக் கோரியும் பிற்பட்ட வகுப்பைச் சேர்ந்த மாணவர்கள் போராட்டத்தில் ஈடுபட்டார்கள்.[92] பதைபதைத்துப் போன காங்கிரஸ் சட்டமன்ற உறுப்பினர்கள், உயர்நீதிமன்றத் தீர்ப்பு குறித்து ஆலோசிக்கவும் இவ்விவகாரத்தில் இந்திய அரசு தலையிடக் கோரவும் சட்டமன்ற காங்கிரஸ் கட்சியின் அவசரக்கூட்டத்தைக் கூட்டுமாறு பதறினார்கள்.[93]

பீதியில் உறைந்தாலும் போர்க்குணம் மாறாத மெட்ராஸ் அரசாங்கம் உயர்நீதிமன்றத்தின் தீர்ப்பை எதிர்த்து உடனே உச்சநீதிமன்றத்தில் மேல்முறையீடு செய்யப்போவதாக அறிவித்தது.[94] மற்றொரு

சட்டப்போராட்டம் நடக்கும். அதில் அரசாங்கம் ஜெயித்தாலும் ஜெயிக்கலாம். அரசாங்கமும் காங்கிரஸும் எச்சரிக்கையாக இருந்தாலும் நம்பிக்கை இழக்கவில்லை. ஆனால் எல்லோரின் மனதையும் அரித்துக்கொண்டிருந்த கேள்வி - அடுத்தது என்ன? ஒருவேளை மேல்முறையீட்டு வழக்கிலும் தோற்றுவிட்டால் என்ன செய்வது? இரண்டு வாரங்கள் கழித்து, மெட்ராஸ் சட்டசபையில், மாகாண சட்ட அமைச்சர் கே. மாதவ மேனன் இதற்கான பதிலைச் சொல்லி எதிர்பார்ப்பை எகிறவைத்தார். 'கல்வியில் குறிப்பிட்ட இடஒதுக்கீடு எதுவும் மேற்கொள்ளப்படாது,' என்றார். 'இவ்விவகாரத்தில் உறுதியான முடிவு எடுக்கப்பட்ட பிறகு அரசமைப்புச் சட்டத்திருத்தம் குறித்த கேள்வி எழும்.'[95]

முடிவுகள் தீர்க்கமாகின

மெட்ராஸிலிருந்து வந்த செய்தியைக் கேட்ட டெல்லி ஆச்சரியப்பட்டது. அதிர்ச்சியடைந்தது. பீகாரில் விழுந்ததைவிடப் பெருத்த அடி இது. நிலச்சீர்திருத்தமும் சமூகநீதியும் காங்கிரஸ் கொள்கைகளின் இருபெரும் தூண்கள். ஒரு தூண் அபாயத்தில் நடுங்கிக்கொண்டிருக்க, இன்னொன்றைச் சுத்தமாக உடைத்து நொறுக்கியாகிவிட்டது. காங்கிரஸின் நம்பிக்கையும் தவிடுபொடி. இது வெறும் தற்காலிகப் பின்னடைவு மட்டும்தான் என்றாலும்கூட, உச்சநீதிமன்றத்தில் மேல்முறையீடு செய்து வெற்றிபெற்றுவிடும் வாய்ப்பு இருந்தாலும்கூட, காங்கிரஸ் கட்சியின் முக்கியக் கொள்கைகளில் ஒன்று, அதன் சமூகப்பொருளாதாரத் திட்டங்களின் அங்கம், அரசமைப்புச் சட்டத்திடம் தோற்று மண்டியிட நேர்ந்தது அக்கட்சியின் மூத்த தலைவர்களிடம் குமுறலையும் உளைச்சலையும் ஏற்படுத்தியது.

அரசியல் சக்தியை விட, அதிகாரத்தின் சக்தியை விட அரசமைப்புச் சட்டமே சக்திவாய்ந்தது என நீதிமன்றம் தெள்ளத்தெளிவாக நிரூபித்துக்காட்டிவிட்டது. அதிமுக்கியமான தீர்ப்பை அது உச்சரித்திருந்தது - அரசாங்கத்தின் கொள்கைகளுக்காக, அவை எவ்வளவுதான் சிறப்பான கொள்கைகளாக இருந்தாலும், அடிப்படை உரிமைகளை மீறக்கூடாது. சமஉரிமையை உறுதிப்படுத்தும் சட்டப்பிரிவு-15(1) எல்லாவற்றையும் விட மேலானது. இந்தச் சட்டப்பிரிவுக்கும் சாதி-மதத்துக்கும் துளி சம்மந்தமும் இல்லை. சம்மந்தப்படுத்துவதும் வெட்கக்கேடு. குறிப்பிட்ட சிலருக்கு சாதகமாக இருக்கிற காரணத்தால், தற்செயலாகக்கூடச் சாதியையும்

மதத்தையும் அடிப்படையாகக் கொண்டு மாணவர் சேர்க்கையை நடத்தக்கூடாது. தகுதிகள், தரநிலைகளை வகுக்கும் பட்சத்தில் அவை நியாயமாகவும் பொருத்தமாகவும் இருக்க வேண்டும். அவை அனைத்து குடிமக்களுக்கும் ஒரே மாதிரியாக இருக்க வேண்டும். உதாரணமாக, மதிப்பெண்கள் அல்லது உடற்தகுதி போன்றவற்றைத் தகுதியாகக் கருதலாம்; சாதியையோ மதத்தையோ அல்ல.

ஓர் இளம் குடியரசின் தொலைநோக்குப் பார்வை குறித்த வலுவான, விரிவான தீர்ப்பு இது. அதே அளவுக்கு அரசாங்கத்தின் கொள்கையின் மீது சுமத்தப்பட்ட வலுவான குற்றச்சாட்டாகவும் இது அமைந்திருந்தது. அரசமைப்புச் சட்டத்துக்கு அடிப்படையே சமத்துவம்தான் என்று நம்பிய மெட்ராஸ் உயர்நீதிமன்றம், 'குடிமக்களுக்கும் அரசுக்கும் இடையிலான உறவில் சாதி, இன மற்றும் மதம் சார்ந்து சிந்திக்கும் போக்கை'[96] தடுப்பதற்கும், அதை எதிர்த்து உறுதியுடன் போராடுவதற்கும் களமிறங்கியது. அரசாங்கத்தின் சமூகத் திட்டங்களையும், காங்கிரஸின் சித்தாந்தங்களையும் அடியோடு நிராகரித்துவிட்டது இந்தத் தீர்ப்பு. பாட்னாவில் கிடைத்த பாதகமான தீர்ப்பின் தாக்கம் குறைவதற்குள் மெட்ராஸிலும் தோல்வியே கிடைக்க, காங்கிரஸ் பெருந்தலைகள் நெருக்கடிக்கு ஆளானார்கள். விக்கித்துப் போன கட்சியும் பதில் தேடி அலைந்தது.

காங்கிரஸுக்கு இரண்டு பிரச்சினைகள். முதலில், இந்த இரு விவகாரங்களும் – அதாவது நிலச்சீர்திருத்தம் மற்றும் இடஒதுக்கீடு – அரசமைப்புச் சட்டம் வடிவமைக்கப்படும்போதே விலாவரியாக விவாதிக்கப்பட்டிருந்தன. இந்த விவாகரங்களில் காங்கிரஸ் எடுத்த நிலைப்பாட்டையொட்டியே அரசமைப்புச் சட்டம் அமைந்திருந்தது. காங்கிரஸ் கட்சியின் குறிப்பிட்ட ஒரு கொள்கையை நடைமுறைப்படுத்த காங்கிரஸ் தலைவர்களாலேயே போடப்பட்ட சமூக ஒப்பந்தமாக அரசமைப்புச் சட்டம் எழுதப்பட்டிருந்தது. இப்போது, கட்சிக் கொள்கைகளோடு அரசமைப்புச் சட்டம் மல்லுக்கு நிற்க, வெற்றிக்கான வாய்ப்பு சொற்பம்தான். இதற்குத் தீர்வு என்ன? இந்தச் சிக்கலைப் பத்திரிகையாளர்கள் கச்சிதமாக இப்படிச் சொல்லிவிட்டார்கள்: 'அரசியல் நிர்ணய சபையில் பெரும்பான்மை பலம் பெற்றிருந்த ஆளும் கட்சியின் உயர்மட்டத் தலைவர்கள், அரசமைப்புச் சட்டத்தின் உள்ளடக்கத்தைப் புரிந்து கொள்ளவோ அல்லது அதன் விதிகளை மதிக்கவோ தவறினால், அது தீவிரமான விவாதத்துக்கு உரியதாகிறது. சட்டத்தை உருவாக்குபவர்கள் எந்தச் சந்தர்ப்பத்திலும் சட்டத்தை மீறுபவர்களாக இருக்கக்கூடாது.'[97]

அடுத்த மிகப்பெரிய பிரச்சினை, பிரதமர் நேரு உள்துறைக்கு எழுதியிருந்தது[98] போல - மக்களிடம் இந்தச் சூழ்நிலையைச் சொல்லிப் புரியவைப்பதில் இருந்தது. ஆரம்பத்திலிருந்தே மக்களின் எதிர்பார்ப்புகளைத் தூண்டிவிட்டு, காங்கிரஸ் தலைவர்களின் வாக்குறுதிகளை நம்பவைத்து, இப்போது திடீரென்று அதே மக்களிடம் சட்டம் என்றும் அரசமைப்பு என்றும் பாடம் நடத்தினால் எப்படி? அரசாங்கத்தின் வார்த்தைகளும், பிரதமரின் வார்த்தைகளும் சட்டம் அல்ல, இவர்களை விடவும் இந்திய அரசமைப்புச் சட்டம் என்கிற மிகப்பெரும் சக்திவாய்ந்த அதிகாரம் ஒன்று இருக்கிறது என மக்களுக்குச் சொல்லப் போவது யார்? சரி, அப்படியே சொன்னாலும் அடுத்து நடக்கப்போவது என்ன? காங்கிரஸ் கட்சியின் முதன்மைக் கொள்கைகளான, அதுவும் பிரதமர் நேருவால் தனிப்பட்ட முறையில் அடையாளம் காட்டப்பட்ட திட்டங்களான நிலச்சீர்திருத்தம் மற்றும் ஜமீன்தார்முறை ஒழிப்பு விஷயத்தில் இந்தக் கேள்விகள் மேலும் முக்கியத்துவம் பெறுகின்றன.

ஏற்கனவே பீகாரில் சந்தித்துக் கொண்டிருந்த எதிர்ப்பலை, அரசமைப்புச் சட்டம் விதித்துக் கொண்டிருந்த கட்டுப்பாடுகளால் ஏற்பட்ட சிரமங்கள், சட்டம் மற்றும் நீதித்துறையின் மராத்தான் நடைமுறைகளில் இழந்துகொண்டிருந்த பொறுமை எல்லாமும் சேர்ந்துகொண்டு சிலகாலமாகவே தனக்கு முன்னிருக்கும் சாத்தியங்களை நேருவுக்குள் எடைபோடவைத்தன. மெட்ராஸிலிருந்து வந்த செய்தியால் அவரின் முடிவு தீர்க்கமானது. ஆகஸ்ட் 3, அவர் தனது முதலமைச்சர்களுக்கு இப்படி எழுதினார்:

'சிலசமயங்களில் உயர்நீதிமன்றங்கள் தலையிட்டு மாநிலச் சட்டங்களை அதிகாரத்துக்கு அப்பாற்பட்டவை என்று அறிவிக்கின்றன. காலதாமதம் ஆபத்தானது என்பதால், ஜமீன்தார்முறையை ஒழிக்கும் இந்தத் திட்டத்தை நாம் உடனடியாக நிறைவேற்ற வேண்டும் என்பது தெளிவாகிறது. ஆனால் துரதிஷ்டவசமாகச் சில சமயங்களில் சட்டமும் அரசமைப்பும் குறுக்கே நிற்கின்றன. அரசமைப்புக்கு இணக்கமான வழிமுறைகளை நம்மால் உருவாக்கமுடியும் என நினைக்கிறேன். ஒருவேளை சட்டம் தடையாக இருக்குமென்றால், இறுதியில் சட்டத்தை மாற்ற வேண்டியிருக்கும் என்பது நிச்சயம்.'[99]

புதிய குடியரசைத் தொடங்கிவைத்து முழுதாக ஆறு மாதங்களும் ஆறு நாட்களும் கூட ஆகியிருக்கவில்லை, அதற்குள்ளேயே அரசமைப்புச் சட்டத்தில் திருத்தங்கள் கொண்டுவருவதற்காகப் பிரதமர் நேரு தீவிரமாக யோசித்துக் கொண்டிருந்தார்; வாதாடிக் கொண்டிருந்தார்.

காரணம், எந்த அரசமைப்புச் சட்டத்தை நாட்டின் ஜனநாயக சுதந்திரத்துக்கு அஸ்திவாரம் என்று வர்ணித்தாரோ அதே அரசமைப்புச் சட்டம் அவரின் வழியில் குறுக்கே நின்று கொண்டிருந்தது. அரசமைப்புச் சட்டமா அல்லது தன்னுடைய தனிப்பட்ட அரசியல் நோக்கங்களா என்று வந்தபோது, பின்னதின் மீதிருந்த அவரின் விசுவாசம் முன்னதின் நம்பிக்கையைச் சாய்த்துவிட்டது.

இடஒதுக்கீடு விவகாரத்தில் இந்திய அரசு தலையிடவும், தீர்ப்பை மாற்றக்கோரியும் மெட்ராஸிலிருந்த காங்கிரஸ் தலைவர்கள் வலியுறுத்த, விஷயத்தைக் கூர்ந்து கவனித்து வந்தவர்கள் சூழ்நிலையின் தீவிரத்தைச் சட்டென உணர ஆரம்பித்தார்கள். டைம்ஸ் ஆஃப் இந்தியா தீர்க்கதரிசனமாகக் கணித்தது போல, 'அவர்கள் (மெட்ராஸில் இருக்கும் காங்கிரஸார்) விரும்பும் தீர்வு கிடைக்க வேண்டுமானால் அது அரசமைப்புச் சட்டத்தில் திருத்தம் கொண்டு வந்தால் மட்டுமே முடியும். விளைவாக, அதன் ஜனநாயக மற்றும் மதச்சார்பற்ற இயல்பை அழிக்கும் வகையில் அரசமைப்புச் சட்டம் மாற்றியமைக்கப்பட வேண்டியிருக்கும்.' 'அப்படி நடக்கும் பட்சத்தில், உயர்நீதிமன்றத்தின் தீர்ப்பை உச்சநீதிமன்றம் உறுதி செய்தாலும் அதனால் ஒரு பயனும் இல்லை. உயர்நீதிமன்றத்தை மதிக்காதவர்கள் உச்சநீதிமன்றத்துக்கும் பணிவு காட்டமாட்டார்கள்.'[100]

இதற்கிடையே, உத்திரப்பிரதேசத்தில், சிறு-குறு நிலஉரிமையாளர்களுக்குச் சமச்சீரான இழப்பீட்டு விகிதங்களுடன் சேர்த்து மறுவாழ்வு மானியங்களுக்கும் உத்தரவாதம் அளிக்கும் வகையில், ஜூலை 28 அன்று ஜமீன்தார்முறை ஒழிப்பு மசோதாவில் இழப்பீடு வழங்குவதற்கான இறுதி அட்டவணை சட்டமன்றத்தில் நிறைவேறியிருந்தது.[101] ஆகஸ்ட் 4. பலத்த ஆரவாரத்துக்கு இடையே, உற்சாகமான கைத்தட்டல்களுக்கு இடையே, ஜமீன்தார்முறை ஒழிப்பு என்ற 'இமாலய இலக்கை' உத்திரப்பிரதேசச் சட்டமன்றம் வெற்றிகரமாக அடைந்தது. நிலஉரிமையாளர்களுக்கு இழப்பீடு வழங்கிய மசோதாவால் சீற்றம் கொண்ட சோசலிஸ்டுகள், வாக்கெடுப்பில் பங்கேற்காமல் புறக்கணித்தனர். சுமார் இருபது லட்சத்துக்கும் அதிகமான நிலஉரிமையாளர்களைப் பாதிக்கும் இந்த நடவடிக்கையில் முதலமைச்சர் கோவிந்த் வல்லப பந்த்துக்கு மாபெரும் வெற்றி. விவசாயிகளின் பட்டயம் என்றும், கம்யூனிசத்துக்கு எதிரான மாற்றுமருந்து என்றும் அவர் இதை விவரித்தார்.[102] நாளிதழ்களில் தலைப்புச் செய்திகள் களைகட்டின: 'பூமிதார்கள் வாழ்க: உ.பி ஜமீன்தார்முறை ஒழிப்பு மசோதா நிறைவேறியது'[103], 'உ.பி-யின் நிலஉரிமை அமைப்பு மாற்றப்படுகிறது.'[104]

ஆனால், ஜூன் 30ஆம் தேதியிலிருந்தே நடந்ததை உன்னிப்பாகக் கவனித்து வந்தவர்கள் எச்சரித்தது போல, 'உ.பியின் ஜமீன்தார்முறை ஒழிப்பு இயக்க ஆரம்ப காலங்களில் தென்பட்ட உற்சாகம்' வடிந்திருந்தது.[105] அச்சம், கவலை மற்றும் நிச்சயமற்றநிலை தலைகாட்டியது. ஒருபக்கம் தலைப்புச் செய்திகள் ஆனந்தக் கூத்தாட, மறுபக்கம் நீதிமன்ற மோதல் அச்சுறுத்திக் கொண்டிருந்ததை எல்லோரும் உணர, பீகாரிலும் மெட்ராஸிலும் நடந்ததை அறிந்தவர்களுக்கு, அடுத்து நடக்கப்போவது பற்றி துளியளவும் தெளிவில்லை. குடியரசுத் தலைவரின் ஒப்புதலுக்காக பீகாரின் மசோதா காத்திருந்தது. உத்திரப்பிரதேச மசோதா சட்டமேலவையிலும் நிறைவேறியிருந்தது. அரசாங்கமும், சிறிதும் பெரிதுமான ஜமீன்தார்களும் தங்களின் சட்ட ஆயுதங்களைக் கூர்தீட்டிக் கொண்டிருந்தார்கள். எதிர்வரும் போருக்காகத் தயாராக இருந்தார்கள்.

3

நெருக்கடி முற்றுகிறது

படிப்படியான நகர்வு

ஆகஸ்ட் 15, 1950. நாட்டுநடப்பை ஆராய்ந்த *டைம்ஸ் ஆஃப் இந்தியா* அப்படியொன்றும் சொல்லிக்கொள்ளும்படியான நல்ல செய்தி எதுவும் இல்லை என்றது. அதன் பார்வையில்:

> *'சுதந்திரம் பெற்ற மூன்றாம் ஆண்டில், போர் முடிந்ததிலிருந்து தன்னைச் சூழ்ந்திருக்கும் பொருளாதாரச் சிக்கலில் இந்த நாடு மேலும் மிக மோசமாக வீழ்ந்து கிடப்பதைப் பார்க்க முடிகிறது. இதிலிருந்து நாட்டை மீட்பதற்கான மத்திய அரசாங்கத்தின் போராட்டம் பலனளிக்கவில்லை என்று நிரூபித்துள்ளது. அசாதாரணமான ஒரு பொருளாதாரச் சூழ்நிலையைச் சமாளிக்க முடியாமல் திணறும் அரசாங்கத்தின் இயலாமையை, அவ்வளவு ஏன், திறமையின்மையைக் கூட இது அம்பலப்படுத்தியுள்ளது. ...'சுதந்திரம்' பெற்ற பிறகும் இதுவரை இல்லாத அளவுக்குத் தங்களின் வாழ்க்கை மிகவும் கடினமாகி வருவதை மட்டுமே அறிந்த சாதாரண மக்களை அரசாங்கத்தின் பிற அனைத்துச் சாதனைகளும் ஈர்க்கத் தவறிவிடும்... அதே திறமையின்மையுடனேயே ஆண்டின் மற்ற பிரச்சினைகளையும் ஆட்சிநிர்வாகம் கையாண்டிருக்கிறது.*[1]*'*

பாகிஸ்தானுடனான மோதல் போக்கால், ஓயாத வகுப்புக் கலவரங்களால், வங்காளத்தில் அகதிகளின் தொடர்ச்சியான வருகையால், கிடுகிடுவென உயரும் விலைவாசியால், உணவுப்பொருட்களின் பற்றாக்குறையால், முக்கிய அமைச்சர்களின் ராஜினாமாவால் கொந்தளிப்பான ஆண்டாக அது அமைந்திருந்தது. சுற்றிலும் கும்மிருட்டு மிரட்டினாலும், பளிச்சிடும் ஒளிக்கீற்று ஒன்றை அந்தக் கட்டுரையாளர் அடையாளம் கண்டார். அரசியல் அரங்கில் அதிமுக்கியமான நிகழ்வுகளின் வெளிச்சம் அது: முதலில் புதிய குடியரசு தொடங்கியது, அடுத்து 'உயர்நீதிமன்றமும் பிறகு

உச்சநீதிமன்றமும் கொடுத்த தீர்ப்புகளின் விளைவாக அரசமைப்புச் சட்டத்தில் சொல்லப்பட்டிருக்கும் அடிப்படை உரிமைகள் வலுப்பெற ஆரம்பித்தது.[2] 'அரசமைப்புச் சட்டங்கள் அரசியல் மாற்றங்களின் புரட்சிகரத் தருணங்களைக் குறிக்கின்றன'[3] என்றார் சட்ட வரலாற்று அறிஞர் ரோஹித் டே. நாடு குடியரசாகிய அந்த முதல் ஆறு மாதங்களில் உண்மையிலேயே இந்தியாவின் பொது வாழ்க்கையில் மாற்றங்கள் ஏற்பட்டிருந்தன. அவற்றுள் இந்த இரண்டு மிக முக்கிய மாற்றங்களைக் குறிப்பிடத்தகுந்த முன்னேற்றங்களாகப் பத்திரிகைகள் சுட்டிக்காட்டியிருந்தன. 1. இந்திய மக்கள் தங்களின் தார்மீக உரிமைகளுக்காக அரசைக் கேள்விகேட்கக் கூடிய சக்தியை அரசமைப்புச் சட்டத்தின் மூலமாகப் பெற்றிருந்தார்கள். 2. நீதிமன்றங்கள் சட்டத்தின் ஆட்சியைப் பாதுகாப்பதில் தீவிரம் காட்டியிருந்தன. ஆனால் அதேநேரத்தில் மற்றவர்கள் இந்த மாற்றங்களைத் தடங்கல்களாகவும் பிரச்சினைகளின் ஆணிவேராகவும் பார்த்தார்கள்.

75 லட்சம் விவசாயிகளையும், 3.4 கோடி ஏக்கர் விளைநிலங்களையும் 'கிட்டத்தட்ட சமஸ்தான-முறை' அமைப்புகளின் பிடியிலிருந்து விடுதலை செய்யப்போவதாகச் சொல்லப்பட்ட மசோதா, 1300 திருத்தங்களுடன் 1450 உரைகளுடன்[4] திணறடித்த அந்தப் பிரம்மாண்டமான உத்திரப்பிரதேச ஜமீன்தார்முறை ஒழிப்பு மற்றும் நிலச்சீர்திருத்த மசோதா, நிலச்சீர்திருத்தத்துக்கு அரசமைப்புச் சட்டத்தில் தரப்பட்டிருந்த முக்கியத்துவத்தையே சந்தேகத்துக்கு உள்ளாக்கியது. நிலச்சீர்திருத்தம் குறித்த பல்வேறு கேள்விகளை அது எழுப்பியது. அரசியல் விவாதங்களின் மையப்புள்ளியாக நிலப்பங்கீடு மாறியது. நேரு தனது முதலமைச்சர்களுக்கு எழுதிய கடிதத்தில், அரசமைப்புச் சட்டம் தன் வழியைக் குறுக்கிட்டால் பிறகு அந்த அரசமைப்புச் சட்டத்தைத் திருத்தவும் நேரிடும் என்று சொன்னதிலிருந்து இந்த விவகாரத்தின் மீது அரசாங்கம் கொண்டிருந்த பிடிவாதத்தை உணரமுடியும். இடஒதுக்கீடு சர்ச்சையும், வங்காளத்தில் நிலவும் கொந்தளிப்பான சூழ்நிலையும் சேர்ந்துகொண்ட இந்நிலையில்தான் அகில இந்திய காங்கிரஸ் கட்சியின் தலைமைப் பதவியை அலங்கரிக்கப் போவது யார்[5] என்கிற விவாதம் எழுந்தது. காங்கிரஸ் கட்சியின் தலைவரைத் தேர்ந்தெடுக்கும் இந்தத் தேர்தலில் வழக்கமான 'தனிநபர் மற்றும் கோஷ்டி சார்பான விருப்பு வெறுப்பு'களைத் தாண்டி, கொள்கைகளும் சித்தாந்தங்களும் முக்கிய அம்சங்களாக மாறின.

தன்னைவிட நாற்பது வயது இளையவரான மணியம்மை என்ற பெண்மணியுடன் நடந்த திருமணத்தின் சர்ச்சையால் மோனநிலைக்குத் தள்ளப்பட்டிருந்தார் ஈ.வெ. ராமசாமி பெரியார். எழுபது வயதைக் கடந்த திராவிடர் கழகத் தலைவர் அவர். இந்நிகழ்வே அவரிடமிருந்து அவரின் தலைமைத் தளபதி சி.என். அண்ணாதுரை பிரிந்து சென்றதற்கும் பிறகு திராவிட முன்னேற்றக் கழகம் தோன்றுவதற்கும் தூண்டுதலாக அமைந்தது. இடஒதுக்கீடு குறித்த மெட்ராஸ் உயர்நீதிமன்றத்தின் தீர்ப்பு காரணமாக மெட்ராஸில் பிரிவினைவாத அரசியல் புத்துயிர் பெற்றது. திராவிடர் கழகத்தின் பேரணி ஒன்றில், உயர்நீதிமன்றத்தின் தீர்ப்பை உச்சநீதிமன்றம் உறுதிசெய்யும் பட்சத்தில், அதற்கு ஒரே தீர்வு அரசமைப்புச் சட்டத்தை மாற்றுவது மட்டும்தான் – அல்லது 'தென்னிந்திய மக்களுக்கு'[6] ஏற்ற சட்டங்களை எழுதக்கூடிய தனி திராவிடநாடு உருவாக்குவதுதான்[7] என்று பெரியார் முழங்கினார். ஆனால், காங்கிரஸும் நாடாளுமன்றமும் அரசமைப்புச் சட்டத்தை மாற்றியமைக்காது, காரணம் அங்கெல்லாம் வடஇந்தியர்களின் ஆதிக்கமே அதிகம் என்று பெரியார் பழித்தார்.[8] பயந்துபோன *டைம்ஸ் ஆஃப் இந்தியா* இப்படி எழுதியது: 'தனி திராவிடநாட்டுக்கான போராட்டக்காரர்கள் மீண்டும் அணிவகுத்து வருகிறார்கள். இம்முறை கல்லூரிகளில் மாணவர் சேர்க்கைக்காகப் போடப்பட்டு, சமீபத்தில் மெட்ராஸ் உயர்நீதிமன்றத்தால் அரசமைப்புச் சட்டத்துக்கு விரோதமானது என்று அறிவிக்கப்பட்ட வகுப்புவாரி பிரதிநிதித்துவ அரசாணையைக் கேடயமாக ஏந்தி வருகிறார்கள்.'[9]

மற்றொரு புறம், பீகார் நிலச்சீர்திருத்த மசோதாவை ஆய்வு செய்ய அமைக்கப்பட்ட மத்திய அமைச்சரவையின் சிறப்புக் குழுவுக்கும் பீகார் அரசாங்கத்துக்கும் இடையே நடந்துவந்த நீண்ட ஆலோசனைகள் முடிவுக்கு வந்தன. அதோடு இழப்பீடு குறித்த குழப்பங்களும் முடிவுக்கு வந்தன. கிட்டத்தட்ட இரண்டு மாதகாலப் பேச்சுவார்த்தைகளுக்குப் பிறகு, ஆகஸ்ட் 20இல் சட்டத்துறை அமைச்சர் பி.ஆர். அம்பேத்கர், நிதித்துறை அமைச்சர் சி.டி. தேஷ்முக் மற்றும் தொழிலாளர்துறை அமைச்சர் ஜெகஜீவன் ராம் அடங்கிய அந்தக் குழு, ஜமீன்தார்முறையை ஒழிக்கவும் நாற்பது ஆண்டுக் காலத்தில் பணமாக மாற்றிகொள்ளத்தக்கப் பத்திரங்கள் மூலம் நிலங்களுக்கான இழப்பீட்டை அளிக்கவும்[10] பீகார் முதலமைச்சர் ஸ்ரீகிருஷ்ணா சின்ஹா மற்றும் வருவாய்த்துறை அமைச்சர் கே.பி. சஹாய் ஆகியோருக்குப் பரிந்துரை செய்தது. குழுவின் பரிந்துரையில், கையகம் செய்யப்படும் நிலத்தின் அளவு

அதிகரிக்க அதிகரிக்க இழப்பீட்டுத் தொகை குறையும் வகையில் இழப்பீட்டு விகிதத்தை அவர்கள் நிர்ணயம் செய்திருந்தார்கள். மசோதாவிலிருந்த இந்த மிகப்பெரிய சிக்கலைக் கவனிக்கவோ தீர்க்கவோ அக்குழு தவறியதுதான் இதில் விசித்திரம். மசோதாவில் வெறித்துக் கொண்டிருந்த இந்தப் பிரச்சினை குழுவின் பார்வையில் படவில்லையா அல்லது வேண்டுமென்றே கவனிக்காமல் தவிர்த்தார்களா என்பதைச் சரியாகச் சொல்ல முடியவில்லை. எது எப்படியோ, மசோதாவை அவர்கள் அரசமைப்புச் சட்டம் என்கிற மதில்மேல் பூனையாகத் தவிக்க விட்டுவிட்டார்கள் என்பது மட்டும் உண்மை.

மேலும் சில காரணங்களுக்காகக் குழுவின் பரிந்துரைகள் வினோதமாகப் பார்க்கப்பட்டன. குழுவின் மூன்று உறுப்பினர்கள் - சி. ராஜகோபாலச்சாரி, கே.எம். முன்ஷி மற்றும் பி.ஆர். அம்பேத்கர் – அரசியல் நிர்ணய சபையின் அடிப்படை உரிமைகளுக்கான குழுவிலும் உறுப்பினர்களாக இருந்திருக்கிறார்கள். நிலச்சீர்திருத்தத்தைச் சொத்துரிமை என்னும் அடிப்படை உரிமையோடு இணைக்க நடந்த விவாதங்கள் அக்குழுவில் நடந்திருக்கின்றன. உயிர் வாழ்வதற்கான உரிமை மற்றும் சுதந்திர உரிமையோடு சேராமல், சொத்துரிமை என்னும் அடிப்படை உரிமை பிரத்யேகமான ஒரு சட்டப்பிரிவாக உருவானதற்கு முழுமுதற்காரணமே அக்குழுதான் – அதுவும் ராஜகோபாலச்சாரி, முன்ஷி மற்றும் அம்பேத்கர் போன்றோரின் மனப்பூர்வமான சம்மதத்தோடு. இந்தக் காரணத்துக்காகத்தான் நியாயமான முறையில் இயற்றப்படும் சட்டத்தைத் தவிர வேறு எதனாலும், எவராலும் யாருடைய சொத்தையும் எடுத்துக்கொள்ள முடியாது. இயற்றப்படும் சட்டமும் பொதுநோக்கத்துக்காக மட்டுமே இருக்கவேண்டும். உரிய இழப்பீடு தரப்பட வேண்டும் என்று சட்டப்பிரிவு-31 சொல்கிறது. மேலும் சட்டமன்றத்தால் இயற்றப்படும் சட்டங்களே இந்த இழப்பீட்டு அளவுகளைத் தீர்மானிக்க வேண்டும் – ஏதோவொரு தெளிவற்ற விதிமுறை அல்ல. இதன்மூலம் நிலஉரிமையாளர்களிடமிருந்து வரக்கூடிய சட்டரீதியான சவால்களை முன்கூட்டியே எதிர்கொள்ளலாம். நீதித்துறையின் தலையீட்டையும் குறைக்கலாம் என்று அவர்கள் கருதினார்கள்.[11]

காங்கிரஸ் கட்சிக்குள், சொல்லப்போனால் அரசியல் நிர்ணய சபையிலும் கூட, சொத்துரிமை குறித்தும் அதில் எந்த அளவிற்கு நீதித்துறையின் தலையீட்டை அனுமதிக்கலாம் என்பது குறித்தும் பல்வேறு கருத்துவேறுபாடுகள் நிலவின. நீதிமன்றங்கள் இழப்பீடுகளின் அளவு பற்றி ஆராய்ச்சி செய்வதை முற்றிலும்

தடுக்கவேண்டும் என்பது காங்கிரஸ் தலைமையின் எண்ணம். பலசுற்று விவாதங்களுக்கும் முரண்பாடுகளுக்கும் பிறகு, 'சட்டப்பிரிவு-31இன் இறுதி வடிவம் எல்லோராலும் சமரசமாக ஏற்றுக்கொள்ளப்பட்டது.'[12] நியாயமாக இயற்றிய சட்டவிதிகளின் அடிப்படையில் பொதுநோக்கத்துக்காக, தனியாரின் சொத்துக்களைக் கையகப்படுத்திக்கொள்ளும் அதிகாரத்தைச் சட்டப்பிரிவு-31இன் இறுதி வடிவம் அரசுக்கு வழங்கியது. உரிய நிவாரணம் வழங்கவும் வழிசெய்தது. இந்த நிவாரணத் தொகையின் அளவை மாநிலச் சட்டமன்றங்களில் கொண்டு வரப்படும் அந்தந்த ஜமீன்தார்முறை ஒழிப்புச் சட்டங்களில் நிர்ணயம் செய்துகொள்ளலாம். அப்படிப் பரிந்துரை செய்யப்பட்ட இழப்பீட்டு அளவுகளின் நியாய-தர்மத்தை நீதிமன்றங்கள் ஆராய முடியாது. அநியாயம் என்று குறை சொல்லவும் முடியாது. இதன்மூலம் இழப்பீடு தொடர்பான அனைத்து நீதிமன்ற விசாரணைகளையும் தவிர்க்கலாம் என்று எல்லோரும் நம்பினார்கள்.

இந்தப் பின்னணியில், அமைச்சரவையின் சிறப்புக் குழு உறுப்பினர்கள் கவனிக்காமல் விட்டுவிட்டது அரசமைப்புச் சட்டத்தின் அடிப்படையை மட்டுமல்ல, மசோதாவின் மிக மிக சர்ச்சைக்குரிய வரிகளையும்தான். ஆனாலும் இழப்பீட்டு முறைகளில் சிறு மாற்றங்களைச் செய்த மத்திய அரசாங்கம், அதைக் குடியரசுத் தலைவரின் ஒப்புதலுக்கு அனுப்பிவிட, கத்தரிக்காய் முற்றிக் கடைத்தெருவுக்கு வந்துவிட்டது. இந்த விவகாரத்தை இனிமேலும் ஒளித்துவைக்க முடியாது. ஒரேயொரு விஷயம் மட்டுமே பாக்கியிருந்தது: காங்கிரஸ் கட்சியின் புதிய தலைவருக்கான தேர்தல். அதுவும் கூட உடனே முடிவுக்கு வந்தது.

செப்டம்பர் 2. நேருவின் பகிரங்க எதிர்ப்புக்கு மத்தியில், அவரின் ராஜினாமா மிரட்டலையும் தாண்டி,[13] ஆச்சார்யா கிருபளானியுடன் நடந்த வெறுப்பும் கசப்புமான கடும் போட்டியில் வெற்றிபெற்ற புருஷோத்தம் தாஸ் டாண்டன் காங்கிரஸ் தலைவராகத் தேர்ந்தெடுக்கப்பட்டார் - படேலின் ஆதரவோடு. நேருவுக்கு 'ஆமாம் சாமி' போடாத இன்னொரு ஆள்; 'மென்மையான' இந்து தேசியவாதம் என்று சொல்லப்படும் சாதுரியமான கொள்கைக்குப் பேர்போன ஆள் கட்சியின் முகமாக முன்னிறுத்தப்பட்டார்.[14] காங்கிரஸ் கட்சியில் நேரு நினைத்ததெல்லாம் சட்டமாகிவிடாது என்று காட்டுவதற்காகப் படேல் எடுத்த கடைசி முயற்சி அது.[15] அதிருப்தியடைந்த ஆச்சார்யா கிருபளானி, 'புதிய ஆட்சியின் சர்வாதிகாரப் போக்கு இன்னும் எங்களின் (காங்கிரஸின்) அமைப்பை முழுதாக விழுங்கிவிடவில்லை,'[16] என்று புழுங்கினார்.

கிருபளானி போன்ற மிகமூத்த தலைவர் ஒருவர், அதுவும் காங்கிரஸின் நீண்டகால உறுப்பினர் ஒருவர்[17] புதிய அரசாங்கத்தைச் சர்வாதிகாரத்துடன் ஒப்பிட்டது தீர்க்கதரிசனமாகவே பார்க்கப்பட்டது. கொஞ்சம் திகிலாகவும் கூட. அந்நேரத்தில் கிருபளானியின் எச்சரிக்கையை யாரும் பெரிதாகக் கண்டுகொள்ளவில்லை என்பது ஆச்சரியம். ஆனால் யாருக்கும் ஆச்சரியம் தராதது, மூன்று வருடம் இருக்கும்போது டாண்டனால் ஒரு வருடத்துக்கு மேல் தலைவர் பதவியில் தாக்குப்பிடிக்க முடியாமல் போனது.

ஒருபக்கம் உட்கட்சிப் பூசலும் சூழ்ச்சிகளும் காங்கிரஸ் கட்சிக்குள் தீவிரமடைய, மற்றொரு பக்கம் அரசமைப்புச் சட்டம் பற்றிய சில முக்கிய விஷயங்கள் விவாதப்பொருளாகின. விளைவு, பீகாரின் நிலச்சீர்திருத்த மசோதாவின்மேல் அரசியல் நோக்கர்களின் கவனம் மீண்டும் குவியத் தொடங்கியது.

★★★

பணயமும் அரசியலும்

ஜமீன்தார்முறை ஒழிப்பு மசோதாவைக் குடியரசுத் தலைவரின் ஒப்புதலுக்கு அனுப்பவும், அது தொடர்பான ஆலோசனைகளை அளிக்கவும் செப்டம்பர் தொடக்கத்தில் மத்திய அமைச்சரவை கூடியது. செப்டம்பர் 7. குடியரசுத் தலைவரின் ஒப்புதலை எந்த நேரத்திலும் எதிர்பார்க்கலாம் என டைம்ஸ் ஆஃப் இந்தியா தொடர்ந்து ஆவலோடு செய்தி வெளியிட்டு வந்தது.[18] ஆனால் அரசாங்கம் இறுதி முடிவுக்கு வந்திருந்தாலும், மசோதா கிடப்பில் போடப்பட்டிருந்தது. அதனால் காங்கிரஸின் கௌரவத்துக்குக் குறை. காப்பாற்றத் தவறிய அதன் வாக்குறுதிகளின் மீது மக்களுக்கு அவநம்பிக்கை. விவசாயிகளுக்கு விரக்தி. ‘காங்கிரஸ் ஆட்சியில் அரசு இயந்திரம் துருப்பிடித்துச் செயலற்றுவிட்டது. இந்த விவகாரத்தை இவ்வளவு தாமதிப்பதற்கு இனிமேலும் எந்தவொரு சாக்குபோக்கும் சொல்ல முடியாது,’[19] என ஒரு விமர்சகர் எழுதினார். ‘ஒருவேளை தனது தேர்தல் அறிக்கையையம், தீர்மானங்களையும் தாண்டி... போதிய உணவில்லாமல், நோய்வாய்ப்பட்டு, எழுத்தறிவின்றி, சொல்லமுடியாத வறுமையின் பிடியில் சிக்கித்தவிக்கும் நாட்டைச் சமாளிக்கத் தெரியாமல், அதற்குரிய தகுந்த முன்னுரிமைகளை ஒதுக்குவதில் தன்னுடைய இயலாமையை நிரூபித்துள்ள ஒரு கட்சியிடம் இப்படிப்பட்ட முயற்சியை எதிர்பார்ப்பது தவறாகக்கூட இருக்கலாம்,’[20] என்றும் அவர் கேலி செய்தார்.

செப்டம்பர் 9. பத்திரிகைகளின் கடுமையான விமர்சனத்துக்கும் பீகார் காங்கிரஸின் விடாப்பிடியான வற்புறுத்தலுக்கும் உள்ளான மத்திய அமைச்சரவை மசோதாவைப் பரிசீலிப்பதற்காகக் கூடியது. எடுத்த எடுப்பிலேயே, ஜூன் மாதத்தில் அனுப்பி வைக்கப்பட்டிருந்த அந்த மசோதாவுக்கு ஒப்புதல் கொடுக்குமாறு குடியரசுத் தலைவரை அது அறிவுறுத்தியது.[21] பல மாதகால ஆயத்தப்பணிகளுக்குப் பிறகு, விவாதங்களுக்குப் பிறகு, புரட்சித்தீ பற்றிக்கொண்டது. இனி அதை அணைக்கவே முடியாது.

தன்னால் முடிந்த அளவுக்கு வர்க்க மோதலை எதிர்த்தவர் குடியரசுத் தலைவர் ராஜேந்திர பிரசாத். பீகார் காங்கிரஸ் தலைவராக இருந்த நாட்களைப் பண்ணையார்களுக்கும் விவசாயத் தொழிலாளர்களுக்கும் இடையே சுமூகமான உடன்பாடு கொண்டுவரச் செலவழித்தவர் அவர்.[22] இப்போது அமைச்சரவையின் கோரிக்கையை நிராகரித்தார். அவர் புரட்சியாளர் கிடையாதுதான், ஆனால் அவரைப் பொறுத்தவரை முடிந்தால் வலுவான ஜமீன்தார்முறைச் சட்டங்களைக் கொண்டுவந்து ஜமீன்தார்கள் நடந்துகொள்ளும் விதத்தை மாற்ற வேண்டும். அது முடியாவிட்டால் அவர்களுக்குரிய நியாயமான இழப்பீட்டை முழுமையாகக் கொடுத்து ஜமீன் வழக்கத்தை முடிவுக்குக் கொண்டுவரவேண்டும். அவ்வளவுதான். ஏற்கனவே செப்டம்பர் 8ஆம் தேதியிட்ட ஒரு குறிப்பில் பிரதமருக்கும், அமைச்சரவைக்கும் தனது ஆலோசனைகளைத் தெரிவித்திருந்தார் அவர். குடியரசுத் தலைவரின் குறிப்புகள் அமைச்சரவையின் முன்னால் உரக்கப் படித்துக்காட்டப்பட்டன. பிறகு, பிரதமராலும் அவரின் மந்திரிகளாலும் அவை உடனடியாக நிராகரிக்கப்பட்டன.[23]

நாட்டின் மிக உயர்ந்த பொறுப்பிலிருந்த அரசமைப்புச் சட்டத்தின் உச்சபட்ச ஆளுமை, அமைச்சரவையின் இச்செயலால் அதிர்ச்சியடைந்தார். அரசியல் நிர்ணய சபையைத் தலைமையேற்று நடத்தியிருந்ததால் சொத்துரிமை, நிலங்களுக்கான இழப்பீடு என்னும் கண்ணிவெடிகளுக்கு இடையே அரசாங்கம் துள்ளிக்கொண்டிருந்ததை ராஜேந்திர பிரசாத் தெளிவாகத் தெரிந்துகொண்டார். விஷயத்தைக் கொஞ்சம் ஆறப்போடுவதற்காகப் பீகார் நிலச்சீர்திருத்த மசோதா மட்டுமின்றி சட்டப்பிரிவு-31 தொடர்பாகவும், அதைவிட இன்னும் சர்ச்சை ஏற்படுத்தும் வகையில், அமைச்சரவையின் ஆலோசனைகளை ஏற்றுக்கொள்வதில் அல்லது நிராகரிப்பதில் குடியரசுத் தலைவருக்கு இருக்கும் பொதுவான அதிகாரங்கள் குறித்தும் மத்திய அரசின் தலைமை வழக்கறிஞர் எம்.சி. செதால்வத் அவர்களின் கருத்தைக் கேட்டுக் கடிதம் அனுப்பினார்[24]. தீவிர சோசியலிசத்தைக் கொள்கை

ரீதியாக எதிர்த்தாலும் அரசமைப்புச் சட்டத்தில் இருக்கும் அடிப்படை உரிமைகளை மதிப்பதில் திடமாக இருந்தவர் ராஜேந்திர பிரசாத். இப்போது அவர் காத்திருந்தது காலம் கனிவதற்காக மட்டுமல்ல - தெளிவான சட்ட ஆலோசனைக்காகவும்தான்.

தனக்கு ஏற்பட்ட உடல்நலக்குறைவிலிருந்து குணமடைந்து பம்பாயில் ஓய்வெடுத்துக் கொண்டிருந்த - அதன் காரணமாக அதிமுக்கியமான அந்த அமைச்சரவைக் கூட்டத்தில் கலந்துகொள்ள முடியாமல் போன - சர்தார் படேல் இது குறித்து நேருவுக்கு எழுதிய கடிதத்தில் எச்சரிக்கை தொனித்தது. 'இந்தப் பிரச்சினை பற்றிய தனது நிலைப்பாட்டில் குடியரசுத் தலைவர் உறுதியாக இருப்பது உங்களுக்குத் தெரியும். அவர் (குடியரசுத் தலைவர்) ஆழமாக யோசித்து அனுப்பிய குறிப்பு அமைச்சரவையிடம் வெறும் சம்பிரதாயமான வரவேற்பை மட்டுமே பெற்றது போன்ற தோற்றத்தை நாம் தவிர்க்க வேண்டும் என நினைக்கிறேன். அந்தக் குறிப்பை உள்துறை மற்றும் சட்டத்துறையின் கூட்டு ஆலோசனைக்காக அனுப்பிவைக்க வேண்டும் என நான் பரிந்துரைக்கிறேன்,'[25] என்று அவர் நேருவிடம் வலியுறுத்தியிருந்தார். ஆனால் பிரதமருக்குப் பொறுமை இல்லை. காத்திருக்கும் மனநிலையிலும் அவர் இருக்கவில்லை. படேலின் ஆதரவாளர் ஒருவர் காங்கிரஸ் தலைவராகத் தேர்ந்தெடுக்கப்பட்டிருக்க,[26] திருப்புமுனையான, அதிரடியான, அமளிதுமளியான காங்கிரஸ் அமர்வு ஒன்று நாசிக் நகரில் எதிர்நோக்கியிருக்க, வங்காளத்தில் வகுப்புவாத சண்டைகள் தொடர்ந்து கொண்டிருக்க, பத்திரிகைகள் கொஞ்சம்கூடத் தயவு தாட்சண்யமே இல்லாமல் கிழித்துக்கொண்டிருக்க, நீதிமன்றங்களில் மாபெரும் தோல்விகள் கிடைத்துக்கொண்டிருக்க, தக்க பதிலடி கொடுக்கவும் தன்னுடைய அதிகாரத்தை நிலைநாட்டவும் நேரு தவியாய்த் தவித்துக்கொண்டிருந்தார். வேறெதுவும் அவரின் கண்களுக்குத் தெரியவில்லை.

'பீகார் நிலச்சீர்திருத்த மசோதாவுக்கான தங்களின் ஒப்புதலை உள்துறை அமைச்சகம் இன்னும் பெறவில்லை என அறிகிறேன்,' குடியரசுத் தலைவர் ராஜேந்திர பிரசாத்திடம் நேரடியாக விஷயத்துக்கு வந்தார் நேரு.

'நேற்று தங்களிடம் அமைச்சரவையின் வேண்டுகோளைத் தெரிவித்தேன்... நீண்ட காலமாகவே தாமதம் காட்டப்பட்டு வரும் இந்த விவகாரத்தில் விரைவான நடவடிக்கை தேவையென்பதையும் தங்களிடம் சுட்டிக்காட்டினேன். இதை மேலும் தள்ளிப்போடும் அளவுக்கு இப்போது என்ன சிரமங்கள்

ஏற்பட்டிருக்கின்றன என்று எனக்குத் தெரியவில்லை. ஆகவே, இந்த மசோதாவுக்குத் தங்களின் ஒப்புதலை அளிக்க வேண்டும் என மீண்டும் வேண்டுகிறேன். வேறெந்த நடவடிக்கையும் பிரதமர் என்ற என்னுடைய நிலையையும் அரசாங்கத்தின் நிலையையும் சிரமத்துக்கு உள்ளாக்கிவிடும்.'[27]

திகைத்துப் போன ராஜேந்திர பிரசாத், இந்த விவகாரத்தில் பிரதமர் காட்டிய அவசரத்தின் அடிப்படையில், தலைமை வழக்கறிஞரின் கருத்துக்காகக் காத்திருக்காமல் தனது ஒப்புதல் வழங்கப்படும் என்று நேருவுக்குத் தெரிவித்தார்.[28] அதே நாளான செப்டம்பர் 11இல் மசோதாவுக்குக் குடியரசுத் தலைவரின் ஒப்புதல் வழங்கப்பட்டது. எதிர்பார்த்த மசோதா கைக்குக் கிடைத்துவிட்டதால் தற்போது பிரதமரின் கவனம் படேலின் பக்கம் திரும்பியது. 'அரசமைப்புச் சட்டத்தின் அடிப்படையிலும் நடைமுறை யதார்த்தத்தின் அடிப்படையிலும் குடியரசுத் தலைவருக்கு வழங்கப்பட்ட ஆலோசனையின்படி அவர் செயல்பட வேண்டும் என அமைச்சரவை திடமாகக் கருதுகிறது,' என்று தன் துணைப் பிரதமரிடம் கறாராகத் தெரிவித்தார் நேரு. 'ஆகவே, மசோதா தொடர்பான ஆலோசனைக்காகச் சட்டத்துறையிடமோ உள்துறையிடமோ குறிப்புகளை அனுப்பவேண்டிய எந்தவிதத் தேவையும் இப்போது எழும் என நான் நினைக்கவில்லை.'[29]

இப்போது நேருவின் ஆதிக்கம் மேலோங்கியிருக்க, பத்திரிகைகளை அழைத்து அவர் பிரகடனம் செய்தார்: விவசாயத் தொழிலாளர்களின் முன்னேற்றத்துக்காக ஜமீன்தார்முறையை முடிவுக்குக் கொண்டு வரும் கொள்கையைக் காங்கிரஸ் கட்சி வகுத்துள்ளது. இதை எவ்வளவு முடியுமோ அவ்வளவு விரைவாகச் செயல்படுத்த வேண்டும்.[30] குடியரசுத் தலைவரின் ஒப்புதல் கிடைத்த செய்தி பீகாரில் கலவையான உணர்வுகளைத் தூண்டியது. ஏற்கனவே சட்டப் போராட்டத்துக்குத் தயாராகிக் கொண்டிருந்த மிகப்பெரிய ஜமீன்தார்கள், பல விதத்தில் அரசமைப்புச் சட்டத்துக்கு விரோதமானதும், சட்டமன்றத்தின் அதிகாரத்துக்கு அப்பாற்பட்டதுமான[31] பீகார் நிலச்சீர்திருத்தச் சட்டத்தின் கீழ் தங்களது நிலங்களைக் கையகப்படுத்தக்கூடாது என்று கோரி மாகாண அரசாங்கத்தின் மேல் வழக்குத் தொடுத்ததற்கான தகவல்அறிவிப்பை அனுப்பிக் கொண்டிருந்தார்கள். தலைமைச் செயலகமோ மத்திய அமைச்சரவையின் சிறப்புக் குழு அளித்த பரிந்துரைகளையொட்டி இழப்பீடுகளுக்கான திட்டங்களை உண்டாக்குவதில் மும்முரமாக இயங்கிக் கொண்டிருந்தது. அரசாங்கம்

விவசாயப் புரட்சியைத் தொடங்கி வைக்கத் தயாராக இருந்தது.[32] முன்வைத்த காலை இனி பின்வைக்கவே முடியாது.

அதேநேரம் உத்திரப்பிரதேசத்தில், மெட்ராஸை அதிரச்செய்த தீர்ப்பின் வெடிச்சத்தத்தால் மாகாண அரசாங்கம் விழித்துக்கொண்டது. 'போட்டித் தேர்வுகள் மூலம் பணிநியமனம் நடத்தப்படாதபோது, அரசுப் பணிகளில் வகுப்புவாரியான பிரதிநிதித்துவத்துக்கு அடிப்படையாக இருக்கும் தற்போதைய உத்தரவுகள் தொடர முடியாது எனவும் அதனால் அவை ரத்து செய்யப்படுவதாகவும்'[33] உத்திரப்பிரதேச அரசாங்கம் அறிவித்தது. வகுப்புவாரியான இடஒதுக்கீடு அரசமைப்புச் சட்டத்துக்கு எதிரானது என்ற எண்ணத்தை இந்த உத்தரவு எல்லோர் மனதிலும் விதைத்தது. எங்கோ தொலைதூரத் தெற்கில் வழங்கப்பட்ட ஒரு நீதிமன்றத் தீர்ப்பு நாட்டின் மூலைமுடுக்கெல்லாம் அதிர்வலைகளை ஏற்படுத்தியது. அரசமைப்புச் சட்டம் குறித்த பல்வேறு கேள்விகள் விடைகளுக்காக ஏங்கிக்கொண்டிருந்த இந்தச் சூழ்நிலையில்தான் காங்கிரஸ் கட்சியின் பொதுச்சபைக்கூட்டம் நாசிக்கில் கூடியது. நாடு குடியரசான பிறகு நடக்கும் முதல் பொதுச்சபைக் கூட்டம் அது.

★★★

விண்ணை நோக்கி நேருவின் செல்வாக்கு

நேருவின் விருப்பத்துக்கு எதிராக, அவ்வளவு ஏன், அவரது ராஜினாமா மிரட்டலையும் தாண்டி புருஷோத்தம் தாஸ் டாண்டன் காங்கிரஸ் தலைவராகத் தேர்ந்தெடுக்கப்பட்டது நேருவை எந்தளவுக்குக் கோபப்படுத்தியிருந்தால் புதிய காங்கிரஸ் காரியக் கமிட்டியில் சேராமல் தவிர்த்துவிடும் முடிவுக்கு அவர் வந்திருப்பார். படேலுக்குத் தனது முடிவைத் தெரியப்படுத்திய நேரு, ராஜினாமா மிரட்டலைத் தொடர்ந்து கொண்டிருந்தார். கட்சியின் புதிய தலைமையோடு ஒத்துழைக்க மறுத்துக் கொண்டிருந்தார். நாசிக் பொதுச்சபைக் கூட்டம் நெருங்க நெருங்க, ஏற்கனவே கிருபளானியிடமும் மற்றவர்களிடமும் எதிர்ப்பைச் சம்பாதித்துக் கொண்டிருந்த டாண்டன், இரண்டு பக்கமுமே பலத்த சேதத்தை உண்டாக்கும் மோதலைத் தவிர்ப்பதில் அக்கறை காட்டினார். கட்சியின் இரு பிரிவுகளுக்கிடையே வெடித்துவிட்ட பிளவு அதளபாதாளமாக உருவாகி விடாமல் முயற்சி எடுத்தார். பொதுவெளியில் பிரதமரோடு மோதுவதைத் தவிர்ப்பதற்காகத் தன்னுடைய நிலையிலிருந்து இறங்கி வந்து விட்டுக்கொடுக்கவும் தயாரானார்.

இதுதான் நல்ல வாய்ப்பு என நேருவுக்குத் தெரிந்தது. ‘டாண்டனுக்கு ஆதரவளித்த பலரிடையே, என்னைச் சமாதானப்படுத்தவும், மேற்கொண்டு எந்த நடவடிக்கையும் எடுக்கவிடாமல் என்னைத் தடுக்கவும் அவர்களால் முடிந்ததைச் செய்ய வேண்டும் என்ற எண்ணம் இப்போது இருக்கிறது. ஆகவேதான் நான் கொண்டுவர நினைக்கும் தீர்மானங்களை நிறைவேற்ற விரும்புகிறார்கள்,’ என்று தனது சகோதரி – அப்போது அமெரிக்காவுக்கான இந்தியத் தூதராக இருந்த – விஜயலட்சுமி பண்டிட்டுக்கு[34] நேரு எழுதியிருந்தார். ‘ஆனால் என்னுடைய தீர்மானங்கள் நிறைவேற்றப்பட்டாலும், காரியக் கமிட்டியில் சேரமாட்டேன் என்பதில் தெளிவாக இருக்கிறேன். வருங்காலத்தில் அதனோடு எவ்வளவு தூரம் ஒத்துழைக்கிறேன் என்பது சூழ்நிலைகளைப் பொறுத்தே அமையும்.’[35] கட்சிக்குள் தனது நிலை குறித்த கவலை அவரிடம் தெளிவாகத் தெரிந்தது. கொஞ்சம் பதற்றமும் கூட. கட்சி அமைப்புகளின் மீது அவருக்கு இருந்த அதிகாரத்திலும் ஒரு நிச்சயமற்ற நிலையை உணர்ந்தார்.

நாசிக்கில் முழுவலிமையோடும், மனஉறுதியோடும் பிரதமர் களமிறங்கினார். இளைஞர் காங்கிரஸாரிடம் பேசியபோது காந்தியடிகளை மேற்கோள் காட்டினார். ‘இன்றைய காங்கிரஸ்காரர்களைப் போல் தேர்தலில் போட்டியிடுவதில் ஈடுபாடு காட்டுவதைவிட உழைப்பின் மேன்மையை மகாத்மா காந்தி வலியுறுத்தியதாக’[36] கூடியிருந்தவர்களுக்கு நினைவூட்டினார். ‘இன்று தலைவர்கள் என்று சொல்லிக்கொள்ளும் சிலர் நாட்டின் நலனுக்காக ஆக்கப்பூர்வமான பணிகளைச் செய்யாமல் ஏதோ ஒரு பதவிக்கு தேர்ந்தெடுக்கப்பட வேண்டும் என்று வெறுமனே பேசி சூழ்ச்சி செய்வதைப் பார்ப்பது அருவருப்பாக இருக்கிறது,’[37] என்று அவர் கர்ஜித்தார். டாண்டன் மற்றும் அவரின் ஆதரவாளர்கள் செய்த கலகத்தைத்தான் இப்படி அவர் பூடகமாகச் சுட்டிக்காட்டினார். கட்சிப் பிரிதிநிதிகளுக்கு அழுத்தம் கொடுத்தது, அரசு இயந்திரத்தைத் தந்திரமாகத் துஷ்பிரயோகம் செய்தது என டாண்டனின் வெற்றிக்குப் படேலின் கைங்கர்யம்தான் காரணம் என்பது நேருவின் எண்ணம்.[38] டாண்டன் உட்பட பிற காங்கிரஸ்காரர்களுக்கான சமிக்ஞை அது. அவர்களும் அதைத் தெளிவாகப் புரிந்துகொண்டார்கள். இனிமேல் பிரதமர் எதற்கும் கவலைப்படத் தேவையில்லை.

கூட்டத்தில் பேசிய பிரதமர் நேரு, கட்சிக்காரர்கள் தன் தலைமையை விரும்பும் பட்சத்தில், தனது ஆற்றலின் மீது நம்பிக்கை கொண்டிருக்கும் பட்சத்தில், அவர்கள் எல்லோரும் தனக்குப் பின்னால் அணிவகுத்து நிற்கவேண்டும் எனவும் தனது கொள்கைகளுக்கு

ஆதரவாக இருக்கவேண்டும் எனவும் திட்டவட்டமாகக் கோரினார். அதிலும் குறிப்பாக வங்காளத்தில் நிலவும் வகுப்புவாதம், பாகிஸ்தான் தொடர்பான தனது கொள்கைகள், ஆர்.எஸ்.எஸ் மற்றும் இந்து மகாசபை போன்ற அமைப்புகளால் காங்கிரஸ் இயக்கத்துக்கே ஏற்பட்டிருக்கும் பேராபத்துகள் சுற்றி நின்று மிரட்டிக் கொண்டிருக்கும்போது கருத்துவேறுபாடுகளுக்கு இடமே இருக்கக்கூடாது. ‘இந்து இனவாத’த்தை எதிர்த்துத் தீர்க்கமாகப் போரிடவேண்டும். பாகிஸ்தானுக்கு எதிராக ‘வலுவான நடவடிக்கை’ என்ற பேச்சுக்களைக் கடுமையாக எதிர்க்கவேண்டும். நேரு பிரதமாக இருக்கும்வரை இந்த விஷயங்களில் வேறு சமரசமே இருக்கக்கூடாது. ‘தனது நிலைப்பாட்டை ஏற்கவேண்டும் என்று காங்கிரஸை மிரட்டிப் பணிய வைத்துக் கொண்டிருப்பதாக’வும் எந்தவித விமர்சனத்தையும் சகிக்காதவராக இருக்கிறார் என்றும் அல்குராய் சாஸ்திரி மற்றும் ஷிப்பன் லால் சக்சேனா போன்ற தீவிர சோசியலிஸ்டுகள் நேருவைக் குற்றம் சாட்டினார்கள்.[39] ஆனால் படேல் நோய்வாய்ப்பட்டுப் பெரும்பாலும் படுத்த படுக்கையாகவே வீழ்ந்திருக்க – மொத்த அமர்விலும் அவர் ஒரேயொரு முறை மட்டுமே பேசினார் – காங்கிரஸ் கட்சியின் ‘வலதுசாரி’களும் போட்டியிலிருந்து விலகி ஒதுங்கிக்கொள்ள, எதிர்ப்புக்கு வாய்ப்பேயில்லை. நேருவின் திட்டங்கள் அனைத்தும் கூடியிருந்த கட்சி உறுப்பினர்களால் ஆவலோடும் ஆர்வத்தோடும் ஏற்றுக்கொள்ளப்பட்டன.[40]

படேலின் அழுத்தத்தை அடுத்து, இந்த விவாகரங்களில் மாற்றுக்கருத்தைக் கொண்டிருந்ததாகக் கிசுகிசுக்கப்பட்ட டாண்டனும்கூட, அவசர அவசரமாக வழிக்கு வந்தார். ‘நேருவின் மதச்சார்பின்மைக்கு’ விசுவாசத்தைக் காட்டி ‘இந்துத்துவ அரசாங்கம்’ பற்றிய அத்தனைப் பேச்சுக்களையும் அடியோடு மறுத்தார்.[41] பொருளாதாரம் மற்றும் நிலச்சீர்திருத்தம் சார்ந்த கொள்கைகள் என்று வந்தபோதும் இதே நிலைதான் காணப்பட்டது. கட்சியின் பொருள் குழுவும் கட்டுப்படுத்தப்பட்ட பொருளாதாரத்தை (இதற்கு வேறொரு பெயரும் உண்டு - சமதர்ம பொருளாதாரம்) மையமாகக் கொண்ட நேருவின் பொருளாதாரத் திட்டத்தைச் சமத்தாக ஏற்றுக்கொண்டது. அது மட்டுமில்லாமல் சில தரப்பினரின் ஆட்சேபனையையும் மீறி, நிலச்சீர்திருத்தம் மற்றும் ஜமீன்தார்முறை ஒழிப்பு போன்றவற்றில் பிரதமரின் நிலைப்பாட்டுக்கு மிக உறுதியான ஆதரவையும் தெரிவித்தது.[42] 1930களிலிருந்தே ஜமீன்தார்முறை ஒழிப்பில் காங்கிரஸ் கட்சி உறுதியாக இருந்து வந்திருக்கிறது, இனிமேலும் அது தொடரும்

என்று டாண்டனே கண்ணும் கருத்துமாக மீண்டும் மீண்டும் சொன்னார்.[43]

நேருவுக்குத் தனிப்பட்ட முறையில் குறிப்பிடத்தகுந்த வெற்றியாக நாசிக் அமர்வு அமைந்தது. சந்தேகத்துக்கிடமில்லாத வெற்றி. ஒருசிலர் கட்சி மேல்மட்டத்தில் பிளவு வரும் என்று எதிர்பார்த்தனர். கிருபளானி போன்ற மூத்த தலைவர் கட்சியை விட்டே விலகலாம் என்றும் கூட. பாகிஸ்தான் விஷயத்திலும் வங்காளக் கலவரங்கள் பற்றியும் உறுதியான முடிவு எடுக்கப்படும் என்று மற்றவர்கள் கணித்தனர்.[44] டாண்டன் 'இந்து மறுமலர்ச்சிக்கான கொடியை ஏற்றி மதச்சார்பின்மைக்கு எதிராக தர்மயுத்தத்தை அறிவிப்பார்'[45] என்று இன்னமும் ஒரு சாரார் எதிர்பார்த்தனர். முடிவில், எல்லோரும் எதிர்பார்த்த சம்பவங்கள் எதுவும் அரங்கேறவில்லை. மாறாக, நேரு கொண்டுவந்த தீர்மானங்கள் அமோக ஆதரவுடன் நிறைவேறின. கட்சிக்குள் – 'படேல் கோஷ்டி' என்று கேலியாக அழைக்கப்பட்ட – பழமைவாதிகள் சரணாகதி அடைந்தனர். நேருவின் செல்வாக்கு விண்ணை எட்டியது. 'என்னை அதிகப்படியாக மகிழ்விக்கும் போக்கு இருக்கிறது, ஆகவே தீர்மானங்கள் நிறைவேற்றப்பட்டிருக்கின்றன,' என்று விஜயலட்சுமி பண்டிட்டுக்கு நேரு எழுதினார்.[46] ஒன்று மட்டும் தெளிவு: இப்போது ஒட்டுமொத்தக் கட்சியுமே நேருவின் முன்னால், எதிர்க்க ஆளேயில்லாத அந்தத் தனிப்பெரும் தலைவரின் சக்திக்கு முன்னால் நெடுஞ்சாண்கிடையாக விழுந்துகிடந்தது.[47]

ராஜகோபாலச்சாரி குறிப்பிட்டது மாதிரி, 'பிரதமர் மீதான அசைக்க முடியாத நம்பிக்கையை நாசிக் அளித்ததைப் போல வேறு எதனாலும் அளித்திருக்க முடியாது.'[48] நாசிக் அமர்வில் நுழைந்த பிரதமரைக் காட்டிலும் அந்த அமர்வு முடிந்து வெளியில்வந்த பிரதமர் மாபெரும் சக்தி வாய்ந்தவராக உருவெடுத்திருந்தார். இடதுசாரி, வலதுசாரி, அவ்வளவு ஏன் மிச்சம் மீதியிருந்த காந்தியவாதிகளின் சவால்களையும் எளிதாக முறியடித்தார். கட்சிக்குள் கலகமூட்டக்கூடிய டாண்டனை அடக்கினார். காங்கிரஸ்காரர்கள் எல்லோரையும் தன்னுடைய கொள்கைகள் மற்றும் கோட்பாடுகளை ஏற்கவைத்தார். ஒட்டுமொத்தக் கட்சியையுமே தனக்குப் பின்னால் நிற்கக் கட்டாயப்படுத்தினார். கட்சியின் ஆதரவு முழுமையாகக் கிடைக்க, தன்னுடைய செல்வாக்கு சந்தேகத்துக்கு இடமில்லாமல் நிரூபிக்கப்பட, எதிர்ப்பாளர்கள் எல்லோரும் பணிந்து பின்வாங்க, தன்னுடைய தனிப்பட்ட கொள்கைகள் காங்கிரஸ் சித்தாந்தங்களாக உருமாற, நேரு இப்போது அசுர பலத்தோடு இருந்தார்.

கட்சிக்காரர்களை நேருவுக்கு எதிராகப் பிளவுபடுத்தும் வாய்ப்பேயில்லை என நேருவின் விமர்சகர்கள் உணர்ந்து கொண்டார்கள். இப்போது இதுதான் அவர்களின் நிலை: தங்களுக்கான காலம் வரும்வரை பொறுத்திருக்க வேண்டும் அல்லது கட்சியை விட்டு வேறெங்காவது ஓட வேண்டும். நேருவின் அந்தஸ்தும் செல்வாக்கும் கணிசமாக உயர, கட்சியின் மீதான அவரின் பிடி இறுக, ராஜினாமா தொடர்பான அவரின் பேச்சுக்கள் அடியோடு மறக்கப்பட்ட சமயம் பார்த்து டாண்டனையும் அந்தப் புதிய காரியக் கமிட்டியையும் டம்மியாக்க முனைந்தார் நேரு. ஆனால் அவரைச் சமாதானப்படுத்த நடந்த முயற்சிகளுக்கும் எல்லைகள் உண்டு என்பதையும் அவர் அறிந்தேயிருந்தார். இன்னும் சொல்லப்போனால், டாண்டன் தனது தலைமை உரையில், அரசமைப்புச் சட்டத்துக்கு 'தன்னுடைய நிபந்தனையற்ற ஆதரவை'த் தெரிவித்துப் பேசியபோதும், நாட்டின் ஒட்டுமொத்த மனவலிமைக்கும் லட்சியத்துக்கும் சின்னமாக அரசமைப்புச் சட்டத்தை வழிபடவேண்டும் என வேண்டுகோள் வைத்தபோதும், அரசமைப்புச் சட்டத்துக்குப் பணிய மறுப்பது தண்டிக்கப்படவேண்டிய குற்றம்[49] என்று விவரித்தபோதும் நேருவுக்கான எல்லைகளைக் கோடிட்டுக் காட்டியிருந்தார். டாண்டனின் பேச்சு எந்தளவுக்கு இந்து மகாசபையிலிருந்த அவரின் நண்பர்களைக் குறிபார்த்திருந்ததோ அதே அளவுக்கு நேருவையும் நோக்கியிருந்தது.

எது எப்படியோ, நாசிக்கிலிருந்து திரும்பிய பிரதமரின் நடையில் ஒரு துள்ளல் இருந்தது. ஈடுஇணையற்ற செல்வாக்கு, எதிர்க்க ஆளேயில்லாத அதிகாரம், பாகிஸ்தான் முதல் ஜமீன்தார்முறை ஒழிப்பு வரை அவரின் கொள்கைகளுக்குக் கிடைத்த திடமான ஆதரவு இவையெல்லாம் ஒன்றுசேர, அரசியல் அரங்கில் பாகுபலியாக பவனி வந்தார் நேரு. இப்போது அவரின் சொல்தான் கட்சியின் வேதவாக்கு. நாசிக் காங்கிரஸில் எடுக்கப்பட்ட தீர்மானங்களை ஒட்டியே நிர்வாக ரீதியிலான நடைமுறைகள் அனைத்தும் இருக்கவேண்டும்[50] என அமைச்சர்களுக்கும், மாகாண முதலமைச்சர்களுக்கும் உத்தரவுகள் பறந்தன. 'காங்கிரஸ்காரர்களைப் பொறுத்தவரை... அவர்கள் நாசிக் காங்கிரஸ் வகுத்த வழிமுறைகளுக்குக் கட்டுப்பட்டவர்கள்... அந்த வழிமுறைகளைப் புரிந்து அதன்படி அவர்கள் செயல்படவேண்டும்,' என்று தன்னுடைய முதலமைச்சர்களிடம் அவர் அறிவித்தார்.[51]

இப்போது பீகாரின் நிலச்சீர்திருத்த மசோதாவின் மீதும் நாட்டின் சமூகப்பொருளாதாரக் கட்டமைப்பை உடனடியாக மறுசீரமைக்கும் திட்டங்களை நோக்கியும் நேருவின் கவனம் திரும்ப, உண்மையில்

அவரின் பாதையில் எஞ்சியிருக்கும் ஒரே தடை அரசமைப்புச் சட்டம் மட்டும்தான். நேருவுக்கு நிகரான அதிகாரம் அது.

நிகழ்வுகள் வரிசை கட்டின

நாசிக் அமர்வின் மீதும் காங்கிரஸ் கட்சிக்குள் நிலவிய உட்கட்சிப் பூசலின் மீதும் எல்லோருடைய கவனமும் குவிந்திருந்த வேளையில்தான், முக்கியத்துவம் வாய்ந்த இன்னொரு சட்டப் போராட்டம் மெட்ராஸில் உச்சகட்டத்தை எட்டியிருந்தது. அரசாங்கத்தோடு முரண்டு பிடிக்கும் அமைப்புகளை – குறிப்பாக இந்துத்துவக் குழுக்கள், இந்தியக் கம்யூனிஸ்ட் கட்சியின் முகங்களாகச் செயல்பட்டுக்கொண்டிருந்த தொழிற்சங்கங்கள் மற்றும் பிரச்சார இயக்கங்கள் போன்றவை – நசுக்கும் முயற்சியாக இந்தியக் குற்றவியல் திருத்தச்சட்டம் (மெட்ராஸ்) என்ற ஒரு திருத்தச்சட்டத்தை மெட்ராஸ் அரசாங்கம் கொண்டு வந்திருந்தது. இதன்படி சொந்த மதிப்பீடுகளின் அடிப்படையில், சூழ்நிலைக்கேற்றவாறு ஓர் அமைப்பை சட்டவிரோதமானது என்று அறிவிக்கும் அதிகாரம் அரசாங்கத்துக்கு உண்டு. மார்ச் 1950. பொதுமக்களிடையே சமூக-அரசியல் கல்வியை ஊக்குவித்துக் கொண்டிருந்த (சுருக்கமாகச் சொல்வதென்றால் கம்யூனிசப் பரப்புரை செய்து கொண்டிருந்த) மக்கள் கல்விச் சங்கம் என்ற அமைப்பை இந்தியக் குற்றவியல் திருத்தச்சட்டத்தைப் பயன்படுத்தி மெட்ராஸ் அரசாங்கம் தடை செய்தது. இதையடுத்து, தன் மீதான தடையை எதிர்த்தும் அரசமைப்புச் சட்டத்தின் அடிப்படையில் இந்தியக் குற்றவியல் திருத்தச்சட்டத்தைச் செல்லாது என அறிவிக்கக் கோரியும் மெட்ராஸ் உயர்நீதிமன்றத்தில் மக்கள் கல்விச் சங்கம் முறையிட்டது.[52]

செப்டம்பர் 13. இந்தியக் குற்றவியல் திருத்தச்சட்டம் அரசமைப்புச் சட்டத்துக்கு எதிரானது. ஆகவே அது ரத்து செய்யப்படுகிறது என உயர்நீதிமன்றம் தீர்ப்பு கொடுத்தது. நீதிமன்றத்தில் வாதாடிய அரசுத் தரப்பு, 'பொது அமைதியைக் கருத்தில் கொண்டு சில அமைப்புகளைச் சட்டவிரோதமானவை என்று அறிவிப்பதும், அந்த அமைப்புகளைச் சேர்ந்த உறுப்பினர்களைக் கைது செய்து சிறையில் அடைப்பதும் அரசாங்கத்தின் தனிப்பட்ட அதிகாரத்துக்கு உட்பட்டது,'[53] என்று மார்தட்டியது. அதற்குப் பதிலடி கொடுத்த நீதிமன்ற அமர்வு, 'மகாசாசனத்துக்குப் பிறகு இங்கிலாந்தில்கூட இதுபோன்ற வாதங்களைக் கேள்விப்பட்டதில்லை. இப்படிப்பட்ட அதிகாரத்தில்

விடாப்பிடியாக இருந்த ஓர் ஆங்கிலேய மன்னனின் தலையே துண்டிக்கப்பட்டிருக்கிறது. நம்முடைய அரசமைப்புச் சட்டத்தில் இதுபோன்ற வாதங்களை நினைத்துக்கூடப் பார்க்கமுடியாது,'[54] என மெட்ராஸ் மாகாணத்தின் தலைமை வழக்குரைஞரைக் கடுமையாக எச்சரித்தது. 'அரசாங்கம் தன்னிச்சையான அதிகாரங்களைப் பயன்படுத்துவதற்கான அப்பட்டமான உதாரணம் இது,' என்ற அனல் கக்கும் வார்த்தைகளால் தாக்கிய நீதிமன்றம், அமைப்புகள் மற்றும் சங்கங்களை அமைக்கும் உரிமையை வழங்கும் அரசமைப்பின் சட்டப்பிரிவு-19இன் முக்கியத்துவத்தையும் உறுதிப்படுத்தியது. நீதிமன்ற அமர்வு சொன்னதைப் போல: ஒரு சாதாரண சட்டத்திருத்தத்தால் இதுபோன்ற உரிமைகளை ஒடுக்க முடியாது.[55]

இந்தத் தீர்ப்பின் மூலம் பொதுஉரிமைகளுக்கான அடுத்த அடியை நீதித்துறை முன்னெடுத்து வைக்க, இன்னொரு அடக்குமுறைச் சட்டம் பின்வாங்கியது; மண்ணைக் கவ்வியது. அரசமைப்புச் சட்டம் கொடுக்கும் உரிமைகளை நசுக்கி, அதன் மீது ஆட்சிநிர்வாகத்தின் அதிகாரங்களை நிலைநாட்டும் மற்றொரு அருவருப்பான முயற்சி தோல்வியில் முடிந்தது. நீதிபதிகள் மேலும் ஒரு குட்டு வைக்க, தன்னிடம் இருந்த இன்னொரு ஆயுதத்தை ஒப்படைக்க வேண்டிய கட்டாயம் அரசாங்கத்துக்கு ஏற்பட்டது. அடிப்படை உரிமைகள் மற்றும் அரசமைப்புச் சட்டவிதிகளைத் திரும்பத் திரும்ப அலட்சியப்படுத்தி வந்ததால் நீதிமன்றங்களிடமிருந்து அடி மேல் அடி வாங்கிக்கொண்டிருந்த சூழ்நிலையில், அதிலும் குறிப்பாக நாசிக் அமர்வு நேரத்தில், உயர்நீதிமன்றத்தின் இந்தத் தீர்ப்பு காங்கிரஸ் கட்சிக்கு மீண்டுமொரு பெருத்த சங்கடத்தைக் கொடுத்தது. காங்கிரஸ் கட்சிக்குள் எத்தனைப் பேர் இதைக் கவனித்தார்கள் என்று சரியாகச் சொல்லமுடியாது. ஆனால் கவனித்த ஒருசிலர் தெளிவாகப் புரிந்துகொண்டார்கள்: ஆட்சி அதிகாரத்தின் கோரப்பிடியில் பொதுஉரிமைகள் சிக்கித்தவிக்கும்போது, அரசின் அந்த மூன்றாவது தூண் எவ்விதத் தயக்கமும் இல்லாமல் முன்னால் வந்து காப்பாற்றும். அதில் சந்தேகமேயில்லை. அரசமைப்புச் சட்டத்துக்கு இடையூறாக இருக்கும், அதைத் தட்டிக்கழிக்கும் அரசாங்கத்தின் முயற்சிகள் நீதிமன்றத்தின் இரும்புக்கரங்களால் ஒடுக்கப்படும்.

ஜமீன்தார்முறை ஒழிப்பு மற்றும் தேசியமயமாக்கல் கொள்கைகளுக்கு நாசிக்கில் கிடைத்த புத்துணர்ச்சியால் சற்றுத் தெம்பாக உணர்ந்த காங்கிரஸ் கட்சிக்கு, நீதித்துறையின் இதுபோன்ற விடாப்பிடியான நிலைப்பாடு மிகுந்த கவலையைக் கொடுத்தது. பீகாரில் புதிய நிலச்சீர்திருத்தச் சட்டம் நடைமுறைக்குவர ஆரம்பித்த

அதேநேரத்தில், டெல்லியில் காங்கிரஸ் பெரியவர்கள் தங்களின் கவுரவம் ஊசலாடிக் கொண்டிருந்ததாக நம்பினார்கள். தன்மானப் பிரச்சினை அது. ஒட்டுமொத்த இருத்தல் குறித்த கவலை. மே 1951இல் நாட்டின் முதன்முதல் பொதுத்தேர்தல் நடத்துவதாகத் திட்டமிடப்பட்டிருக்க, சமூகப் புரட்சிக்கான காங்கிரஸின் வாக்குறுதிகள் இன்னமும் நிறைவேற்றப்படாமலிருக்க, மாகாண அரசாங்கங்கள் பதற்றமடைந்தன. நிம்மதி இழந்தன. சில மாகாணங்களில் – உதாரணமாக பீகார், மெட்ராஸ் மற்றும் பஞ்சாப் – தேர்தலைத் தாமதப்படுத்தும் அனைத்து முயற்சிகளிலும் மாகாண நிர்வாகங்கள் கண்ணும் கருத்துமாக ஈடுபட்டன.

எரிச்சலான நேரு தன்னுடைய முதலமைச்சர்களைக் கடிந்துகொண்டார்:

> ‘அடுத்த ஆண்டு மே மாதத்திற்குள் நமது பொதுத் தேர்தலை நடத்த வேண்டியதன் அவசியத்தைப் பற்றி உங்களுக்கு நான் அடிக்கடிக் கடிதம் எழுதியிருக்கிறேன். நாம் கடினமாக உழைத்தால் மட்டுமே இதை எளிதில் சாத்தியமாக்க முடியும். இருந்தாலும், சொல்வதற்கு வருந்துகிறேன், சில மாநில அரசுகள் இந்த அவசரத்தை உணராமல் அவர்கள் விரும்பும் வரை ஆயத்தப்பணிகளை நீட்டித்துக்கொண்டே போகலாம் என்று நினைக்கிறார்களோ… முன்னேற்பாடுகளில் அனைத்து விதமான தடைகளும் ஏற்படுத்தப்பட்டுள்ளன. அடுத்தாண்டு தொடக்கத்தில் இந்தத் தேர்தல்களை நியாயமாக நடத்தக் கூடாது என்று வேண்டுமென்றே ஆசைப்படுவது போன்ற தோற்றம் தெரிகிறது.[56]

வெறும் தோற்றம் மட்டுமில்லை அது. மக்களை நேரடியாகச் சந்திப்பதற்குப் பயந்துகொண்டிருந்த காங்கிரஸ் அரசாங்கங்களின் தரப்பில், எதிர்வரும் தேர்தலைத் தவிர்க்கும் எண்ணம் உண்மையிலேயே இருந்தது. ஜமீன்தார்முறை ஒழிப்பு, இடஒதுக்கீடு மற்றும் தேசியமயமாக்கல் சார்ந்த முன்னெடுப்புகள் எல்லாம் அரசமைப்புச் சட்டம் என்கிற மதில்மேல் இன்னமும் பூனைகளாகத் தயங்கிக் கொண்டிருக்க, வாக்குதவறியவர்கள் என்கிற அவப்பெயரை வாங்கிக்கொள்ள காங்கிரஸ் ஆட்சியாளர்கள் தயாராக இல்லை. எங்குப் பார்த்தாலும் உணவுப் பொருள்களின் தட்டுப்பாடு. எகிறும் விலைவாசி உயர்வு. மோசமான பொருளாதாரச் சூழல். இதைப் பற்றியெல்லாம் கொஞ்சமும் கவலைப்படாத மாநில அரசாங்கங்கள், கொந்தளித்துப் போயிருக்கும் மக்களைச் சந்திக்கும் வாய்ப்பை முடிந்தவரை தள்ளிப்போடுவதிலேயே ஆர்வமாக இருந்தன. தேர்தலை முன்கூட்டியே நடத்தி முடிப்பதில் முனைப்பாக இருந்த

அளவுக்குத் இடையூறாக இருக்கும் முதலமைச்சர்களிடம் கடுமை காட்டவோ அவர்களின் பயத்தைப் போக்கவோ நேருவால் முடியவில்லை. ஆனால் நாசிக்கிலிருந்து இமாலய வெற்றியோடு அவர் திரும்பியிருந்த நேரம், நிகழ்வுகள் தானாகவே வரிசை கட்டின.

செப்டம்பர் 24. நிலச்சீர்திருத்தச்சட்டத்தின் கீழ் பீகார் அரசாங்கம் ஓர் அறிவிப்பை வெளியிட்டது. அதன்படி, மறுநாள் முதல், மாகாணத்தில் உள்ள மூன்று மிகப்பெரிய ஜமீன்களான தர்பங்காவின் மகாராஜா சர் காமேஷ்வர் சிங், ராஜா பகதூர் விஷ்வேஷ்வர் சிங் மற்றும் ராம்கர் ஜமீனைச் சேர்ந்த ராஜா பகதூர் காமாக்ய நாராயண் சிங் ஆகியோருக்குச் சொந்தமான சொத்துக்கள் அனைத்தும் மாகாண அரசாங்கத்தின் வசம் வரும். ஏற்கனவே யுத்தத்துக்குத் தயாராக இருந்த அந்த மூன்று ஜமீன்தார்களும் பீகார் அரசாங்கம் தங்களின் சொத்துக்களைக் கையகப்படுத்துவதைத் தடுக்கும் இடைக்காலத் தடையுத்தரவைப் பெறுவதற்காக அடுத்த நொடியே பாட்னா உயர்நீதிமன்றத்தை நாடினார்கள். அடுத்த இரண்டு நாட்களில் அவர்கள் கேட்ட இடைக்காலத் தடையுத்தரவு கிடைத்தது. அவர்களின் சார்பில் நிலச்சீர்திருத்தச் சட்டத்தை எதிர்த்துத் தனியாக ஒரு மனுவும் தாக்கல் செய்யப்பட்டது.[57]

வழக்கு முடியும்வரை எந்தச் சொத்தையும் கையகப்படுத்தக்கூடாது என அரசாங்கத்தை அந்த இடைக்காலத் தடையுத்தரவு தடுக்க, நிலவுரிமை பிரச்சினைக்கு உடனடியான தீர்வை எதிர்பார்த்திருந்த பீகார் அரசாங்கத்தின் நம்பிக்கை தூள்தூளானது. நிலங்களை விரைவாகக் கையகப்படுத்தி, சூட்டோடு சூடாக அவற்றைப் பிரித்துக் கொடுத்து, கிராமப்புறங்களைத் துரிதகதியில் முன்னேற்றத் துடித்த அரசாங்கத்தின் கனவு பொய்த்துப்போனது. பதில்மனு தாக்கல் செய்யும்படி பீகார் அரசாங்கத்தை நீதிமன்றம் அறிவுறுத்தியதால் ஜமீன்தார்முறை ஒழிப்பு தற்காலிகமாக நிறுத்திவைக்கப்பட்டது. காங்கிரஸின் சமூகப் பொருளாதாரத் திட்டத்துக்கான அச்சுறுத்தல் வெறும் ஏட்டளவில் மட்டுமே என்று இனிமேலும் அசட்டையாக இருந்துவிடமுடியாது. அரசாங்கத்தின் அதிமுக்கியமான சமூகப்பொருளாதாரத் திட்டத்தை அரசமைப்புச் சட்டத்துக்கு விரோதமானது என நீதிமன்றம் அறிவிக்க இருக்கிறது. மே மற்றும் ஜூன் மாதங்களில் பொங்கிய பரவசமும் உற்சாகமும் திடீரென வடிய ஆரம்பிக்க, கடுமையான வலியோடும் வேதனையோடும் எல்லோருடைய மனஉறுதியும் குலைந்தது. இந்தியக் குடியரசின் வரலாற்றிலேயே முக்கியத்துவம் வாய்ந்த சட்டப்போராட்டம் ஒன்று தொடங்கியிருந்தது.

பீகார் அரசாங்கம் திகிலில் உறைந்தது. திகைப்பில் தடுமாறிய முதலமைச்சர் ஸ்ரீகிருஷ்ணா சின்ஹா, சுழன்றடிக்கும் சட்டப்புயலில் வசமாகச் சிக்கிக்கொண்டிருந்தார். இருந்தாலும், சட்டச் சிக்கல்கள் பிரச்சினையின் சிறுபகுதி. அவ்வளவே. அதைவிட மிகப்பெரிய தலைவலி 'அரசியல்' ரீதியிலானது. ஒட்டுமொத்த காங்கிரஸ் கட்சிக்கும் ஏற்பட்ட தலைவலி அது. ஆண்டாண்டு காலமாகத் தேனொழுகப் பேசி, காங்கிரஸ் வழிகாட்டிய சமூக முன்னேற்றத்துக்கான ராஜபாட்டையில் ஜமீன்தார்முறை ஒழிப்பும் நிலங்களை ஏழை எளியவர்களுக்குப் பிரித்துக் கொடுப்பதும் குறிப்பிடத்தக்க மைல்கற்களாக ஜொலித்தன. இந்த ராஜபாட்டையில்தான் ஆயிரக்கணக்கான காங்கிரஸ் முன்னோடிகளும் தொண்டர்களும் சமுதாயப் புரட்சி மலரப்போவதாகப் பிரச்சாரம் செய்தபடி கம்பீரநடை போட்டுக்கொண்டிருந்தார்கள். காங்கிரஸ் தலைவர்கள் மனமாரக் கொடுத்த வாக்குறுதிகள் மட்டுமில்லாமல் இப்போது ஒட்டுமொத்தச் சமூகத்தின் மறுமலர்ச்சிக்கே அச்சுறுத்தல் சூழ்ந்துவிட்டது. கட்சியின் கொள்கைகளா அல்லது நாட்டின் அரசமைப்புச் சட்டமா? அரசாங்கத்தின் விசுவாசம் எதன் பக்கம்? கேள்விகளுக்குப் பதில் தேவை.

அக்டோபர் 15. மனம் பதைபதைத்த ஸ்ரீகிருஷ்ணா சின்ஹா, சூழ்நிலையைக் கையாள முடியாத தன்னுடைய இயலாமையை வெளிப்படுத்தி நேருவுக்குக் கடிதம் எழுதினார். இந்த விவகாரத்தில் மத்திய அரசாங்கம் தலையிடவேண்டிக் கெஞ்சினார். ஏறக்குறைய சின்ஹாவின் அளவுக்கு மனம் கலங்கிப்போயிருந்த பிரதமர் நேருவும் அவரின் இக்கட்டான நிலையறிந்து அவரிடம் அனுதாபம் காட்டினார். 'நம்முடைய சமூக முன்னேற்றத்துக்குத் தடையாக இருக்கும் இந்த வழக்குரைஞர்களின் வாதங்களால் உங்களைப் போலவே நானும் கவலையடைகிறேன்,' என அக்டோபர் 19 அன்று நேரு பதில் எழுதினார். 'அரசமைப்புச் சட்டத்திருத்தத்தை நாம் தீவிரமாகப் பரிசீலிக்க வேண்டும் என்பதில் உங்களோடு நான் முழுமையாக உடன்படுகிறேன்.'[58]

★★★

நுனிமுனை

அக்டோபர் முதல் வாரம். அரசுப்பணிகளிலும் வேலை வாய்ப்புகளிலும் 'சட்டப்படி அங்கீகரிக்கப்பட்ட விவசாயிகள்'[59] மற்றும் பிற்படுத்தப்பட்ட வகுப்பினருக்குச்[60] சாதமாக இடஒதுக்கீடு

கோரும் தீர்மானத்தைப் பஞ்சாப் சட்டமன்றம் நிறைவேற்றியது. அதன்மூலம் இடஒதுக்கீடு மற்றும் அரசமைப்புச் சட்டம் சார்ந்த சச்சரவில் வசமாகச் சிக்கிக்கொண்டது.

தங்களைச் சுற்றி வெடித்துக்கொண்டிருந்த அரசமைப்புச் சட்ட மோதல்களைக் கவனிக்காமல், அரசமைப்புச் சட்டத்துக்கு ஆதரவாக நீதித்துறை எடுத்த தெளிவான, உறுதியான நிலைப்பாட்டைப் பற்றிய எண்ணம் கொஞ்சம்கூட இல்லாமல் பஞ்சாப் சட்டமன்றம் அந்தத் தீர்மானத்தை நிறைவேற்றியிருந்தது. முன்னெப்போதும் இல்லாத அளவுக்குப் பஞ்சாபில் சாதிப் பிளவுகளும் கிராம-நகர ஏற்றத்தாழ்வுகளும் தீவிரமாக இருந்ததை அது நிரூபித்தது.

அந்தத் தீர்மானத்தைப் புகழ்ந்து பேசிய பஞ்சாபின் அமைச்சர்கள், 'கிராமப்புற நலன்களுக்கான வெற்றி' என்று துள்ளிக்குதித்தார்கள். விரைவில் அது செயல்பாட்டுக்கு வரும் என்று உற்சாகத்தோடு நம்பிக்கை தெரிவித்தார்கள். 'அமைச்சர்களும் சட்டமன்ற உறுப்பினர்களும் எந்தளவுக்கு அரசமைப்புச் சட்டத்தைப் புரிந்துகொண்டிருக்கிறார்கள் அல்லது அப்படிப் புரிந்துகொண்டிருந்தால் எந்தளவுக்கு அதன் விதிகளை மதிக்கிறார்கள் என்பது இந்தத் தீர்மானத்தை நிறைவேற்றியதிலிருந்தே தெரிகிறது,' என்று தொலைநோக்குப் பார்வை கொண்ட ஒரு விமர்சகர் கருத்து சொல்லியிருந்தார்.[61] 'கிராமப்புற நலன்களுக்கான வெற்றி' என்று சொல்லப்படும் இது உண்மையில் அரசமைப்புச் சட்டத்தின் தோல்வி. அரசமைப்புச் சட்டத்தை மதிப்பது மற்ற எல்லோரையும் விட காங்கிரஸ்காரர்களின் கடமை,'[62] என்ற கூர்மையான வார்த்தைகளால் அவர் குத்தியிருந்தார். மெட்ராஸில் நடந்ததையெல்லாம் பஞ்சாபின் சட்டமன்ற உறுப்பினர்களும் அமைச்சர்களும் வேண்டுமென்றே கண்டுகொள்ளவில்லையா அல்லது அரசமைப்புச் சட்டம் என்று வரும்போது சிறுபிள்ளைத்தனமாக அனுபவமின்றி நடந்துகொண்டார்களா என்பதை யாராலும் கணிக்க முடியாது. ஆனால் காங்கிரஸ் தலைவர்கள் அரசமைப்புச் சட்டத்துடன் பொறுப்பில்லாமல் விளையாடுவதற்கு அஞ்சாதவர்கள் என்பதை மட்டும் உறுதியாகச் சொல்ல முடியும்.

சில நாட்களுக்குப் பிறகு, ஏற்கனவே நிலச்சீர்திருத்த விஷயத்தில் ஆடிப்போயிருந்த ஆட்சியாளர்களைக் கொண்டிருந்த பீகாரில், அரசாங்கத்துக்கு மேலும் மேலும் சிக்கலை உண்டாக்கும் தீர்ப்பு ஒன்றை பாட்னா உயர்நீதிமன்றம் வழங்கியது. புருலியா என்ற கடைக்கோடி மாவட்டத்தில் தொடங்கிய வழக்கு அது. அங்கேதான் *சங்க்ராம்* என்னும் பெயர் கொண்ட வங்காளத் துண்டுப்பிரசுரத்தைப்

வெளியிடும் பாரதி அச்சகத்தை ஷைலா பாலாதேவி என்பவர் சொந்தமாக நடத்திவந்தார். வழக்கை விசாரித்த நீதிபதிகளின் வார்த்தைகளில் சொல்லப்போனால் – 'கவித்துவ அலங்காரப் பாசாங்குகள் நிறைந்த ஓர் அபத்தமான சொற்பொழிவு'[63] மூலம் இந்தியாவில் புரட்சிக்கு அறைகூவல் விடுத்துக்கொண்டிருந்தது *சங்க்ராம்*. காலனியாதிக்கத்தின்போது விமர்சனக் குரல்களை நசுக்குவதற்காக பிரிட்டிஷ் அரசு தன் இஷ்டத்துக்குப் பயன்படுத்திய அதே இந்தியப் பத்திரிகை (அவசரகால அதிகாரங்கள்) சட்டத்தை *சங்க்ராம்* மீது பீகார் அரசாங்கம் ஏவியது. இதன்படி ஷைலா பாலாதேவி பிணைத்தொகையாக இரண்டாயிரம் ரூபாய் செலுத்த வேண்டும். அச்சில் ஏற்றப்பட்ட விஷயங்கள் வன்முறையைத் தூண்டுவதாக நிரூபிக்கப்பட்டால் அந்த இரண்டாயிரம் ரூபாய் பிணைத்தொகையை அவர் இழக்க நேரிடும்.[64] துவண்டுபோன ஷைலா பாலாதேவி பிணைத்தொகையைக் கேட்கவும், அதைப் பறிமுதல் செய்யவும் அதிகாரமளிக்கும் பத்திரிகைச் சட்டத்தின் பிரிவு-4(1)ஐ கருத்துச் சுதந்திரத்துக்கு எதிரானது என்று அறிவிக்கச் சொல்லி பாட்னா உயர்நீதிமன்றத்தில் வழக்குத் தொடுத்தார்.

அக்டோபர் 13. தேவியின் வாதத்தை ஏற்றுக்கொண்ட உயர்நீதிமன்றம், அரசமைப்புச் சட்டத்துக்கு எதிராக இருக்கின்ற காரணத்தால் இந்தியப் பத்திரிகைச் சட்டத்தின் பிரிவு-4(1)ஐ செல்லாது என அறிவித்தது. ஏற்கனவே உச்சநீதிமன்றம் *கிராஸ்ரோட்ஸ்* மற்றும் *ஆர்கனைசர்* வழக்குகளின் தீர்ப்புகள் மூலமாக இந்தியப் பத்திரிகைச் சட்டத்தின் அதிகாரங்களை வெகுவாகக் குறைத்திருந்தது. அந்தத் தீர்ப்புகளைக் கொண்டு அடிப்படை உரிமைகளைச் சுற்றிப் பாதுகாப்பு அரண் ஒன்றையும் அது உருவாக்கி வைத்திருந்தது. நாட்டின் பாதுகாப்புக்கு அச்சுறுத்தல் ஏற்பட்டால் மட்டுமே அந்த அரணை மீறி அடிப்படை உரிமைகளின்மேல் கைவைக்க முடியும். நிலைமை இப்படியிருக்க, உச்சநீதிமன்றத்தின் தீர்ப்பைத் தாண்டிப் பாட்னா உயர்நீதிமன்றத்தால் வேறென்ன சொல்லியிருக்க முடியும். இத்தனைக்குப் பிறகும்கூட நடக்கப்போகும் அசம்பாவிதங்களுக்கான அறிகுறியை பீகார் அரசாங்கம் உணரவில்லை. நீதித்துறை வட்டாரங்களைப் பொறுத்தவரை அது ஒரு வழக்கமான தீர்ப்பு. ஆனால் மிகச்சிறந்த தீர்ப்பு. அடக்குமுறைச் சட்டங்களின் காலமெல்லாம், 'விரும்பத்தகாத' கருத்துக்களை நசுக்கும் காலமெல்லாம் மலையேறிவிட்டது என்பதை ஆட்சியாளர்களின் தலையில் தட்டி நினைவூட்டிய தீர்ப்பு.

ஆனால் தனது தீர்ப்பின் இறுதி வரிகளில், மக்கள் இப்போது கொலை மற்றும் வன்முறையைப் பற்றியெல்லாம் சுதந்திரமாகப் பரப்புரை

செய்து தண்டனையிலிருந்து தப்பித்துவிட முடியும் என நீதிபதி சர்ஜு பிரசாத் ஊகித்தார். இதுபோன்ற பேச்சுக்கள் 'அவதூறு' என்ற வகையிலும், 'ஒருவரின் நற்பெயருக்குக் களங்கம் ஏற்படுத்துதல்' என்ற வகையிலும் 'நீதிமன்ற அவமதிப்பு', 'ஒழுக்கம்' அல்லது 'கண்ணியத்திற்குக் கேடு செய்தல்' என்ற எந்தப் பிரிவிலும் சேராது. மேலும் இவை 'அரசின் பாதுகாப்புக்குக் குந்தகம் விளைவித்தல்' அல்லது 'அரசைக் கவிழ்த்தல்' போன்ற சட்டப் பிரிவுகளுக்குள்ளும் வராத காரணத்தால் இந்த உரிமையைக் கட்டுப்படுத்தும் எந்தவொரு சட்டத்தையும் அரசமைப்புச் சட்டத்துக்கு எதிரானது என்றே அறிவிக்க வேண்டியிருக்கிறது. 'இதுபோன்ற சூழலை என்னால் முழுமனதுடன் ஏற்றுக்கொள்ள முடியாது. ஆனாலும் உச்சநீதிமன்றத் தீர்ப்புகளுக்குக் கட்டுப்பட்டதன் அடிப்படையில் இம்முடிவு தவிர்க்க முடியாததாகத் தோன்றுகிறது,'[65] என மாண்பமை பொருந்திய நீதிபதி குறிப்பிட்டிருந்தார்.

நீதிபதி சர்ஜு பிரசாத்தின் வார்த்தைகள் சட்டமல்ல. அரசமைப்புச் சட்டத்தில் இருக்கும் விசித்திரமான முரண்பாடு பற்றிய கருத்து மட்டுமே அது. உச்சநீதிமன்றம் இதை விரைவில் மறுபரிசீலனை செய்து தெளிவுபடுத்தும் என்று அவர் நம்பினார். சட்டத்திலிருக்கும் இந்த ஓட்டையைக் கூடிய விரைவில் அடைக்கவேண்டும் என்ற ஆவலையே அவரின் வார்த்தைகள் வெளிப்படுத்தின. அரசமைப்புச் சட்டப்பிரிவு-19ஐ அவரின் வார்த்தைகள் மறுசீரமைக்கவில்லை. சட்டப்பிரிவு-19க்குப் புதிய விளக்கத்தைத் தரவும் அவரின் வார்த்தைகள் முயலவில்லை. ஆனால் தன்னிச்சையான அதிகாரத்தைச் செலுத்தியே பழக்கப்பட்டு அந்த அதிகாரத்தை இழப்பதால் ஆத்திரம் கொள்வதை மட்டுமே வழக்கமாகக் கொண்ட ஓர் அரசாங்கத்துக்கும், விமர்சனங்களைச் சமாளிக்கச் சர்வாதிகார மனப்பான்மையோடு செயல்பட்டு வன்முறையை ஏவிவிடும் வாடிக்கை கொண்ட அரசியல் தலைவர்களுக்கும், நீதிபதியின் இந்தக் கருத்துக்கள் அரசமைப்புச் சட்டத்தில் குறைகாண்பதற்கு வசமான சாக்காக அமைந்துவிட்டன. அவர்களும் இதுதான் சமயமென்று 'கப்பென' பிடித்துக்கொண்டார்கள்.

அக்டோபர் 16. இதே பின்னணியில்தான் மாநிலம் முழுவதும் உள்ள பேருந்து வழித்தடங்களை நாட்டுடைமையாக்க முயற்சித்துக் கொண்டிருந்த பம்பாய் மாநில சாலைப் போக்குவரத்துக் கழகத்தை (BSRTC) ஒரு சட்டவிரோத நிறுவனம் என்று அறிவித்து, அதன் செயல்பாடுகளை நிறுத்திவைத்து பம்பாய் உயர்நீதிமன்றம் மற்றொரு அரசியல் பூகம்பத்தை உண்டாக்கியது.[66] பம்பாய் அரசாங்கத்தின் வெகு விமரிசையான அந்தத் திட்டத்தைத் தரைமட்டமாக்கிய

முடிவு அரசாங்கத்துக்குப் பெரும் பின்னடைவாக அமைந்தது. மிகச்சமீபத்தில்தான் அருகிலிருக்கும் நாசிக்கில் தேசியமயமாக்கல் கொள்கையை உறுதியோடு நிலைநாட்டியிருந்த காங்கிரஸ் கட்சிக்கு அது சோதனை மேல் சோதனை.

கதை இதுதான்: ஆரம்பத்திலிருந்தே சாலைப் போக்குவரத்தைத் தேசியமயமாக்கும் திட்டங்கள் தொடர்ந்து சட்டரீதியான தடங்கல்களைச் சந்தித்து வந்தன. 1950ஆம் ஆண்டின் மார்ச் மற்றும் ஏப்ரல் மாதங்களில் (தனியார் நிறுவனங்களுக்கு அனுமதி மறுக்கும்) ஒரு நிர்வாக உத்தரவின் மூலம் பேருந்து வழித்தடங்களை நாட்டுடைமையாக்கும் முயற்சியை உத்திரப்பிரதேச அரசாங்கம் எடுத்திருந்தது. இதை ஏற்றுக்கொள்ளாத தனியார் பேருந்து உரிமையாளர்கள் உயர்நீதிமன்றத்தில் வழக்கு ஒன்றைத் தாக்கல் செய்தார்கள். தனியார் நிறுவனங்களுக்கான வழித்தட அனுமதியை மறுப்பது சட்டவிரோதம் காரணம், விரும்பிய தொழில் அல்லது வணிகம் செய்யும் உரிமையை அது பறிக்கிறது.[67] இந்த வழக்கில்,[68] முறையான வழிமுறைகளைப் பின்பற்றிக் கொண்டுவரப்படும் ஒரு சட்டத்தின் மூலம் சாலைப் போக்குவரத்து நாட்டுடைமை ஆக்கப்படுவதை உயர்நீதிமன்றம் ஏற்றுக்கொண்டது. ஆனால், தனியார் நிறுவனங்களின் பேருந்துகளுக்கு அனுமதி மறுத்துவிட்டு பாரபட்ச முறையில் தனது வட்டாரப் போக்குவரத்து அதிகாரிகளுக்கு மட்டும் ஏகபோக உரிமையைக் கொடுத்திருந்த உத்திரப்பிரதேச அரசாங்கத்தின் முயற்சியை அது முறியடித்தது.[69] ஏற்கனவே கழுத்துவரை வேலைகளை வைத்துக்கொண்டு அல்லல்பட்டுக் கொண்டிருந்த உத்திரப்பிரதேச நிர்வாகத்துக்கு, ஆரம்பத்திலிருந்து மீண்டும் வேலையை ஆரம்பித்துப் புதிதாக ஒரு போக்குவரத்து தேசியமயமாக்கல் மசோதாவைத் தயாரிக்கும் பணியில் ஈடுபடவேண்டிய நிலை வந்தது. அதனால் தேசியமயமாக்கல் திட்டங்களைப் பல மாதங்களுக்குத் தள்ளிவைக்க வேண்டிய கட்டாயம் ஏற்பட்டதோடு மட்டுமல்லாமல், எதிர்காலத்தில் இந்த ஒட்டுமொத்தத் திட்டத்தையுமே நீதித்துறையின் சட்ட நடவடிக்கைகளுக்கு உள்ளாக்கக்கூடியச் சூழ்நிலையும் உருவானது.[70]

அரசமைப்புச் சட்டம் நடைமுறைக்கு வருவதற்கு முன்பு, சாலைப் போக்குவரத்துக் கழகச் சட்டம் என்ற ஒரு மத்திய அரசுச் சட்டம் இருந்தது. ஒரு நிர்வாக உத்தரவின் மூலம் மாநில அரசுகளே தங்களின் சொந்தப் போக்குவரத்துக் கழகங்களை அமைத்துக் கொள்ளலாம் என இந்தச் சட்டம் அனுமதி கொடுத்திருந்தது. அதன் அடிப்படையில் பம்பாய் அரசாங்கத்தால் அமைக்கப்பட்ட மாநில சாலைப் போக்குவரத்துக் கழகத்துக்கு, பரவலான அதிகாரங்களை வழங்க

வகைசெய்யும் சட்டமசோதாவைப் பம்பாய் சட்டமன்றம் ஏற்கனவே நிறைவேற்றியிருந்தது.[71] பம்பாய் மாநில சாலைப் போக்குவரத்துக் கழகமும் அரசமைப்புச் சட்டம் நடைமுறைக்கு வருவதற்கு முன்பே உருவாக்கப்பட்டது என்பதை இங்கே கவனிக்க வேண்டும். இத்தனைச் சட்டப்பாதுகாப்பு இருந்தாலும், தேசியமயமாக்கல் விஷயத்தில் உத்திரப்பிரதேச அரசாங்கத்தைவிட பம்பாய் அரசாங்கம் சற்று எச்சரிக்கையோடுதான் நடந்துகொண்டது. ஆனாலும் அவர்கள் கையாண்ட அதே முறையைத்தான் பம்பாயின் ஆட்சியாளர்களும் கையாண்டார்கள். அதாவது, தனியார் பேருந்து நிறுவனங்களுக்கு அனுமதி மறுத்துவிட்டு அரசுப் போக்குவரத்துக் கழகத்துக்கு மட்டும் வழித்தட அனுமதியைக் கொடுத்த பாரபட்சமான நடைமுறையை. விவகாரம் பம்பாய் உயர்நீதிமன்றத்தின் படியேறியதைச் சொல்லவே தேவையில்லை. தனியார் பேருந்து நிறுவனங்களின் சார்பில் ஆஜரான பிரபல வழக்குரைஞர் நானி பல்கிவாலா, அரசமைப்புச் சட்டத்துக்கு விரோதமான முறையில், பின்வாசல் வழியாகத் தனியார் நிறுவனங்களைத் தடைசெய்ய மாநில அரசாங்கம் முயல்கிறது என வாதாடினார்.[72]

பல்கிவாலாவின் வாதத்தோடு ஓரளவு உடன்பட்ட பம்பாய் உயர்நீதிமன்றம், மாநிலப் போக்குவரத்துக் கழகத்தைச் சட்டவிரோதம் என தீர்ப்பளித்தது. உரிய சலுகைகளையும், உரிமைகளையும் தெளிவாகக் குறிப்பிடாமல் வெறுமனே ஒரு சாதாரண நிர்வாக உத்தரவு மூலம் அதை அமைக்கக் காரணமாயிருந்த மத்திய அரசின் சாலைப் போக்குவரத்துக் கழகச் சட்டத்தையும் செல்லாது என்று அறிவித்தது. காரணம், அப்படி செய்வது அரசமைப்புச் சட்டத்துக்கு விரோதமாகவும், மாநில அரசாங்கங்களுக்குச் சாதகமாகவும் நாடாளுமன்றம் தன்னுடைய சட்டரீதியான கடமைகளைக் கைவிடுவதற்குச் சமம்.[73] இங்கு ஒன்றைக் கவனிக்க வேண்டும். நீதிமன்றம் தேசியமயமாக்கல் எனும் கொள்கையைச் சட்டவிரோதம் என்று அறிவிக்கவில்லை. உரிய சட்டத்தை உருவாக்கி அதன் மூலமாக மட்டுமே தேசியமயமாக்கலைச் செயல்படுத்தப்படவேண்டும் என்றது. ஆக, இந்தத் தீர்ப்பு மீண்டும் நாடாளுமன்றத்திடமே பந்தைத் திருப்பி அனுப்பியது. நீதிமன்றத்தின் தீர்ப்பு அரசாங்கத்தின் தேசியமயமாக்கல் திட்டத்துக்கு முட்டுக்கட்டையாக இருக்கவில்லை என்றாலும், முறையான சட்டத்தைக் கொண்டுவந்த பிறகு தேசியமயமாக்கலைச் செயல்படுத்தவேண்டும் என்ற அதன் கோரிக்கையில் நியாயம் இருந்தாலும், ஒட்டுமொத்தச் செயல்பாடுகளில் தவிர்க்க முடியாத காலதாமதம் ஏற்பட்டது என்னவோ உண்மை.

மத்தியப் போக்குவரத்துத்துறை அமைச்சர் கே. சந்தானம், தேவையான சட்டத்தை உருவாக்கும் வேலையில் அவசர அவசரமாக இறங்க, நாடாளுமன்றம் அதை நவம்பர் 30ஆம் தேதி நிறைவேற்றிக் கொடுத்தது.[74] படபடப்போடு இருந்த மத்திய அரசாங்கம் நிம்மதிப் பெருமூச்சு விட்டது. காங்கிரஸ் கொள்கைகளின் முக்கிய தூணான தேசியமயமாக்கல், மயிரிழையில் உயிர்தப்பியது. ஆமாம், வெறும் மயிரிழையில். 'தேசியமயமாக்கல்' என்ற கொள்கையையே சோதனைக்கு உட்படுத்திய நீதிமன்றங்களின் துணிச்சல், காங்கிரஸ் கட்சியின் கொள்கைகளை முறியடிக்கும் முயற்சிகளை வேடிக்கை பார்த்த நீதிமன்றங்களின் தைரியம், காங்கிரஸ்காரர்களை அரசியல் வீழ்ச்சியின் நுனிமுனையில் தள்ளி நிறுத்தியது. என்னவோ ஒட்டுமொத்தக் கட்சியையே நீதித்துறை முற்றுகையிட்டது மாதிரி இருந்தது.

அக்டோபர் 19. இந்தச் சூழ்நிலையில்தான் அரசமைப்புச் சட்டத்தில் திருத்தம் செய்வதற்கான சாத்தியக்கூறுகள் குறித்து சட்ட அமைச்சகத்திடம் ஆலோசிக்கப் போவதாக பீகார் முதலமைச்சருக்கு எழுதிய கடிதத்தில் நேரு உறுதியளித்திருந்தார். நிலச்சீர்திருத்தம், தேசியமயமாக்கல் மற்றும் கருத்துச் சுதந்திரத்தை வரன்முறைப்படுத்துதல் போன்றவையெல்லாம் கூட்டணி சேர்ந்து கொண்டு ஒரு பூதாகரமான பிரச்சினையாக உருவெடுத்திருந்தது. விவகாரம் கையை மீறிப் போய்க்கொண்டிருந்தது. அரசமைப்புச் சட்டம் உதவிக்கு வருகிறதோ இல்லையோ நீதித்துறையின் முற்றுகையைத் தகர்ப்பதற்கு வேண்டிய காரியங்களைத் தொடங்கியே ஆகவேண்டும். பிரதமர் ஒரு முடிவெடுத்துவிட்டார்.

ஸ்ரீகிருஷ்ணா சின்ஹாவுக்குக் கடிதம் எழுதிய கையோடு, சட்ட அமைச்சர் பி.ஆர். அம்பேத்கருக்கும் 'சட்டம்-ஒழுங்கு மற்றும் நாசக்காரச் செயல்கள் தொடர்பான அரசமைப்புச் சட்டப்பிரிவுகளில் திருத்தம் கொண்டு வரவேண்டும் என்கிற கருத்தை வெளிப்படுத்தும்' ஒரு கடிதத்தை நேரு எழுதினார். அடிப்படை உரிமைகள் விஷயத்தில் நீதிமன்றங்களால் அரசாங்கத்துக்கு ஏற்படும் சிரமங்கள் குறித்து அதில் குறிப்பிட்ட நேரு, ஜமீன்தார்முறை ஒழிப்பு மற்றும் சாலைப் போக்குவரத்தைத் தேசியமயமாக்கும் திட்டங்களைப் பாதிக்கும் அத்தனைச் சட்டப்பிரிவுகளுக்கும் மாற்றங்கள் தேவைப்படுவதாகத் தெரிவித்தார்.'[75] பிரதமரும் அரசமைப்புச் சட்டமும் இப்போது எதிரெதிர்த் துருவங்களில். ஆட்டம் ஆரம்பமாகிவிட்டது.

★★★

முடிவுகள், முடிவுகள்

அம்பேத்கருக்கு எழுதிய கடிதத்தில் அரசமைப்புச் சட்டத்தைத் திருத்தவேண்டுமென்ற தனது விருப்பத்தைப் பிரதமர் வெளிப்படுத்திய இரண்டு நாட்கள் கழித்து, மத்திய அமைச்சரவை டெல்லியில் கூடியது. ஓய்வெடுத்துக் கொண்டிருந்த சர்தார் படேல் – அப்போதெல்லாம் அவர் பெரும்பாலும் படுத்தபடுக்கையாகவே முடங்கியிருந்தார் – அமைச்சரவைக் கூட்டத்தில் கலந்துகொள்ளவில்லை. அதாவது, நேருவை எதிர்க்க ஆளேயில்லை. கூட்டத்தின்போது நிலச்சீர்திருத்தம், தேசியமயமாக்கல், பத்திரிகைகளை ஒழுங்குமுறைப்படுத்துதல், வெறுப்புணர்வைத் தூண்டும் பேச்சுக்கள் மற்றும் தேசத்துரோகம் போன்ற விவகாரங்களை ஆய்வு செய்து அதற்கேற்ற வரைவுச் சட்டத்திருத்த மசோதாவைத் தயாரிக்கும்படி சட்ட அமைச்சகத்தை மத்திய அமைச்சரவை அதிகாரப்பூர்வமாகக் கேட்டுக்கொண்டது.[76] மவுலானா ஆசாத், சி. ராஜகோபாலச்சாரி, பி.ஆர். அம்பேத்கர் மற்றும் ஜெகஜீவன் ராம் உட்பட, கூட்டத்தில் பங்கேற்ற அனைவரும் இதற்கு ஒப்புக்கொண்டார்கள். படேலின் உடல்நிலை மோசமாகிக் கொண்டேயிருக்க, நேருவின் அதிகார எல்லைகள் நீண்டுகொண்டேயிருக்க, அரசமைப்புச் சட்டத்தில் திருத்தம் செய்வதற்கான அவசியத்தைக் கேள்வி கேட்பவர் அரசாங்கத்தில் யாருமில்லை. இந்த விவகாரங்கள் அனைத்தும் ஏதோவொரு வகையில் உச்சநீதிமன்றத்தில் நிலுவையில் இருந்தும், அதில் ஒன்றில்கூட தீர்ப்பு வழங்கப்படவில்லை என்ற போதிலும், அரசமைப்புச் சட்டத்தைத் திருத்தவேண்டுமென்ற முடிவை மத்திய அரசாங்கம் எடுத்துவிட்டது – குறைந்தபட்சம் கொள்கை அளவிலாவது.

மத்திய அமைச்சரவை ஆலோசனையில் ஈடுபட்டிருந்த அதே நாளில், மெட்ராஸ் வகுப்புவாரி பிரதிநிதித்துவ அரசாணை தொடர்பான மற்றொரு வழக்கு உச்சநீதிமன்றத்தில் தாக்கலானது. இந்த வழக்கைத் தொடுத்தவர் மெட்ராஸ் சார்நிலைக் குடிமையியல் நடுவர் பணிகளில் மாவட்ட நீதிபதி பதவிக்கு விண்ணப்பித்திருந்த நெல்லூரைச் சேர்ந்த வழக்கறிஞரான பி. வெங்கடரமணா என்ற ஒரு பிராமணர்.[77] வெங்கடரமணா சட்டம் மற்றும் கணிதத்தில் பட்டம் பெற்றவர். மெட்ராஸ் அரசுப் பணியாளர் தேர்வாணையம் நடத்திய எழுத்துத்தேர்வையும், நேர்முகத்தேர்வையும் சிறப்பான முறையில் முடித்திருந்தவர். ஜூன் 1950இல் தேர்வு நடந்திருந்தது. வகுப்புவாரி பிரதிநிதித்துவ அரசாணையில் உள்ள சாதி மற்றும் வகுப்பு சார்ந்த இடஒதுக்கீடு முறையைப் பின்பற்றி நடந்திருந்த தேர்வு அது என்பதால் வழக்குத் தொடுத்தவரின் பெயர் தேர்ந்தோர்

பட்டியலில் இடம்பெறவில்லை. அக்டோபர் 21. சாதி மற்றும் வகுப்பு சார்ந்த விஷயங்களைக் கணக்கில் எடுத்துக்கொள்ளாமல், தன்னுடைய விண்ணப்பத்தை அதன் தகுதியின் அடிப்படையில் மட்டும் பரிசீலிக்க அதிகாரிகளுக்கு உத்தரவிட வேண்டும் என்ற கோரிக்கையுடன் அவர் நீதிமன்றத்தை அணுகினார்.⁷⁸ ஏற்கனவே கல்வி நிறுவனங்களின் இடஒதுக்கீடு பிரச்சினையில் உயர்நீதிமன்றம் அளித்த தீர்ப்பின் விளைவால் கடும் அரசியல் வீழ்ச்சியைச் சந்தித்துக் கொண்டிருந்த மெட்ராஸ் அரசாங்கத்துக்கு, உச்சநீதிமன்றம் இந்த மனுவை விசாரணைக்கு ஏற்றுக்கொண்டு பதில் மனு தாக்கல் செய்ய உத்தரவிட்டிருந்தது மேலும் மேலும் உளைச்சலை உண்டாக்கியது.

எதிர்வரும் கோடைகாலத்தில் பொதுத்தேர்தல் நடக்கும் என இன்னமும் நம்பிக்கொண்டிருந்ததால், அக்டோபர் 31இல் பிரதமர் நேருவே அனைத்து மாகாணத் தேர்தல் ஆணையர்களிடமும் நேரடியாகப் பேசி மே 1951க்குள் தேர்தல் நடப்பதை உறுதிசெய்யுமாறு உத்தரவிட்டார். 'தற்போதைய அரசாங்கம், காலவரையறையின்றித் தொடர்ந்து காபந்து அரசாங்கமாகச் செயல்பட்டுக் கொண்டிருக்க முடியாது,'⁷⁹ என அப்போது அவர் தெரிவித்தார். ஜனநாயக முறைப்படி மக்களால் தேர்ந்தெடுக்கப்படாத ஒரு காபந்து அரசாங்கத்துக்கு மட்டுமே தலைமை தாங்குகிற பிரதமரின் விழிப்புணர்வை இங்கே பாராட்டியே தீரவேண்டும். பொதுத்தேர்தலை முன்கூட்டியே நடத்திவிடும் அவரின் விருப்பமும் அதனோடு சேர்ந்து கொள்ள, மக்களாட்சி மீதான அவரின் பாசம் நாடெங்கும் பிரகாசித்தது. ஆனால் அதே சமயம் அரசமைப்புச் சட்டத்துடன் அவருக்கு இருந்த மோதலை, அடிப்படை உரிமைகளைப் பலவீனப்படுத்த அவர் எடுத்த முயற்சிகளை, தனக்குத் தோதாக அரசமைப்புச் சட்டங்களைத் திருத்தும் அவரின் ஆசையையும் அது வெளிச்சம் போட்டுக் காட்டியது. அவருக்குச் சட்டரீதியான அங்கீகாரம் தேவைப்பட்டது. ஏற்கனவே அவருக்கு இருந்த உலகளாவிய புகழை மேலும் மெருகேற்றிக் கொள்ளவும் நேரு விரும்பினார். ஆனால் ஒரு குடியரசு நாட்டைத் தலைமை தாங்கி நடத்துவதற்குரிய விலையை மட்டும் அவர் கொடுக்க விரும்பவில்லை. எது எப்படியோ, தங்களின் கம்பீரமான சமூக மறுமலர்ச்சித் திட்டங்கள் ஒரு அடிகூட நகராத நிலையில், பெரும்பாலான காங்கிரஸ் முதலமைச்சர்கள் மக்களிடம் செல்லத் தயங்கினார்கள். நேருவின் வேண்டுகோள்களுக்குச் செவிசாய்க்கும் எண்ணம் துளிகூட அவர்களுக்கு இல்லை.

மெட்ராஸில், பி.எஸ்.குமாரசாமி ராஜா தலைமையிலான அரசாங்கம் வகுப்புவாரி பிரதிநிதித்துவ அரசாணை வழக்கில்

உயர்நீதிமன்றம் கொடுத்த தீர்ப்பை எதிர்த்து உச்சநீதிமன்றத்தில் மேல்முறையீடு செய்தது. அரசமைப்புச் சட்டத்தில் திருத்தம் செய்யக் கோரியும், காங்கிரஸ் தலைவர்கள் துரோகம் இழைத்துவிட்டதாகக் குற்றம்சாட்டியும் பிற்பட்ட வகுப்பைச் சேர்ந்த குழுக்கள் கூச்சல் போட்டுக்கொண்டிருந்தார்கள். திராவிடத் தலைவர்கள் பிரிவினைக்காகக் குரல் கொடுத்துக்கொண்டிருக்க, மாகாணத்தின் தெலுங்கு பேசும் பகுதிகளில் தேர்தல் அரசியலுக்காக இந்தியக் கம்யூனிஸ்ட் கட்சியினர் ஆயுதக் கிளர்ச்சியைக் கைவிட்டுக்கொண்டிருந்தார்கள். இதுபோன்ற ஒரு சூழ்நிலையில், தங்களது சொந்தக் கட்சியின் கொள்கைகளையே காப்பாற்ற முடியாத இயலாமை காரணமாக மாகாணத்தைச் சேர்ந்த காங்கிரஸ் கட்சியினர் மக்களைச் சந்திக்கப் பயந்தார்கள். அவர்களால் என்ன சொல்லியிருக்க முடியும்? இடஓதுக்கீடு அரசமைப்புச் சட்டத்துக்கு எதிரானது என்றா? தற்போதைய நிலையை ஏற்றுக்கொண்டு வேலையைப் பாருங்கள் என்றா? நினைத்தாலே கதிகலங்குகிறது. அடுத்து வந்த தேர்தலில் காங்கிரஸ் கட்சி பெரும்பான்மையை இழந்து நின்றதைக் கவனிக்கும் போது – முதலமைச்சர் உட்பட பாதி அமைச்சர்கள் தங்களின் தொகுதிகளில் தோல்வியடைந்திருந்தார்கள் - குமாரசாமி ராஜாவின் கவலையில் நியாயம் இல்லாமலில்லை என்பதை உணரமுடிகிறது.

கிட்டத்தட்ட பீகாரிலும் இதே நிலைமைதான். ஜமீன்தார்முறை ஒழிப்பு ஊசலாடிக் கொண்டிருக்க, நிலங்களின் மறுபங்கீடு என்பது கானல்நீராக ஏமாற்றிக்கொண்டிருக்க, எதிர்ப்புக் குரல்களை அடக்கியாளும் அதிகாரம் கைவிட்டுப் போய்க்கொண்டிருக்க, ஸ்ரீகிருஷ்ணா சின்ஹாவின் அரசாங்கம் வாக்காளர்களின் முகத்தில் விழிக்கும் நினைப்பையே அடியோடு வெறுத்தது. காங்கிரஸ் வாக்குறுதிகளின் மீதான மக்களின் நம்பிக்கை தரைமட்டமாகிக் கொண்டிருந்த சமயத்தில் சின்ஹாவோ மற்ற அமைச்சர்களோ தங்களின் செல்வாக்கைப் பதம்பார்க்க அவசரப்படவில்லை. அதேபோல காங்கிரஸுக்கும் சீக்கியக் கட்சியான சிரோமணி அகாலி தளத்துக்கும் கடும் போட்டி நிலவிய பஞ்சாபில், இந்துக்களுக்கும் சீக்கியர்களுக்கும் இடையே விரிசல் வளர்ந்துகொண்டேயிருந்தது. சீக்கியர்கள் பெரும்பான்மையாக இருக்கும் பகுதிகளைத் தனி மாநிலமாக உருவாக்க வேண்டுமென்ற குரல்களும் எழ, அகாலி தளத் தலைவர் மாஸ்டர் தாரா சிங் (பயங்கரமான காங்கிரஸ் எதிர்ப்பாளர் இவர்) தேசத்துரோகக் குற்றச்சாட்டில் கைது செய்யப்பட்டு தனது நூற்றுக்கணக்கான ஆதரவாளர்களோடு சிறையிலடைக்கப்பட்டிருந்தார். அப்பட்டமான போலீஸ் அராஜகம்

அது.⁸⁰ இந்தச் சூழ்நிலையில் பீகாரிலிருக்கும் காங்கிரஸ்காரர்களைப் போலவே பஞ்சாப் காங்கிரஸ் தலைவர்களும் வாக்காளர்களைச் சந்திக்க விரும்பவில்லை.

தேர்தலுக்கான ஆயத்தப் பணிகளை நீட்டி முழக்கி முட்டுக்கட்டை போட்ட முதலமைச்சர்கள், 1951இன் முற்பகுதிக்குள் அதை நடத்தவிடக்கூடாது என்று திறமையாகத் தடுத்தார்கள். தங்களால் 1951இன் ஏப்ரல்-மே மாத வாக்கில் தேர்தலை நடத்த முடியாது என்று பஞ்சாப், பீகார் மற்றும் மெட்ராஸ் ஆகிய மாகாணங்கள் வெளிப்படையாகவே ஒப்புக்கொண்டன. தேர்தலை அக்டோபர் மாதத்துக்கு ஒத்திவைக்கவும் அவை யோசனை கொடுத்தன.⁸¹ ஆனால் தேர்தலை நடத்த விரும்பாத மாகாணங்கள் இவை மட்டுமல்ல. நவம்பர் 12இல் டைம்ஸ் ஆஃப் குறிப்பிட்டது போல:

'புதிய அரசமைப்புச் சட்டத்தின் கீழ் நடத்தப்படும் முதல் பொதுத் தேர்தலை அடுத்த ஆண்டு அக்டோபருக்கு ஒத்திவைப்பதற்கான அதிகாரப்பூர்வமற்ற முடிவை அரசாங்கம் எடுத்துள்ளது... தேர்தல் ஆணையம் தேர்தலுக்கான ஆயத்தப் பணிகளை உரிய நேரத்தில் முடிக்கத் தயாராக இருந்தும், பல்வேறு காரணங்களால் பல மாகாணங்களிலிருந்து வந்த அழுத்தங்களின் அடிப்படையில், தேர்தலை ஆறு மாதங்கள் தள்ளிவைக்கும் கட்டாயத்துக்கு மத்திய அரசாங்கம் வந்திருக்கிறது.'⁸²

கடைசியில் பிரதமரே இந்த முடிவுக்கு வந்துவிட்டார். மக்களின் எதிர்பார்ப்புகளைத் தூண்டிவிட்டு இப்போது கொடுத்த வாக்குறுதிகளை நிறைவேற்றாமல் இருந்ததையும், அதற்கு அரசமைப்புச் சட்டம் இடைஞ்சல் செய்வதாகக் குற்றம்சாட்டியதையும், காங்கிரஸ் கட்சியின் தேர்தல் அறிக்கையில் கொடுத்த வாக்குறுதிகளை நிறைவேற்றுவதற்காக அரசமைப்புச் சட்டத்தில் திருத்தம் செய்யப்படும் என கட்சிக்காரர்களுக்கு உறுதியளித்ததையும் அவர் ஒப்புக்கொண்டிருந்தார். இதுபோன்ற சூழல்களால் தேர்தலைத் தள்ளிவைக்கும் எண்ணத்தைத் தனிப்பட்ட முறையிலும் அவர் வெளிப்படுத்தியிருந்தார். தேர்தல் அறிக்கையில் சொல்லியிருந்த திட்டங்கள் அனைத்தும் நேரடியாக நேருவுடன் தொடர்புடையவை. குறிப்பாக நிலச்சீர்திருத்தம். தேர்தலைச் சீக்கிரமே நடத்திவிடவேண்டும் என்கிற நிலைப்பாட்டைப் பொதுவெளியில் அவர் எடுத்திருந்தாலும், தனிப்பட்ட முறையில் நேருவுக்கும் தேர்தலைச் சந்திப்பதில் தயக்கம் இருக்கத்தான் செய்தது. காரணம், ஜமீன்தார்முறை ஒழிப்பு, தேசியமயமாக்கல் மற்றும் இடஒதுக்கீடு போன்றவை இன்னமும் விசாரணை வளையத்தில் மாட்டிக்கொண்டிருந்தன. சில காலத்துக்குப்

பிறகு நேருவே இதையெல்லாம் வெளிப்படையாக ஒப்புக்கொள்ள இருக்கிறார். இதைவிட முக்கியமாக, கட்சியின் கொள்கைகளை நிறைவேற்றுவதில் தாமதம் இருக்கக்கூடாது என்று ஏற்கனவே அவர் அறிவித்திருந்தார் (தாமதம் ஆபத்தானது). அரசமைப்புச் சட்டத்தில் திருத்தம் செய்வதற்கான வரைவு மசோதாவைத் தயாரிக்கும்படி அம்பேத்கரிடம் சொல்லியிருந்தார். ஆக, இந்தப் பிரச்சினைகளைத் தீர்க்காமல் அதை மேலும் மேலும் தாமதப்படுத்தும் நீண்டநெடிய தேர்தல் பிரச்சாரத்தில் ஈடுபட நேருவும் விரும்பவில்லை.

விளைவாக, 1951இன் நவம்பர் மாதத்துக்குப் பொதுத்தேர்தலை ஒத்திவைக்கும் முடிவை மத்திய அரசு எடுத்தது.[83] இதன்மூலம் அரசமைப்புச் சட்டத்தோடு நடக்கின்ற போராட்டத்தில் வெற்றிபெறுவதற்கு போதுமான காலஅவகாசம் கிடைக்கும் என்று அது நம்பியது. ஒருசில வாரங்களுக்கு முன்னால்தான் தேர்தலைச் சீக்கிரமாக நடத்தவேண்டும் என நேரு பகிரங்கமாக வலியுறுத்தியிருந்தார். ஆனால் பிரதமரிடம் ஏற்பட்ட இந்தத் தலைகீழ் மாற்றம், எதிர்கட்சியினரின் மத்தியில் கடும் சலசலப்பை உண்டாக்கியது. நாட்டின் எதிர்கால ஜனநாயகத்துக்குப் பேராபத்து உண்டாகப் போவதாக அவர்கள் கணித்தார்கள்.[84] 'திடீரென்று பொதுத்தேர்தல் ஒத்திவைக்கப்படுவது குறித்து மிகுந்த கவலையை வெளிப்படுத்திய' ஜெயபிரகாஷ் நாராயண் மற்றும் ஆச்சார்யா நரேந்திர தேவா போன்ற சோசியலிசத் தலைவர்கள், 'நாடு முழுவதும் தேர்தலை நடத்துவதற்குரிய தெளிவான செயல்திட்டத்தை வகுத்து அதன்படி நடப்போம் என்ற கண்ணியமான வாக்குறுதியை அளிக்க வேண்டும் என அரசாங்கத்தைக் கோரினார்கள்.'[85]

இப்போது ஒட்டுமொத்தக் கட்சியும் நேருவின் கட்டுப்பாட்டுக்குள் வந்திருக்க, அரசமைப்புச் சட்டத்தை மாற்றும் திட்டங்களும் தயாராகியிருக்க, ஜனநாயக உரிமைகளைப் பற்றிய சிந்தனையே நேருவின் மனதில் இல்லை. அரசமைப்புச் சட்டத்தை மதிப்பது போல் காட்டிக்கொள்வதற்காக, அனைத்து அமைச்சகங்களும் தன்னை 'பண்டித ஜவஹர்லால் நேரு' என்று அழைப்பதற்குப் பதிலாக 'ஸ்ரீ ஜவஹர்லால் நேரு' என்றே அழைக்க வேண்டும் என பிரதமர் அறிவுறுத்தினார். சாதிகளையும், வகுப்புகளையும் குறிக்கும் அடைமொழிகளைக் குறிப்பிடுவது இப்போது அரசமைப்புச் சட்டத்துக்கு எதிரானது அல்லவா.[86] இருந்தாலும், காங்கிரஸின் சமூக மறுமலர்ச்சிக்காக அதே அரசமைப்புச் சட்டத்தைச் சூறையாடும் வேலைகளும் திரைமறைவில் தொடங்கியிருந்தன. நேருவின் ராஜ்ஜியத்தைக் கட்டியெழுப்புவதற்கான பிடிவாதமான,

அசாதாரணமான முயற்சியில் குடிமக்களின் உரிமைகள் குழிதோண்டிப் புதைக்கப்பட்டன. அரசமைப்புச் சட்டத்தில் மேற்கொள்ள இருக்கும் திருத்தங்களை இனிமேலும் அதிகார வட்டாரங்களில் ரகசியமாக வைத்திருக்க முடியாது.

★★★

வேலைகள் தொடர்ந்தன

அரசமைப்புச் சட்டத்தை அரசாங்கம் திருத்தப்போகிறது என்ற கிசுகிசுப்புகள் பெருஞ்சத்தமாக வளர வளர, 1950ஆம் ஆண்டின் நவம்பர் மாதம் ஆட்சியாளர்களுக்குத் தலைவலியாக அமைந்தது. நவம்பர் 16. பம்பாய் முற்போக்குக் குழு என்ற ஓர் அமைப்பின் சார்பாகப் பேசிய பம்பாய் உயர்நீதிமன்றத்தின் நீதிபதி எஸ். ஆர். டெண்டுல்கர், ‘அதிகாரம் ஓர் ஒப்பற்ற போதைப்பொருளாக இருக்கிறது. குடிமக்களின் உரிமைகளில் அத்துமீறும் போக்கு உலகெங்கும் உள்ள அரசாங்கங்களிடம் காணப்படுகிறது. எப்பொழுதும் விழிப்புடன் இருப்பதுதான் சுதந்திற்கான விலை,’ என்றார். ‘தனது அடிப்படை உரிமைகள் மீறப்படாமல் பார்த்துக் கொள்வது ஒவ்வொரு குடிமகனின் கடமை,’[87] எனக் கூடியிருந்தவர்களிடம் அவர் வலியுறுத்தினார்.

நவம்பர் 21. எதிர்பார்த்த மாதிரியே, ஜமீன்தார்முறை ஒழிப்புச் சட்டம் நடைமுறைக்கு வரும்போது அரசமைப்புச் சட்டத்திலுள்ள அடிப்படை உரிமைகளை மீறுகிறது என்கிற அடிப்படையில் அதை எதிர்த்து நீதிமன்றத்தில் போராடப்போவதாக அலகாபாத் மாவட்ட ஜமீன்தார்கள் சங்கம் அறிவித்தது.[88] சங்கத்தின் வருடாந்திரக் கூட்டத்தில் பேசிய ஜனநாயகக் கட்சியின் சட்டமன்ற உறுப்பினர் குரு நாராயண்:

> *‘நாட்டிற்கு முன் தனது தேர்தல் அறிக்கையோடு மற்றொரு சாதாரண கட்சியாக மட்டுமே காங்கிரஸ் நிற்கும் இந்த தேர்தலில், அதை எதிர்த்துப் போராட ஜமீன்தார்களுக்கு அழைப்பு விடுத்தார்... நியாயமற்ற சட்டப்பிரிவுகளைக் கொண்டிருக்கும் ஜமீன்தார்முறை ஒழிப்புச் சட்டம், இன்று எப்படி உறுதியோடு இருக்கிறதோ, தேர்தலுக்குப் பிறகு காங்கிரஸ் தோற்றவுடன், நிச்சயமற்ற நிலைக்குப் போய்விடும்.’*[89]

நவம்பர் 28. தேசத்துரோகம் மற்றும் அரசாங்கத்துக்கு எதிராக விரோதத்தைப் பரப்புதல் போன்ற குற்றங்களுக்காகக் கைது செய்யப்பட்டு கர்னல் சிறைச்சாலையில் ஓய்வெடுத்து வந்த

அகாலிதளத் தலைவரும், நேருவைத் தொடர்ந்து வம்பிழுத்துக் கொண்டிருந்தவருமான மாஸ்டர் தாரா சிங்கை விடுதலை செய்யும்படி பஞ்சாப் உயர்நீதிமன்றம் உத்தரவிட்டது.[90] இந்திய தண்டனைச் சட்டம் 124A மற்றும் 153A ஆகிய பிரிவுகளின் கீழ் தாரா சிங் மீது குற்றம்சாட்டப்பட்டிருந்தது. சட்டப்பிரிவு-124A தேசத்துரோகம் தொடர்பானது. சட்டப்பிரிவு-153A குழுக்கள் அல்லது மக்கள் பிரிவுகளுக்கு இடையே விரோதத்தைப் பரப்புவது தொடர்பானது. ஆர்கனைஸர் மற்றும் கிராஸ்ரோட்ஸ் வழக்குகளில் உச்சநீதிமன்றம் கொடுத்த தீர்ப்புகளுக்குப் பிறகு இந்த இரண்டு சட்டப்பிரிவுகளுமே அரசமைப்புச் சட்டத்தின்படி செல்லாததாகிவிட்டன. அந்தத் தீர்ப்புகளில், சட்டப்பிரிவு-124A என்பது அரசமைப்புச் சட்டத்தில் சொல்லப்பட்டிருக்கும் பேச்சுரிமை மற்றும் கருத்துச் சுதந்திரத்துக்கு முரணானது ஆகவே அது செல்லாது என்ற நிலைப்பாட்டில் எந்தவொரு கருத்துவேறுபாடும் இருக்கமுடியாது என உச்சநீதிமன்றம் மீண்டும் வலியுறுத்தியிருந்தது. சட்டப்பிரிவு-153Aவுக்கும் இது பொருந்தும்.

'இந்தியா இப்போது இறையாண்மை கொண்ட ஒரு ஜனநாயக நாடு,' என்று சொன்ன நீதிமன்றம் இப்படிப் பதிவு செய்தது:

> *'நாட்டின் அஸ்திவாரத்துக்குப் பாதிப்பு ஏற்படாத வகையில் அரசாங்கங்கள் நீங்கலாம் அல்லது நீக்கப்படலாம். அந்நிய ஆட்சிகாலத்தில் தேவை என்று கருதப்பட்ட தேசத்துரோகச் சட்டம் எந்தக் காரணத்துக்காக ஆட்சிமாற்றம் ஏற்பட்டதோ அதே காரணத்துக்காக இப்போது பொருத்தமற்றதாகிவிட்டது... சட்டப்பிரிவு-19இன் உட்பிரிவு-2இல் பேச்சுச் சுதந்திரத்துக்கு விதிக்கப்பட்டுள்ள கட்டுப்பாடுகள் உண்மையானவை, திடமானவை... அரசமைப்புச் சட்டத்தால் அங்கீகரிக்கப்படாத நோக்கங்களுக்காக இதைப் (சட்டப்பிரிவு 124A) பயன்படுத்தும் சாத்தியக்கூறுகளை நம்மால் நிராகரிக்க முடியாதவரை, இது அரசமைப்புச் சட்டத்துக்கு முற்றிலும் முரணானது எனவும் அதனால் செல்லாது என்றே கருதவேண்டும்.[91]*

சொல்லப்போனால் மிகச்சமீபத்தில் குடியரசாகப் பதவிஉயர்வு பெற்ற ஒரு நாட்டின் சட்டம் மற்றும் அரசமைப்பின் நிலை என்னவாக இருந்தது என்பதை ஆட்சிநிர்வாகத்துக்கு இதைவிடத் தெளிவாக நீதிமன்றத்தால் எடுத்துச்சொல்லியிருக்க முடியாது. நாடு முழுவதும் உள்ள அரசாங்கங்களால் இதை ஏன் தெளிவாகப் புரிந்துகொள்ள முடியவில்லை என்பதே அனைவரின் முன்னிலையிலும் உள்ள கேள்வி. அரசாங்கங்களின் வறட்டுப் பிடிவாதம்தான் காரணமா?

அல்லது அடிப்படையிலேயே ஊறியிருக்கும் சர்வாதிகாரப் போக்கின் காரணமாக அவர்களால் அரசமைப்புச் சட்டத்தின் கட்டுப்பாடுகளுக்குள் வரமுடியவில்லையா?

அரசியல் பார்வையாளர்களும் விமர்சகர்களும் குறிப்பிட்டதைப் போல - நீதிமன்றத்தின் தீர்ப்பு வேறு எப்படி இருந்திருக்க முடியும்? அதுவும் உச்சநீதிமன்றம் ஏற்கனவே ஒரு தெளிவான வரையறையைத் தந்துவிட்டபிறகு. இதுவரை இல்லாத உரிமையை நீதிமன்றம் தூக்கிக் கொடுத்துவிடவில்லை. ஏற்கனவே அரசமைப்புச் சட்டத்தில் கொடுக்கப்பட்டிருந்த ஓர் உரிமையைத்தான் அது நிலைநாட்டியிருந்தது. நாட்டின் பாதுகாப்புக்குக் குந்தகம் விளைவித்தல் அல்லது அரசை கவிழ்த்தல் போன்ற நிலை வரும்போது மட்டும்தான் பேச்சுரிமையும் கருத்துச் சுதந்திரமும் கட்டுப்படுத்தப்படும். அரசாங்கத்துக்கு எதிராக அதிருப்தியைப் பரப்பும் முயற்சிகள் அரசைக் கவிழ்க்கலாம் அல்லது கவிழ்க்காமலும் போகலாம். ஆனால் அரசுக்கு ஆபத்தை ஏற்படுத்தாமல் அரசாங்கத்துக்கு எதிரான அதிருப்தியைப் பரப்பும் ஒருவரை தேசத்துரோகக் குற்றம்சாட்டி சிறையில் தள்ளும் சாத்தியம் இருக்கின்ற வரை, இந்திய தண்டனைச் சட்டத்தின் 124A மற்றும் 153A பிரிவுகளை செல்லாது என்றே கருதவேண்டியிருக்கிறது. சரி, ரத்தினச் சுருக்கமாகச் சொல்லலாமே - நாடு என்பது காங்கிரஸ் அரசாங்கம் கிடையாது. காங்கிரஸ் அரசாங்கத்தை விமர்சிப்பதால் நாட்டின் பாதுகாப்புக்குக் குந்தகம் ஏற்பட்டுவிடாது.

'தேசத்துரோகச் சட்டத்தில் பேச்சுச் சுதந்திரத்தைக் கட்டுப்படுத்தும் காரணிகள் இல்லாததைத் தெளிவாகப் பார்க்கமுடிகிறது. அதைச் சொல்லாமல் புறக்கணித்ததும் தவிர்க்க இயலாதது,' என்றார் ஒரு விமர்சகர். 'அரசாங்கம் என்பது அரசு அல்ல. எந்தவொரு அரசாங்கமும் - அது எவ்வளவுதான் பெரும்பான்மை பலத்தைப் பெற்றிருந்தாலும் சரி - மாமன்னன் பதினான்காம் லூயியின் பாணியில் "அரசா? நான்தான் அரசு" என்று ஏகாதிபத்தியத்தை வலியுறுத்த முடியாது.'[92] மற்றொரு விமர்சகரின் வார்த்தைகளில், 'அரசுக்கும் அரசாங்கத்துக்கும் தெளிவான வித்தியாசம் இருக்கிறது. மத்திய அரசின் தலைமை வழக்கறிஞர் முயற்சித்ததைப் போல, இந்த இரண்டையும் ஒன்றாக்கினால் அது ஜனநாயக சுதந்திரத்தை அழித்துவிடும்.'[93] ஆனால் உண்மையில் ஜனநாயக சுதந்திரத்தை அழிப்பதுதான் அரசாங்கத்தின் திட்டமாக இருந்தது. இந்தக் காலக்கட்டத்தில் அரசாங்கம் தன்னுடைய நோக்கங்களை மூடிமறைக்க துளிகூட அக்கறை காட்டவில்லை என்பது தனிக்கதை.

பத்திரிகைகள் எழுதியது போல, 'பேச்சுச் சுதந்திரமும் கருத்துச் சுதந்திரமும், சங்கங்கள் அமைத்து கூட்டம் சேர்வதற்கான சுதந்திரமும்,' அதிகாரிகளுக்கு பெரும் கவலையை அளித்துக்கொண்டிருந்தன.[94] அரசமைப்புச் சட்டத்தைத் திருத்தும் நேருவின் முடிவு குறித்த வதந்திகள் தீயாகப் பரவிக்கொண்டிருக்க, அடிப்படை உரிமைகளைச் சுற்றி நீதிமன்றங்கள் எழுப்பியிருந்த பாதுகாப்பு அரணை காங்கிரஸ் அரசாங்கம் தகர்த்துவிடுமோ என்கிற சந்தேகம் உறுதியானது போல் தோன்றியது. அரசமைப்புச் சட்டத்தின் மீது அரசாங்கம் காட்டும் ஈடுபாடு வெறும் நடிப்பு. காங்கிரஸ் கட்சியின் ஆட்சி அதிகாரத்துக்கு ஆபத்து என்னும்போது எளிதாகத் தூக்கியெறியப்படத் தயாராக இருக்கும் குப்பையாக அரசமைப்புச் சட்டம் மதிப்பில்லாமல் கிடக்கிறது. இது போன்ற எண்ணங்கள் இப்போது மக்களின் மனங்களில் ஆழமாகப் பதியத் தொடங்கியிருந்தன. அரசமைப்புச் சட்டத்தில் வழங்கப்பட்டிருக்கும் சுதந்திரங்கள் ஆபத்தில் இருந்ததும், அரசமைப்புச் சட்டத்தின் பகுதி IIIஇன் மேல் எப்போது வேண்டுமானாலும் தாக்குதல் தொடுக்கப்படலாம் என்ற நிலையும் கூர்மையான அறிவு பெற்றிருந்த அரசியல் பார்வையாளர்களுக்குத் தெளிவாகப் புரிந்துவிட, தாக்குதலுக்குக்கான எதிர்ப்பும் வளரத் தொடங்கியது.

சிறையிலிருந்து வெளியே வந்ததும் வராததுமாக தாரா சிங் செய்த முதல் காரியம், 'காங்கிரஸின் பிடியிலிருந்து விடுபடாத வரை நாட்டில் கூச்சலும் குழப்பமும் தொடர்வது நிச்சயம்' என்று பிரகடனம் செய்ததுதான். பிறகு, அடிப்படை உரிமைகளைக் குறைக்கும் நடவடிக்கைக்கு எதிராக போராட்டம் நடத்தப்போவதாகவும் அவர் அறிவித்தார்.[95] இதற்காக ஒரே குடையின் கீழ் செயல்பட இந்திய கம்யூனிஸ்ட் கட்சி மற்றும் இந்து மகாசபை ஆகிய கட்சிகளுக்கும் அவர் அழைப்பு விடுத்தார். 'அரசமைப்புச் சட்டத்தில் மேற்கொள்ளவிருக்கும் வரைவு திருத்தங்களைத் தயாரிக்குமாறு சட்ட அமைச்சகம் கேட்டுக் கொள்ளப்பட்டுள்ளதாக வரும் தகவல்கள் மேல்முறையீட்டு மனுக்களை விரைந்து முடிக்க வேண்டியதன் அவசியத்தை வலியுறுத்துகின்றன,' என்று ஒரு முக்கிய செய்தித்தாள் அவசரம் காட்டியது. 'தற்போதைய நிலையில் அரசமைப்புச் சட்டத்தின் ஜனநாயக அம்சங்களை அழிக்கும் முயற்சிகள் கண்டிக்கப்பட வேண்டும், எதிர்க்கப்பட வேண்டும்,'[96] எனவும் அது பரபரத்தது. அகில இந்திய வர்த்தக காங்கிரஸை (AITUC) தோற்றுவித்த நிறுவனர்களில் ஒருவரும் பம்பாய் தொழிலாளர் தலைவருமான என். எம். ஜோஷி, அடக்குமுறை அதிகாரங்களை எந்தவொரு

கட்டுப்பாடுமில்லாமல் சர்வசாதாரணமாகப் பயன்படுத்தும் வழக்கத்தைக் கடுமையாகக் கண்டித்தார். அடிப்படைச் சுதந்திரங்களின் விஷயத்தில் அரசின் நலன்களுக்கு அதிக முன்னுரிமை கொடுப்பது சர்வாதிகாரத்திற்கு வழிவகுத்துவிடும் என்றும் எச்சரித்தார்.[97]

சர்வாதிகாரத்தை நோக்கிக் காங்கிரஸ் கட்சி சென்று கொண்டிருக்கிறது என குற்றம்சாட்டிய சோசியலிச ஜாம்பவான் ஜெயபிரகாஷ் நாராயண், 'அரசமைப்புச் சட்டத்தில் திருத்தம் கொண்டுவருவதன் மூலமாக பொதுமக்களின் உரிமைகளைக் கட்டுப்படுத்துவதற்கு அரசாங்கம் திட்டமிட்டு முயற்சி எடுக்கிறது,' என்று நாட்டு மக்களை எச்சரித்தார்.[98] பஞ்சாப் மாகாண பொதுஉரிமைகள் மாநாட்டில் உரையாற்றிய எல்லோரும் மக்களால் நேரடியாகத் தேர்ந்தெடுக்கப்படாத ஒரு தற்காலிக நாடாளுமன்றத்தால் எப்படி மக்களின் எண்ணங்களைப் பிரதிபலிக்க முடியும் என்று இந்த முயற்சிக்கு ஆட்சேபம் தெரிவித்தார்கள். அரசமைப்புச் சட்டத்தை மாற்றும் அதன் அதிகாரத்தையும் கூட.[99] இருப்பதிலேயே மிக ஆக்ரோஷமான விமர்சனத்தை டைம்ஸ் ஆஃப் இந்தியாவின் தலையங்கம் வெளியிட்டது:

> *'எந்த அடக்குமுறைச் சட்டங்களுக்கு எதிராக நமது சுதந்திரப் போராட்டத் தலைவர்கள் தலைமுறை தலைமுறையாகத் தொண்டை கிழியக் குரல் கொடுத்துக் கொண்டிருந்தார்களோ அதே அடக்குமுறைச் சட்டங்களின் தேவை மக்களால் தேர்ந்தெடுக்கப்பட்ட நமது அரசாங்கங்களுக்கு ஒவ்வொரு கட்டத்திலும் இருப்பது வேதனையான முரண்பாடு. காலச்சக்கரம் சுழன்று விசித்திரமாகப் பழிவாங்கிக்கொண்டிருக்கிறது. ஒருகாலத்தில் அரக்கர்களின் ஆட்சி என்று ஓர் அரசாங்கத்தைப் பகிரங்கமாக எதிர்த்தவர்கள் இன்று அதே பாணியைப் பின்பற்றுகிறார்கள். அவர்கள் அவரசநிலை பிரகடனம் செய்யாமலேயே தடுப்புக்காவல் முறையை திரும்பத் திரும்பக் கையிலெடுக்கிறார்கள்.'*[100]

தற்போதிருக்கும் அரசாங்கத்தின் மீதும் அதன் கொள்கைகளின் மீதும் உள்ள வெறுப்பு ஒன்றை மட்டுமே அடிப்படையாகக் கொண்டு 'வினோதமான ஒரு கூட்டணியை உருவாக்கும்' தாரா சிங்கின் முயற்சிகளை ஆவேசமாகக் கண்டித்த நேரு, சிந்தனையிலும் செயலிலும் சீக்கியத் தலைமைக்கு ஏற்பட்டுள்ள கடும் வறட்சியையே இது காட்டுகிறது என்று குறைசொன்னார்.[101] 'அவர்கள் (சீக்கியர்கள்) சிறந்த வீரர்கள், நல்ல விவசாயிகள், அற்புதமான பொறியாளர்களும் கூட,' தனது முதலமைச்சர்களுக்கு எழுதிய கடிதத்தில் அவர் தெரிவித்தார்,

‘ஆனால் இவ்வளவு இருந்தும் அவர்கள் மீண்டும் மீண்டும் தங்களைத் தவறாக வழிநடத்துவதற்கு அனுமதித்துவிடுகிறார்கள். அவர்கள் கடந்தகால அனுபவங்களிடமிருந்து பாடம் கற்றுக்கொள்ளாதது துரதிஷ்டவசமானது.’[102] நாடாளுமன்றத்தில் பேசிய மத்திய அமைச்சர் என்.வி. காட்கில், அரசமைப்புச் சட்டத்திருத்த மசோதாவைப் பற்றி கருத்து தெரிவித்ததன் மூலம் ‘தன்னுடைய அதிகார வரம்புகளை மீறுவதாக’ நீதித்துறையைக் கடுமையாக எச்சரித்தார்.[103] ‘நீதிமன்றம் மட்டுமில்லாமல் பிற இடங்களிலும் அரசாங்கத்தைக் கடுமையாக விமர்சிக்கும் ஒருசில உயர்நீதிமன்ற நீதிபதிகளின் போக்கு’ பற்றி நேருவே கூட ஒரு கடிதத்தில் புகார் சொன்னார்.[104]

ஏற்கனவே சொன்னது போல, கத்தரிக்காய் முற்றிக் கடைத்தெருவுக்கு வந்தாகிவிட்டது. அரசாங்கத்துக்கும் அரசமைப்புச் சட்டத்துக்கும் இடையேயான மோதல் இப்போது ஊரறிந்த கதையாகிவிட்டது. டிசம்பர், 15. இத்தனை குழப்பத்துக்கும் கொந்தளிப்புக்கும் மத்தியில், நேருவின் துணைப் பிரதமர், இரும்புக் குணம் கொண்ட இந்தியாவின் உள்துறை அமைச்சர், அக்காலகட்டத்தின் உண்மையான அரசியல் ஜாம்பவானான சர்தார் வல்லபாய் படேல் தன்னுடைய மூச்சை நிறுத்திக்கொண்டார். இத்தனை ஆண்டுகளாக, எளிதில் அசைக்க முடியாத சாந்தத்தின் உருவமாக, நடைமுறை யதார்த்தத்தை உணர்ந்தவராக, நேருவின் அதிதீவிர கொள்கைகளுக்கும் எதேச்சதிகார போக்குகளுக்கும் ஆற்றல் வாய்ந்த வேகத்தடையாக அவர் இருந்துவந்தார்.[105] உதாரணத்துக்கு, ஷியாமா பிரசாத் முகர்ஜிக்கு எதிராக தேசத்துரோகச் சட்டத்தை பாய்ச்சும் நேருவின் முயற்சியைப் படேல் தடுத்தார்.[106] நிலச்சீர்திருத்த விஷயத்தை மிகுந்த கவனத்துடன் அணுகவேண்டும் என்றும் நேருவுக்கு அவர் அறிவுரை கொடுத்தார். இவ்விஷயத்தில் அரசமைப்புச் சட்டத்தின் வரம்புகளை மீறி அரசாங்கம் வழிதவறுவதையும் அவர் நேருவிடம் எச்சரித்தார். இதெல்லாம் ஒருபக்கம் இருந்தாலும், அரசமைப்புச் சட்டத்தின் மேல் அளவுகடந்த மரியாதையை அவர் வைத்திருந்தாலும், தனிநபர் சுதந்திரத்தின் மேல் படேலுக்கு சில நெருடல்கள் இருந்தன என்பதையும் இங்கே சுட்டிக்காட்டத்தான் வேண்டும். எதிர்வரும் காலத்தில் அரசமைப்புச் சட்டத்தில் திருத்தம் கொண்டுவருவதற்கான வாய்ப்புகளை அலசுவதாக அவரே ஒருசமயம் ஒப்புக்கொண்டிருந்தார்.[107]

அரசமைப்புச் சட்டத்தில் திருத்தம் கொண்டுவரும் யோசனையை படேல் தடுத்து நிறுத்தியிருப்பாரா, அல்லது ஒருவேளை படேல் உயிரோடு இருந்திருந்தால் நேருவால் தான் நினைத்த அளவுக்கு

அரசமைப்புச் சட்டத்தில் மாற்றங்களைக் கொண்டுவந்திருக்க முடியுமா என்பதை யூகத்திடம் விட்டுவிடவேண்டும். நேருவின் ஆசைகளுக்கு அணை போட்ட அதே அளவுக்கு அவருக்கு ஆதரவான நிலைப்பாட்டையும் படேல் எடுத்திருந்தார். ஆனால் சம்மந்தப்பட்ட விவகாரங்களில் – அதிலும் குறிப்பாகச் சொத்துரிமை, சுதந்திர உரிமை மற்றும் சமத்துவ உரிமைகள் தொடர்பான – அவரின் கருத்துக்களைக் கூர்ந்து கவனிக்கும்போது, குறுக்கே புகுந்து 'ஆட்டத்தைக் கலைத்திருப்பதற்கே' வாய்ப்புகள் அதிகம் என்று எண்ணத் தோன்றுகிறது. இந்திய அரசியலில் மக்கள் செல்வாக்கிலும், அந்தஸ்திலும், அதிகாரத்திலும் பிரதமருக்கு இருந்த ஒரே போட்டி படேல் மட்டும்தான். நேருவின் திட்டத்தை முறியடித்திருக்கக் கூடிய அளவு அரசியல் பலமும், சிறுபிள்ளையின் பிடிவாதத்தோடு நீதித்துறையிடம் மோதும் நேருவின் கோபத்தை அடக்கியாளக்கூடிய அமைப்பு ரீதியிலான செல்வாக்கும் பெற்றிருந்த தனிப்பெரும் தலைவரும் படேல் மட்டும்தான். அவர் மரணமடைந்துவிட்டார். இப்போது அரசமைப்புச் சட்டத்தில் திருத்தம் மேற்கொள்வதை எதிர்த்தத் தடைகளில் ஒன்று நீங்கிவிட்டது.

4
புயல் உருவாகிறது

வருட முடிவு

டிசம்பர் 3, 1950. அரசமைப்புச் சட்டத்தில் மாற்றம் ஏற்படப்போகும் பின்னணியில், பத்திரிகைச் சுதந்திரத்தின் மேல் எப்போது வேண்டுமானாலும் தாக்குதல் நடத்தப்படலாம் என்கிற ஒரு சூழலில் அனைத்திந்தியப் பத்திரிகையாசிரியர்கள் சம்மேளனத்தின் (AINEC) வருடாந்திரக் கூட்டம் நடந்தது. அதில் பிரதமர் நேரு உரையாற்றினார். கடமைகள் இல்லாமல் உரிமைகள் இல்லை, சுதந்திரம் இருக்கின்ற இடத்தில் பொறுப்புகளும் இருக்கவேண்டும் என்று அப்போது அவர் எச்சரித்தார்:

> 'தற்போது நமக்கிடையே பல்வேறு கருத்து வேறுபாடுகள் இருந்தாலும் என்னால் ஒரு விஷயத்தைச் சொல்லமுடியும் என நினைக்கிறேன். நம் நாட்டில் பத்திரிகைகள் அனுபவிக்கும் சுதந்திரத்தைவிட உலகின் வேறெந்த நாட்டிலும் பத்திரிகைச் சுதந்திரம் அனுமதிக்கப்படுவதில்லை. உங்களிடம் வெளிப்படையாகவே பேசுகிறேன். அந்தச் சுதந்திரத்தினால் ஏற்படும் விளைவுகளைப் பல கோணங்களில் நான் மிகவும் ஆபத்தானதாகப் பார்க்கிறேன். இருந்தாலும், பரந்தக் கண்ணோட்டத்தில் பார்க்கும்போது, ஜனநாயகத்தின் அடிப்படை அம்சமாகப் பத்திரிகைச் சுதந்திரம் இருக்கிறது என்பதில் எனக்கு எந்தச் சந்தேகமும் இல்லை."[1]

அரசாங்கம் தங்களுக்கு வாய்ப்பூட்டுப் போட்டுவிடுமோ என்கிற அச்சத்தோடு அங்கே கூடியிருந்த பத்திரிகையாசிரியர்கள், ஜனநாயகம் குறித்த நேருவின் பேச்சையும் 'சுதந்திரத்தில் தலையிடுவது தவறு' என்னும் அவரின் கருத்தையும் கேட்டுவிட்டுப் பத்திரிகைச் சுதந்திரத்தைக் கட்டுப்படுத்தும் வகையில் அரசமைப்புச் சட்டம் திருத்தப்படும் என்கிற பயம் இனி இல்லை[2] என்று தவறாகப் புரிந்துகொண்டார்கள். அனைத்திந்தியப் பத்திரிகையாசிரியர்கள்

சம்மேளனத்தின் தலைவரும் நாடாளுமன்ற உறுப்பினருமான தேசபந்து குப்தா, நேரு கொடுத்த உத்தரவாதத்துக்காக அவருக்கு ஏராளமான நன்றிகளைக் காணிக்கையாக்கினார். மேலும் குப்தா பேசும்போது, 'உச்சநீதிமன்றமும் உயர்நீதிமன்றங்களும் வழங்கிய சில தீர்ப்புகளின் விளைவால், பத்திரிகைகளின் மேல் கட்டுப்பாடுகளை விதிக்கும் நோக்கத்தோடு அரசமைப்புச் சட்டத்தில் திருத்தம் செய்யப்படுமோ என்று நம்மிடையே பலரும் பயந்தோம். ஆனால், குறிப்பிட்டு இந்த விஷயத்தில் நீங்கள் கொடுத்த வாக்குறுதியை நான் மனதாரப் பாராட்டுகிறேன்.'[3]

ஏற்கனவே சட்ட அமைச்சகத்திடம் அரசமைப்புச் சட்டத்தில் திருத்தம் மேற்கொள்வதற்கான வரைவு மசோதாவைத் தயாரிக்கும் வேலையைக் கொடுத்திருந்த நேருவோ, குப்தாவின் பேச்சைத் திருத்துவதைப் பற்றிக் கொஞ்சம்கூட கவலைப்படவில்லை. அரசமைப்புச் சட்டத்தைத் திருத்துகிற யோசனையைக் கைவிட்ட பிரதமரின் பெருந்தன்மைக்கும், கருணையுள்ளத்துக்கும் நன்றி சொல்லிக்கொண்டிருக்கும்போதே அவர்களின் வாய்களுக்குப் பூட்டுகள் தயாராகிக்கொண்டிருந்த செய்தி பத்திரிகையாசிரியர்கள் ஒருவருக்குமே தெரியவில்லை, பாவம். கலக்கத்திலிருந்தப் பத்திரிகையாசிரியர்களைத் தன்னுடைய உரையின் மூலம் சமாதானப்படுத்தியிருந்த அதேசமயம், பிதன் ராய்க்கு எழுதிய கடிதத்தில் நேரு தனக்கிருந்த எரிச்சலை இப்படிக் கொட்டியிருந்தார்: 'பத்திரிகைகளில் வரும் மிகக் கடுமையான விமர்சனங்களை நாம் சகித்துக்கொண்டிருக்கிறோம், காரணம், நம்முடைய நீதிபதிகள் அரசமைப்புச் சட்டத்துக்கு ஆதரவாக நின்றதால் நம்மால் வேறெதுவும் செய்யமுடியாது என்றார்கள்.'[4]

பீகார் சொத்து மேலாண்மை மற்றும் குத்தகைச்சட்டத்தை பாட்னா உயர்நீதிமன்றம் ரத்து செய்ததை எதிர்த்து உச்சநீதிமன்றத்தில் பீகார் அரசாங்கம் மேல்முறையீடு செய்திருந்தது. ஆனால் பீகார் நிலச்சீர்திருத்தச் சட்டம் செல்லாது என்று அறிவிக்கக்கோரி தொடரப்பட்ட மற்றொரு வழக்கில் பாட்னா உயர்நீதிமன்றம் தீர்ப்பு வழங்கிய பிறகுதான் இந்த மேல்முறையீட்டு மனுவை விசாரணைக்கு எடுத்துக்கொள்ளமுடியும் என்று உச்சநீதிமன்ற நீதிபதிகள் உத்தரவு போட்டுவிட்டார்கள்[5]. அரசாங்கத்துக்கு விடுக்கப்பட்ட மற்றொரு எச்சரிக்கை மணி இது. இதற்கிடையே, நாடாளுமன்ற சபாநாயகர் ஜி.வி. மாவலங்கர் பிரதமருக்கு எழுதிய ஒரு கடிதத்தில் முறையான நாடாளுமன்ற நடைமுறைகளையும், விவாதங்களையும் தவிர்த்துவிட்டுத் தன் இஷ்டம் போல அவசரச்சட்டங்களைப் பயன்படுத்தும் அரசாங்கத்தின் பொறுப்பின்மை குறித்து கவலை

தெரிவித்திருந்தார். ஜனநாயகம் தழைக்கும் முன்பாகவே அதன் ஆணிவேருக்கு ஆபத்து ஏற்பட்டுள்ளதாகவும் வேதனைப்பட்டிருந்தார்.

'நாடாளுமன்ற நடைமுறை என்பதே கலந்தாலோசனை செய்யவும், விவாதிக்கவும், ஏற்படக்கூடிய பிழைகளை, தவறுகளைச் சரிசெய்ய முழுமையான வாய்ப்புகளை வழங்குவதற்காகவும்தான். சந்தேகத்துக்கிடமின்றி இதைத்தான் எல்லோரும் விரும்புவார்கள். ஆனால் இவையெல்லாம் பெரும் காலதாமதத்தை ஏற்படுத்திவிடும். முடிவில் முக்கிய மசோதாக்கள் எல்லாம் நிறைவேறாமல் தேங்கிவிடும்,'[6] என நேருவிடமிருந்து அலட்சியமான பதில் வந்தது. சபாநாயகர் தன்னுடைய தவறுகளைச் சுட்டிக்காட்டிய காரணத்தால் எரிச்சலடைந்த நேரு, கலந்துரையாடல்களும் விவாதங்களும் அதிகப்படியான நேரத்தை எடுத்துக்கொள்வதால்தான் முக்கிய மசோதாக்களை அவசரச்சட்டங்களின் மூலம் நிறைவேற்றுவதாகச் சர்வசாதாரணமான ஒரு விளக்கத்தைக் கொடுத்தார். 'நாம் தேசிய அளவிலும் சர்வதேச அளவிலும் அசாதாரணச் சூழ்நிலையில் வாழ்ந்து கொண்டிருக்கிறோம். ஒவ்வொரு நாளும் அந்தச் சூழ்நிலை மாறுகிறது,' என்று தன் செயலுக்கு அவர் நியாயம் கற்பித்தார்.[7]

நீதிமன்றங்களின் விசாரணை வளையத்துக்குள் சிக்கித்தவிப்பதாக அரசாங்கம் எண்ணிக்கொண்டிருக்க, சோதனை மேல் சோதனை வந்து தன்னைக் கடும் இக்கட்டில் தள்ளுவதாகப் பிரதமர் நேருவும் நினைத்துக் கொண்டிருக்க, ஜனநாயக மரபுகளும் கருத்துப் பரிமாற்றங்களும் கொல்லைப்புறத்துக்குத் தூக்கியெறியப்பட்டன. படேலின் மரணத்துக்குப் பிறகு அரசாங்கத்தின் ஒட்டுமொத்த அதிகாரமும் நேருவிடம் வந்து குவிந்தது.[8] நேருவுக்கு முன்னாலிருந்த தடைகள் ஒவ்வொன்றாகக் காணாமல் போக, அரசமைப்புச் சட்டத்தின் மீதிருந்த விசுவாசமும் காற்றில் கரைந்து கொண்டேயிருந்தது. டிசம்பர் 18. படேலின் இறுதிச்சடங்கு முடிந்து சில நாட்களுக்குள்ளேயே நேரு தனது முதலமைச்சர்களுக்கு எழுதினார்:

'சில உயர்நீதிமன்றங்களின் சமீபத்திய தீர்ப்புகள் அரசமைப்புச் சட்டத்தைப் பற்றி நம்மை யோசிக்க வைத்துவிட்டன. நமக்கு முன்னிருக்கும் சூழ்நிலையைச் சமாளிக்க அதன் தற்போதைய வடிவம் போதுமானதா? மாட்சிமை பொருந்திய நம்முடைய நீதிமன்றங்களின் தீர்ப்புகளை நாம் முழுமையாக ஏற்றுக்கொள்ள வேண்டும், ஆனால் அரசமைப்புச் சட்டத்தில் குறைகள் இருப்பதை அவர்கள் கண்டறிந்தால், அவற்றை நாம் சரி செய்யவும் வேண்டும். இந்த விவகாரம் பரிசீலனையில் இருக்கிறது.'[9]

அரசமைப்புச் சட்டம் நடைமுறைக்கு வந்தபோது, கடந்தகால பிரிட்டிஷ் காலனியாதிக்கத்தையும் தற்போதைய குடியரசையும் தெளிவாகப் பிரித்துக் காட்டும் காலக்கோடாக அதைப் பார்த்தார்கள். நாட்டின் ஏகாதிபத்திய அடையாளங்களை அப்புறப்படுத்திக்கொள்ளும் ஒரு தேசியத் தீர்மானமாக அதைக் கருதினார்கள். சுதந்திரத்தின் மீதும் ஜனநாயகக் குடியரசின் மீதும் புதிய அரசாங்கம் காட்டிய ஈடுபாட்டுக்கு அரசமைப்புச் சட்டமே சாட்சி. 1950இன் டிசம்பர் மாதவாக்கில், கடந்தகால பிரிட்டிஷ் அரசுக்கும் தற்போதைய சுதந்திர அரசுக்கும் இடையே மிகச்சில வேறுபாடுகளே இருந்தது கொஞ்சம் கொஞ்சமாகத் தெளிவானது. பல விஷயங்களில் சுத்தமாக எந்தவொரு வித்தியாசமுமே தெரியவில்லை. புதிய அரசாங்கத்துக்கு அரசமைப்புச் சட்டத்தின் வரம்புகளுக்குள் கட்டுக்கடங்கி ஆட்சி செய்வது வேப்பங்காயாய்க் கசந்தது – முந்தைய பிரிட்டிஷ் அரசாங்கத்தை மாதிரியே. 'ராஜ்ஜிய'த்தின் வழித்தோன்றல்களான காங்கிரஸ் தலைவர்களோ தொட்டாலே கோபப்படுவர்களாக, விமர்சனங்களையும் எதிர்ப்புகளையும் கொஞ்சம்கூடச் சகிக்காதவர்களாக, அதிருப்தியாளர்களைத் தூக்கி உள்ளே போடுவதில் ஆர்வமிக்கவர்களாகத் தங்களை அடிக்கடி நிரூபித்துக் கொண்டேயிருந்தார்கள் – முந்தைய பிரிட்டிஷ் ஆட்சியாளர்களை மாதிரியே. ஆட்சிநிர்வாகத்தின் நடவடிக்கைகளைக் கட்டுப்படுத்திய நீதிமன்றத் தீர்ப்புகள் அரசமைப்புச் சட்டத்தின் குறைகளை அடையாளம் காட்டியதாகவே கருதப்பட்டன. வெறும் ஒரு வருடத்திற்கு முன்னால்தான் அரசமைப்புச் சட்டத்தின் இதயம் என்றும் ஆன்மா என்றும் புகழப்பட்ட அடிப்படை உரிமைகள், இப்போது சீர் செய்யப்பட வேண்டிய குறைகளாகிவிட்டன. உண்மையில், ஒட்டுமொத்த அரசமைப்புச் சட்டமுமே வைத்தியத்தைத் தேடும் ஆட்கொல்லி நோயாகிவிட்டது.

தற்பெருமை கொண்டவர், துடுக்கானவர், பிடிவாதக்காரர், அவசரக்காரர், பொறுமையில்லாதவர், முரட்டுச் சுபாவம் கொண்டவர் – ஆண்டாண்டு காலமாக நேருவை இப்படியெல்லாம் வகைவகையாக வர்ணித்திருக்கிறார்கள். பிரதமர் என்கிற முறையில் 'ஜனநாயக மற்றும் அமைச்சரவைமுறை அரசாங்கத்தை முற்றிலும் எதிர்ப்பது'[10] தனது பணியாக நேருவின் மனதில் இருந்ததாகச் சர்தார் வல்லபாய் படேல் கருதினார். 'கிட்டத்தட்ட ஒரு சர்வாதிகாரி, ஆனால் அயோக்கியர் அல்ல,' சர்வாதிகாரத்தில் விருப்பமில்லாத ஒரு சர்வாதிகாரி அவர்[11] என்று எழுத்தாளர் நீரத். சி. சவுத்ரி பிற்காலத்தில் நேருவைப் பற்றி எழுத இருக்கிறார். ஆட்சிஅதிகாரத்தைச் சுவைப்பதற்கு ஏறக்குறைய

பத்து வருடங்களுக்கு முன், ஒரு சர்வாதிகாரிக்கான அத்தனை அம்சங்களும் தன்னிடம் இருப்பதாக நேருவே மிகவும் சுவாரசியமாகச் சொல்லிக்கொண்டார்.[12] வருடம் முடிந்து புதிய குடியரசின் முதல் ஆண்டுவிழா நெருங்கநெருங்க, 'சர்வாதிகாரம்' என்ற சொல் பல இடங்களில் ஒலிக்க ஆரம்பித்தது. டிசம்பர் 31, 1950. நேரு தன்னுடைய விருப்பத்தை மாகாண முதலமைச்சர்களிடம் அழுத்தந்திருத்தமாக இப்படி வெளிப்படுத்தினார்: '...இந்தியாவில் இருக்கின்ற எந்த ஒரு தனிநபரும் - அவர் யாராக இருந்தாலும் சரி - அரசின் அதிகாரத்துக்கோ அல்லது நாடாளுமன்றத்தின் அதிகாரத்துக்கோ சவாலாக இருக்க முடியாது என்பதை நாம் தெளிவாக்க வேண்டும்... நம்மைப் பொறுத்தவரை, அரசின் அதிகாரத்துக்குப் பணிய மறுப்பதைத் துளியும் பொறுத்துக் கொள்ளப்போவதில்லை.'[13]

குடியரசின் ஆண்டுவிழா

டிசம்பர் 22. அந்தப் பிரம்மாண்டமான ஜமீன்தார்முறை ஒழிப்பு மற்றும் நிலச்சீர்திருத்த மசோதாவை வைத்து அல்லாடிக் கொண்டிருந்த உத்திரப்பிரதேச சட்டமேலவை, மசோதாவில் பல்வேறு திருத்தங்களைப் பரிந்துரைத்து அவற்றையெல்லாம் பரிசீலிக்கச் சொல்லி உத்திரப்பிரதேச சட்டமன்றத்துக்கே அதைத் திருப்பி அனுப்பியது. 'அரசாங்கத்தின் தேர்தல் வெற்றிக்கான முதல்படி - அதாவது, ஜமீன்தார்முறை ஒழிப்பு மசோதா - சிறுசிறு மாற்றங்களுடன் சட்டமேலவையால் சட்டமன்றத்துக்குத் திருப்பி அனுப்பப்பட்டுள்ளது. ஆனால் ஏறக்குறைய அந்த மசோதாவில் இருப்பதுதான் சட்டவிதிகளாக இருக்கும். காங்கிரஸ் சட்டமன்ற உறுப்பினர்களுக்கு இப்போது இருக்கும் ஒரே சுதந்திரம் சொன்னபடி வாக்களிப்பது மட்டும்தான்,'[14] என டைம்ஸ் ஆஃப் இந்தியா செய்தி வெளியிட்டது. சட்டமன்றத்துக்குள் இருந்த ஜமீன்தார்கள், பீகாரில் தங்களின் சக தோழர்கள் நடத்திக்கொண்டிருந்த விடாப்பிடியான போராட்டத்தால் உரம்பெற்று, 'குஞ்சு பொரிக்கபடுமோ, படாதோ என கவலைப்படாமல் கோழிகளை எண்ணிக்கொண்டிருப்பதாக'[15] அரசாங்கத்தை எச்சரித்தார்கள்.

குடியரசு நாடாக உருவாகி முதல் ஆண்டு நிறைவு பெற்றதைக் கொண்டாடும் ஜனவரி 26ம் நாளில்[16] ஜமீன்தார்முறையை முடிவுக்குக் கொண்டுவரும் திட்டத்தை அறிவிப்பதற்கு வசதியாக, ஜமீன்தார்முறை ஒழிப்பு மசோதாவுக்கு ஒப்புதல் கொடுக்கும் நோக்கத்தில், புத்தாண்டின் முதல் நாளன்று உத்திரப்பிரதேச சட்டமன்றத்தின்

சிறப்பு அமர்வுக்கு ஏற்பாடு செய்யப்பட்டது. சிறு ஓய்விலிருந்த உத்திரப்பிரதேச சட்டமன்ற உறுப்பினர்களுக்கு இதற்காக முறையான அழைப்பு விடுக்கப்பட்டது. ஜமீன்தார்களின் முகாமில், இந்த மசோதாவை எதிர்த்து நீதிமன்றத்தில் வழக்கு போடுவதற்கான முன்னேற்பாடுகள் முழுவீச்சில் நடந்து கொண்டிருந்தன. புகழ்பெற்ற வழக்கறிஞரும், பொது உரிமைப் போராளியும், இவ்வழக்கை ஏற்றுநடத்தத் தேர்ந்தெடுக்கப்பட்டவருமான பி.ஆர். தாஸ்[17] மிகுந்த கவனத்தோடு இப்பணிகளை மேற்பார்வை செய்துவந்தார். பீகாரில் நிலம் கையகப்படுத்தும் போராட்டம் எதிர்பாராத திருப்பங்களோடு வலுத்துக்கொண்டிருக்க, முக்கியத்துவம் வாய்ந்த மற்றொரு மோதல் உருவாகப்போவதை அரசியல் விமர்சகர்கள் ஆவலோடும் ஆச்சரியத்தோடும் பார்த்துக்கொண்டிருந்தார்கள். நிகழ்வுகள் இப்போது மின்னல் வேகத்தில் பரபரத்தன.

ஜனவரி 10, 1950. நேரம்: மாலை 5 மணி. முதல்முறை வரைவு மசோதா தாக்கல் செய்யப்பட்டு முழுதாக நான்கரை ஆண்டுகள் கழித்து, சட்டமேலவை சுட்டிக்காட்டிய திருத்தங்களை ஏற்றுக்கொண்டு, ஜமீன்தார்முறை ஒழிப்பு மசோதாவின் இறுதி வடிவத்தை உத்திரப்பிரதேச சட்டமன்றம் நிறைவேற்றியது. இதை எதிர்த்து பாக்பத்தைச் சேர்ந்த நவாப் ஜம்ஷேத் அலிகான் தலைமையில் ஜனநாயக கட்சியின் சட்டமன்ற உறுப்பினர்கள் வெளிநடப்பு செய்ய, அவர்களை நோக்கி காங்கிரஸ் உறுப்பினர்கள் ஆக்ரோஷமான கேலிகோஷங்களை வீச, கூடவே ‘பாரத் மாதா கி ஜே’[18] (பாரத மாதா வாழ்க) ‘கிசான் மஸ்தூர் ராஜ் ஜிந்தாபாத்’[19] (விவசாயத் தொழிலாளர்களின் இராஜ்ஜியம் வாழ்க வாழ்க) போன்ற கோஷங்களும் சேர்ந்துகொண்டன. ஆறு நாட்களுக்குப் பிறகு அந்த மசோதாவின் இறுதி வடிவம் உத்திரப்பிரதேச சட்டமேலவைக்கு அனுப்பி வைக்கப்பட்டது. அங்கே அது உடனடியாக நிறைவேற்றப்பட்டு ஆளுநருக்கு அனுப்பப்பட்டது. அடுத்த நொடியே அந்த மசோதாவுக்கு ஒப்புதல் வழங்கிய ஆளுநர், குடியரசுத் தலைவரின் ஒப்புதலைப் பெற அதை அனுப்பி வைத்தார்.[20] குடியரசு தினத்தன்று அந்தப் பழமையான பண்ணையார் முறைக்கு மங்களம் பாடிவிடவேண்டும் என்பதில் உத்திரப்பிரதேச முதலமைச்சர் கோவிந்த் வல்லப பந்த் தீர்மானமாக இருந்தார். பீகாரில் பெற்ற வெற்றிகளால் உத்வேகமடைந்த பண்ணையார்களின் பிரதிநிதிகளும் அதே பிடிவாதத்தோடு மல்லுக்கு நின்றார்கள். தவிர்க்கவே முடியாத அந்தப் போரில், அரசாங்கமும் ஜமீன்தார்களும் எதிரெதிர் பக்கங்களில் கங்கணம் கட்டிக்கொண்டு சண்டைக்குத் தயாரானார்கள்.

பக்கத்து மாநிலமான பீகாருக்கு அதன் கழுத்துவரை கவலைகள். தர்பங்காவின் மகாராஜா தொடுத்த வழக்கில் பதில்மனு தாக்கல் செய்யும்படி பீகார் அரசாங்கத்துக்கு உயர்நீதிமன்றம் உத்தரவிட்டிருந்தது.[21] உத்திரப்பிரதேசம் தனது மசோதாவை நிறைவேற்றிய நாற்பத்து எட்டு மணி நேரங்களுக்குப் பிறகு, மகாராஜாவின் மனுவைத் தள்ளுபடி செய்யும் கோரிக்கையோடு பீகார் அரசாங்கம் அந்தப் பதில்மனுவை தாக்கல் செய்திருந்தது. 'பீகார் நிலச்சீர்திருத்தச் சட்டம் எதிர்பார்க்கும் ஜமீன்தார்முறை ஒழிப்பு மற்றும் சில நிலச்சீர்திருத்த நடவடிக்கை என்பது மாநில மக்களைப் பொருளாதார ரீதியில் முன்னேற்றவும், அவர்களின் நலனை மேம்படுத்தவும் அத்தியாவசியமானது'[22] என்று அந்தப் பதில்மனு வாதம் செய்தது. 'சொத்துக்களைக் கையகப்படுத்தும் ஒரு சட்டத்துக்குக் குடியரசுத் தலைவரின் ஒப்புதல் கிடைத்துவிட்டால், பிறகு அந்தச் சொத்துக்குரிய நஷ்டஈடு கொடுக்கப்படும் முறை, விதிகள், நஷ்டஈட்டுத் தொகையின் அடிப்படையிலோ அல்லது அரசமைப்புச் சட்டத்திலுள்ள வேறு எந்தவொரு பிரிவின் அடிப்படையிலோ கூட அதை எதிர்த்து நீதிமன்றத்திற்கு செல்லமுடியாது' என சொத்துரிமை பற்றி அரசமைப்பின் சட்டப்பிரிவு-31(4) சொல்கிறது. ஆகவே, இந்த மசோதாவுக்குக் குடியரசுத் தலைவரின் ஒப்புதல் கிடைத்துவிட்டதால், நஷ்டஈடு தொடர்பான எந்தக் கேள்வியையும் நீதிமன்றத்தால் கேட்கமுடியாது – இன்னும் சொல்லப்போனால் இவ்வழக்கை விசாரணை செய்வதற்கான தகுதியே நீதிமன்றத்துக்கு இல்லை[23] என்று அரசுத்தரப்பு வாதிட்டது.

இதே நேரம் டெல்லியில், நேருவின் உத்தரவுக்கு இணங்கி அரசமைப்புச் சட்டத்தில் மேற்கொள்ள இருக்கும் வரைவுச் சட்டத்திருத்த மசோதாவைத் தயாரிக்கும் பணியில் சட்ட அமைச்சகம் ஈடுபட்டிருந்தது. ஜனவரி 6. இணைச்செயலாளர் எஸ்.என். முகர்ஜி – இவர்தான் அரசியல் நிர்ணயசபையின் அதிகாரப்பூர்வ அலுவலகத்தில் தலைமை ஆவண வடிவமைப்பாளராகப் பணியாற்றி அரசமைப்புச் சட்டத்தை உருவாக்கியதில் மிகமுக்கியப் பங்கு வகித்தவர் – பேச்சுச் சுதந்திரத்தைக் கட்டுப்படுத்தும் ஷரத்துகளை நீதிமன்றங்களிடமிருந்து காப்பாற்றும் சூத்திரத்தைக் கண்டுபிடித்து வைத்திருந்தார்.[24] அமைதியான முறையில் ஒன்றுகூடும் உரிமை மற்றும் சங்கங்கள் அமைக்கும் உரிமை உட்பட சட்டப்பிரிவு-19இல் உள்ள பெரும்பாலான அடிப்படை உரிமைகளின் மீது நியாயமான கட்டுப்பாடுகளை விதிக்க அரசமைப்புச் சட்டம் அனுமதித்துள்ளது. ஆனால் பேச்சுரிமை மற்றும் கருத்துரிமையைப் பொறுத்த

வரையில் அதுபோன்ற கட்டுப்பாடுகள் எதுவுமில்லை. ஆகவே சட்டப்பிரிவு-19இன் அனைத்து இடங்களிலிருந்தும் 'நியாயமான' என்ற வார்த்தையை நீக்கிவிட்டு ஒட்டுமொத்தச் சட்டப்பிரிவையும் சமச்சீராக மாற்றவேண்டுமென்று முகர்ஜி யோசனை சொன்னார். பேச்சுரிமைக்குக் 'கட்டுப்பாடுகளை' விதிப்பதற்கு ஏதுவாக ஒரு ஷரத்தைச் சேர்க்கவேண்டும் என்பது அவரது அடுத்த யோசனை. அரசாங்கம் தனது ஆசைக்கேற்ப எந்தவொரு நோக்கத்திற்காகவும் 'கட்டுப்பாடுகளை' விதித்துக் கொள்ளலாம். இதன்மூலம் அடிப்படை உரிமைகளின் மேல் கட்டுப்பாடுகளை விதிக்கும் எந்தவொரு சட்டத்திருத்தத்தையும் அரசாங்கத்தால் கொண்டுவர முடியும்; நீதிமன்றங்களிடம் அதை நியாயப்படுத்த வேண்டிய அவசியத்தையும் தவிர்க்க முடியும்.[25]

இதற்கு ஒப்புக்கொண்ட முகர்ஜியின் மேலதிகாரியான முதன்மைச் செயலாளர் கே.வி.கே. சுந்தரம், சட்டப்பிரிவு-19(2) இல் பேச்சுரிமையின் மேல் 'நியாயமான கட்டுப்பாடுகள்' என்பதற்குப் பதிலாக வெறுமனே 'கட்டுப்பாடுகள்' என்று மாற்றியமைக்கப் பரிந்துரை செய்தார். மேலும் பேச்சுரிமையைக் கட்டுப்படுத்தும் காரணிகளையும் விரிவுபடுத்தினார். அதாவது, அரசின் பாதுகாப்புக்குக் கேடு விளைவிப்பது என்ற அடிப்படையில் மட்டுமல்லாமல் இனிமேல் அரசின் பாதுகாப்பு நலன்களுக்குக் கேடு விளைவித்தல், பொதுஒழுங்கு, கண்ணியத்தைக் கடைப்பிடித்தல், ஒழுக்கத்தைக் கடைபிடித்தல், வெளிநாட்டு உறவுகள் சார்ந்த விஷயங்களுக்குப் பாதிப்பை ஏற்படுத்துதல்[26] போன்ற காரணிகளின் அடிப்படையிலும் பேச்சுரிமை நசுக்கப்படும். பீகார் முதல்வர் ஸ்ரீ கிருஷ்ணா சின்ஹாவால் தூண்டப்பட்டதாலோ என்னவோ, நீதிமன்ற விசாரணையிலிருந்து ஜமீன்தார்முறை ஒழிப்புச்சட்டத்தை முழுவதுமாக விலக்கிவைக்கும் யோசனையும் சுந்தரத்துக்கு வந்தது. பலரின் வெறுப்பைச் சம்பாதித்த அந்த ஒன்பதாவது அட்டவணை உருவாவதற்கு[27] இதுதான் மூலகாரணம். முகர்ஜி மற்றும் சுந்தரம் ஆகிய இருவருமே அடிப்படை உரிமைகளின் மீது எவ்வகையான கட்டுப்பாடுகளை விதிக்கலாம் என்பதைத் தீர்மானிக்கும் உச்சபட்ச அதிகாரம் அரசியல்வாதிகளிடமும், சட்டமன்றங்களிடமும்தான் இருக்கவேண்டும், நீதிபதிகளிடமோ நீதிமன்றங்களிடமோ கூடாது[28] என்னும் அரசாங்கத்தின் எண்ணத்தோடு ஒத்துப்போனார்கள். அடுத்தகட்ட ஆலோசனைக்காகச் சட்ட அமைச்சர் பி.ஆர். அம்பேத்கருக்கும், பிரதமர் நேருவுக்கும் இந்தக் குறிப்புகள் அனுப்பி வைக்கப்பட்டன.

ஜனவரி 26க்கு முன்பு எந்த நேரத்திலும் உத்திரப்பிரதேச ஜமீன்தார்முறை ஒழிப்பு மசோதாவுக்கு குடியரசுத் தலைவரின் ஒப்புதல் கிடைக்கலாம் என்று உஷாரான ஜமீன்தார்கள், உத்திரப்பிரதேசத்தின் மூலை முடுக்குகளிலிருந்து திரண்டுவந்து அலகாபாத்திலும், லக்னோவிலும் போராட்டம் நடத்துவதற்காகக் கூடினார்கள். 'அடுத்த சில நாட்களுக்குள்ளேயே உத்திரப்பிரதேச ஜமீன்தார்முறை ஒழிப்பு மற்றும் நிலச்சீர்திருத்தச் சட்டத்தை எதிர்த்து ஆயிரத்துக்கும் அதிகமான தடைகோரும் மனுக்களை அரசமைப்புச் சட்டப்பிரிவு-226இன் கீழ்[29] அலகாபாத் உயர்நீதிமன்றத்தில் தாக்கல் செய்ய மாகாணத்திலிருக்கும் ஜமீன்தார்கள் தீர்மானித்திருக்கிறார்கள்,' என ஜனவரி 18ஆம் தேதியிட்ட பிரசுரத்தில் டைம்ஸ் ஆஃப் இந்தியா செய்தி வெளியிட்டது.[30] அடுத்து என்ன நடக்கப்போகிறதோ என்று அரசாங்கம், எதிர்கட்சிகள் மற்றும் அரசியல் பார்வையாளர்கள் என அனைவருமே மூச்சை இழுத்துப்பிடித்துக்கொண்டு காத்திருந்தார்கள்.

ஜனவரி 24, 1950. இந்துஸ்தான் டைம்ஸ் வர்ணித்ததைப் போல, 'இதுவரை மத்திய-மாநில அரசுகள் கொண்டு வந்ததிலேயே மிகப்பெரிய சமூகப்பொருளாதாரச் சட்ட'மான[31] இந்த மசோதாவுக்குக் குடியரசுத் தலைவர் ராஜேந்திர பிரசாத் ஒப்புதல் அளித்தார். மசோதா சட்டமாகிவிட்டது. பிற்பகல் 3 மணியளவில் இச்செய்தியைக் கேள்விப்பட்ட முதலமைச்சர் கோவிந்த் வல்லப பந்த், 'பல ஆண்டுகால உழைப்பின் பலன்' என்றும் 'விவசாயிகளுக்குக் கொடுத்த உறுதிமொழியைக் காங்கிரஸ் கட்சி நிறைவேற்றியுள்ளது' என்றும் கருத்து சொன்னார். 'புதிய அமைப்புமுறைக்கான அஸ்திவாரம் இப்போது நிறைவடைந்துள்ளது'[32] என்றும் அவர் பிரகடனம் செய்தார். அடுத்த ஒரு மணிநேரத்துக்குள், இந்தச் சட்டத்தை எதிர்த்து நூற்றுக்கணக்கான மனுக்கள் அலகாபாத் உயர்நீதிமன்றத்திலும் லக்னோ உயர்நீதிமன்றத்திலும் குவிந்தன. இப்புதிய சட்டம் இந்திய அரசிதழில் உடனடியாக வெளியாவதை அவை தடுத்தன. அன்றைய நாள் முடியும் சமயத்தில் ஒட்டுமொத்தமாக நான்காயிரத்துக்கும் அதிகமான மனுக்கள் நீதிமன்றத்தின் படியேற, அங்கே வேலையிலிருந்த பணியாளர்களுக்கு மயக்கம் வராத குறைதான். பல்ராம்பூர் மற்றும் கபூர்தலா மகாராஜாக்களின் மனுக்களைக் கையில் எடுத்துக்கொண்ட பி.ஆர். தாஸ் படுதீவிரமாக வேலையில் இறங்கினார்.

பிகாரில் இருக்கும் தங்களுடைய பங்காளிகள் மாதிரியே உத்திரப்பிரதேசத்தின் ஜமீன்தார்களும் – அதாவது, சிறிய, பெரிய, கண்ணியமான, வஞ்சகமான, இரக்கமான, இழிவான என்ற அனைத்து வகையறா மேட்டுக்குடிகளும் – இப்போது திடுதிப்பென்று

படைதிரண்டு வந்து ஜனநாயகத்தின் பாதுகாவலர்களாக, அடிப்படை உரிமைகளைக் காப்பாற்றுபவர்களாகத் தங்களைக் காட்டிக்கொண்டார்கள். நேருவின் இந்தியாவில் மிகக் கொடூரமான ஒட்டுண்ணி இனம் என்றும், தங்களின் சுயலாபத்துக்காக ஈவிரக்கமில்லாமல் சுரண்டுபவர்கள் என்றும், மனித உரிமைகளைக் காலில்போட்டு மிதிப்பவர்கள் என்றும் பேரெடுத்த இந்தியாவின் பண்ணையார்கள் அரசமைப்புச் சட்டத்தைக் காப்பாற்றுபவர்களாக, மக்கள் சுதந்திரத்தின் தூதுவர்களாக மாறிப்போனது நேருவின் சகாப்தத்தில் நிகழ்ந்த உச்சபட்ச காலக்கொடுமை.

ஜனவரி 25,1951. அலகாபாத் மற்றும் லக்னோ உயர்நீதிமன்ற அமர்வுகள் அனைத்து மனுக்களையும் அடுத்தநாளே விசாரணைக்கு எடுத்துக்கொண்டன. அலகாபாத்தில் ஆஜரான பி.ஆர். தாஸ், இச்சட்டத்துக்குப் பொதுநோக்கம் என்று எதுவுமில்லை. காங்கிரஸ் கட்சியின் கொள்கையைச் செயல்படுத்துவதுதான் இதன் நோக்கம் என்றார். மேலும் அவர், ‘பொது நோக்கமும் அரசின் கொள்கையும் வேறு வேறு. ஆட்சி அதிகாரத்தில் இருக்கும் கட்சியின் கொள்கை அரசின் கொள்கையாக இருக்கமுடியாது’[33] என்று தன் தரப்பு வாதத்தை முன்வைத்தார். அவரின் பார்வையில்: குடியரசுத் தலைவரின் ஒப்புதலால்கூட ஒரு சட்டத்தை நீதிமன்ற விசாரணையிலிருந்து காப்பாற்றிவிட முடியாது, காரணம் ‘அரசமைப்புக்கு விரோதமான ஒரு மசோதா சட்டம் ஆகிவிடாது. இது எந்தவித உரிமையையும் கொடுக்கவில்லை, இது எந்தவிதக் கடமையையும் விதிக்கவும் இல்லை. இந்த மசோதா அரசமைப்புச் சட்டத்திடம் செய்யப்பட்ட மிகப்பெரிய மோசடி. இந்த மசோதா சட்டப்பிரிவு-31ஐ எதிர்க்கிறது. இந்த மசோதா சட்டப்பிரிவு-19ஐ அவமானப்படுத்துகிறது. இந்த மசோதா சட்டப்பிரிவு-13ஐ மீறுகிறது,’[34] என ஆவேசமாக கர்ஜித்த பி.ஆர். தாஸ் ஜமீன்தார்களின் மனுக்களை விசாரித்துத் தீர்ப்பு கொடுக்கும் வரை எந்தவொரு சொத்தையும் கையகப்படுத்தக் கூடாது என்று அரசாங்கத்துக்கு இடைக்காலத்தடை உத்தரவைப் பிறப்பிக்குமாறு நீதிபதிகளைத் தாழ்மையோடு கேட்டுக்கொண்டார்.

இரண்டு உயர்நீதிமன்ற அமர்வுகளும் ஜமீன்தார்களின் தரப்பு வேண்டுகோளை ஏற்றுக்கொண்டன. ‘வழக்கின் இறுதித்தீர்ப்பு வரும்வரை உத்திரப்பிரதேசத்திலுள்ள ஜமீன்தார்களின் சொத்துக்களைக் கையகப்படுத்தவும், ஜமீன்தார்முறை ஒழிப்புச் சட்டப்பிரிவு-4இன் கீழ் அவர்களின் நிலபுலன்களை அரசாங்கத்தின் கட்டுப்பாட்டில் ஒப்படைக்கும் தேதியை அறிவிக்கும் அரசாணையை வெளியிடவும் இடைக்காலத்தடை விதித்தன.’[35] லக்னோ உயர்நீதிமன்றம் இன்னும்

ஒருபடி மேலே போய், வாரஇறுதியில் நீதிமன்றங்களுக்கு விடுமுறை என்பதால் அதற்குள் அரசாங்கம் எவ்வித சித்துவிளையாட்டிலும் ஈடுபட்டுவிடக்கூடாது என்று முன்கூட்டியே தடுக்கும் விதத்தில், 'தடை உடனடியாக அமலுக்கு வருவதால் இரு தரப்புக்கும் இது தொடர்பான எழுத்துப்பூர்வ உத்தரவுகள் உடனடியாக வழங்கப்படும்'[36] என்றது. கோவிந்த் வல்லப பந்த் சொன்ன புதிய சமூகப்பொருளாதார அமைப்புமுறையின் அஸ்திவாரம் இன்னும் நிறைவடையவில்லை போல.

உத்திரப்பிரதேச அரசாங்கமும் காங்கிரஸ் தலைமையும் அதிர்ச்சி அடைந்தன. அப்படியே உறைந்தன. குடியரசு நாளும் அதுவுமாக ஆண்டாண்டுகால ஜமீன் வழக்கத்துக்கு முற்றுப்புள்ளி வைத்து, வெற்றிகரமான அறிவிப்பை வெளியிடும் அட்டகாசமான திட்டம் சுக்குநூறானது. படுதோல்வியில் முடிந்தது. ஜனவரி 26,1951. எதிர்பார்த்ததற்கு நேர்மாறாக, 'உ.பி-யின் ஜமீன்தார்முறை ஒழிப்புக்குத் தடை: அலகாபாத் உயர்நீதிமன்றம் தடை உத்தரவு பிறப்பித்தது,'[37] என்னும் தலைப்புச் செய்தியோடு தேசம் விழித்தெழுந்தது. ஜமீன்தார்கள் அவ்வளவு எளிதாக மடங்கிவிடுவார்களா என்ன? சரி, உத்திரப்பிரதேசத்தில் ஜமீன்தார்முறை ஒழிப்பு இனிமேல் என்னவாகும்? யாராலும் சொல்ல முடியாது. அந்தச் சட்டம் மொத்தமுமே நீதிமன்ற விசாரணையில் இருந்தாலும் கூட, இன்னமும் அதன்மேல் தீர்ப்பு வரவில்லை என்றாலும் கூட, உளவியல் ரீதியாக அது கொடுத்த அடி பயங்கரமானது. காரணம் பீகாரில் தடுமாறியது போலல்லாமல் உத்திரப்பிரதேச விஷயத்தில் நிலச்சீர்திருத்தம் சட்டம் ஒவ்வொரு அம்சத்தையும் அலசி ஆராய்ந்து கவனத்தோடு உருவாக்கப்பட்டிருந்தது. அதீத அக்கறையோடு நுணுக்கமாகத் தயாரிக்கப்பட்டிருந்தது. பந்த்தின் தலைமையில், 'ஒருவருக்கும் அநீதியின்றி அனைவருக்கும் நீதி' என்ற அவரின் கொள்கைக்கு ஏற்ற வகையில் வடிவமைக்கப்பட்டிருந்தது. இப்படிப் பார்த்துப்பார்த்து, துல்லியமாகக் கொண்டுவரப்பட்ட திட்டத்துக்கே தடையென்றால், பிறகு அடுத்து நடக்கப்போவதை யாரால் கணித்துச் சொல்லமுடியும்? ஜமீன்தார்முறை ஒழிப்பின் எதிர்காலம் கேள்விக்குறியாய்த் தொக்கி நிற்க, காங்கிரஸ் கட்சிக்குள் கூச்சலும் குழப்பமும் பரவியது.

வேலை தீவிரமாகத் தொடங்குகிறது

ஜனவரி 25, 1951. புதுதில்லியில் உள்ள அகில இந்திய காங்கிரஸ் கட்சியின் தலைமையகமான 7, ஜந்தர் மந்தர் மார்க்கில் காங்கிரஸ்

காரியக் கமிட்டி கூடியது. 'மக்களின் மீது தார்மீக ரீதியாகவும் அரசியல் ரீதியாகவும் கட்சியின் பிடியைத் தக்கவைத்து இந்திய தேசிய காங்கிரஸை வலுப்படுத்துவது எப்படி,'[38] என்ற கேள்விக்குப் பதில் தேடி மூன்று மணிநேரத்துக்கும் மேலாக விவாதம் நீண்டது. 1950இன் இறுதியில், சர்தார் படேலின் மறைவு, உத்திரப்பிரதேசம் மற்றும் வங்காள காங்கிரஸில் பிளவு ஏற்பட்டு ஆச்சார்யா கிருபளானி மற்றும் ரஃபி அகமது கித்வாய் தலைமையில் அதிருப்தியாளர்கள் 'ஜனநாயக முன்னணி'யை உருவாக்கியது போன்ற காரணங்களைச் சுட்டிக்காட்டி காங்கிரஸ் கட்சி உடையப்போகிறதா, மூத்த தலைவர்களின் வெளியேற்றத்தால் கட்சியின் செல்வாக்கு சரிந்துவிட்டதா[39] என்று இருக்கின்ற அத்தனை பத்திரிகைகளும் கேள்விமேல் கேள்வி கேட்டுக் குடைந்துகொண்டிருந்தன.

காரியக் கமிட்டி கூட்டத்தில், பிரதமர் உட்பட பல தலைவர்கள், 'காங்கிரஸின் கொள்கைகளும் திட்டங்களும் மக்களை வெகுவாகக் கவரும் வகையில் கட்சியின் அமைப்புகளை மேம்படுத்துவதற்கு ஏதாவது செய்தே ஆகவேண்டியதன் அவசியத்தை வலியுறுத்தினார்கள்.'[40] உணர்ச்சிக் கொந்தளிப்பில் சீரிய மற்ற தலைவர்களோ, 'ஏற்கனவே கட்சி தனது சமூகப்பொருளாதாரக் கொள்கைகளைத் தெளிவாக வகுத்துள்ளது. அதற்குரிய செயல்வடிவத்தைக் கொடுத்து அதை நடைமுறைக்குக் கொண்டுவரும் பொறுப்பு இப்போது அரசாங்கத்திடம்தான் இருக்கிறது,'[41] என்று சுட்டிக்காட்டினார்கள்.

இந்தச் சூழ்நிலையில், காரியக் கமிட்டி கூட்டம் நடைபெற்று முடிந்த சிலமணி நேரங்களுக்குப் பிறகுதான் அலகாபாத்தில் வெளியான இடைக்காலத்தடை பற்றிய செய்தி டெல்லியை வந்தடைந்தது. கூட்டத்தின் முடிவில், காங்கிரஸ் கட்சியை நோக்கி மக்களை ஈர்க்க வேண்டுமானால் கட்சியின் சமூகப்பொருளாதாரக் கொள்கைகளை அரசாங்கம் செயல்படுத்தியே தீரவேண்டும் என்று நேருவிடம் ஏறக்குறைய அனைத்துத் தலைவர்களும் கறாராகச் சொல்லிவிட்டார்கள். வேறுவழியே இல்லை. ஜமீன்தார்முறை ஒழிப்பும், நிலச்சீர்திருத்தமும் கட்சியைத் தாங்கப்போகும் தூண்கள். கட்சி எதிர்பார்க்கும் சமூகப்பொருளாதத் திட்டங்களின் உயிர்நாடி. ஒருபுறம் இதேபோன்ற இக்கட்டில் பீகார் அரசாங்கம் சிக்கியிருக்க, மறுபுறம் கூட்டம் முடிந்த சில மணி நேரங்களிலேயே உத்திரப்பிரதேசத்திலிருந்து வந்த இந்தச் செய்தி நேருவின் இதயத்தில் இடிபோல் இறங்கியது. ஜமீன்தார்முறை ஒழிப்புக்கான சட்டங்கள் அரசமைப்புச் சட்டத்துக்கு உட்பட்டுள்ளதா என்று ஆராய்ந்து தீர்ப்பு கொடுக்கும்வரை இரண்டு உயர்நீதிமன்றங்களும் அதைத்

தடைசெய்துவிட்டதால், அரசாங்கத்தின் ஒட்டுமொத்த நிலச்சீர்திருத்த நடவடிக்கைகளும் தற்காலிகமாக நிறுத்திவைக்கப்பட்டன. நீதிமன்ற விசாரணையிலிருந்து அவை மீண்டு வரலாம் அல்லது மீளாமலும் போகலாம் – ஆனால் தன் சிந்தனையில் உருவாகி, தானே கைப்பட உருவாக்கிய திட்டங்களை அரசமைப்புச் சட்டமும், நீதிமன்றங்களும் ஒன்றுசேர்ந்து எதிர்த்து நின்றதை நேருவால் பொறுத்துக்கொள்ளவே முடியவில்லை. பிரதமரின் கோபம் உச்சத்தைத் தொட்டிருந்தது.

நேருவின் கருத்துப்படி, 'இந்தச் சட்டத்தை எந்தவொரு வடிவத்திலும் செயல்படுத்தத் தடை' விதித்த அலகாபாத் உயர்நீதிமன்றத்தின் முடிவு பல முக்கிய கேள்விகளை எழுப்பியது. பிப்ரவரி 1,1951. முதலமைச்சர்களுக்கு எழுதிய கடிதத்தில், தன் உணர்வுகளைத் தாராளமாகக் கொட்டியிருந்தார் நேரு:

> *'மக்களின் கருத்துக்களைப் பிரதிபலிக்கும் நாடாளுமன்றம் சமூகச்சீர்திருத்தங்களில் சில முக்கிய முடிவுகளை எடுக்கிறது. அதன்பின்னர், அரசமைப்புச் சட்டத்தின் அடிப்படையில் இவை நீதிமன்றத்தால் தடுக்கப்படுகின்றன. முடிவில் தொடர்புடைய மாநிலங்களின் கிராமப்புறங்கள் கடும் பாதிப்படைகின்றன. அரசமைப்புச் சட்டத்துக்கு உரிய விளக்கம் கொடுத்து அதைப் பயன்படுத்துவது நீதித்துறையின் தனிப்பட்ட உரிமை. நாம் யாரும் அதை எதிர்க்கக் கூடாது, எதிர்க்கவும் முடியாது. ஆனால், அரசமைப்புச் சட்டம் நம் வழியில் குறுக்கிட்டால் பிறகு அதை மாற்றுவதற்கான காலம் நிச்சயமாக வந்துவிட்டது என்றே சொல்லவேண்டும். உடனடியாகச் செய்ய வேண்டிய சமூக மாற்றங்களை அரசமைப்புச் சட்டம் குறுக்கே நிற்கிற காரணத்துக்காகக் கைவிடுவது சாத்தியமேயில்லை. பீகாரிலும் இது நடந்துள்ளது. இதற்காக அரசமைப்புச் சட்டத்தை மாற்றவேண்டிய நிலை வந்தாலும் சரி, நாம் இதற்கொரு தீர்வு காணவேண்டும்.'*[42]

தன்னுடைய சமூகநலத் திட்டங்களை வென்றெடுப்பதற்காக அரசமைப்புச் சட்டத்திருத்தம் என்னும் ஆயுதத்தை நேரு தேர்ந்தெடுத்துவிட்டது ஏறக்குறைய வெளிப்படையாகிவிட்டது. இதேநேரம், அரசமைப்புச் சட்டத்தின் மீது தாக்குதல் தொடுப்பதற்கான ஆயத்தப்பணிகளைச் சட்ட அமைச்சகம் கண்ணும் கருத்துமாகச் செய்துகொண்டிருந்தது. நேருவின் நடவடிக்கைகள் பல காரணங்களுக்காகக் கவலை ஏற்படுத்தின. ஒன்று – நேரு சொன்னது போல 'இந்தச் சட்டத்தை எந்தவொரு வடிவத்திலும் செயல்படுத்தத் தடை' உத்தரவு போடப்படவில்லை, மாறாக அரசமைப்புச்

சட்டத்தின்படி இது செல்லுமா என்ற விசாரணை முடியும்வரை எந்தவொரு நிலத்தையும் கையகப்படுத்தக் கூடாது என்று மட்டுமே தடுக்கப்பட்டிருந்தது. காரணம், இதேபோன்ற சட்டம் ஒன்று ஏற்கனவே பீகாரில் தூக்கியெறிப்பட்டிருந்தது. இரண்டு - பீகாரிலும் சரி, உத்திரப்பிரதேசத்திலும் சரி, அதனதன் ஜமீன்தார்முறை ஒழிப்புச் சட்டங்கள் மீதான வழக்கின் இறுதித்தீர்ப்பு இதுவரை வழங்கப்படவில்லை. உண்மையில் அந்தச் சட்டங்கள் செல்லாது என தீர்ப்பு வருவதற்கு எவ்வளவு வாய்ப்புகள் உள்ளனவோ அதே அளவுக்குச் சாதகமான தீர்ப்பும் வர வாய்ப்பிருக்கிறது. ஒருவேளை பாதகமான தீர்ப்பே வந்தாலும், அதை எதிர்த்து உச்சநீதிமன்றத்தில் மேல்முறையீடு செய்வதற்கும் சட்டத்தில் இடம் இருக்கிறது. ஒரே வரியில் சொல்வதானால், நிலச்சீர்திருத்தம் தாமதமாகிறதே ஒழிய ஒட்டுமொத்தமாக மறுக்கப்படவில்லை.

தன் வழியில் அரசமைப்புச் சட்டம் குறுக்கிடுவதால் அதை மாற்றுவதற்கான நேரம் வந்துவிட்டது என்கிற அவசர முடிவுக்குப் பிரதமர் வந்திருந்தது, மறுக்கமுடியாத ஓர் உண்மைக்குச் சாட்சியாக நின்றது: நடந்துகொண்டிருக்கும் சட்டப் போராட்டத்தில் நீதிமன்றத்தின் இறுதித்தீர்ப்பு பாதகமாகத்தான் இருக்கும் என்று ஆட்சிநிர்வாகம் நம்பிவிட்டது. நிலச்சீர்திருத்த விவகாரத்தில் கிடைக்கும் வெற்றிக்குத் தான் மட்டுமே காரணமாக இருக்க வேண்டும். அரசமைப்புச் சட்டத்தையும் அடிப்படை உரிமைகளையும் தாண்டி காங்கிரஸ் கட்சியின் கொள்கைகளும் காரணமாக இருக்கவேண்டும் என்கிற பிரதமரின் விருப்பத்துக்கும் அதுவே ஆதாரம். நேருவைப் 'பொறுமையற்றவர்'[43] என்னும் வார்த்தையோடு அடிக்கடி தொடர்புப்படுத்துவார்கள். வழக்கமான நாடாளுமன்ற நடைமுறைகள் காலவிரயத்தை ஏற்படுத்துவதால் அவசரச்சட்டம் என்கிற மாற்றுவழியைப் பயன்படுத்துவதாக வெளிப்படையாகவே ஒப்புக்கொண்ட தலைவர் அல்லவா அவர். இந்த விவகாரத்தைப் பொறுத்தவரை, பொறுமையற்றவர் என்பது மிகமிக மென்மையான விமர்சனமாகவே தொனிக்கும். அவரின் சகாக்களாலேயே கூட, அரசமைப்புச் சட்டத்திருத்தத்தில் பிரதமர் காட்டிய வெறித்தனமான அவசரத்தைப் புரிந்துகொள்ளமுடியாத போது பிறகு அதை எப்படி நியாயப்படுத்துவார்கள்.

நேரு சொல்ல வருவது இதுதான். மக்களின் பிரதிநிதிகள் (அதில் கிட்டத்தட்ட முக்கால்வாசி பேர் காங்கிரஸ் கட்சியைச் சேர்ந்தவர்கள், அதிலும் இவர்கள் அனைவரும் மக்கள் எல்லோருக்கும் பொதுவான வாக்குரிமை இல்லாத பிரிட்டிஷ் ஆட்சிக்காலத்தில்

தேர்ந்தெடுக்கப்பட்டவர்கள்) மக்களுக்காக ஒரு கொள்கையைத் தீர்மானித்து அதை நடைமுறைக்குக் கொண்டுவரும் வகையில் ஒரு சட்டத்தை நிறைவேற்றுகிறார்கள். எதிர்ப்புகள் வரும்போது அரசமைப்புச் சட்டத்தின்படி இவை செல்லுமா செல்லாதா என்று ஆராய்ந்து தீர்ப்பு சொல்வது நீதித்துறையின் வேலை. தீர்ப்புகள் வரும்போது அந்தச் சட்டம் நிலைநிறுத்தப்படலாம் அல்லது நிராகரிக்கப்படலாம். ஆனால் அரசமைப்புச் சட்டத்தின் அடிப்படையில் ஒரு மசோதாவைச் சோதனைக்கு உட்படுத்தும்போது அந்தச் சட்டநடவடிக்கைகள் காலவிரயத்தை உண்டாக்கி, சட்டங்கள் அமலுக்கு வருவதைத் தாமதப்படுத்தி, கட்சியின் கொள்கைகளைத் தனது பிடிக்குள் இறுக்கி, முடிவில் வாக்குறுதி கொடுத்த சமூகப்புரட்சியை ஏற்படவிடாமல் முடக்கிவைக்கின்றன. தங்களின் ஆகச்சிறந்த கொள்கைகளின் மேல் சட்டம் என்றும் அரசமைப்பு என்றும் மந்தமான சில கேள்விகளை ஏவிவிட்டு மண்டியிட வைப்பதை ஆட்சியாளர்கள் விரும்புவார்களா என்ன. ஆகவே, இதுபோன்ற விசாரணைகளை முளையிலேயே கிள்ளி எறியவும், எதிர்காலத்தில் இதேபோன்ற சூழ்நிலைகள் உருவாகாமல் தடுக்கவும், இப்போது அரசமைப்புச் சட்டத்தை மாற்றவேண்டிய நேரம் வந்துவிட்டது. இந்நிலையில் பிரமிக்கத்தக்க துணிச்சலோடு அடுத்தடுத்த நிகழ்வுகள் நடந்தேறின.

நேரு பேசியதிலிருந்து அரசமைப்புச் சட்டத்தை மாற்றவும், அடிப்படை உரிமைகளுக்குக் கடிவாளம் போடவும் வைத்திருந்த திட்டங்கள் கைவிடப்படுவதாகத் தவறாகப் புரிந்துகொண்டு, நாட்டின் பிரபலமான பத்திரிகையாசிரியர்கள் எல்லோரும் அவரை தலையில் வைத்துக் கொண்டாடிய இரண்டே மாதங்களுக்குள் அரசமைப்புச் சட்டத்தில் திருத்தம் மேற்கொள்ளும் அதிகாரப்பூர்வ வேலைகள் அசுரவேகத்தில் தொடங்கின. குறிப்பிட்ட சில வேலைகளைப் பிரத்தியேகமாகக் கவனிப்பதற்கென்று அமைச்சரவையின் சிறப்புக்குழு ஒன்று உருவாக்கப்பட்டது. அந்தக் குழுவின் வேலைகளில் மிக முக்கியமானவை - 1. பத்திரிகைகளில் எழும் விமர்சனங்களை ஆய்வு செய்வது, 2. நாடாளுமன்றத்தில் இந்தச் சட்டத்திருத்தத்தை வெற்றிகரமாக நிறைவேற்றுவது. குழுவில் நேருவுடன் சேர்த்து, சி. இராஜகோபாலாச்சாரி, மவுலானா ஆசாத், கே.எம். முன்ஷி, ஜெகஜீவன்ராம் மற்றும் பி.ஆர்.அம்பேத்கர் போன்ற மாமேதைகள் உறுப்பினரானார்கள். காங்கிரஸின் நாடாளுமன்ற கட்சியிலும் இதேபோன்ற ஒரு குழு அமைக்கப்பட்டது. நாடாளுமன்ற உறுப்பினர்களிடம் அரசமைப்புச் சட்டத்திருத்தம் தொடர்பான

கருத்துக்களையும், ஆலோசனைகளையும் கேட்டுப்பெற்று கட்சியின் சார்பாக அரசாங்கத்திடம் பரிந்துரைகளை முன்வைப்பது இந்தக் குழுவின் நோக்கம்.[44] தாகூர் தாஸ் பார்கவா, மோகன்லால் கௌதம்[45] (இவரின் மகள் ஷீலா பிற்காலத்தில் பிஜேபியின் முக்கிய தலைவராக உருவெடுக்கப்போகிறார்), ரேணுகா ரே மற்றும் பஞ்சாப்ராவ் தேஷ்முக் போன்றோரும் இக்குழுவின் உறுப்பினர்கள்.[46]

அரசமைப்புச் சட்டத்தைத் திருத்துகின்ற அரசாங்கத்தின் நோக்கம் மிகுந்த கவனத்தோடு பொதுவெளியில் அறிவிக்கப்பட்டது. பிப்ரவரி 14, 1951. ஒரு செய்தித்தாள் இப்படி ஒரு செய்தியை வெளியிட்டது:

'கடந்தாண்டு முழுவதும் பெற்ற நடைமுறை அனுபவங்களின் அடிப்படையிலும், அதோடு சேர்ந்து பல்வேறு நீதிமன்றங்கள் அளித்த தீர்ப்புகளின் காரணமாகவும் அரசமைப்புச் சட்டத்தில் மாற்றங்கள் ஏதேனும் கொண்டுவருவதாக இருந்தால் அதை ஆகஸ்ட் அல்லது செப்டம்பரில் நடைபெறவிருக்கும் அடுத்த நாடாளுமன்ற கூட்டத்தொடரில் மட்டுமே கொண்டுவர முடியும் என்று தகவலறிந்த வட்டாரங்கள் தெரிவிக்கின்றன. தற்போது அரசமைப்புச் சட்டத்தில் திட்டமிடப்பட்டுள்ள மாற்றங்கள் குறித்த விவாதங்கள் அனைத்தும் சோதனை நிலையிலேயே உள்ளதாகக் கூறப்படுகிறது.'[47]

'இந்த மாற்றங்களைப் பரிந்துரைப்பதில் அவசரம் காட்டிவிடக்கூடாது என்று காங்கிரஸ் வட்டாரங்களில் உணரப்படுகிறது,'[48] என்று அந்தப் பத்திரிகையாளர் மேலும் எழுதியிருந்தார். ஆனால் காங்கிரஸ் கட்சிக்குள் நடக்கும் 'விவாதங்கள்' 'சோதனை நிலையிலேயே' இருப்பதாக எழுதிக்கொண்டிருந்தபோதே அரசமைப்புச் சட்டத்திருத்த வேலைகள் முழுவீச்சில் நடந்துகொண்டிருந்ததை உண்மையில் அந்த நிருபர்தான் உணரவில்லை.

நாடாளுமன்றத்தில் பேசிய பிரதமர் நேரு, பொது விவகாரங்களில் பத்திரிகைகள் காட்டும் மிகமோசமான நடத்தைக்காக அவற்றைக் கடுமையாகச் சாடினார். 'இந்தியாவின் பல்வேறு பகுதிகளிலுள்ள சில பத்திரிகைகள் கண்ணியத்திலும் சரி, நியாயமான விமர்சனத்திலும் சரி எந்தவொரு தரத்தையும் எட்டாமல் அதளபாதாளத்தில் விழுந்து கிடக்கின்றன,' என்று அப்போது அவர் கொதித்தார்.

'இந்தப் பத்திரிகைகளால் எந்தளவுக்குத் தரம்தாழ முடியும் என்பதையும், பொய்யும் அநாகரிகமும் சேர்ந்த கலவைக்கு எப்படி அவை விளம்பரம் கொடுத்துக்கொண்டே இருக்கின்றன என்பதையும் பார்த்து ஆச்சரியப்பட்டேன்... காழ்ப்புணர்ச்சியோடு

செய்யப்படும் இந்தப் பொய் பிரச்சாரத்தைப் பற்றி நான் ஏதாவது சொல்லியே ஆகவேண்டும்... குறிப்பாக நம்முடைய சில பத்திரிகைகளில் ஏற்பட்டுள்ள சீரழிவு குறித்துதான் நான் அதிகம் கவலைப்படுகிறேன்.'[49]

'செய்தித்தாள்களின் பொதுவான செயல்பாடுகளைப் பாராட்டிய அதே நேரத்தில், சில வாரஇதழ்கள் அநாகரிகத்தின் அனைத்து எல்லைகளையும் கடந்து தொடர்ச்சியான பொய் மற்றும் வன்மம் நிறைந்த பிரச்சாரத்தில் ஈடுபட்டுக்கொண்டிருப்பதை நான் (நாடாளுமன்றத்தில்) சுட்டிக்காட்டினேன்... அமைதியாக இருப்பதும் சில பின்விளைவுகளை ஏற்படுத்தலாம்,'[50] என்று தனது முதலமைச்சர்களுக்கு எழுதிய கடிதத்தில் குறிப்பிட்ட நேரு, 'இவ்விஷயத்தைக் கையில் எடுக்கும்படி செய்தித்தாள்களின் நிர்வாக ஆசிரியர்களிடம் முறையிட்டிருக்கிறேன். ஒருவேளை அவர்கள் செய்யாத பட்சத்தில், வேறு எதையாவது யோசிக்க வேண்டியிருக்கிறது,'[51] என்று மிரட்டினார். இது வெறும் வெற்று மிரட்டல் அல்ல.

தனது சகாக்களிடமும் கட்சியின் பிற முன்னணித் தலைவர்களிடமும் நம்பிக்கையைப் பெறுவதற்காகப் பேச்சுரிமை, கருத்துரிமை மற்றும் சொத்துரிமை பற்றிய அவர்களின் கருத்துக்களைப் பிரதமர் கேட்டறிந்தார். அதற்கு உத்திரப்பிரதேச முதலமைச்சர் கோவிந்த் வல்லப பந்த், கருத்துரிமை கட்டுக்கடங்காமல் துஷ்பிரயோகம் செய்யப்படுவதாகப் பதிலளித்தார். 'மத்திய-மாநில அரசாங்கங்களின் மீது காழ்ப்புணர்ச்சியோடு கூடிய மிக ஆபாசமான, அநாகரீமான... நஞ்சுமிகுந்த, இழிவான தாக்குதல்கள் தொடுக்கப்படுகின்றன,'[52] என்றும் குற்றம்சாட்டினார். சட்ட அமைச்சகத்தின் உயரதிகாரிகள் மாதிரியே, பந்த்தும் ஜமீன்தார்முறை ஒழிப்பை நீதிமன்ற விசாரணையில் இருந்து காப்பாற்றவேண்டும் என்று பரிந்துரை செய்தார். தேசியமயமாக்கல் திட்டங்களுக்கும் அரசமைப்புச் சட்டத்தின் ஆதரவு தேவைப்படுவதைப் பற்றி யோசிக்க வேண்டும் என நேருவுக்கு அவர் அறிவுரை சொன்னார்.[53] தொழில் மற்றும் வர்த்தகத்துறை அமைச்சர் ஹரே கிருஷ்ண மஹ்தாப் கருத்து தெரிவித்தபோது, 'நியாயமான கட்டுப்பாடுகள் நிச்சயமற்ற சட்ட அமைப்புமுறைக்கு வழிவகுத்துவிடும். ஆகவே அதுபோன்ற கட்டுப்பாடுகள் எதுவும் இல்லாமலிருப்பதே சிறந்தது.' எல்லாப் பிரச்சினைகளுக்கும் மூலகாரணமே சட்டப்பிரிவு-13 மற்றும் சட்டப்பிரிவு-14 ஆகியவைதான் என்பதே அவரின் கருத்து. அடிப்படை உரிமைகளுக்கு முரணாக இருக்கும் எந்தவொரு சட்டப்பிரிவையும்

செல்லாது என்று சட்டப்பிரிவு-13 சொல்கிறது. சட்டத்தின்முன் அனைவரும் சமம் என்கிறது சட்டப்பிரிவு-14. இவைகளைத்தான் 'மாபெரும் தவறுகள், ஜனநாயகப் பொருளாதாரத்தின் தடங்கல்கள்' என்று மஹ்தாப் குறிப்பிட்டார்.[54] பெரும்பாலான காங்கிரஸ் தலைவர்கள் இப்போது அரசமைப்புச் சட்டத்துக்கு எதிராகத் திரும்பிவிட்டதை நேரு புரிந்துகொண்டார். மக்களுக்குச் சட்டத்தில் கொடுக்கப்பட்டிருக்கும் உரிமைகளைக் குறைக்கவேண்டும் என்ற நேருவின் கருத்தையே அவர்களும் எதிரொலித்தார்கள். பீகார் நிலச்சீர்திருத்தச்சட்டம் தொடர்பான வழக்கில் பாட்னா உயர்நீதிமன்றம் கொடுக்கப்போகும் தீர்ப்பைப் பதற்றத்தோடு அவர்கள் எதிர்பார்த்துக்கொண்டிருக்க, ஆளும்கட்சி வட்டாரங்களில் இதுபோன்ற கடுமையான கருத்துக்கள் தொடர்கதையாகின.

பெருங்குழப்பம்!

மார்ச் 12, 1951. சட்டப்பிரிவு-14ஐ மீறிய காரணத்தால் பீகார் நிலச்சீர்திருத்தச் சட்டம் அரசமைப்புக்கு விரோதமானது என்று பாட்னா உயர்நீதிமன்றம் தீர்ப்பளித்துப் பலரின் எதிர்பார்ப்புகளை உடைத்தது. பல்வேறு நிலைகளைச் சேர்ந்த நிலஉரிமையாளர்களுக்கு ஒரேமாதிரியான இழப்பீடுகளைக் கொடுக்காமல் பாரபட்சமான இழப்பீட்டு விகிதங்களை வழங்கியது சமத்துவ உரிமைக்கு எதிரானது என்று நீதிபதிகள் தங்களுடைய தீர்ப்பில் சொல்லிவிட்டார்கள். மேலும், சட்டப்பிரிவு-31(4)இன் கீழ் குடியரசுத் தலைவரின் ஒப்புதல் கிடைத்துவிட்டதாலேயே 'தவறான இழப்பீடுகளைக் கொடுப்பதாகக் குற்றம் சாட்டப்பட்டுள்ள ஒரு சட்டத்தை, அது அரசமைப்பின் சட்டப்பிரிவு-14ஐ மீறுகிறதா இல்லையா என நீதிமன்றங்கள் ஆராயாமல் இருக்க முடியாது,'[55] என்றும் அறிவித்துவிட்டார்கள்.

காங்கிரஸ் மற்றும் பீகார் அரசாங்கத்தின் பகிரங்கமான சர்வாதிகாரப் போக்கைக் கடுமையாக விளாசிய நீதிபதிகள், இந்தச் சட்டத்தை 'எதிர்த்து வழக்குத் தொடுத்தவர்களுக்கு, இதை மறுப்பதற்கோ அல்லது இதை அமல்படுத்துவதால் ஏற்படும் பாதிப்புகளுக்கு உரிய நிவாரணம் கேட்பதற்கோ எவ்வித உரிமையும் இல்லை என்கிற ரீதியில் கொண்டுவரப்பட்டுள்ள முறையற்ற சட்டம் இது,'[56] என்று அதைத் தூக்கியெறிந்தார்கள். நீதிமன்றத்தின் தீர்ப்பு அரசாங்கத்தின் அஸ்திவாரத்தையே ஆட்டம்காணச் செய்துவிட்டது. காங்கிரஸ் கட்சியின் ஆணிவேரையே அசைத்துப் பார்த்துவிட்டது. பிரிட்டிஷ் தலைமுறை ராஜ்ஜியத்தின் கட்டுக்கடங்காத அதிகாரத்தை அப்படியே

வழிவழியாக அனுபவித்துவிடலாம் என்று துடித்த வாரிசுகளின் கனவுகள் உடைந்து நொறுங்கின. பீகார் நிலச்சீர்திருத்தச் சட்டம் மண்ணைக் கவ்வியது. காங்கிரஸ் கொள்கைகளின் தூண் ஒன்று கண்ணெதிரே சாய்ந்தது. எவையெல்லாம் நடந்துவிடக்கூடாது என்று ஆட்சி நிர்வாகம் பயந்ததோ அவையெல்லாம் அப்படியே நடந்துகொண்டிருந்தன.

டெல்லியிலிருந்த ஆளும் அரசுக்கு, தனிப்பட்ட முறையில் இது 'ஒரு ஜீரணிக்க முடியாத தோல்வி.'[57] அரசாங்கம் மாதக்கணக்கில் இந்தச் சட்டத்தோடு போராடி, குடியரசுத் தலைவர் ராஜேந்திர பிரசாத்துடன் மோதி, அவரின் ஆட்சேபனைகளையும் மீறி, அவரின் ஒப்புதலைப் பெறுவதற்காக அவரை மிரட்டியிருந்தது. காங்கிரஸ் கட்சிக்கே இதுதான் மிகவும் நம்பிக்கைக்குரிய சட்டம். கட்சியின் தலைவர்களும், தொண்டர்களும் ஜமீன்தார்முறை ஒழிப்பு மற்றும் நிலங்களின் மறுவிநியோகம் என்ற திட்டங்களின் மேல் தங்களின் வாக்குறுதிகளை அடகு வைத்து, தங்களுக்கு இருந்த நற்பெயர்களைப் பணயம் வைத்து, நாடு முழுக்க சுற்றுப்பயணம் போயிருந்தார்கள். தங்களது ஒட்டுமொத்த சமூகத்திட்டங்களும் சுக்குநூறாக உடையக்கூடிய அபாயகரமான வாய்ப்பை அரசாங்கமும் காங்கிரஸ் கட்சியும் எதிர்கொண்டிருக்க, அதிகார வட்டங்களில் பீதியும் குழப்பம் ஏற்பட்டன.

கவலையில் மூழ்கிய பீகார் காங்கிரஸ் தலைவர்கள் அனைவரும் நேரு எப்படியாவது தங்களைக் காப்பாற்றிவிட மாட்டாரா என்று தத்தளித்துக் கொண்டிருக்க, அவரோ பொறுத்தது போதுமென்று பொங்கியெழுந்துவிட்டார். அவரின் பொறுமைக்கும் ஓர் எல்லை உண்டு. பத்திரிகையாளர் சந்திப்பில் சீறிய நேருவிடம் போருக்கான எக்காளம் வெடித்தது:

> *'அடிப்படையான சமூகப் பிரச்சினைகளில் சட்டமன்றங்களின் விருப்பத்துக்கு இடையூறாக நீதிமன்ற தீர்ப்புகள் இருக்குமானால், பிறகு மக்களின் பிரதிநிதிகளாக இருக்கும் சட்டமன்றங்களின் விருப்பம் நிறைவேறுவதற்காக அரசமைப்புச் சட்டத்தை எப்படித் திருத்துவது என்பதைச் சட்டமன்றங்கள்தான் பரிசீலிக்க வேண்டும்.'*[58]

சில காலமே நீடிக்கும் மக்களின் விருப்பத்துக்காக இந்திய அரசமைப்புச் சட்டத்தின் அடிப்படையையே புரட்டிப்போடும் முடிவு அசாதாரணமானது. அரசமைப்புச் சட்டத்துக்கும் நேருவுக்குமான மோதல் உச்சகட்டத்தை எட்டியதையே இது காட்டியது.

மார்ச் 14. விமர்சனங்களின் மீதும், பேச்சு மற்றும் கருத்துச் சுதந்திரங்களின் மீதும் பிரதமர் நேருவுக்கு இருந்த ஆத்திரத்தை ஆற்றும் வகையிலும், பீகார் தீர்ப்புக்குப் பிறகு சொத்துரிமையின் மீதும், ஜமீன்தார் முறை ஒழிப்பின் மீதும் எழுந்த கேள்விகளுக்கெல்லாம் பதிலளிக்கும் வகையிலும், அமைச்சரவையின் சிறப்புக்குழுவுக்காக ஒரு நீண்ட நெடிய அறிக்கையை அம்பேத்கர் தயார் செய்தார். அரசமைப்புச் சட்டத்தில் குறிப்பிட்டிருக்கும் ஒருசில கட்டுப்பாடுகளைத் தவிர கருத்துச் சுதந்திரத்தின் மீது வேறெந்தவிதக் கட்டுப்பாடுகளை விதிப்பதையும் நீதிமன்றங்கள் ஏற்றுக்கொள்ளவில்லை என அமைச்சரவையின் சிறப்புக்குழுவிடம் அம்பேத்கர் தெரிவித்தார். தற்போதுள்ள கட்டுப்பாடுகளை நீக்கிவிட்டு அதற்குப் பதிலாக வேறுசில கட்டுப்பாடுகளைச் சேர்ப்பதற்கும் அவர் எதிர்ப்பு தெரிவித்தார், காரணம் 'தகுந்த சட்ட நடைமுறை'[59] என்ற வேறுவிதமான கண்ணோட்டத்தின் அடிப்படையில் உச்சநீதிமன்றம் இந்தக் கட்டுப்பாடுகளைச் சட்டப்பிரிவு-19க்குள் கொண்டுவந்துவிடலாம். பேச்சுச் சுதந்திரத்தைக் கட்டுப்படுத்தக்கூடிய காரணிகளாகச் சட்டப்பிரிவு-19இல் சொல்லப்பட்டிருக்கும் அவதூறு பேசுதல், பழித்துப் பேசுதல், அரசின் பாதுகாப்புக்குக் கேடு விளைவித்தல் போன்றவற்றை மாற்றுவதற்குப் பதிலாக அல்லது அதனுடன் வேறுசில கட்டுப்பாடுகளைச் சேர்ப்பதற்குப் பதிலாக, இதுபோன்ற கட்டுப்பாடுகளை விதிக்கும் சட்டங்களில் நீதித்துறை தலையிட முடியாத அளவுக்குச் சட்டத்திருத்தம் கொண்டுவந்தால் மட்டும் போதும் என்பது அம்பேத்கரின் கருத்து.[60]

சொத்துரிமையைப் பொறுத்தவரை, பல்வேறு நிலைகளைச் சேர்ந்த மக்களுக்குப் பலவிதமான இழப்பீடு விகிதங்களைக் கொடுக்கும் அரசாங்கத்தின் முடிவுக்கு வசதியாகச் சட்டப்பிரிவு-31இல் திருத்தம் மேற்கொள்ள வேண்டும் என்று அம்பேத்கர் பரிந்துரை செய்தார். சொத்தின் உரிமையாளரிடமிருந்து அந்தச் சொத்தைப் பறிப்பதற்காக அரசாங்கம் உருவாக்குகிற எந்தவோரு சட்டத்துக்கும் இந்தச் சட்டத்திருத்தம் ஆதரவாக இருக்கவேண்டும். 'அடிப்படை உரிமைகளின் மீது விதிக்கப்படும் வரம்புகள் நியாயமாக இருக்கின்றனவா என்பதைத் தீர்மானிக்கும் முழு அதிகாரத்தையும் உச்சநீதிமன்றத்திடம் வழங்கிவிடக் கூடாது' என்ற கருத்தையும் அந்த அறிக்கையில் அவர் சேர்த்திருந்தார். அப்படியிருக்கும் பட்சத்தில், நாடாளுமன்றம் தன்னுடைய அதிகாரத்தை நிலைநாட்டவும் தனக்குள்ள உரிமையைத் தற்காத்துக்கொள்ளவும் அரசமைப்புச் சட்டத்தில் தொடர்ந்து திருத்தங்களைச் செய்யக்கூடிய நிலைக்குத்

தள்ளப்படும்.[61] அம்பேத்கரின் கருத்துக்கள் அவரே முன்னின்று உருவாக்கி, அதை அவரே நடைமுறைப்படுத்துவதற்குப் பாடுபட்ட அரசமைப்புச் சட்டத்தையே தலைகீழாகப் புரட்டிப்போட்டன.[62] நீதித்துறையின் அதிகாரத்தை எப்படியாவது நறுக்கிவிட வேண்டுமென அரசாங்கத்துக்குள் வளர்ந்துவரும் ஒரு பொதுவான கருத்தையே அம்பேத்கரின் அறிக்கையும் பிரதிபலித்தது. நாடாளுமன்றம் மட்டுமே 'மத்திய அரசின் உச்சபட்ச அதிகாரம்'[63] என்று அரசமைப்புச்சட்ட வரலாற்று அறிஞர் ஹர்ஷன் குமாரசிங்கம் குறிப்பிட்டதை அம்பேத்கரின் அறிக்கை மீண்டும் ஒருமுறை வலியுறுத்தியது.

பேச்சு மற்றும் கருத்துச் சுதந்திர விஷயத்தில் – அந்தச் சமயத்தில் உள்துறைக்குப் பொறுப்பு வகித்த காந்தியடிகளின் மனசாட்சி, இந்திய தாராண்மையியத்தின் வழிகாட்டி – சக்கரவர்த்தி ராஜகோபாலாச்சாரி பிரிட்டிஷ் சர்வாதிகாரத்தையே மிஞ்சினார். அவரின் உள்துறை, பேச்சு சுதந்திரத்தைக் கட்டுப்படுத்தும் காரணிகளோடு 'பொது ஒழுங்கு' மற்றும் 'ஒரு குற்றச்செயலைத் தூண்டுதல்' போன்றவற்றையும் சேர்க்கவேண்டும் என்று அமைச்சரவை சிறப்புக் குழுவிடம் பரிந்துரைத்தது. அடுத்ததாக, 'அரசின் பாதுகாப்புக்குக் கேடு விளைவித்தல்' அல்லது 'ஆட்சியைக் கவிழ்க்க முயற்சி செய்தல்' என்ற வாக்கியத்தை 'அரசின் பாதுகாப்பு நலன்களுக்குக் கேடு விளைவித்தல்'[64] என்று விரிவான அர்த்தம் தரும் வகையில் மாற்றம் செய்யவும் கேட்டுக்கொண்டது. அடிப்படை உரிமைகளின் மீது விதிக்கப்படும் கட்டுப்பாடுகளில் நியாயமானவை எவை நியாயமற்றவை எவையென்று நீதிமன்றங்கள் தீர்ப்பளிப்பதைத் தடுக்க, 'நியாயமான' என்ற வார்த்தையையே அடியோடு நீக்கிவிடவேண்டும் என்றும் உள்துறை அமைச்சகம் யோசனை சொன்னது. இறுதியாக, உள்துறை அமைச்சகத்தின் அந்த அறிக்கை பேச்சுச் சுதந்திரம் மட்டுமல்லாமல் சட்டப்பிரிவு-19இல் உள்ள மற்ற அனைத்துச் சுதந்திரங்களையும் (அதாவது நாடு முழுவதும் சென்று வரும் சுதந்திரம், நாட்டின் எப்பகுதியிலும் தங்கி வாழும் சுதந்திரம், சொத்துரிமை போன்றவை) இராணுவச்சட்டத்தின் கீழ் கொண்டு வர அறிவுறுத்தியது. அதுவும் ஏற்கனவே அரசமைப்புச் சட்டத்தில் இருக்கும் கட்டுப்பாடுகளுடன் சேர்த்து![65]

அடிமை மக்களை ஆட்சிசெய்தே பழக்கப்பட்ட, அவர்களின் அரசமைப்புச் சட்டச் சுதந்திரங்களை அலட்சியப்படுத்துவதையே வாடிக்கையாகக் கொண்ட, பொதுஉரிமைகள் பற்றிய பேச்சை எடுத்தாலே சங்கடப்பட்ட, தங்களின் சட்ட ஆயுதங்களையெல்லாம் நீதிமன்றங்கள் சின்னாபின்னமாகச் சிதைத்துவிட்ட ஆத்திரத்தில்

கொதித்துக்கொண்டிருந்த உள்துறை இதுபோன்ற கொடூரச் சட்டங்களின் அசுரபலத்தைத் தீவிரமாக விரும்பியது. அந்த அறிக்கையிலுள்ள பரிந்துரைகள் அனைத்தும் பிரிட்டிஷ் காலனியாதிக்க காலத்தில் இருந்ததைப் போன்ற அடக்குமுறையை மீண்டும் கையிலெடுக்க விரும்பிய ஆளும் வர்க்கத்தினரின் ஆசையை அப்பட்டமாகத் தோலுரித்துக் காட்டியது. ஒரே வித்தியாசம், பிரிட்டிஷ் பிரபுக்களுக்குப் பதில் இந்திய எஜமானர்கள். அவ்வளவுதான். புதிய குடியரசு பிறந்து பதினான்கு மாதங்களுக்குள்ளாகவே முந்தைய தண்டனைச் சட்டங்களைத் திரும்பக் கொண்டுவர அவர்கள் விரும்பினார்கள். நாட்டு மக்களுக்கு மிக விரிவான சுதந்திரங்களைப் பெற்றுக் கொடுத்த பதினான்கே மாதங்களுக்குள் இந்தியாவின் ஆட்சியாளர்கள் தங்களின் அதீத பெருந்தன்மையை நினைத்து வருந்தினார்கள். மனம் புழுங்கினார்கள். பொருளாதார வல்லுநர் மேக்நாத் தேசாய் சொன்னதைப் போல, ‘பழைய பிரிட்டிஷ் சட்டங்கள் என்ற அஸ்திவாரத்தின் மேல் உறுதியாக நிறுவப்பட்டு, சுதந்திர இந்தியாவுக்காக எழுப்பப்பட்ட’[66] ஒரு புதிய சட்ட அமைப்புக்காக அவர்கள் ஏங்கினார்கள்.

அரசாங்கத்துக்குள் நேருவிலிருந்து ராஜகோபாலச்சாரி வரை, அம்பேத்கரிலிருந்து முன்ஷி வரை இதற்கான எதிர்ப்பின் சிறு அறிகுறிகூட தென்படவில்லை. படேல் இறந்துவிட்டார். முகர்ஜி, நியோகி மற்றும் மத்தாய் ராஜினாமா செய்துவிட்டார்கள். நடப்பதைத் தடுப்பவர் ஒருவர்கூட மிஞ்சவில்லை. எதிர்ப்பவர் யாருமில்லை. கட்சிக்குள்ளோ, வரவிருக்கும் பொதுத்தேர்தலில் போட்டியிடும் சீட்டுக்கான பசியோடு இருந்த தலைவர்களும் தொண்டர்களும் இதையெல்லாம் எதிர்த்து நின்று தங்களின் தலையில் தாங்களே மண்ணைப் போட்டுக்கொள்ளத் தயாராக இல்லை. உயர்மட்டத்தில் இருந்தவர்கள் அரசமைப்புச் சட்டம் கொடுத்த சுதந்திரங்களையும், உரிமைகளையும் காலிசெய்ய விவாதித்துக் கொண்டிருக்க, அடிமட்டத்தில் இருந்தவர்கள் அதை எதிர்ப்பதற்கான சிறு முணுமுணுப்பைக்கூட வெளியிட விரும்பவில்லை. கோபத்தில் கொந்தளித்துக் கொண்டிருந்த பிரதமர் நேரு, நாடாளுமன்றத்தின் நடப்புக் கூட்டத்தொடரிலேயே தேவைப்படும் சட்டத்திருத்தத்தைக் கொண்டுவருவதை உறுதிசெய்ய ‘உச்சபட்ச வேகத்தோடு செயல்படும்படி’ அன்று மாலையே அம்பேத்கருக்குப் பதில் எழுதினார்.[67] அரசமைப்புச் சட்டத்திடம் தொடர்ந்து தோல்வியடைந்து கொண்டிருந்த ஆட்சி நிர்வாகம் இப்போது பதிலடி கொடுக்கத் தயாராகிவிட்டது.

‘ஜமீன்தார்முறை ஒழிப்பு குறித்த பாட்னா உயர்நீதிமன்றத்தின் சமீபத்திய தீர்ப்பு ஒன்று நம் எல்லோரிடமும் மிக முக்கிய பிரச்சினைகளை எழுப்பியுள்ளது,’ என்று நேரு தனது முதலமைச்சர்களுக்குக் கடிதம் எழுதினார்.

‘பல்லாண்டு காலமாகக் காங்கிரஸ் கட்சியின் திட்டங்களில் ஜமீன்தார்முறை ஒழிப்பு முக்கிய அம்சமாக இருந்தது அனைவரும் அறிந்ததே... இதைத் தடுத்து நிறுத்திவிட்டால், பிறகு நம்முடைய ஒட்டுமொத்தச் சமூகப்பொருளாதாரக் கொள்கைகளும் தோல்வியடைந்துவிடும். கொடுத்த வாக்குறுதியை மீறிவிட்டதாகக் கோடிக்கணக்கான விவசாயிகளும், விவசாயத் தொழிலாளர்களும் நம் மீது குற்றம்சாட்டுவார்கள். சகிக்கமுடியாத சூழ்நிலை ஒன்று உருவாகும். அரசமைப்புச் சட்டத்துக்கு விளக்கம் தரும் முழுஉரிமை நம்முடைய நீதிமன்றங்களுக்கு இருக்கும் அதேநேரத்தில், நீதிமன்றங்களின் முடிவுகளை நாம் மதிக்க வேண்டும், பின்பற்ற வேண்டும். ஆனால் நாட்டின் விரிவான சமூகச் செயல்திட்டங்களைத் தீர்மானிக்க வேண்டியது நாடாளுமன்றமும் அல்லது மாநில சட்டமன்றங்களும் என்பதுதான் உண்மை. வேறு எந்தவித நடவடிக்கையும் ஜனநாயக மறுப்பாகத்தான் இருக்க முடியும்... வெறும் வழக்கமான வேலைகளை மேற்கொள்ளும் நிறுவனமாக இனி அரசாங்கம் இருக்காது. ஓர் அரசாங்கமானது சமூகக்கொள்கைகளை வகுத்து அதை நடைமுறைப்படுத்த வேண்டும். எனவே, அரசமைப்புச் சட்டத்தில் ஊடுருவியிருக்கும் குறைகளை அகற்றுவதற்காக அதில் திருத்தம் செய்வது குறித்து நாம் பரிசீலிக்கவேண்டியது அவசியமாகிறது.’[68]

அடிப்படையில் மூன்று விஷயங்களை நேரு முன்வைக்கிறார். முதலாவது: அரசமைப்புச் சட்டத்திடம் காங்கிரஸின் திட்டங்கள் தோற்றுப்போனதைச் சகிக்கமுடியாத விஷயமாகக் கருதவேண்டும். கொடுத்த வாக்கைக் காப்பாற்ற முடியாத பழிக்கு ஆளாக நேரிடும் என்பதால் மக்களை எதிர்கொள்ள அவர் விரும்பவில்லை. ஆகவே காங்கிரஸின் திட்டங்களுக்கு அரசமைப்புச் சட்டம் ஒதுங்கி வழிவிட வேண்டும். இரண்டாவது: மக்களால் தேர்ந்தெடுக்கப்பட்ட சட்டமன்றங்கள் உருவாக்கிய சமூகப்பொருளாதாரக் கொள்கைகளை சட்டவிரோதம் என நீதிமன்றங்கள் முத்திரை குத்துவது ஜனநாயக மறுப்பு. அனைவருக்கும் பொதுவான வாக்குரிமை கொடுக்காமல், குறிப்பிட்ட ஒரு சிலரால் மட்டுமே தேர்ந்தெடுக்கப்பட்ட

சட்டமன்றமாக இருந்தாலும் கூட அதன் முடிவுகளை எதிர்ப்பது ஜனநாயக மறுப்புதான். ஆகவே, உண்மையான ஜனநாயக மாண்பின் அடிப்படையில் 'மக்களின் விருப்பத்துக்கு' ஏற்றபடி அரசமைப்புச் சட்டம் வளைந்து கொடுக்க வேண்டும். மூன்றாவது: அரசின் மூன்று தூண்களான நிர்வாகம், நீதித்துறை மற்றும் நாடாளுமன்றம் ஆகியவை ஒன்றுக்கொன்று சமமானவை அல்ல. மக்களுக்குத் தேவையான திட்டங்களை உருவாக்கி நிறைவேற்றும் பொறுப்பு இருப்பதால் மற்ற இரண்டையும் விட நிர்வாகமே அதிமுக்கியத்துவம் வாய்ந்ததாக இருக்க வேண்டும், குறிப்பாக நீதித்துறையை விட. மிகக்கடுமையான விளைவுகளை ஏற்படுத்தும் கருத்துக்கள் இவை.

நேருவின் கருத்துக்கள் பாரம்பரியமான அரசியல் சிந்தனையிலிருந்து மட்டுமல்லாமல் அரசியல் நிர்ணய சபை ஏற்றுக்கொண்டிருந்த கொள்கைகளிலிருந்தும் தீவிரமாக முரண்பட்டிருந்தன. நேருவின் கருத்துக்கள் அரசமைப்புச் சட்டத்தின் அடிப்படையையே ஏற்க மறுத்தன. அரசமைப்புச் சட்டத்தின் கடமைகளையும், ஜனநாயகத்தின் கண்ணியத்தையும் கண்டுகொள்ளாத, நீதித்துறைக்குக் கட்டுப்படாத, கருத்து வேறுபாடுகளைச் சகிக்கமுடியாத ஒரு பரந்து விரிந்த, வானளாவிய அதிகாரம் கொண்ட ஆட்சி-அதிகாரத்துக்கு நேரு ஆசைப்பட்டார். சொல்லப்போனால் ஒட்டுமொத்த காங்கிரஸ் தலைவர்களின் ஆசையும் அதுதான். நேருவின் இத்தகைய கருத்துக்கள் காங்கிரஸ் கட்சியின் கனவுகளுக்குச் செயல்வடிவம் கொடுத்தன. ஜனநாயக சுதந்திரங்களின் சாசனமாக இருந்த இந்திய அரசமைப்புச் சட்டம் இப்போது நாட்டின் முன்னேற்றத்துக்குத் தடையாக எதிர்த்து நின்றது. எப்பாடுபட்டாவது இந்தத் தடையை உடைத்தாக வேண்டும். இதற்கு அரசாங்கம் கண்ட ஒரே தீர்வு: நீதித்துறையின் மேல் நிர்வாகத்தின் அதிகாரத்தை மீண்டும் நிலைநிறுத்துவது, பிரச்சினைக்குக் காரணமான சட்டப்பிரிவுகளை ஒழித்துக்கட்டுவது.

மார்ச் 14, மாலை. மெட்ராஸ் மாகாணத்தின் தலைமை அரசு வழக்கறிஞர் வி.கே.டி. சாரி, சட்டத்துறை முதன்மைச் செயலாளர் கே.வி.கே. சுந்தரத்துக்கு ஒரு கடிதம் எழுதினார். 'சொத்துரிமை தொடர்பான சட்டங்களுக்கு 31வது சட்டப்பிரிவிலிருந்து விலக்களிக்கும் சுந்தரத்தின் யோசனையை விரிவுபடுத்தி அரசமைப்புச் சட்டத்தில் தனியாக ஒரு அட்டவணையை உருவாக்க வேண்டும். குடியரசுத் தலைவரின் ஒப்புதல் பெற்று, அரசமைப்புச் சட்டத்தில் என்ன சொல்லியிருந்தாலும் அதையெல்லாம் மீறி எந்தக் காலத்திலும் செல்லுபடியாகக்கூடிய சட்டப்பிரிவுகள் அதில் இடம்பெறவேண்டும்,'[69] என அக்கடிதத்தில் தனது

விருப்பத்தைச் சொன்னார். சட்டத்துறை விசுவாசிகள் எல்லோரும் அரசமைப்புக்கு முரணான சட்டங்களை வைப்பதற்காகவே தனியாக ஒரு அட்டவணையை சேர்க்கிற யோசனையை, அதுவும் அதன் சட்டங்கள் எல்லாமும் நீதிமன்ற விசாரணைக்கு அப்பாற்பட்டவையாக இருக்கப்போகிற கில்லாடித்தனத்தை ரசித்தார்கள். அரசமைப்புச் சட்டத்துக்கு அடிபணிய விரும்பாத சுதந்திர இந்தியாவின் அரசியல்வாதிகளுக்கு, இதுபோன்ற அதிகாரத்தைப் பிடுங்கிக்கொள்ளும் வாய்ப்பு சபலத்தை ஏற்றியது. இப்படித்தான் சர்ச்சைக்குரிய அந்த ஒன்பதாவது அட்டவணை பிறந்தது. அரசமைப்பின் பிடியிலிருந்து புதிய சட்டங்கள் தப்பிக்க உதவும் தந்திரமான வழி அது. 'தன்னிடமிருந்தே தனக்குப் பாதுகாப்பு கேட்கும் ஒரே அரசமைப்பு நம்முடைய அரசமைப்பு தான்'[70] என்று உச்சநீதிமன்ற தலைமை நீதிபதி ஹிதாயத்துல்லாவையே கிண்டல் செய்யவைத்த விசித்திரமான வழி அது.

உண்மை நிலை

பாட்னா உயர்நீதிமன்ற தீர்ப்பு திகிலைக் கிளப்பியதற்கு நேர்மாறாக, பூமியே இரண்டாகப் பிளந்தது போன்ற பேரழிவாகப் பலரும் கதிகலங்கியது மாதிரியெல்லாம் இல்லாமல், நீதிமன்றம் ஒன்றும் நிலச்சீர்திருத்தத்தை ஒட்டுமொத்தமாகத் தூக்கியெறிந்திருக்கவில்லை. சட்டமன்றத்தின் அதிகார எல்லைக்குள் அது அத்துமீறவும் இல்லை; ஜனநாயகத்தை மறுக்கவும் இல்லை. இன்னும் சொல்லப்போனால், அரசாங்கத்தின் திட்டத்தை நீதிமன்றம் உறுதியாக ஆதரித்தது என்றே சொல்லவேண்டும். ஒரு சட்டமசோதா அரசமைப்புச் சட்டத்தின்படி செல்லுமா என்று ஆராய்ந்து தீர்ப்பு சொல்லும் தன்னுடைய கடமையை மட்டுமே அது பாரபட்சம் பார்க்காமல் செய்தது. அதுவும் கூட அரசியலமைப்பின் சட்டப்பிரிவுகள்-13, 32 மற்றும் 226 கொடுத்த அதிகாரத்துக்கு உட்பட்டே அது கடமையாற்றியது.

பீகார் நிலச்சீர்திருத்தச் சட்டம் எந்தவொரு பொதுநோக்கத்திற்காகவும் கொண்டுவரப்படாமல், பொதுவருவாயைப் பெருக்குவதற்காக மட்டுமே கொண்டுவரப்பட்டிருக்கிறது என ஜமீன்தார்கள் தரப்பு வழக்கறிஞர்கள் பி.ஆர். தாஸ் மற்றும் என்.சி. சாட்டர்ஜீ ஆகியோர் குற்றம் சுமத்தினார்கள். அதற்கு நீதிமன்றம் இப்படி பதிலளித்தது:

'நம் அரசமைப்புச் சட்டத்தின்படி, நிலமோ நிலம் சார்ந்த பிற சொத்துக்களோ அப்பழுக்கற்ற புனிதத்தன்மை வாய்ந்ததல்ல. மாறாக, நிரந்தரக் குடியேற்றத்தை ஒழிப்பதற்காகவும் நிலம்

தொடர்பான சில உரிமைகளை ரத்து செய்வதற்காகவும் சட்டப்பிரிவு-31ன் 4 மற்றும் 6ஆம் உட்பிரிவுகளை அரசியல் நிர்ணய சபை உருவாக்கியிருக்கிறது. நம் தனிப்பட்ட கருத்துக்கள் எப்படியிருந்தாலும், என்னுடைய பார்வையில், விசாரணையிலுள்ள சட்டத்திலிருக்கும் திட்டங்களைப் பொதுமக்களுக்குப் பலன் தரும் திட்டங்களாகவே கருதவேண்டும். அரசமைப்புச் சட்டத்தை உருவாக்கியவர்களும் இதற்காகத்தான் அப்படியொரு வாய்ப்பை ஏற்படுத்திக் கொடுத்திருக்கிறார்கள் என்னும் உண்மையை நாம் கண்டும் காணாமல் இருந்துவிட முடியாது. சட்டப்பிரிவு-31(2)இல் உள்ள 'பொது நோக்கம்' என்ற சொல்லுக்கு நாம் எப்படி வேண்டுமானாலும் பொருள் கொள்ளலாம் என்றாலும், என்னுடைய பார்வையில், சொத்துக்கள் மற்றும் நிலங்களைக் கையகப்படுத்துவது பொதுநோக்கத்துக்காக இல்லையென்று முற்றிலும் மறுப்பதை நாங்கள் தவிர்க்கிறோம். இது அரசியல் நிர்ணய சபையாலேயே தீர்மானிக்கப்பட்ட ஒன்று.'[71]

நீதிமன்றத்தின் நிலை இதுதான்: அரசியல் நிர்ணய சபையும் மாநில சட்டமன்றமும் நிலச்சீர்திருத்தத்தை ஒரு பொதுநோக்கத்துக்கான நடவடிக்கை என்று முடிவெடுத்துவிட்டது. ஆகவே 'பொது நோக்கம்' இல்லை என்று சந்தேகத்துக்கிடமில்லாமல் நிரூபிக்கும் வரை நீதிமன்றம் தனது முடிவை ஒத்திவைக்க வேண்டும். அதுவரை அரசாங்கத்தின் செயல் முறையா இல்லையா என்று முடிவுக்கு வருவதையும் நீதிமன்றம் தவிர்க்க வேண்டும்.[72]

நீதிமன்றம் இந்தச் சட்டத்தில் சொல்லியிருக்கும் இழப்பீட்டு விகிதங்களை ஆய்வு செய்து அதை 'செல்லாது' என்று அறிவித்ததற்குக் காரணம் இழப்பீட்டின் அளவோ, தொகையோ அல்லது இழப்பீட்டு கொடுக்கப்போகும் வழிமுறையோ அல்ல. நிலத்தின் உரிமையாளர்களுக்கு ஒரே சீரான இழப்பீடு விகிதத்தைக் கொடுக்காமல் அவர்கள் வைத்திருந்த நிலங்களின் அளவைப் பொறுத்து வெவ்வேறு இழப்பீட்டு விகிதங்களைக் கொடுத்தது மட்டும்தான் ஒரே காரணம். இப்படி மனம்போனபோக்கில், தன் இஷ்டத்துக்கு ஒரு வழிமுறையைச் செயல்படுத்துவது சட்டத்தின் முன் அனைவரும் சமம் என்று சொன்ன அரசமைப்புச் சட்டப்பிரிவு-14ஐ மதிக்காத செயல். ஆகவே, நீதிமன்ற அமர்வு இவ்வாறு சொன்னது:

'ஒரு வகுப்பைச் சேர்ந்த தனிமனிதர்களிடையே பாகுபாடு காட்டாதவரை, அந்தக் குறிப்பிட்ட வகுப்பைச் சேர்ந்தவர்களின் மேல் தாக்கத்தை ஏற்படுத்தும் ஒரு சட்டத்தை அனுமதிக்கலாம்.

இங்கு நிலஉரிமையாளர்களை ஒரு குறிப்பிட்ட வகுப்பைச் சேர்ந்தவர்கள் என்று தெளிவாகச் சொல்லமுடியும் என நினைக்கிறேன். அவர்கள் எல்லோருமே நிலங்களிலிருந்து கிடைக்கும் வருவாயை அனுபவிக்கிறார்கள்... ஆனாலும் விசாரணைக்குள்ளான இந்தச் சட்டம், இந்த ஒரு குறிப்பிட்ட வகுப்பைச் சேர்ந்தவர்களிடையே பாகுபாடு காட்டுகிறது. உண்மையில், இந்தச் சட்டம் ஒரே வகுப்பைச் சேர்ந்தவர்களைப் பல்வேறு சிறுசிறு உட்பிரிவுகளாகப் பிரிக்கிறது. இந்த உட்பிரிவைச் சேர்ந்தவர்கள் பாரபட்சமாக நடத்தப்படுகின்றனர். எந்த நியாயத்தின் அடிப்படையில் இந்த உட்பிரிவுகள் அமைந்திருக்கின்றன என்று கூறுவது சாத்தியமேயில்லை. உதாரணமாக, எதன் அடிப்படையில் ரூ.20,000 நிகர வருமானம் உள்ள நிலஉரிமையாளருக்கு எட்டாண்டு வருமானமும், ரூ.20,001 நிகர வருமான உள்ள நிலஉரிமையாளருக்கு ஆறாண்டு வருமானமும் இழப்பீட்டுத் தொகையாக அளிக்கப்படுகிறது? ஒருபுறம் இருபதாண்டு வருமானத்தை இழப்பீடாகப் பெறப்போகும் நிலஉரிமையாளர்கள் பலர் இருக்க... மறுபுறம் மிகப்பெரிய ஜமீன்தார்களுக்கு வெறும் மூன்றாண்டு வருமானமே அனுமதிக்கப்பட்டிருக்கிறது...[73]

சில ஜமீன்தார்கள் தங்களுடைய நிலங்களின் மூலம் கிடைக்கும் வருமானத்தைப் போல இருபது மடங்கு தொகையை இழப்பீடாகப் பெற இருந்தார்கள். ஆனால் சிலர் வெறும் மூன்று மடங்கு தொகையை மட்டுமே. இந்த இரண்டுக்கும் நடுவிலிருக்கும் நூற்றுக்கணக்கான ஜமீன்தார்களுக்கு ஆளுக்கு ஏற்றாற்போல இழப்பீட்டுத் தொகை முடிவு செய்யப்பட்டிருந்தது. இந்த ஏற்றத்தாழ்வைத்தான் நீதிமன்றம் எதிர்த்தது. பீகார் நிலச்சீர்திருத்தச் சட்டம் கொடுத்த இழப்பீட்டுத் தொகை போதவில்லை என்பதால் நீதிமன்றம் அதற்குத் தடைவிதிக்கவில்லை, மாறாக அனைத்து ஜமீன்தார்களுக்கும் ஒரே வீதத்தில் இழப்பீட்டைக் கொடுக்காமல் பாரபட்சம் காட்டியதாலேயே இந்த இடைக்காலத்தடை. சிறுசிறு ஜமீன்தார்களுக்குப் போதுமான இழப்பீட்டுத் தொகையைக் கொடுக்க வேண்டும் என்பதற்காகப் பெரியபெரிய ஜமீன்தார்களுக்கு அற்பமான தொகையை இறுதி செய்ததாக நீதிமன்றம் கருதியது. அனைத்து ஜமீன்தார்களுக்கும் ஒரே மாதிரியான விகிதத்தை நிர்ணயித்திருந்தால் அதிக நிலம் வைத்திருந்தவர்களுக்கு அதிக இழப்பீடும், குறைவான நிலம் வைத்திருந்தவர்களுக்கு அதற்கேற்ற

இழப்பீடும் கிடைத்திருக்கும். ஏற்கனவே சொன்னது போல, இதுதான் பிரச்சினைக்கு மூலகாரணம்.

இந்தத் தீர்ப்பு நிலச்சீர்திருத்தத்துக்கான வாசல்களை முழுவதுமாக அடைத்துவிடவில்லை. இன்னும் சொல்லப்போனால், ஜமீன்தார்முறை ஒழிப்பிலிருக்கும் உள்ளார்ந்த தர்மத்தை நீதிமன்றம் ஏற்றுக்கொண்டது என்றே சொல்லலாம். ஜமீன்தார்முறை ஒழிப்பு காலத்தின் கட்டாயம் என்பதையும் நீதிமன்றம் உணர்ந்தே இருந்தது. இதைத் தெளிவாகவும், வெளிப்படையாகவும் நீதிமன்ற அமர்வு இப்படிப் பதிவு செய்தது: 'வழக்குத் தொடுத்தவர்களின் சமத்துவ உரிமையில் அரசு தலையிடுவதைத் தடுத்துவிட்டால், அது அவர்களின் சொத்துரிமையில் மறைமுகமாக அத்துமீறுவதையும் தடுத்துவிடலாம் என்று அர்த்தம் கொள்ளவேண்டும். சொத்துரிமையை அரசு மீறியிருப்பதால் அதன்மூலம் அவர்களின் சமத்துவ உரிமையையும் மீறிவிட்டது.'[74] ஆக, நீதிமன்றம் பீகார் நிலச்சீர்திருத்தச் சட்டத்தை அரசமைப்புக்கு விரோதமானது என்று தீர்ப்பளித்ததற்கு அடிப்படைக் காரணம் அது சமத்துவ உரிமையை மீறியதுதான். மார்ச் 14. இந்தத் தீர்ப்பு குறித்துச் செய்தி வெளியிட்ட *டைம்ஸ் ஆஃப் இந்தியா*, 'பீகார் தீர்ப்பை உச்சநீதிமன்றம் உறுதி செய்யும் பட்சத்தில் அரசாங்கம் இழப்பீட்டுத் தொகையை ஒரேவிதமாக மாற்றியமைத்து, அதன் பின்னர் அனைத்துச் சொத்துக்களையும் கையகப்படுத்தும் வகையில் இதில் திருத்தம் செய்வதே தீர்வாக இருக்கும்,'[75] என்றது. ஆனால் இதை யாரும் காது கொடுத்துக் கேட்கவில்லை. காரணம், அப்படிச் செய்துவிட்டால் 'சிறுசிறு பண்ணையார்களை அதிக எண்ணிக்கையில் கொண்ட காங்கிரஸ் கட்சிக்குள் பூகம்பமே வெடித்துவிடும்.'[76]

அரசாங்கம் கிலியில் நடுங்கியதற்குக் காரணம் பீகார் தீர்ப்புக்குப் பிறகு உடனடியாகத் தலைதூக்கப்போகிற பிரச்சினைகளுக்காக மட்டுமல்ல – அந்தச் சட்டத்தில் தேவைப்படும் திருத்தங்களைச் செய்து அவற்றையெல்லாம் எளிதாகச் சமாளித்துவிடலாம். ஆனால் எங்கே நிலச்சீர்திருத்தச் சட்டங்களை நிறைவேற்றுவதில் தாமதம் ஏற்பட்டுவிடுமோ, எங்கே கொடுத்த வாக்குறுதியைக் காப்பாற்ற முடியாத கையறுநிலையில் வாக்காளர்களைச் சந்திக்கக்கூடிய இக்கட்டு நேர்ந்துவிடுமோ என்றுதான் அரசாங்கம் பயந்தது. இதையெல்லாம்விட இந்தக் காலதாமதத்தை ஏற்படுத்தும் அளவுக்கு நீதிமன்றங்களுக்குத் துணிச்சல் வந்துவிட்டதே என்றுதான் அரசாங்கம் கொந்தளித்தது. இதேபோன்ற நீதிமன்ற சிக்கல்களில் மாட்டிக்கொண்டிருக்கும் தனது மற்ற திட்டங்களை மீட்கவும், வருங்காலத்தில் இதேபோன்ற சிக்கல்கள் உருவாகாமல் தடுக்கவும்,

அரசமைப்புச் சட்டத்தில் திருத்தம் கொண்டு வருவதுதான் எளிதான வழியென்று இப்போது அரசாங்கம் உணர்ந்துகொண்டது. தேசியமயமாக்கல் திட்டமும், சாதி மற்றும் வகுப்புவாரியான இடஒதுக்கீடும் இதேபோன்ற நீதிமன்ற தலையீடுகளால் இழுத்துக் கொண்டிருந்தன. எதிர்கட்சிகளின் விமர்சனங்கள் முதல் அடங்காத பத்திரிகைகள் வரை, நிலச்சீர்திருத்தச் சட்டம் தூக்கியெறியப்பட்டது முதல் இடஒதுக்கீட்டைச் சட்டப்பூர்வமாக்குவது வரை அரசாங்கத்தின் எல்லாவிதமான பிரச்சினைகளுக்கும் ஒரே தீர்வு, எளிமையான தீர்வு அரசமைப்புச் சட்டத்தைத் திருத்துவது மட்டும்தான்.

ஆனால் கடைசியில், அரசமைப்புச் சட்டத்தைவிட நீதிமன்றங்களைவிட தான்தான் பெரிய ஆள் என்று காட்டிக்கொள்ளும் பேராசைதான் அரசமைப்புச் சட்டத்தைத் திருத்துவதற்கான உந்துதலை அரசாங்கத்துக்குக் கொடுத்திருந்தது. சட்டத்தின் மேலும் நீதிமன்றங்களின் மேலும் தன்னுடைய விருப்பங்களைத் திணித்ததோடு மட்டுமல்லாமல் கிட்டத்தட்ட அரசமைப்புச் சட்டத்தைப் பழிவாங்கும் உள்நோக்கமும் அப்போது அரசாங்கத்துக்கு இருந்தது. தன்னுடைய அதிகாரத்துக்கு இருக்கின்ற அடிப்படையான சட்ட வரம்புகளைக்கூட ஏற்றுக்கொள்ள முடியாத இயலாமையால் வெளிப்பட்ட உந்துதல் அது. அரசமைப்புக்கு விரோதமான சட்டங்களை அரசாங்கம் விரும்பியது. நீதிமன்றங்கள், அரசமைப்புச் சட்டம் போன்ற விஷயங்களின் மேல் ஆதிக்கம் செலுத்தவும் அது ஆசைப்பட்டது. இல்லையென்றால் அரசமைப்புக்கு ஏற்றார் போல தன்னுடைய சட்டங்களை ஒழுங்குசெய்ய யோசிக்காமல், அவ்வளவு ஏன், உச்சநீதிமன்றத்தில் மேல்முறையீடு செய்வதற்குக்கூடக் காத்திருக்காமல், எடுத்த எடுப்பிலேயே தடாலடியாக அரசமைப்புச் சட்டத்தைத் திருத்த முனைந்திருப்பார்களா. சட்ட அறிஞர் சர்பானி சென், ‘சர்வ வல்லமை படைத்த அதிகாரத்தை அரசமைப்புச் சட்டத்துக்கு அடிபணிய வைக்க முடியாது’[77] என்ற ஒரு பழைய கோட்பாட்டை மேற்கோள் காட்டினார். அரசாங்கமும் அதே கருத்தில்தான் பிடிவாதமாக நின்றது.

மார்ச் 22. அரசாங்கம் நினைத்திருந்த சமூகப்புரட்சியை மலரவைக்க அரசமைப்புச் சட்டத்தைத் திருத்துவதைத் தவிர வேறுவழியில்லையா என்று தயங்கிக்கொண்டிருந்த ஒரு சிலரையும் கல்கத்தா உயர்நீதிமன்றம் தீர்க்கமான ஒரு முடிவுக்குத் தள்ளியது. மேற்குவங்க அரசாங்கம் 1946ஆம் ஆண்டில் ஒரு நிலத்தைக் கையகப்படுத்துவதற்கான அறிவிப்பாணையை வெளியிட்டிருந்தது. ஆனால் உண்மையில் 1950ஆம் ஆண்டில்தான் அந்த நிலம் கையகப்படுத்தப்பட்டது. கிழக்கு

பாகிஸ்தானிலிருந்து குடியேறிய அகதிகளின் மறுவாழ்வுக்காகக் கையகப்படுத்தப்பட்ட அந்த நிலத்துக்கு 1946ஆம் ஆண்டு கணக்கின்படிதான் இழப்பீட்டைக் கொடுக்கமுடியும், 1950ஆம் ஆண்டுக்கான விலையைத் தரமுடியாது என்று மேற்குவங்க அரசாங்கம் மறுத்துவிட்டது[78]. விவகாரம் கல்கத்தா உயர்நீதிமன்றத்தின் படியேற, உயர்நீதிமன்றமோ மேற்குவங்க அரசின் சாமர்த்தியமான மோசடிக்கு எதிராகத் தீர்ப்பளித்தது. அரசமைப்புச் சட்டத்தில் இடம்பெறவில்லை என்றாலும் கூட 'இழப்பீடு' என்ற வார்த்தைக்குள் 'நீதி', 'நியாயம்' என்ற அர்த்தங்கள் பொதிந்திருப்பதாக[79] நீதிமன்றம் கருத்து தெரிவித்தது.

ஜமீன்தார்முறை ஒழிப்பு ஒருபக்கம் இருக்கட்டும், அரசாங்கம் எந்தவொரு சொத்தைக் கையகப்படுத்தினாலும் அதற்குரிய அன்றைய சந்தை விலையை இழப்பீடாகக் கொடுக்கவேண்டும். அரசமைப்புச் சட்டம் அவ்வாறு சொல்லவில்லை என்றாலும் கூட அப்படித்தான் நடக்கவேண்டும். இழப்பீடு என்ற வார்த்தையின் அர்த்தமே நீதியும், தர்மமும்தான். குடியரசுத் தலைவரின் ஒப்புதல் கிடைத்துவிட்டதாலேயே அரசமைப்புச் சட்டப்படி நியாயமான இழப்பீட்டைக் கொடுக்காமல் தப்பிப்பதற்கு இந்த நிலம் ஒன்றும் ஜமீன்தார்முறை ஒழிப்புச் சட்டத்தின் அடிப்படையில் எடுக்கப்படவில்லை. இதுதான் உயர்நீதிமன்ற தீர்ப்பின் சாராம்சம். இனி அரசாங்கத்தால் தன் இஷ்டப்படி அடிமாட்டு விலைக்கு நிலங்களை வளைத்துப்போட முடியாது. கல்கத்தா உயர்நீதிமன்றத்தின் இந்தத் தீர்ப்பு ஜமீன்தார்முறை ஒழிப்புச் சட்டத்தைக் கட்டுப்படுத்தாது என்றாலும் அது சொல்லப்பட்ட காலச்சூழல் அரசாங்கத்துக்கு வயிற்றெரிச்சலைக் கொடுத்தது. போதும் அவ்வளவுதான். இனிமேலும் பொறுக்க முடியாது.

மாதக்கடைசியில் அமைச்சரவையின் சிறப்புக்குழு மீண்டும் கூடியது. அப்படியொன்றும் உற்சாக மனநிலை தென்படவில்லை. அம்பேத்கரும் அவரின் சட்டத்துறையும் சட்டப்பிரிவு-19இன் அனைத்து ஷரத்துகளிலிருந்தும் 'நியாயமான' என்ற வார்த்தையை நீக்கக்கூடாது என்று வலியுறுத்தினார்கள். கருத்துச் சுதந்திரத்தைக் கட்டுப்படுத்தும் அனைத்துக் காரணிகளின் முன்னாலும் 'நியாயமான' என்ற வார்த்தையை நிச்சயம் சேர்க்க வேண்டுமென பதிவு செய்தார்கள். 'நியாயமான' என்ற வார்த்தையை நீக்கிவிட்டால் பிறகு எந்தவொரு அரசாங்கத்துக்கும் மிகக்கடுமையான அதிகாரம் கிடைத்துவிடும் என்பது அவர்களின் பயம். அப்படிப்பட்ட ஓர் அதிகாரத்தின் மூலம் கருத்துச் சுதந்திரம் என்கிற ஒன்றையே ஒட்டுமொத்தமாகக் காலி

செய்யவோ அல்லது குறைக்கவோ முடியும். ஆனால் அம்பேத்கரின் கருத்துக்கு நேரெதிராக உள்துறை இருந்தது. குழுவின் உறுப்பினர்கள் அம்பேத்கரின் கருத்துக்கு உடன்படவில்லை. ஆனால் ராஜாஜியின் பரிந்துரைகளை ஏற்றுக்கொண்டார்கள். தற்போது சட்டப்பிரிவு-19இல் எங்கெல்லாம் '*நியாயமான*' என்ற சொல் இருக்கிறதோ அதையெல்லாம் அப்படியே ஏற்றுக்கொண்டாலும், பேச்சுச் சுதந்திரத்தைக் கட்டுப்படுத்தும் காரணிகளுக்கு முன் '*நியாயமான*' என்ற வார்த்தையைச் சேர்க்கவே கூடாது என்பதில் அவர்கள் உறுதியாக நின்றார்கள். பத்திரிகைகளின் குரலை நசுக்கவும், பொதுவெளியில் எழும் விமர்சனங்களை அடக்கவும் அரசாங்கம் எடுக்கும் நடவடிக்கைகளில் நீதிமன்றங்கள் மூக்கை நுழைப்பதை அதிகாரத்தில் இருப்பவர்கள் துளிகூட விரும்பவில்லை.

ஒருவேளை சட்டப்பிரிவு-19இல் உள்ள மற்ற சுதந்திரங்களில் இருக்கும் '*நியாயமான*' என்ற வார்த்தையின் மேல் கைவைத்தால் அது மிகக்கடுமையான அரசியல் அதிர்வுகளை ஏற்படுத்திவிடும் என சிறப்புக் குழுவின் உறுப்பினர்கள் பயந்திருக்கலாம். ஒரு சட்டம் அடிப்படை உரிமைகளை மீறுகிறதா இல்லையா என நீதிமன்றங்கள் விசாரிப்பதை 'நியாயமானதாக'க் கருதலாம்; ஏற்றுக்கொள்ளலாம். ஆனால் உள்நாட்டின் பாதுகாப்புக்கே அச்சுறுத்தலாக இருப்பதோடு மட்டுமல்லாமல் வெளிநாடுகளுடனான சுமூக உறவை (அதாவது பாகிஸ்தான் தொடர்பான கொள்கையை) சீர்குலைக்கும் எதிர்கட்சிக்காரர்களின் குற்றச்சாட்டுகளையும், விமர்சகர்களின் எல்லைமீறிய விமர்சனங்களையும், பத்திரிகைகள் ஏவுகின்ற அவதூறுகளையும் பேச்சுரிமை என்ற பெயரால் எப்படி ஏற்றுக்கொள்ளமுடியும். ஆகவே பேச்சுரிமையைக் கட்டுப்படுத்தும் காரணிகளுக்கு முன் '*நியாயமான*' என்னும் வார்த்தையை இனிமேலும் விட்டுவைப்பதற்கு எந்தவொரு அவசியமும் இல்லை. வழக்கொழிந்துவிட்டது அது. மேலே குறிப்பிட்டுள்ள அச்சுறுத்தலை உடனடியாகச் சமாளிக்கவும், பாதுகாப்பு நடவடிக்கைகளைத் துரிதப்படுத்தவும் அவர்களால் ஆகஸ்ட்-செப்டம்பர் வரைகூட காத்திருக்க முடியாது. நீதி-நேர்மையைப் போலவே 'பொறுமை'யும் மலையேறிவிட்டது. நடப்புக் கூட்டத்தொடரிலேயே மேற்கண்ட திருத்தங்களைத் தயார் செய்து, நாடாளுமன்றத்துக்கு முன் சமர்ப்பித்து, அதை உடனடியாக நிறைவேற்றுவதே இனி சிறப்புக் குழுவின் நோக்கம்.[80]

இந்தியாவின் கடைசி கவர்னர் ஜெனரல் பதவியிலிருந்து ராஜாஜி ஓய்வு பெற்ற சமயத்தில், 'மக்களிடம் நம் முன்னோர்கள்

காலத்தில் இருந்ததைப்போல அரசின் மீதும், சட்டம்-ஒழுங்கின் மீதும் அப்பழுக்கற்ற பயபக்தியை மறுபடியும் மீட்டெடுக்க வேண்டும்'[81] என்று சொன்னபோது ஆட்சிநிர்வாகத்தின் விருப்பத்தைத்தான் வார்த்தைப்படுத்தினார். தற்போது உள்துறை அமைச்சராக, அன்று அவர் வார்த்தைகளால் சொன்னதைச் செயலில் நிறைவேற்றிக்காட்டிவிட்டார். 'ஜனநாயக அரசின் மிகப்பெரிய தாராளமயப் பரிசோதனை'[82] இனி என்னவாகும்? நாடு சுதந்திரம் பெறுவதற்குப் பத்தாண்டுகளுக்கு முன், ஒரு புனைப்பெயரில் எழுதியிருந்த கட்டுரை ஒன்றில், 'எதிர்ப்பவர்களைச் சகிக்க முடியாது. பலவீனமானவர்கள், திறமையில்லாதவர்கள் மீது ஒரு வெறுப்பு' உண்டாவதாக நேரு ஒப்புக்கொண்டிருந்தார். ஒருநாள் தனக்கு நிர்வாக அதிகாரம் கிடைக்கும்போது, தனக்குள்ள அத்தனை அதிகாரங்களையும் பயன்படுத்தி, 'மெதுவாக ஊர்ந்து செல்லும் ஜனநாயகத்துக்குக் காரணமானவற்றைத் துடைத்தழிக்கப்போவதாக'[83] அவர் எச்சரித்திருந்தார். அவரின் கட்டுரையில் உண்மை இருந்திருக்குமோ? ஏற்கனவே அவர் அரசாங்கத்தையும், கட்சியையும் கிட்டத்தட்டத் தன் கைப்பிடிக்குள் வைத்திருந்தார். அடுத்தது என்ன? அரசமைப்புச் சட்டமும், நீதித்துறையும் தானோ?

5

அடைமழை

பொதுக் கருத்து

1951இன் பிப்ரவரி-மார்ச் முழுக்க, ஜமீன்தார்முறை ஒழிப்பு பற்றிய பரபரப்பும், அரசமைப்புச் சட்டத்திருத்த முன்னேற்பாடுகளின் தீவிரமும் இந்திய அரசாங்கத்தின் ஒட்டுமொத்த கவனத்தை ஆக்கிரமித்திருந்தன. உச்சநீதிமன்றத்தின் முழு கவனத்தையும் கூட. இந்நிலையில்தான் முக்கியமான இரு வழக்குகளின் விசாரணைகள் இறுதிக்கட்டத்தை நெருங்கின. அந்த இரு வழக்குகளும் சாதி மற்றும் வகுப்புவாரியான இடஒதுக்கீடு முறை அரசமைப்புச் சட்டத்துக்கு உட்பட்டதா என்ற விசாரணையில் இருந்தவை. முதலாவது, கல்வி நிறுவனங்களில் இடஒதுக்கீடு முறையை அமல்படுத்த உதவிய வகுப்புவாரி அரசாணையைச் செல்லாது[1] என அறிவித்த மெட்ராஸ் உயர்நீதிமன்ற தீர்ப்பை எதிர்த்து அம்மாகாண அரசாங்கம் தொடுத்த மேல்முறையீட்டு வழக்கு. இரண்டாவது, அந்த வகுப்புவாரி அரசாணையின் அடிப்படையில் அரசுப்பணி நியமனங்களில் இடஒதுக்கீடு முறை[2] பின்பற்றப்படுவதை எதிர்த்து பி.வெங்கடரமணா தொடுத்த வழக்கு. ஆக, காங்கிரஸ் கட்சியுடைய மற்றொரு சமூகப்பொருளாதாரக் கொள்கையின் எதிர்காலமும் உச்சநீதிமன்றத்தில் ஊசலாடிக்கொண்டிருந்தது.

அந்த இரு வழக்குகளின் விசாரணையும் முடிந்து மார்ச் 26ஆம் தேதிக்குத் தீர்ப்பு ஒத்திவைக்கப்பட்டது. உச்சநீதிமன்றத்தின் முடிவு என்னவாக இருக்கும் என யாருக்கும் தெரிந்திருக்க வாய்ப்பில்லை என்றாலும்கூட, மற்ற வழக்குகளிலிருந்து நீதிமன்றங்களின் எண்ணஓட்டம் தெளிவாகிவிட்டதால் மெட்ராஸ் அரசாங்கத்தின் மேல்முறையீட்டு மனு தள்ளுபடி செய்யப்படுவதற்கே வாய்ப்புகள் அதிகம் எனப் பத்திரிகைகள் அனைத்தும் ஊகித்தன. 'வகுப்புவாரி அரசாணையைப் பின்பற்றிக் கல்லூரிகளில் நடந்த மாணவர் சேர்க்கை சட்டப்பிரிவு-29(2)ஐ மீறுவதாக'[3] நீதிமன்றம் நினைப்பதற்கு அத்தனை அறிகுறிகளும் தெரிந்தன. ஏற்கனவே கவலையில் நொந்துகொண்டிருந்த

மெட்ராஸ் அரசாங்கத்தை இதுபோன்ற வதந்திகள் உலுக்கியெடுக்க, பீகார் தலைவர்களைப் போலவே தமிழகத் தலைவர்களும் நேருவிடம் ஓடினார்கள். வகுப்புவாரி பிரதிநிதித்துவத்துக்கு மறுஅங்கீகாரம் தர வலியுறுத்தி மெட்ராஸிலிருந்து தொடர்ந்து டெல்லிக்கு ஓலைகள் வந்துகொண்டேயிருக்க, இந்திய அரசாங்கத்துக்கும், மத்திய அமைச்சரவைக்கும் அழுத்தம் அதிகரித்துக் கொண்டேயிருந்தது.

மெட்ராஸின் கோரிக்கையை அமைச்சரவையின் சிறப்புக்குழு முடிந்தவரை தவிர்க்க முயற்சித்தது - குறைந்தபட்சம் சில காலத்துக்காவது. சட்டப்பிரிவு-15 அனைவருக்கும் சமஉரிமையைக் கொடுக்கிறது. இருந்தாலும் சாதிவாரி இடஒதுக்கீடு கொண்டு வருவதற்கு வசதியாக அதில் திருத்தம் செய்யும் யோசனையை அமைச்சரவையின் சிறப்புக்குழு கொள்கை அளவில் ஏற்றுக்கொண்டது.[4] ஆனால் மெட்ராஸ் அரசாங்கம் கோரிய நிரந்தரமான வகுப்புவாரி ஒதுக்கீட்டை ஏற்றுக்கொள்ளச் சிறப்புக்குழுவின் உறுப்பினர்கள் தயங்கினார்கள். காரணம், அதற்கு இன்னும் மிகத்தந்திரமான அரசியல் விளையாட்டை ஆட வேண்டியிருக்கும். மெட்ராஸ் அரசாங்கம் கொடுத்த அரசியல் அழுத்தம் பீகாருக்குக் கொஞ்சமும் சளைத்தது கிடையாது என்றாலும் அதற்கும் குழுவின் முடிவுக்கும் தொடர்பில்லை. ஆனால் வகுப்புவாரி பிரதிநிதித்துவத்தை ஏற்றுக்கொள்வதில் பிரதமர் நேருவுக்கு இருந்த தனிப்பட்ட தயக்கத்துக்கும் சிறப்புக் குழுவின் முடிவுக்கும் மிகநெருங்கிய தொடர்பு இருந்தது.

அமைச்சரவையின் சிறப்புக்குழு (மற்றும் மத்திய அமைச்சரவை) எடுத்த முடிவுகளுக்கும், கொடுத்த பரிந்துரைகளுக்கும் மாநில அரசாங்கங்களின் அரசியல் அழுத்தம் எந்தளவுக்குக் காரணமாக அமைந்திருந்ததோ அதே அளவுக்கு நேருவின் எதிர்பார்ப்புகள், விருப்பங்கள் போன்றவையும் காரணமாக அமைந்திருந்தன. நேருவின் எதிர்பார்ப்புகள், விருப்பங்கள் இப்படித்தான் இருக்கும் என்ற நம்பிக்கையை ஒட்டியே குழுவின் உறுப்பினர்கள் அனைத்து விஷயங்களிலும் முடிவுகளை எடுத்தார்கள். நேருவின் வாழ்க்கை வரலாற்றைத் தொகுத்த இந்தியாவின் முதல் குடியரசுத் துணைத்தலைவர் சர்வபள்ளி ராதாகிருஷ்ணனின் மகனும், ஜவஹர்லால் நேரு பல்கலைக்கழகத்தின் வரலாற்று ஆய்வு மையத்தைத் தோற்றுவித்தவர்களுள் ஒருவருமான சர்வபள்ளி கோபால், 'அடிபணிந்து கிடப்பதற்கு ஆர்வத்தோடு இருந்த சராசரி மனிதர்கள் அவரின் (நேருவின்) சகாக்கள் என்று சொல்லிக்கொண்டார்கள்'[5] என்று குறிப்பிட்டிருந்தார். மத்திய

அமைச்சரவையைப் போலவே, சிறப்புக்குழுவும் ‘தன்னிகரற்ற தலைமைக்காகவும் வழிகாட்டுதலுக்காகவும்’[6] நேருவையே நம்பியிருந்தது. கோபால்[7] எழுதியதைப் போல, நேருவும் தன் பங்குக்கு ‘எல்லா முடிவுகளையும் எடுக்கும் தனது இயல்பான விருப்பத்தை அடக்கிக்கொண்டு அவையெல்லாமும் பலகட்ட விவாதங்களுக்குப் பிறகு எடுத்த முடிவுகள் என்றே வெளியில் காட்டிக்கொள்ள வேண்டியிருந்தது. இருக்கின்ற அத்தனைக் கொள்கை முடிவுகளையும் தன்னிடமே விட்டுவிடும் தனது சகாக்களின் போக்கை ஏற்காமல் அமைச்சரவை வழக்கம்போல செயல்படுவதான தோற்றத்தைக் கொடுப்பதில் நேரு உறுதியாக இருந்தார்.’[8]

எந்தெந்த அரசியல் அழுத்தங்கள் ஊதிப்பெரிதாக்கப்பட்டன; எவை எவை இருட்டடிப்பு செய்யப்பட்டன என்பதெல்லாம் பிரதமரின் தனிப்பட்ட விருப்பு-வெறுப்புகளைப் பொறுத்தே அமைந்தன. என்னதான் ‘குழு போட்டிருக்கிறோம்’ என்றும் ‘கூட்டாக எடுத்த கொள்கை முடிவு’ என்றும் அடிக்கடிப் பகட்டாக விளம்பரப்படுத்திக் கொண்டாலும் இதுதான் யதார்த்தம். இந்தியா ஓர் ‘ஒற்றை மனிதரின் ராஜ்ஜியம்,’ அங்கே நேரு மட்டும்தான் ‘அற்புதங்களை நிகழ்த்தும் ஆளுமை,’[9] என்றார் கோபால். மெட்ராஸிலிருந்து வரும் அழுத்தங்களை ஓரளவுக்குச் சமாளிக்க முடிந்ததென்றால், அதற்குப் பிரதமர்தான் முழுக்காரணமே தவிர அமைச்சரவை அல்ல. மாநிலங்களிலிருந்து வந்த அழுத்தங்களை விட நேருவின் ஆதிக்கமே மேலோங்கியிருந்தது. பிரதமரின் ஆளுமை கொடுத்த தைரியத்தில்தான் டெல்லியில் முடிவுகள் எடுக்கப்பட்டதேயொழிய அவரின் சகஅமைச்சர்கள் அல்லது முதலமைச்சர்கள் கொடுத்த அரசியல் அழுத்தங்களால் அல்ல.

இந்தப் பின்னணியில்தான் அரசமைப்புச் சட்டத்தில் ஏற்படவிருக்கும் திருத்தங்கள் பற்றிய விரிவான செய்திகள் பத்திரிகைகளில் முதன்முறையாக வெளிவந்தன. ஏப்ரல் 9. ‘இந்திய அரசாங்கம் அரசமைப்புச் சட்டத்திலுள்ள அடிப்படை உரிமைகள் தொடர்பான ஐந்து முக்கியச் சட்டத்திருத்தங்களை மேற்கொள்ள முடிவு செய்துள்ளது,’ என்று டைம்ஸ் ஆஃப் இந்தியா எழுதியது:

> *‘சட்டத்தின் முன் அனைவரும் சமம் என்கிற சட்டப்பிரிவு-14, மதத்தின் பெயரால் பாகுபாடு காட்டுவதைத் தடுக்கிற சட்டப்பிரிவு-15, குடிமக்களின் பேச்சுச் சுதந்திரம் போன்ற சில தனிமனித உரிமைகளை உறுதி செய்கிற சட்டப்பிரிவு-19, தனியார் சொத்துக்களை வலுக்கட்டாயமாகக் கையகப்படுத்துவது தொடர்பான சட்டப்பிரிவு-31 மற்றும் அடிப்படை உரிமைகளை*

நடைமுறைப்படுத்த உச்சநீதிமன்றத்தை நாடும் உரிமை தொடர்பான சட்டப்பிரிவு-32 போன்றவற்றில் திருத்தங்களைச் செய்ய முடிவு செய்யப்பட்டுள்ளது. அடிப்படை உரிமைகள் தொடர்பான சில நீதிமன்ற தீர்ப்புகள் அரசாங்கத்தின் கொள்கைகளை நிறைவேற்றுவதில் சிக்கலை ஏற்படுத்தியதால் அரசமைப்புச் சட்டத்தில் திருத்தங்கள் அவசியமாகின்றன... சட்டத்திருத்தங்கள் அனைத்தும் முன்தேதியிட்டு அமல்படுத்தவேண்டும் எனப் பரிந்துரைக்கப்பட்டுள்ளன... மேலும் இவை மே மாத இறுதியில், நாடாளுமன்றம் ஒத்திவைக்கப்படுவதற்கு முன்பாக நிறைவேற்றப்படும் என எதிர்பார்க்கப்படுகிறது.'[10]

பிற செய்தித்தாள்கள் இன்னும் கடுமையான வார்த்தைகளால் கிழித்தன. உதாரணத்துக்கு, வரப்போகும் சட்டத்திருத்தத்தைக் 'குடிமக்களின் அடிப்படை உரிமைகளைக் குறைக்க முயற்சி'[11] என்று கொட்டை எழுத்தில் தலைப்புச் செய்தியாகப் போட்டிருந்தது தி ஸ்டேட்ஸ்மேன் என்ற ஒரு நாளேடு. இதுவரை ரகசியமாக இருந்த ஒரு விஷயம், அரசாங்கத்தின் மேல்மட்டத்தில் இருந்தவர்களுக்குள் உலவியிருந்த செய்தி, காங்கிரஸ் கட்சியில் முன்னணித் தலைவர்களுக்கு மட்டுமே தெரிந்திருந்த அந்தரங்கம், பத்திரிகைகளில்கூட வெறும் அரசல் புரசலாக, பூடகமாகத் தென்பட்டிருந்தது இப்போது வெளிச்சத்துக்கு வந்துவிட்டது.

அடிப்படை உரிமைகளுக்கு எதிரான அரசாங்கத்தின் தாக்குதல் எப்படி இருக்கப்போகிறது என்ற செய்தியோடு இந்தியா விழித்தெழுந்த அதே நாளில், வகுப்புவாரி அரசாணை வழக்கில் உச்சநீதிமன்றம் தனது தீர்ப்பை அறிவித்தது. முதல் வழக்கில், மெட்ராஸ் உயர்நீதிமன்றத் தீர்ப்பை உறுதிசெய்து உச்சநீதிமன்ற நீதிபதிகள் தீர்ப்பு வழங்கினார்கள். கல்வி நிறுவனங்களின் மாணவர் சேர்க்கையில் பாகுபாடு காட்டப்படுவதைத் தடுக்கும் இந்திய அரசமைப்புச் சட்டத்தின் பிரிவு-29(2)க்கு எதிராக அந்த வகுப்புவாரி அரசாணை இருப்பதாக நீதிபதிகள் அறிவித்தார்கள். அரசு வழிகாட்டு நெறிமுறைகளின் உதவியோடு பிற்பட்ட வகுப்பினரின் நலன்களை மேம்படுத்தும் பொறுப்பு அரசாங்கத்துக்கு இருக்கிறது. அடிப்படை உரிமைகளை மதிப்பது அரசாங்கத்தின் கடமை என்றாலும் பின்தங்கிய மக்களை மேம்படுத்தும் பொறுப்பு அந்தக் கடமையை மீறிவிடுகிறது என்று மெட்ராஸ் அரசாங்கம் தன் தரப்பு வாதத்தை முன்வைத்திருந்தது. ஆனால் நீதிபதிகள் ஹீராலால் கனியா, சையித் ஃபசல் அலி, எம். பதஞ்சலி சாஸ்திரி, மெஹர் சந்த் மகாஜன், சுதி

ரஞ்சன் தாஸ், பி.கே. முகர்ஜி மற்றும் விவியன் போஸ் அடங்கிய உச்சநீதிமன்றத்தின் அரசியல் சாசன அமர்வு இந்த வாதத்தை ஒட்டுமொத்தமாக நிராகரித்தது. ஒருமனதாகத் தள்ளுபடி செய்தது. 'அடிப்படை உரிமைகள் பற்றிய சட்டப்பிரிவுகள் புனிதமானவை. அரசமைப்புச் சட்டத்தின் பகுதி IIIஇல் உள்ள வரம்புகளைத் தவிர எந்தவொரு சட்டமன்ற, நிர்வாகச் சட்டத்தின் மூலமாகவோ அல்லது அரசாணையின் மூலமாகவோ அவற்றைக் குறைக்க முடியாது. அரசு வழிகாட்டு நெறிமுறைகள் அடிப்படை உரிமைகளைப் பின்பற்றி அவற்றுக்குத் துணையாக இருக்கவேண்டும். எங்களின் கருத்துப்படி, பகுதி III மற்றும் பகுதி IVஇல் உள்ள சட்டப்பிரிவுகளைப் புரிந்துகொள்ள வேண்டிய சரியான முறை இதுதான்,'[12] என்று மெட்ராஸ் அரசாங்கத்துக்கு அரசியல் சாசன அமர்வு நினைவூட்டியது.

இரண்டாவது வழக்கில், அரசு வேலைவாய்ப்புகளில் பணிநாடுநர்களைத் தேர்வு செய்வதில் சாதி மற்றும் வகுப்பு வாரியான இடஒதுக்கீடு முறை பின்பற்றப்படுவதை உச்சநீதிமன்றம் ரத்து செய்து உத்தரவிட்டது.[13] கல்வி நிறுவனங்களின் மாணவர் சேர்க்கையில் பாகுபாடு காட்டுவதைத் தடுக்கும் சட்டப்பிரிவு-29ஐ போலவே அரசு வேலைவாய்ப்புகளில் பாகுபாடு காட்டுவதைச் சட்டப்பிரிவு-16 தடுக்கிறது. ஆனால் சட்டப்பிரிவு-29இல் இல்லாத ஒரு ஷரத்து (அல்லது ஒரு வசதி) சட்டப்பிரிவு-16இல் இருக்கிறது. அதாவது பிற்பட்ட வகுப்பினரின் முன்னேற்றத்துக்காக அரசு சிறப்பு சலுகைகள் வழங்குவதைச் சட்டப்பிரிவு-16 ஒட்டுமொத்தமாகத் தடைசெய்திருக்கவில்லை. மெட்ராஸ் மாகாண மற்றும் சார்நிலைப்பணி விதிகளில் எந்தெந்தப் பிற்பட்ட வகுப்புகளைச் சேர்ந்தவர்களுக்குச் சலுகைகளை வழங்கலாம் என்று ஒரு பட்டியலே இருக்கிறது. குறிப்பிட்ட இந்த வகுப்புகளைச் சேர்ந்தவர்களுக்கு இடஒதுக்கீடு கொடுப்பதைச் சட்டப்படி தடுக்கமுடியாது. ஆனால் இந்தப் பட்டியலில் இல்லாத முஸ்லீம்கள், கிறிஸ்துவர்கள் மற்றும் பிராமணர் அல்லாதோர் உள்ளிட்ட வேறெந்த வகுப்பினருக்கும் இடஒதுக்கீடு கொடுப்பதை ஏற்றுக்கொள்ள முடியாது என்று உச்சநீதிமன்றம் தெளிவாகச் சொல்லிவிட்டது. இறுதியாக, வகுப்புவாரி அரசாணை சட்டவிரோதமானது, அரசமைப்புச் சட்டத்தின்படி அருவருப்பானது, ஆகவே அது செல்லாது[14] என்று நீதிமன்ற அமர்வு தன்னுடைய தீர்ப்பில் குறிப்பிட்டது.

தீர்ப்பு பற்றிய மறுநாள் செய்திகளில் 'அரசமைப்புச் சட்டத்தின்படி அருவருப்பானது' போன்ற வார்த்தைகளே முக்கிய இடத்தைப் பிடித்தன. மெட்ராஸ் அரசாங்கம் அடைந்த தர்மசங்கடத்துக்கும்,

எரிச்சலுக்கும் அளவேயில்லை.[15] கல்வி நிறுவனங்களின் மாணவர் சேர்க்கையில் பிற்பட்ட வகுப்பினருக்கு இடஒதுக்கீடு வழங்க அரசமைப்புச் சட்டத்தில் இடமில்லை என்றாலும் அரசு வேலைவாய்ப்பில் அவர்களுக்கு இடஒதுக்கீடு செய்து கொடுப்பதற்குச் சட்டத்தில் இடமிருக்கிறது[16] என்று நீதிமன்றத் தீர்ப்பு சொல்லியிருந்த தகவலுக்கும் செய்தித்தாள்களில் அதேயளவு முக்கியத்துவம் கிடைத்தது. அதாவது, ஏதோ ஒருவகையில் பிற்பட்ட வகுப்பினர் என்று அடையாளம் காணப்பட்ட பிரிவினருக்கு இடஒதுக்கீடு கொடுப்பது சட்டவிரோதம் கிடையாது – முறையான விதிகள் இல்லாமல் தன் இஷ்டத்துக்கு இடஒதுக்கீடு விகிதத்தைப் பின்பற்றுவது மட்டும்தான் சட்டவிரோதம். ஆனால் கல்வி நிறுவனங்களில் எவ்வகை இடஒதுக்கீடு முறையைப் பின்பற்றினாலும் அது அருவருப்பான விஷயமாகிவிடுகிறது. இதுதான் நீதிமன்றத் தீர்ப்பிலிருந்த முரண்பாடு. ஏற்கனவே இக்கட்டான சூழ்நிலையில் சிக்கிக்கொண்டிருந்த அமைச்சரவையின் சிறப்புக்குழு இந்த விஷயத்தைக் கையிலெடுத்தது.

மெட்ராஸ் அரசாங்கத்துக்கு இந்தச் சட்டநுணுக்கங்களைப் பற்றியெல்லாம் கவலையில்லை. அங்கே செய்வதறியாமல் திகைத்துப் போயிருந்த முதலமைச்சர் குமாரசாமி ராஜா, அரசமைப்புச் சட்டத்தில் திருத்தம் செய்து வகுப்புவாரி அரசாணையை முழுமையாக அமல்படுத்த உதவுமாறு மீண்டும் மீண்டும் நேருவிடம் கெஞ்சினார். காரணம், தென்னிந்தியாவின் நலனுக்காக, அரசுப்பணி நியமனங்களிலும் அதேபோல கல்லூரிகளின் மாணவர் சேர்க்கையிலும் இடஒதுக்கீடு கட்டாயம் தேவைப்படுகிறது.[17] ஆனால் எடுத்த எடுப்பிலேயே குமாரசாமி ராஜாவின் கோரிக்கையை நிராகரித்து, 'அனைத்து வகுப்பினருக்கும் சமமான பங்கீடு என்ற அடிப்படையிலோ அல்லது பல வகுப்பினருக்கு குறிப்பிட்ட விகிதாச்சாரம் என்ற அடிப்படையிலோ அல்லாமல், உண்மையிலேயே பிற்பட்ட வகுப்பைச் சார்ந்த மக்களுக்கு மட்டுமே எந்தவொரு விசேஷ சலுகையும் தரப்படவேண்டும் என்று ஒரே நோக்கத்தின் அடிப்படையில், சட்டப்பிரிவு-16இன் விதிகளுக்கு உட்பட்டு ஒரு புதிய அரசாணையைக் கொண்டுவருவது'[18] தான் இதற்குச் சிறந்த வழி என்று வலியுறுத்திய பிரதமர் நேருவை இங்கே நிச்சயம் பாராட்டியே தீரவேண்டும்.

குமாரசாமி ராஜாவின் கோரிக்கையை நேரு உடனடியாக, உறுதியாக மறுத்ததோடு மட்டுமல்லாமல் அரசமைப்புச் சட்டத்தின்படி நடந்துகொள்ளுமாறு அவருக்கு உத்தரவு போட்டிருந்தது ஒரு

விஷயத்தைத் தெளிவாக்குகிறது. கட்சியின் மாநில அமைப்புகள் எவ்வளவு அழுத்தம் கொடுத்தாலும் சரி, அதை எந்தெந்த வழிகளில் கொடுத்தாலும் சரி, பிரதமர் நேரு அதையெல்லாம் வலுவாக எதிர்த்து நின்றார். அதைவிட இன்னும் தெளிவான உண்மை அரசமைப்புச் சட்டத்தைத் திருத்தும் முடிவுக்கு மாகாணங்கள் கொடுத்த அரசியல் அழுத்தம் எந்தளவுக்குக் காரணமோ, காங்கிரஸ் கட்சியின் ஆர்வங்களும் விருப்பங்களும் எந்தளவுக்குக் காரணமோ, அதைவிடப் பிரதமர் நேருவின் தனிப்பட்ட எண்ணங்களும், வேட்கையும்தான் முக்கிய காரணங்கள் என்பது. தமிழ்நாட்டுச் சட்டமன்ற உறுப்பினர்கள் போராடிப் பார்த்தார்கள். புலம்பித் தீர்த்தார்கள். அமைச்சரவைக்குழு வாசலுக்கு வந்து கண்ணீர் தெளித்தது. ஆனால் ஒன்றும் புண்ணியப்படவில்லை. பிரதமர் அதையெல்லாம் கண்டுகொள்ளவேயில்லை. கறார்காட்டி அனைவரையும் வழிக்குக் கொண்டுவந்தார். இவ்வகை அரசியல் அழுத்தங்கள் அவரது விருப்பத்துக்கு அப்பாற்பட்டவை. ஆகவே அவை ஊதிப்பெரிதாக்கப்படாது.

இந்த விவகாரத்தில் நேரு எடுத்த நிலைப்பாட்டைப் பத்திரிகைகள் ஆதரித்தன. ஊக்கம் கொடுத்தன. 'மக்களின் பிரதிநிதிகள் என்பதை விட சாதிய நலன்களின் பாதுகாவலர்களாக மட்டுமே தங்களைக் காட்டிக்கொள்ளும் உள்ளூர் சட்டமன்ற உறுப்பினர்களை, தற்போது வழக்கத்திலிருக்கும் பாரபட்ச நடைமுறைகளை நிரந்தரமாக்க அனுமதித்துவிடக்கூடாது. பிற்பட்ட வகுப்பினரின் மீது மாகாண அரசாங்கத்துக்கு இருக்கும் அக்கறையை இலவச கல்வி, இலவச தங்குமிடங்கள் மற்றும் கல்வி உதவித்தொகை அளித்தல் ஆகியவற்றின் மூலம் வெளிப்படுத்துவதே நியாயமாக இருக்கும். வகுப்புவாரி அரசாணை போன்ற தீமை வாய்ந்த அரசாணைகளின் மூலம் அந்த அக்கறை வெளிப்படும்போது அகற்றுவதற்கரிய அதிகாரத்துக்கு அது ஊன்றுகோலாகிவிடுகிறது,'[19] என்று டைம்ஸ் ஆஃப் இந்தியா அறிவுரை சொன்னது.

★ ★ ★

வெள்ளப்பெருக்கும் பொதுக்கருத்து மறுப்பும்

வகுப்புவாரி அரசாணை செல்லாது எனும் மெட்ராஸ் உயர்நீதிமன்றத்தின் தீர்ப்புக்கு உச்சநீதிமன்றம் அங்கீகாரம் அளித்திருந்த செய்திகள் வெளியான அதேநேரம், அரசமைப்புச் சட்ட உரிமைகள் மற்றும் தனிமனித சுதந்திரங்கள் சார்ந்த விஷயத்தில் உச்சநீதிமன்றம்

தொடர்ந்து தீர்க்கமான நிலைப்பாட்டை எடுத்துக்கொண்டிருந்த செய்திகள் வெளியான அதேசமயம், அரசமைப்புச் சட்டத்தில் திருத்தம் கொண்டுவரும் அரசாங்கத்தின் திட்டம் பற்றிய செய்திகளும் பத்திரிகைகளில் விரிவான இடத்தைப் பிடித்தன. அதன் காரணமாக அரசமைப்பு அறம், சிவில் சுதந்திரங்கள், அடிப்படை உரிமைகள் மற்றும் ஜனநாயக மாண்பு போன்ற விவகாரங்கள் மக்கள் மத்தியில் விவாதப்பொருளாக மாற, முடிவில் இவை சார்ந்த கருத்துக்களும், ஆலோசனைகளும் நாலாபுறத்திலிருந்தும் பாய்ந்துவந்தன.

அரசாங்கத்திலிருந்த யாரோ ஒருவர் அவ்வப்போது ஆர்வக்கோளாறால் உளறியதாலும், சுதந்திரத்துக்கும் ஜனநாயகத்துக்கும் வரப்போகிற பேராபத்தை எச்சரித்த ஜெயபிரகாஷ் நாராயண் மற்றும் ஷியாமா பிரசாத் முகர்ஜி போன்ற எதிர்கட்சித் தலைவர்களின் அறிக்கைகள் காரணமாகவும், அரசமைப்புச் சட்டத்தைத் திருத்துகின்ற திட்டம் தொடர்பான செய்திகள் அந்த ஆண்டு முழுக்க அங்கொன்றும் இங்கொன்றுமாகப் பத்திரிகைகளில் வந்தபடி இருந்தன. ஆனால் இப்போதுதான் முதன்முறையாக, அரசாங்கத்தின் மேல்மட்டங்களைத் தாண்டி பொதுமக்களும் ஒன்றுகூடி இதன் நன்மை-தீமைகளை விசாரிக்குமளவுக்கு விஷயம் வெளியில் பரவ ஆரம்பித்திருந்தது. அரசியல் புள்ளிகள், விமர்சகர்கள், பத்திரிகையாசிரியர்கள், துறைசார்ந்த நிபுணர்கள் மற்றும் சாமானிய மக்கள் என ஒவ்வொருவரும் அரசாங்கத்தின் பரிந்துரைகளைப் பூதக்கண்ணாடியால் ஆராய்ந்து, விமர்சனங்களால் துளைத்தெடுக்க, அரசாங்கமும் பதிலடிக்குத் தயாரானது.

'அரசியல்வாதிகளை அரசமைப்புச் சட்டத்தின் உரிமைகளோடும், உத்திரவாதங்களோடும் கண்ணாமூச்சி ஆட்டம் ஆட அனுமதிக்க வேண்டுமா?' என்று டைம்ஸ் ஆஃப் இந்தியாவின் தலையங்கம் ஒன்று கேள்வி எழுப்பியது.

> 'குடிமக்களுக்கு அடிப்படை உரிமைகளை வழங்கும் இந்திய அரசமைப்புச் சட்டத்தின் பகுதி IIIஐ திருத்துவதற்கான மசோதாவை, இந்திய அரசாங்கம் வரவிருக்கும் தேர்தல் யுத்தத்தை மனதில் கொண்டே அறிமுகப்படுத்தவுள்ளது தெளிவாகிறது. தேசியமயமாக்கல் மற்றும் ஜமீன்தார்முறை ஒழிப்பு போன்ற ஆட்சிநிர்வாகத்தின் கொள்கைகளைச் செயல்படுத்துவதில் சில நீதிமன்றத் தீர்ப்புகள் சிக்கல்களை உருவாக்கியுள்ளதாகப் புகார் எழுந்துள்ளது. அரசமைப்புச் சட்டம் கொடுத்த உத்தரவாதங்களை மேலும் வலுவாக்கி அவற்றை நடைமுறைக்கு உகந்ததாக மாற்றுவதோ அல்லது

தனிமனித உரிமைகளை ஓரங்கட்டும் சாத்தியக்கூறுகளை அகற்றுவதோ இச்சட்டத்திருத்தத்தின் நோக்கமென்றால் மக்கள் இதை வரவேற்பார்கள். ஆனால் தனிமனித உரிமைகள் மற்றும் சுதந்திரங்களைக் காப்பதை விட ஆட்சியைப் பாதுகாத்து அதிகாரத்தைப் பலப்படுத்திக்கொள்ள விரும்பும் அரசாங்கத்தின் ஆசையே இந்தச் சட்டத்திருத்தத்துக்குத் தூண்டுதலாக இருப்பது போலத் தெரிகிறது... குறிப்பாகப் பேச்சுச் சுதந்திரத்தில் கைவைக்க முயற்சிப்பது மிகவும் ஆபத்தானது... மேலோட்டமாகப் பார்க்கும்போது இவை அப்பாவியான ஷரத்துகள் போலத் தோன்றலாம், ஆனால் எதேச்சதிகாரச் சக்திகள் பொதுஒழுங்கைப் பராமரிப்பதற்காக அடிக்கடி வடிவம் மாறும் என்பதை நாடு நினைவில் கொள்ள வேண்டும். கலந்துரையாடலும், பரஸ்பர புரிதலுமே அரசுக்கும் ஜனநாயகத்தின் நான்காவது தூணுக்கும் இடையே சுமூகமான உறவுக்கு வழிவகுக்கும்... பொதுவாழ்வு மற்றும் பொதுக்கருத்து போன்றவற்றில் தாக்கத்தை ஏற்படுத்தும் அம்சங்கள் கொண்ட இச்சட்டம் எளிதாக துஷ்பிரயோகப்படுத்தப்படலாம்.'[20]

'மாநில அரசாங்கங்கள் தங்களின் அதிகாரங்களைத் தக்கவைத்துக் கொள்ளும் ஆசையில், தங்களின் மனதுக்கு நெருக்கமான கொள்கைகளைச் செயல்படுத்தும் ஆர்வத்தில், ஜனநாயக விரோதமாகவும் சட்டத்திற்குப் புறம்பாகவும் நடந்து கொள்கின்றன,' என்று மற்றொரு தலையங்கம் புகார் சொன்னது.

'அவர்கள் சட்டங்களையும், அரசமைப்பு கொடுக்கும் உத்திரவாதங்களையும் பொருட்படுத்தாமல் பொதுஉரிமைகளையும், சுதந்திரங்களையும் மீறுகிறார்கள். அவர்கள் சில நேரங்களில் தங்களுடைய எதேச்சதிகார இச்சைகளுக்கு ஏற்றவாறு புதிய சட்டங்களை உருவாக்கவோ அல்லது பழைய சட்டங்களை மாற்றவோ வெட்கமின்றி செயலாற்றுகிறார்கள். சுதந்திரம், சமத்துவம், சகோதரத்துவம் மற்றும் நீதி போன்ற ஜனநாயகக் கொள்கைகளின் அஸ்திவாரத்தின் மேல் நிறுவப்பட்டிருக்கும் நம்முடைய இறையாண்மை கொண்ட மதச்சார்பற்ற ஜனநாயகக் குடியரசின் இதயமான மத்திய அரசாங்கத்துக்கே இப்போது இந்நோய் பரவியுள்ளது போல் தோன்றுகிறது. அடிப்படை உரிமைகளை இருக்குமிடம் தெரியாமல் அழிக்கும் சட்டத்திருத்தத்தை இந்திய அரசாங்கமே தானாக முன்மொழிகிறதோ என்ற அச்சம் உருவாகிறது... அதுவும் அரசமைப்புச் சட்டம் நடைமுறைக்கு வந்த இவ்வளவு

சீக்கிரத்தில், அதன் மிகமுக்கியமான, பொக்கிஷம் போன்ற பகுதியை மாற்ற நினைப்பது இரண்டு அவமானகரமான விஷயங்களை உணர்த்துகிறது: என்னதான் ஆரவாரமாகச் சுயதம்பட்டம் அடித்துக்கொண்டாலும் சரி, நாம் தன்னாட்சிக்கும் ஜனநாயக மரபுக்கும் அறுகதையற்றவர்கள் என்பது ஒன்று. மத்தியிலும் மாகாணங்களிலும் மக்களால் தேர்ந்தெடுக்கப்பட்ட அரசாங்கத்தின் பிரதிநிதிகளால் உலகமே போற்றும் நம்முடைய அரசமைப்புச் சட்டத்தின் விதிமுறைகளுக்கு உட்பட்டு ஆட்சி நடத்த முடியவில்லை என்பது மற்றொன்று.'[21]

'அரசமைப்புச் சட்டத்தின் கோட்பாடுகள் சிரமம் கொடுக்கின்றன என்று தெரிந்தவுடன், முறையற்ற வகையில் அதைத் திருத்தவோ அல்லது மாற்றவோ முயற்சி செய்வது ஆரோக்கியமான நடைமுறைக்கு வழிவகுக்காது. அப்போதைக்கு அதிகாரத்தில் இருக்கும் ஒவ்வொரு கட்சியின் திடீர் ஆசைகளுக்கு ஏதுவாக அரசமைப்புச் சட்டத்தைச் சிதைப்பதை இதுபோன்ற செயல்கள் நியாயப்படுத்திவிடும்'[22] என்று அந்த விமர்சகர் எச்சரித்தார்.

'ஒரு தற்காலிக நாடாளுமன்றம் முன்மொழியும் இந்தச் சட்டத்திருத்தங்களை எச்சரிக்கையோடு பார்க்கவேண்டும்... ஆட்சிநிர்வாகத்தால் நாட்டின் மீது திட்டமிட்டு ஒரு சதிச்செயல் திணிக்கப்படுகிறது. இதை ஏற்றுக்கொள்வதைத் தவிர வேறு வழியில்லை என்கிற நிலையை அனுமதிக்க முடியாது. ஒட்டுமொத்த அரசமைப்புச் சட்டமுமே அடிப்படை உரிமைகள் என்ற அச்சாணியை ஆதாரமாகக் கொண்டே சுழல்கிறது. அரசமைப்புச் சட்டத்தின் அடிப்படையையே திருத்தவும், மாற்றவும் முனைவது அரசமைப்புச் சட்டத்தைத் திருத்தும் உரிமையை வழங்குகின்ற சட்டப்பிரிவு-368ஐ துஷ்பிரயோகம் செய்வதாகும்,'[23] என இந்திய அரசியல்சாசன சங்கத்தைச் சேர்ந்த பிரான் நாத் மேஹ்தா முழங்கினார். முதல் பொதுத்தேர்தல் முடியும்வரை சட்டத்திருத்தத்தைத் தள்ளி வைக்குமாறு இந்திய அரசியல்சாசன சங்கம் மத்திய அரசாங்கத்திடம் வேண்டுகோள் வைத்தது. 'பேச்சுச் சுதந்திரமும், கருத்துச் சுதந்திரமும் இருப்பதிலேயே மிகமிக அடிப்படையான உரிமைகளாகும். இந்த உரிமைகளை மேலும்மேலும் குறைக்கும் எந்தவொரு முயற்சியும் அரசமைப்புச் சட்டத்தையே புறக்கணிப்பதற்குச் சமம்' என்கிற நிலைப்பாட்டையும் அந்த அமைப்பு எடுத்தது. ஒருவேளை அரசியல் காரணங்களுக்காகவும் தனது நிர்வாக வசதிக்காகவும் அரசமைப்புச் சட்டத்தில் திருத்தம் கொண்டுவர அரசாங்கம் முடிவெடுக்குமானால் அது அரசமைப்புச் சட்டத்தையே 'தெளிவற்ற, அர்த்தமற்ற,

அற்பமான, முட்டாள்தனமான அடைமொழியாக்கிவிடும்,'[24] என்றும் அது எச்சரித்தது.

மக்கள் அனைவருக்கும் சமமான வாக்குரிமையைக் கொடுக்காமல், குறிப்பிட்ட சிலரால் மறைமுகமாகத் தேர்ந்தெடுக்கப்பட்ட ஒரு தற்காலிக நாடாளுமன்றத்தின் ஜனநாயக விசுவாசத்தைப் பற்றி பி.ஆர். தாஸ் கேள்வி எழுப்பினார். இவர் ஒரு புகழ்பெற்ற சட்ட நிபுணர், பாட்னா உயர்நீதிமன்றத்தின் முன்னாள் நீதியரசர், சிவில் உரிமைகள் சம்மேளனம் என்ற அமைப்பின் நிறுவனர். நிலச்சீர்திருத்தம் தொடர்பான விவகாரங்களில் பீகார் மற்றும் உத்திரப்பிரதேச அரசாங்கங்களின் அணுகுமுறையை 'வெட்கக்கேடு' என்று பழித்த இவர், இந்திய அரசாங்கத்துக்கு 'மக்களின் தீர்ப்பில்லாமல் அரசமைப்புச் சட்டத்தைத் திருத்துவதற்கு தார்மீக உரிமை இல்லை,'[25] என்று சுட்டிக்காட்டினார்.

இந்தியாவின் தலைசிறந்த சட்ட வல்லுநர்களுள் டாக்டர். எம். ஆர். ஜெயகர் என்பவரும் ஒருவர். பிரிட்டிஷ் ஆட்சியில், ராஜ்ஜிய ஆலோசனை சபையின் நீதிக்குழுவில் நியமனம் செய்யப்பட்ட ஒரே இந்தியர் இவர்தான். இதுதவிர ஆரம்பத்திலிருந்தே அரசியல் நிர்ணய சபையின் உறுப்பினராகவும் இருந்தவர். 'மக்களுக்கான உரிமைகளிலேயே மிகமுக்கிய உரிமைகளாக நீதித்துறை தீர்ப்பாயங்களால் கருதப்பட்ட சட்டப்பிரிவுகளை இது பாதிக்கலாம்,'[26] என்று அரசாங்கத்தின் சட்டத்திருத்த பரிந்துரைகளைப் பற்றிய தனது பயத்தை ஜெயகர் வெளிப்படுத்தினார். 'சுதந்திரம், நீதி மற்றும் ஜனநாயகம் போன்ற அடிப்படைக் கொள்கைகளை அரசு கடைப்பிடிக்கும் என்று பொதுமக்களுக்கு வாக்குறுதி கொடுப்பதே அரசமைப்புச் சட்டத்திலிருக்கும் அடிப்படை உரிமைகள் தொடர்பான ஷரத்துகள்தான்' என்றும் அவர் வாதம் செய்தார். 'பொது உரிமைகள் சிரமத்தைக் கொடுப்பதால் அரசாங்கம் அதில் தலையிடுவதற்கு ஆர்வமாக இருக்கின்றது என்கிற தோற்றத்தை உருவாக்குவது அறிவார்ந்த செயலாக இருக்காது,'[27] எனவும் பிரதமருக்கு அவர் ஆலோசனை சொன்னார். தனது உரையின்போது பம்பாய் உயர்நீதிமன்றத்தின் தலைமை நீதிபதி எம்.சி. சக்லாவின் கருத்தை (பேச்சுச் சுதந்திர விஷயத்தில் காங்கிரஸ் கட்சி காட்டிய சர்வாதிகாரப் போக்கைக் கண்டித்தாரே அவரேதான்) ஆதரித்துப் பேசிய ஜெயகர், 'அரசமைப்புச் சட்டத்தின் கண்காணிப்பாளர்களாக இருக்க வேண்டும்,' என்று கூடியிருந்தவர்களுக்கு வேண்டுகோள் விடுத்து, அவர்களிடம் 'சமூக நன்மைக்கான முகவர்களாகச் செயல்பட வேண்டிய'[28] பொறுப்பையும் ஒப்படைத்தார்.

ஜெயகரின் எழுச்சிமிக்க உரை அங்கே குழுமியிருந்த நீதித்துறை சகோதரர்களைத் தட்டியெழுப்ப, அரசமைப்புச் சட்டம் கொடுத்திருக்கும் உரிமைகளைக் காப்பதாக அனைவரும் உறுதி ஏற்றார்கள். அரசாங்கத்தின் ஆதிக்க மனப்பான்மைக்குத் தன்னுடைய ஆட்சேபனையைத் தெரிவித்த பம்பாய் மாகாண வழக்குரைஞர்கள் மாநாடு, அடிப்படை உரிமைகளில் திருத்தம் கொண்டுவரும் அரசாங்கத்தின் முயற்சிக்குக் கடும் எதிர்ப்பைப் பதிவு செய்தது. 'ஒருவேளை அடிப்படை உரிமைகளில் மாற்றம் செய்வது அத்தியாவசியமானது எனும் பட்சத்தில் பொதுத்தேர்தலில் மக்களின் தீர்ப்பு கிடைத்த பின்னரே எந்தவொரு திருத்தமும் மேற்கொள்ள வேண்டும்,'[29] என்றும் அது அறிவித்தது. பம்பாய் வழக்குரைஞர்களின் கருத்துக்கு நாட்டின் மூலைமுடுக்குகளில் இருக்கும் வழக்குரைஞர்களிடமும், வழக்குரைஞர் சங்கங்களிடமும் ஏகோபித்த ஆதரவு கிடைக்க, அரசமைப்புச் சட்டத்தின் உரிமைகளைக் குறைக்கும் அரசாங்கத்தின் பேராசைக்கு எதிராக அவர்கள் எல்லோரும் குரல் கொடுத்தார்கள்.

வழக்குரைஞர்களும், வணிகர்களும் தங்களை விஞ்சிவிடக் கூடாது என்பதற்காகத் தொழிலதிபர்களும் போராட்டக்களத்தில் குதித்தார்கள். இந்திய வர்த்தக மற்றும் தொழில்துறை கூட்டமைப்பு (FICCI) தனது செயற்குழுவின் மூலம் விரிவான மனு ஒன்றைத் தயார் செய்து அதைச் சட்ட அமைச்சகத்திடம் ஒப்படைத்தது. அதில், முதல் பொதுத்தேர்தல் முடியும்வரை அரசமைப்புச் சட்டத்தைத் திருத்தும் அனைத்து முயற்சிகளையும் ஒத்திவைக்க வேண்டும் என அவர்கள் அரசாங்கத்தை வலியுறுத்தியிருந்தார்கள். அந்த மனுவில்: 'வெகு விரைவில் பொதுத்தேர்தல் வரவிருக்கும் காரணம் ஒன்றே அரசமைப்புச் சட்டத்தில் பெரும் தாக்கத்தை ஏற்படுத்தும் இம்மாற்றங்களைச் செய்யாமலிருக்கப் போதுமானது. குறிப்பாக ஆட்சியிலிருக்கும் கட்சியின் தேர்தல் தந்திரமாக இதைத் தவறாகப் புரிந்துகொள்ளப்படவும் வாய்ப்பிருக்கிறது.' மேலும், 'அடிப்படை விதிகளை இதுபோல் தன்னிச்சையாக மாற்றுவது கருத்து மோதலுக்கு வழிவகுத்துவிடும்' என்றும் அந்தக் கூட்டமைப்பு எச்சரித்தது. 'உண்மையில் அரசமைப்புச் சட்டத்துக்கோ அல்லது இந்த சட்டத்திருத்தத்தைத் தயாரித்தவர்களின் மீதோ இதனால் எவ்வித மரியாதையும் எழாது'[30] என்றும் அந்த அமைப்பு பழித்துக்காட்டியது.

ஜமீன்தார் சங்கங்கள், வழக்குரைஞர் சம்மேளனங்கள் மற்றும் இந்திய வர்த்தக மற்றும் தொழில்துறை கூட்டமைப்பு போன்ற அமைப்புகள் மட்டுமல்லாமல், சட்டத்திருத்தம் பற்றிய செய்திகளைப் படித்த

ஏராளமான பொதுமக்களும் அரசாங்கத்துடைய திட்டத்தின் மீது விமர்சனங்களையும், வெறுப்பையும் வீசினார்கள்.

கவலைக்குள்ளான சிலர் செய்தித்தாள்களுக்குத் தங்களின் அதிர்ச்சியை எழுதியனுப்பினார்கள். 'அரசமைப்புச் சட்டம் தொடர்பாக நீதித்துறை அளிக்கும் தீர்ப்பு ஆளும்கட்சியின் கொள்கைக்குச் சாதமாக இல்லாததை அவர்களால் ஏற்றுக்கொள்ள முடியாது என்பதற்காக அரசமைப்புச் சட்டத்தைத் திருத்த முடியாது. அப்படிச் செய்தால் அரசமைப்புச் சட்டத்தின் புனிதமே கெட்டுவிடும்... ஆளும்கட்சியின் திட்டங்களுக்கேற்ப இந்திய அரசமைப்புச் சட்டத்தில் திருத்தம் செய்யக்கூடாது,'[31] என்று பம்பாயைச் சேர்ந்த ஒருவர் குமுறினார். ஒருசிலர் அரசமைப்புச் சட்டத்தில் மாற்றம் கொண்டுவருவதற்கு அரசாங்கத்துக்கும், நாடாளுமன்றத்துக்கும் அதிகாரம் இருப்பதாக ஒப்புக்கொண்டார்கள். இருந்தாலும், பொதுவான வாக்குரிமை கொடுத்து நடக்கும் முதல் பொதுத்தேர்தல் முடியும்வரை அவசரப்பட்டு அரசமைப்புச் சட்டத்தைச் சீர்குலைக்க வேண்டாம் என அறிவுரை கொடுக்கவும் அவர்கள் தவறவில்லை.[32]

தன்னுடைய உரிமைகளையும் சுதந்திரங்களையும் தாக்குகிற அரசாங்கத்தின் முயற்சியைக் கண்டு வெறுப்படைந்த டெல்லியைச் சேர்ந்த துணிச்சலான இளம் வழக்குரைஞர் ஒருவர், அந்தச் சட்டத்திருத்தத்தை எதிர்த்து டைம்ஸ் ஆஃப் இந்தியாவின் ஆசிரியருக்கு அனலான வார்த்தைகளால் வதக்கிய கடிதம் ஒன்றை அனுப்பினார். அதில்:

> *'அரசாங்கம் ஜமீன்தார்முறை ஒழிப்புச் சட்டங்களைப் பாதுகாக்கிற போர்வையில், சட்டப்பிரிவு-19ஐ மாற்றப்போகிறது. அதன்மூலம் பேச்சுரிமையை மேலும் கட்டுப்படுத்த இருக்கிறது. 'வெளிநாட்டுச் சக்திகளின் நலன்களுக்காக'வும் 'பொதுஒழுங்கு நலன்களுக்காக'வும் போடப்பட்டிருக்கும் அந்த இரு கட்டுப்பாடுகளிலும் ஆபத்துக்கான சாத்தியங்களே அதிகம். ஒரு கீழ்நிலை அலுவலர் நினைத்தாலே என்னுடைய அடிப்படை உரிமையைப் பறிக்கலாம் என்ற அளவுக்கு அந்த இரண்டாவது கட்டுப்பாட்டின் ஷரத்துக்களை அர்த்தம் கொள்ளலாம். 'தெளிவான, உறுதியான ஆபத்தை' ஏற்படுத்தினாலொழிய பேச்சுச் சுதந்திரத்துக்குக் கட்டுப்பாடு விதிக்க முடியாது என்ற நிலை தூக்கிவீசியெறிப்பட இருக்கிறது. அரசாங்கத்தின் மீது வைக்கப்படும் நேர்மையான எதிர்ப்புகளையும், விமர்சனங்களையும் இது சுத்தமாக நசுக்கிவிடும். இதை அனுமதிக்கலாமா?'[33]*

அந்த இளம் வழக்குரைஞர் மேலும் தொடர்ந்தார்: ‘வெளியுறவுக் கொள்கை பற்றிய அனைத்துக் கருத்துக்களையும் அடக்குவதற்கு அரசாங்கத்துக்கு ஒரு வசதியான கருவி கிடைத்திருக்கிறது. தன்னுடைய கொள்கைகளின் மீது எழுகின்ற அனைத்து விமர்சனங்களையும் அடக்க விரும்பும் அளவுக்கு திரு. நேரு ஏன் இப்படி நடுங்குகிறார்?’[34]

அந்த இளம் வழக்குரைஞரின் கடிதம் பல முக்கிய கேள்விகளுக்குப் பதில் தேடியது. உண்மையைச் சொல்லப்போனால், அந்த இரு கட்டுப்பாடுகளிலும் ஆபத்துக்கான சாத்தியங்களே அதிகம். அரசமைப்புச் சட்டத்தின் கருவறையையே இடிக்குமளவுக்கு, அரசமைப்புச் சட்டத்தின் ‘இதயம் மற்றும் ஆன்மா’வையே சிதைக்குமளவுக்கு ஆபத்தானவை அவை. அரசாங்கம் நேர்மையான விமர்சனங்களை நசுக்க நினைத்ததா? அல்லது அனைத்துத் தரப்பு எதிர்ப்புகளையும் ஒடுக்கத் திட்டம் போட்டிருந்ததா? பாகிஸ்தானையும் அரசாங்கத்தின் வெளியுறவுக் கொள்கையையும் விமர்சித்தால் நாட்டின் பாதுகாப்புக்குக் அச்சுறுத்தல் வந்துவிடுமா என்ன? ஏன் திரு. நேரு நடுங்குகிறார்? எதைக் கண்டு அரசாங்கம் அஞ்சுகிறது? சக்திவாய்ந்த தலைவர் ஒருவர் வீறுநடை போடத் தயாராகிக் கொண்டிருக்க, கண்ணுக்கெட்டிய தூரம்வரை இந்தக் கேள்விகளுக்கான பதில்களே காணவில்லை.

நேரு அரசாங்கத்தையும் அதன் குறிக்கோள்களையும் இந்தளவுக்குக் காட்டமாக விமர்சித்த அந்த இளம் வழக்குரைஞர் வேறு யாருமில்லை, எதிர்காலத்தில் தாராண்மையியத்தின் தூதுவராக இருக்கப்போகிற, ஒரு உயர்நீதிமன்றத்தின் தலைமை நீதிபதியாகப் பதவி வகிக்க இருக்கிற, சிவில் உரிமைகளின் போராளியாகக் களமிறங்கக் காத்திருக்கிற ராஜிந்தர் சச்சார் என்பவர்தான் அவர். இந்தியாவின் முதல் அரசாங்கம் அரசமைப்புச் சட்டத்திடம் அடங்காத ஆணவத்தோடு நடந்து கொண்டதை அவரின் கடிதம் தோலுரித்துக் காட்டியது. நாட்டின் ஒவ்வொரு குடிமகனுக்கும் இருக்கின்ற உரிமைகளை, சுதந்திரங்களைக் காலில் போட்டு மிதித்ததையும் அவரின் கடிதம் அம்பலப்படுத்தியது.

பிற்காலத்தில், மனதில் பட்டதை வெளிப்படையாகப் பேசக்கூடியவர் என்ற பெயரைச் சம்பாதித்து வைத்திருந்தவர் சச்சார். 2016இல் தன்னுடைய மிகப் பிரபலமான ஒரு கட்டுரையில் சச்சார் இப்படி எழுதியிருந்தார்:

> ‘எங்கெல்லாம் எழுதப்பட்ட அரசமைப்புச் சட்டம் இருக்கிறதோ, அங்கெல்லாம் அரசமைப்புச் சட்டம்தான் உச்சபட்ச அதிகாரம்

கொண்டது. எழுதப்பட்ட அரசமைப்புச் சட்டத்தினால் தனது அதிகாரங்கள் வரையறுக்கப்பட்டுள்ளதை நாடாளுமன்றம் ஒப்புக்கொள்வது அதன் இறையாண்மையை எந்த வகையிலும் இழிவுபடுத்துவது ஆகாது. நிர்வாகம் மற்றும் நீதித்துறையின் இறையாண்மையைப் போலவே நாடாளுமன்றத்தின் இறையாண்மையும் எழுதப்பட்ட அரசமைப்புச் சட்டத்துக்கு உட்பட்டதுதான்."[35]

இது போன்ற கருத்துக்கள் – நேருவின் கொள்கைகளுக்கும் காங்கிரஸ் கட்சியின் கொள்கைகளுக்கும் சுத்தமாக ஒத்துவராத இதுபோன்ற கருத்துக்கள் – நேருவின் அரசாங்கம் அரசமைப்புச் சட்டம் விதித்திருந்த கட்டுப்பாடுகளைப் பகிரங்கமாக ஏற்க மறுத்த 1951ஆம் ஆண்டில் வலுப்பெற ஆரம்பித்தன. 2016இல் அவர் வெளிப்படுத்திய அதே கருத்துக்களைத்தான் 1951ஆம் ஆண்டிலும் சச்சார் சொல்லியிருந்தார். ஆனால் கண்டுகொள்ள யாருமில்லை; அக்கறை காட்டவும் யாருமில்லை. மாறாக, வரலாற்று முக்கியத்துவம் வாய்ந்த ஒரு சட்ட முன்மாதிரியைக் காட்டும் வேலை மும்முரமாக நடந்துகொண்டிருந்தது.

குடியரசுத் தலைவரின் எதிர்ப்பு

செய்தி ஊடகங்களில் குவிந்த விமர்சனங்கள் எல்லாம் அரசாங்கத்துக்குச் செவிடன் காதில் ஊதிய சிம்பொனி போல இருந்தது. எதிர்வரும் பொதுத்தேர்தலில் காங்கிரஸ் கட்சிக்குப் பலம் சேர்ப்பதற்காகவே அரசமைப்புச் சட்டம் சூறையாடப்படுகிறது என்கிற குற்றச்சாட்டோ, பாதமான விமர்சனக் குரல்களை நசுக்குவதற்காக நடக்கும் அதிகாரப் போட்டிதான் இந்தச் சட்டத்திருத்தம் என்கிற பழிச்சொல்லோ, அவ்வளவு ஏன், இதெல்லாம் ஜனநாயக தர்மமா? இதெல்லாம் நம்பிக்கை துரோகம் இல்லையா? என்பன போன்ற கேள்விகளோ பிரதமரை இம்மியளவும் அசைக்கவில்லை. தலைசிறந்த முன்னுதாரணமாக இருக்கவும், மக்களின் தீர்ப்பினை நாடவும், அரசமைப்புச் சட்டத்தின் அறத்தை நிலைநிறுத்தவும், அல்லது குறைந்தபட்சம் பொதுத்தேர்தல் வரையாவது சட்டத்திருத்தத்தைத் தள்ளிவைக்கவும் எழுந்த கோரிக்கைகள் படுசுத்தமாக ஒதுக்கப்பட்டன.

செய்தித்தாள்கள் எவ்வளவுதான் சளைக்காது விமர்சித்து வந்தாலும், அறிவுசார் சமூகம் சட்டத்திருத்தத்துக்கு எதிராகத் தொடர்ந்து

ஆலோசனை கொடுத்து வந்தாலும், மத்திய அமைச்சரவையின் சிறப்புக்குழு அதையெல்லாம் மருந்துக்குக்கூட மதிக்கவில்லை. மாறாக, ஏப்ரல் மத்தியில் மேலும் சில பரிந்துரைகளைக் கொடுத்து வெந்தபுண்ணை விரலால் குத்தியது. முதல் வேலையாக, சட்டப்பிரிவு-31 தற்போதிருக்கும் நிலையிலேயே தொடரட்டும் என்றது. ஆனால், நிலம் கையகப்படுத்துதல் மற்றும் ஜமீன்தார்முறை ஒழிப்பு தொடர்பான தற்போதைய சட்டங்களையும், வருங்காலங்களில் கொண்டுவரப்படும் சட்டங்களையும் பாதுகாப்பதுதான் அரசாங்கத்தின் முக்கிய நோக்கம் என்பதால் சட்டப்பிரிவு-31A என்னும் புதிதான ஒரு சட்டப்பிரிவை அறிமுகம் செய்ய அமைச்சரவையின் சிறப்புக்குழு விரும்பியது. சட்டப்பிரிவு-31A சொல்வது இதுதான்: 'எந்த அடிப்படை உரிமையைப் பயன்படுத்தியும், சொத்துக்கள் அல்லது அவற்றின் மீதுள்ள உரிமைகளைக் கையகப்படுத்துவதற்கான சட்டங்களை ரத்துசெய்ய முடியாது.'[36] சட்டப்பிரிவு-19(6)ன்படி குடிமக்கள் எல்லோருக்கும் அவரவர் விரும்பிய தொழிலைச் செய்வதற்கு உரிமை உண்டு. தனியார் நிறுவனங்களை ஓரங்கட்டிவிட்டு தொழில்களைத் தேசியமயமாக்கும் அரசாங்கத்தின் திட்டங்களுக்கு எதிரியாக சட்டப்பிரிவு-19(6) நிற்கக்கூடிய ஆபத்தைச் சிறப்புக்குழு உணர்ந்தே இருந்தது. ஆகவே 'குடிமக்களுக்காக அரசாங்கம் எந்தவொரு வர்த்தகத்தையும், வியாபாரத்தையும், தொழிலையும் அல்லது சேவையையும் மேற்கொள்வதற்கு வசதியாகத் தற்போது நடைமுறையிலிருக்கும் சட்டத்தைப் பாதிக்காத'[37] அளவுக்குச் சட்டப்பிரிவு-19(6)இல் திருத்தம் செய்ய அமைச்சரவையின் சிறப்புக்குழு பரிந்துரை செய்தது.

மெட்ராஸில் தேர்தல் பின்னடைவைத் தவிர்ப்பதிலும், சாதிவாரியான இடஒதுக்கீடு முறையை உறுதிப்படுத்துவதிலும் கவனமாக இருந்த அமைச்சரவையின் சிறப்புக்குழு, அதற்காகச் சட்டப்பிரிவு-15இல் திருத்தம் கொண்டுவர யோசனை கொடுத்தது. மதம், இனம், சாதி, பாலினம் மற்றும் பிறப்பு போன்ற எதன் அடிப்படையிலும் பாகுபாடு காட்டுதல் கூடாது என்று சட்டப்பிரிவு-15 சொல்கிறது. ஆனால் அமைச்சரவையின் சிறப்புக்குழுவோ, 'சமுதாயத்திலும், கல்வியிலும் பின்தங்கிய வகுப்பைச் சேர்ந்த குடிமக்கள், பட்டியலினத்தவர் மற்றும் பழங்குடியினர் ஆகியோருக்கு அரசு சிறப்புச் சலுகைகள் அளிப்பதைச் சட்டப்பிரிவு-15ஆல் தடுக்க முடியாது[38] என்று அதில் திருத்தம் கொண்டுவர விரும்பியது. பிரதமரின் பெரும்பாலான தேவைகளை அமைச்சரவையின் சிறப்புக்குழு பூர்த்தி செய்துகொடுத்தது. அவரின் எந்தவொரு கோரிக்கையும் மறுக்கப்படவில்லை. வகுப்புவாரி

அரசாணையின் சாதி மற்றும் வகுப்பு சார்ந்த இடஒதுக்கீடு முறைக்கு ஆதரவாக அரசமைப்புச் சட்டத்தில் திருத்தம் கொண்டுவர வேண்டும் என்ற மெட்ராஸ் அரசாங்கத்தின் கோரிக்கையை அமைச்சரவையின் சிறப்புக்குழு திட்டவட்டமாக நிராகரித்தது – பிரதமரின் விருப்பப்படி. ஆனால் அரசமைப்புச் சட்ட ரீதியாக இடஒதுக்கீட்டுக் கொள்கைக்கு முழுப்பாதுகாப்பு வழங்கவேண்டும் என்ற கோரிக்கையை அது மகிழ்ச்சியோடு நிறைவேற்றிக் கொடுத்தது – இதுவும் பிரதமரின் விருப்பப்படியே. அடுத்ததாக, முறைப்படி அந்த அறிக்கை குடியரசுத் தலைவருக்கு அனுப்பப்பட்டது.

ஏப்ரல் 19. காங்கிரஸ் கட்சியின் அரசமைப்புச்சட்ட மாற்றக் குழு அமைச்சரவையின் சிறப்புக்குழுவைச் சந்தித்துத் தன் சார்பாகச் சில கருத்துக்களைப் பகிர்ந்து கொண்டது. கூட்டத்தின் முடிவில், 'சட்டப்பிரிவுகள்-19 மற்றும் 31இல் உடனடியான மாற்றங்கள் தேவைப்படும் ஷரத்துகளில் மட்டுமே திருத்தங்களைப் பரிந்துரைக்க உள்ளதாக'[39] செய்தி ஊடகங்களுக்குத் தகவல் கசியவிடப்பட்டது. மக்களையும், எதிர்கட்சிகளையும் திசைதிருப்புவதற்காக அரசாங்கத்தாலும், கட்சிக்குள் 'தகவலறிந்த வட்டாரங்களாலும்' வேண்டுமென்றே பரப்பப்பட்ட விஷமம் இது. காரணம், அப்போதுதான் மக்களும், எதிர்கட்சிகளும் குழப்பமடைவார்கள். பிரச்சினையின் வீரியத்தைக் குறைப்பது போன்ற பிம்பத்தை உண்டாக்கி எதிர்ப்பாளர்களை மெத்தனமாக்கலாம். 'தற்போது அரசமைப்புச் சட்டத்தில் பெரிய அளவிலான மாற்றங்கள் எதையும் அரசாங்கம் மேற்கொள்ளாது எனத் தகவலறிந்த வட்டாரங்கள் தெரிவித்ததாக'[40] ஒரு நாளேடு எழுதியது. 'அளவிலும் எண்ணிக்கையிலும் குறைவான'[41] மாற்றங்களே வரப்போவதாக அரசாங்கத்திலிருக்கும் 'நம்பத்தகுந்த வட்டார'ங்களும் அதற்கு ஒத்து ஊதின. ஆனால் அந்த மாற்றங்கள் எல்லாமே அரசுக்கும் குடிமக்களுக்கும் இருந்த உறவுமுறையை அடியோடு புரட்டிப்போடக் கூடியவை என்பது சம்மந்தப்பட்டவர்களுக்கு நன்றாகத் தெரியும்.

ஏப்ரல் 27. அமைச்சரவையின் சிறப்புக்குழு வகுப்புவாரி அரசாணையை முழுமையாக அமல்படுத்துவதற்கு உதவ மறுத்துவிட்டதால் பீதியடைந்த மெட்ராஸ் மாகாண முதலமைச்சர் குமாரசாமி ராஜா, தன்னுடைய மூத்த அமைச்சர்களோடு டெல்லிக்குப் பறந்தார். 'வகுப்புவாரி அரசாணை மீதான உச்சநீதிமன்றத்தின் தீர்ப்புக்குப் பிறகு எழுந்துள்ள சூழ்நிலை பற்றி ஆலோசனை நடத்துவது'[42] அவரின் நோக்கம். அவரின் வேண்டுகோளை டெல்லி நிராகரித்தது. ஒரு வாரம் கழித்துத் தமிழக நிதியமைச்சரின் தலைமையில் மற்றொரு

அமைச்சரவைக் குழு மீண்டும் டெல்லிக்குப் படையெடுத்தது. பிரபல செய்தித்தாளின் வார்த்தைகளில் சொல்லப்போனால், 'வகுப்புவாத அடிப்படையில் சலுகைகளையும், முன்னுரிமைகளையும் அள்ளிக் கொடுக்கும் இருபதாண்டு பாரம்பரியத்துக்கு'[43] சட்டப்பூர்வ அங்கீகாரம் கேட்கும் கோரிக்கையோடு தமிழகத்தின் அமைச்சர்கள் சென்றிருந்தார்கள். இந்நிகழ்வை விமர்சித்த ஒரு செய்தித்தாளின் தலையங்கம், 'வகுப்புவாரி அரசாணையால் செழிக்கும் சாதிகளின் ஆதரவை இழப்பதற்காக மெட்ராஸிலிருக்கும் காங்கிரஸ் அமைச்சரவை பதறுவது வருத்தமளிக்கிறது. ஜனநாயக அடிப்படையில் உருவாக்கப்பட்ட இந்தியாவின் மதச்சார்பற்ற அரசமைப்புச் சட்டத்தின் ஷரத்துகளை மதிக்கவும், அதன் சாராம்சத்தை உள்வாங்கவும் காங்கிரஸ் அரசாங்கம் தவறியது கவலையளிக்கிறது,'[44] என சோகத்தோடு எழுதியது. ஆனால் பிரதமர் நேருவோ, இவர்களையும் வந்த வழியே திருப்பி அனுப்பிவிட்டார். தன்னுடைய ராஜதந்திரத்தால் சூழ்நிலையை லாவகமாகச் சமாளித்தார். அரசமைப்புச் சட்டத்தைத் திருத்துவதற்கு முக்கிய காரணம் மாநிலங்களின் அரசியல் அழுத்தம் அல்ல, தனது எண்ணங்களும் விருப்பங்களும்தான் என்பதை மீண்டும் ஒருமுறை நிரூபித்துவிட்டார்.

ஏப்ரல் 30. அமைச்சரவையின் சிறப்புக்குழு கொடுத்த அறிக்கையையும், சட்ட அமைச்சகம் தயாரித்து அனுப்பியிருந்த வரைவுச் சட்டத்திருத்த மசோதாவையும் ஆய்வுசெய்த குடியரசுத் தலைவர் ராஜேந்திர பிரசாத், தனது கருத்துக்களைப் பிரதமருக்கு ஒரு கடிதமாக எழுதி அனுப்பினார். குடியரசுத் தலைவர் ராஜேந்திர பிரசாத் அரசமைப்புச் சட்ட நுணுக்கங்களையும், நீதித்துறைக் கோட்பாடுகளையும் கரைத்துக் குடித்தவர். நாட்டில் நிலவும் அரசியல் சூழ்நிலைகளை நன்கு அறிந்தவர். அரசியல் நிர்ணய சபையைத் தலைமையேற்று வழிநடத்தியவர். அதனால் அதன் குறிக்கோள்கள் பற்றிய அபாரமான அறிவை வாய்க்கப் பெற்றவர். அவர் படித்த அந்த இரு அறிக்கைகளும் அவருக்கு மகிழ்ச்சியைத் தரவில்லை. அமைச்சரவையைப் போலில்லாமல், கட்சிக்காரர்களைப் போலில்லாமல், நேருவுக்குச் சரிசமமான ஆளுமை என்று தன்னைக் கருதிக்கொண்டவர் ராஜேந்திர பிரசாத். மற்றவர்கள் எல்லோரும் நேருவிடம் மடங்கிப்போகலாம். ஆனால் அவர் அப்படிப்பட்டவர் அல்ல.

'நாடாளுமன்றத்தாலோ அல்லது ஒரு மாநிலத்தின் சட்டமன்றத்தாலோ இயற்றப்படும் ஒரு சாதாரண சட்டத்தால் தொட்டுவிடமுடியாத அளவுக்குப் புனிதத்தன்மை வாய்ந்தது இந்திய அரசமைப்புச் சட்டம்,' என மூடி மழுப்பாமல் நேரடியாக விஷயத்துக்கு வந்தார் குடியரசுத்

தலைவர். 'ஒரு பிரச்சினையைக் கையாள்வதற்கான மற்ற எல்லா வழிமுறைகளையும் முயற்சி செய்துவிட்டு, அவை எல்லாமும் போதுமானதாக இல்லையென்று கண்டறியும் வரை, அரசமைப்புச் சட்டத்தைத் திருத்துவதற்கு முற்படக்கூடாது.'[45] ஒட்டுமொத்த அரசமைப்புச் சட்டத்துக்கே மிகமுக்கிய அங்கங்களாக இருக்கும் அடிப்படை உரிமைகள் மற்றும் தனிமனித சுதந்திரங்களை ஒரு ஜனநாயக அரசாங்கம் ஆணவத்தோடு அலட்சியப்படுத்துவதை அவரால் தாங்கிக்கொள்ள முடியவில்லை. கடும் அதிர்ச்சியடைந்தார். 'அடிப்படை உரிமைகளைக் கொடுத்திருக்கும் அரசமைப்புச் சட்டத்தின் பகுதி-III தனக்கென்று ஒரு தனிச்சிறப்பையும், முக்கியத்துவத்தையும் பெற்றிருக்கிறது. இப்படி அரசமைப்புச் சட்டத்தின் மற்ற எல்லாப் பகுதிகளையும்விட மிக உயர்ந்த இடத்திலிருக்கும் இப்பகுதியே முதலில் தாக்கப்படுகிறது என்பதுதான் விதியின் விளையாட்டு,'[46] என்னும் அவரின் வார்த்தைகள் கோபத்தால் எரிந்தன.

தற்போதைய நாடாளுமன்றம் தற்காலிகமானது. அரசமைப்புச் சட்டத்தின் காபந்து நெறிமுறைகளுக்கு உட்பட்டு இயங்கிக்கொண்டிருக்கும் ஒரு இடைக்கால ஏற்பாடு. அதுவும் இந்த ஏற்பாடு கூட இரண்டு புதிய அவைகளான மக்களவையும், மாநிலங்களவையும் செயல்பாட்டுக்கு வருகிற வரைதான் என ராஜேந்திர பிரசாத் விளக்கமளித்தார். 'முறையான நாடாளுமன்றத்துக்கு இருக்கின்ற அத்தனை அதிகாரங்களையும் தற்காலிக நாடாளுமன்றம் பெற்றிருந்தாலும் கூட, அதன் செயல்பாடுகளைத் தகுதி, தேவை மற்றும் உரிமையின் அடிப்படையில் கேள்விகேட்க முடியாது என்றாலும் கூட, மிகுந்த கவனத்தோடு அது செயல்படவேண்டும்.'[47] பொதுத்தேர்தலுக்கு முன்பு நடக்கின்ற ஒரு நீண்ட கூட்டத்தொடரின் இறுதிக்கட்டத்தில் நாடாளுமன்றம் இருப்பதால், அவையின் உறுப்பினர்களுக்கு மட்டுமல்லாது நாட்டுக்கும், நாட்டுமக்களுக்கும் முழுமையான காலஅவகாசம் தராமல் அரசமைப்புச் சட்டத்தில் விரும்பத்தகாத மாற்றங்களைச் செய்யும் எந்தவொரு அவசர நடவடிக்கையையும் ராஜேந்திர பிரசாத் எதிர்த்தார்.[48]

அடுத்ததாக, சட்டத்திருத்தங்களின் பக்கம் தனது கவனத்தைத் திருப்பிய ராஜேந்திர பிரசாத், இதுபோன்ற மிக முக்கியமான விவகாரத்தை எடுத்தோம் கவிழ்த்தோம் என்கிற ரீதியில் கையாள்வதாக நேருவையும் அவரின் அமைச்சரவை சகாக்களையும் குறைசொன்னார். இந்திய தண்டனைச் சட்டத்திலுள்ள 124A மற்றும் 153A போன்ற சட்டப்பிரிவுகளையோ பேச்சுச் சுதந்திரத்துக்குக் கடிவாளம் போடும் இன்னபிற பொதுப்பாதுகாப்பு சட்டங்களையோ

பொறுத்தவரை, 'உச்சநீதிமன்றம் எந்தவொரு இறுதியான முடிவுக்கும் வரவில்லை. அதேபோல உயர்நீதிமன்றங்களின் தீர்ப்புகளை அது உறுதிப்படுத்தவும் இல்லை,'⁴⁹ என்கிற மனநிலையில்தான் அவர் இருந்தார். 'இதுவரை எட்டப்பட்டுள்ள முடிவுகளைப் பற்றிய எனது கணிப்பு சரியாக இருக்கும்பட்சத்தில், அடிப்படை உரிமைகள் தொடர்பான சட்டங்களைத் திருத்துகிற அளவுக்குச் சூழ்நிலை எழவில்லை என்று துணிந்து சொல்வேன்,' என்றார் அவர். 'உயர்நீதிமன்றங்கள் வழங்கிய தீர்ப்புகளின் உண்மைத்தன்மையை நாம் உச்சநீதிமன்றத்தில் மேல்முறையீடு செய்துதான் பரிசோதிக்க வேண்டும். உச்சநீதிமன்றமும் இறுதியான ஒரு முடிவுக்கு வந்துவிட்டால், பிறகு விசாரணைக்கு உள்ளாகும் ஷரத்துகளை அரசமைப்புச் சட்டத்தோடு இணங்கச் செய்வதுதான் முதற்கட்ட முயற்சியாக இருக்க வேண்டும்,'⁵⁰ என்று அவர் அமைச்சரவைக்கு அறிவுரை கொடுத்தார்.

சட்டப்பிரிவு-31Aவைப் புதிதாகச் சேர்க்கும் பரிந்துரையும் ராஜேந்திர பிரசாத்துக்கு எரிச்சலைக் கிளப்பியது. தவறான எண்ணத்தில் தோன்றிய மோசமான சட்டப்பிரிவாக அதைக் கருதினார். பீகார் நிலச்சீர்திருத்தச் சட்டத்துக்கு எதிராகப் பாட்னா உயர்நீதிமன்றம் தீர்ப்பு கொடுத்திருக்கலாம், ஆனால் அதற்குப் பிறகு அதே போன்ற ஒரு நிலச்சீர்திருத்த மசோதாவை நாக்பூர் உயர்நீதிமன்றம் ஏற்றுக்கொண்டிருக்கிறது. இதன்மூலம் நம்முடைய அரசமைப்புச் சட்டம் ஜமீன்தார்முறை ஒழிப்பை எதிர்க்கவில்லை என்பது புரிகிறது. குறிப்பிட்ட ஒரு சட்டப்பிரிவு செல்லாது என்று கருதப்பட்டால், அதற்கு அரசமைப்புச் சட்டத்தின் மீது தவறு இருக்கிறது என்று அர்த்தமல்ல. அதற்குப் பதிலாக, பீகார் நிலச்சீர்திருத்தச் சட்டத்தில் உள்ள முறையற்ற ஷரத்துகளை அரசமைப்புச் சட்டத்துக்கு ஏற்றபடி மாற்றியமைக்க வேண்டும் என்று குடியரசுத் தலைவர் குறிப்பிட்டார்.

'... அரசமைப்புச் சட்டத்திருத்தம் என்னும் தீவிர நடவடிக்கையை எடுப்பதற்குப் பதிலாக, பாட்னாவின் முடிவு சரிதானா இல்லையா என்பது குறித்த உச்சநீதிமன்றத்தின் தீர்ப்பைப் பெறுவதே முதல் வேலையாக இருக்கவேண்டும். அதேநேரம், விசாரணைக்குள்ளான சட்டத்தை அரசமைப்புச் சட்டத்துடன் இணக்கமாக மாற்றியமைக்கும் நோக்கில் அரசாங்கம் அதை ஆய்வு செய்யவேண்டும் என்பதுதான் என்னுடைய பரிந்துரை.'⁵¹

என நேருவுக்குத் தெளிவான ஆலோசனையை வழங்கியிருந்தார் ராஜேந்திர பிரசாத்.

நடுநிலையோடு நாட்டுநடப்புகளைக் கண்காணித்துவந்த பெரும்பாலானவர்களைப் போலவே, இந்தியக் குடியரசின் தலைவரும் ஒவ்வொரு குடிமகனின் அடிப்படை உரிமைகளைச் சூறையாடி ஜனநாயக மரபுகளை உடைக்கும் இந்தச் சட்டத்திருத்தத்துக்கு ஆட்சேபம் தெரிவித்திருந்தார். அது கொண்டுவரப்பட்ட நேரத்தையும் எதிர்த்திருந்தார். ஆக்கப்பூர்வமான ஜனநாயக மரபுகளை நிலைநாட்ட வேண்டிய அவசியத்தை ராஜேந்திர பிரசாத் உணர்ந்திருந்தார். இதுபோன்ற சூழ்நிலைகளில் தார்மீக ரீதியாகவும் அரசமைப்புச் சட்ட ரீதியாகவும் நேர்மையை வெளிக்காட்டவேண்டிய அவசியமும் அவரது சிந்தனையில் இருந்தது. இந்த விவகாரத்தில் கவனத்தோடு நடந்துகொள்ள வேண்டுமென பிரதமரை எச்சரித்த அவர், அவசரகதியில் எந்தவொரு நடவடிக்கையையும் எடுக்க வேண்டாம் என்றும் அறிவுரை சொல்லியிருந்தார். அரசமைப்புச் சட்டத்தில் செய்யக்கூடிய எந்தவொரு மாற்றமும் மிகச்சரியான முறையில், முடிந்த அளவுக்கு ஜனநாயக வழியில் மட்டுமே செய்யப்படவேண்டும் என்கிற உணர்வு அவருக்கு இருந்தது. அப்படியில்லை என்றால், கொழுந்து போலத் தழைத்துக்கொண்டிருக்கும் இந்தியாவின் அரசமைப்பு ஜனநாயகத்தையே அது வேரோடு அழித்துவிடும். காலகாலத்துக்கும் மிக மோசமான முன்னுதாரணம் ஆகிவிடும். 'மொத்தத்தில்... பிரச்சினைகளைத் தீர்ப்பதற்காகக் கொண்டுவரப்படும் இந்தச் சட்டத்திருத்தம் அதைவிட அதிகமான பிரச்சினைகளையே உருவாக்கும். குறிப்பாக, வழக்குகளைத் தவிர்க்கும் இதன் நோக்கத்தை அடைவதற்கு வாய்ப்பே இல்லை.'[52] குடியரசுத் தலைவரின் முடிவுரையில் தீர்க்கதரிசனம் மின்னியது.

சரிவின் விளிம்பு

அரசாங்கத்தின் வலிமையை நிலைநாட்டும் பொறுப்பற்ற வைராக்கியத்தில், காங்கிரஸின் கொள்கைகளுக்காக அரசமைப்புச் சட்டத்தின் கதவுகளைத் தகர்க்கிற வேகத்தில், அனைவரின் எச்சரிக்கையும் காற்றில் பறக்கவிடப்பட்டது. நேருவின் ராஜாங்கத்தை வளர்த்தெடுக்க அரசமைப்புச் சட்டத்தைப் பலி கொடுக்க வேண்டியிருந்தது. நேருவும் அவரது அடிபொடிகளும் அதன் தலையை வாங்கத் தயாராகக் காத்திருந்தார்கள். பொதுமக்களின் ஏகோபித்த ஆதரவு கண்ணை மறைக்க, காங்கிரஸ் நாடாளுமன்றக் கட்சியில் எதிர்க்க-ஆளேயில்லாத-ஆதிக்கம் நீடிக்க, நாடாளுமன்றத்திலும்

அசுரபலம் வாய்ந்த பெரும்பான்மை உடனிருக்க,[53] தன்னை விமர்சிப்பவர்களுக்குப் பதில் சொல்லவோ அல்லது தனது அணுகுமுறையை மாற்றிக்கொள்ளவோ நேருவுக்கு எந்தவித அவசியமும் ஏற்படவில்லை. அவ்வளவு ஏன், அரசமைப்புச் சட்டத்தின்படி நாட்டின் உச்சபட்ச அதிகாரம் பெற்றிருந்த குடியரசுத் தலைவரின் வற்புறுத்தல் கூட அவரை அசைக்கவில்லை. பிரதமரைக் கடுமையாக விமர்சித்தவர்களின் எதிர்ப்புகளைப் போலவே, ராஜேந்திர பிரசாத்தின் கருத்துகளும் அவமதிப்போடு புறக்கணிக்கப்பட்டன.

தன்னைச் சுற்றிச் சூறாவளியாகச் சுழன்றடித்த எதிர்ப்புக் குரல்களைக் கண்டு மனம்கலங்காத நேரு, குடியரசுத் தலைவரின் ஆட்சேபத்தை நிராகரித்த நேரு, அடுத்தது அரசமைப்புச் சட்டத்திருத்தம்தான் என்பதைத் தெரிவிக்கும் கடிதங்களைத் தன்னுடைய முதலமைச்சர்களுக்கு எழுதினார். 'நாம் இந்தச் சட்டத்திருத்தத்தின் மூலம் சில குறைகளைக் களைய முயற்சிப்போம்,' என்று அதில் குறிப்பிட்டார். 'இந்தச் சட்டத்திருத்தத்துக்கு இரண்டு முக்கிய நோக்கங்கள் இருக்கின்றன. அடிப்படை உரிமைகளுக்கு நீதிமன்றங்கள் கொடுத்த விளக்கங்கள் காரணமாக ஏற்பட்ட சில சிரமங்களை நீக்குவது ஒன்று... பல்வேறு மாநில சட்டமன்றங்கள் நிறைவேற்றி, இடையில் நீதித்துறையின் முடிவுகளால் தடுக்கப்பட்ட நிலம் தொடர்பான சமூகத் திட்டங்கள் தொடர்பானது மற்றொன்று.'[54] இவ்வளவு தூரம் வந்துவிட்ட பிறகு, குடியரசுத் தலைவரின் தயக்கமோ, பத்திரிகைகளின் எதிர்ப்போ, அறிவுசார் சமூகத்தின் அதிருப்தியோ பிரதமரைத் திசைதிருப்பிவிடுமா என்ன? நினைத்ததை முடிப்பதற்காக உறுதியுடன் களமிறங்கினார் நேரு. நாடாளுமன்றத்தில் கூடிய விரைவிலேயே இந்தச் சட்டத்திருத்தத்தைத் தாக்கல் செய்வதற்காக இந்திய அரசாங்கமும் முழுவீச்சில் பணியாற்றியது.

மே 10. பின்னணியில் தீயாக வேலை நடந்துகொண்டிருக்க, அந்த உத்திரப்பிரதேச ஜமீன்தார்முறை ஒழிப்பு மற்றும் நிலச்சீர்திருத்தச் சட்டம் தொடர்பான வழக்கில் அலகாபாத் உயர்நீதிமன்றம் தீர்ப்பு வழங்கியது. பல வழக்குரைஞர்களின் எதிர்பார்ப்புக்கு மாறாக, பல முக்கிய ஜமீன்தார்களின் நம்பிக்கையைப் பொய்யாக்கும் விதத்தில், 'ஜமீன்தார்முறை ஒழிப்புச் சட்டம் அரசமைப்புச் சட்டத்தின் எந்த விதிகளுக்கும் முரணாக இல்லை. ஆகவே அதைச் செல்லாது என்று அறிவிக்க முடியாது'[55] என உயர்நீதிமன்றத்தின் முழுஅமர்வு தீர்ப்பு சொல்லிவிட்டது. நான்காயிரத்துக்கும் மேற்பட்ட ஜமீன்தார்கள் போட்டிருந்த அத்தனை மனுக்களையும்

அபராதமின்றித் தள்ளுபடி செய்து உத்தரவிட்டது நீதிமன்றம். உத்திரப்பிரதேச அரசாங்கத்துக்கு மிகப்பெரிய ஆறுதல் கிடைத்தது. அதிலும் குறிப்பாக, மசோதாவைத் தயாரித்து அதைச் சட்டமன்றத்தில் நிறைவேற்றுவதற்குப் படாதபாடுபட்ட முதலமைச்சர் கோவிந்த் வல்லப பந்த்துக்குக் கிட்டத்தட்ட உயிர் போய் மீண்டது மாதிரி! இருந்தாலும் பிரதமர் நேருவுக்கும், இந்திய அரசாங்கத்துக்கும் சொல்லமுடியாத நெருக்கடி. தர்மசங்கடம்.

இந்தத் தீர்ப்பினால் நேருவின் வாதங்கள் அனைத்தும் காற்று பிடுங்கிய பலூனைப்போல ஆதாரமற்றுத் தவித்தன. முறையாகத் திட்டமிட்டு, நியாயத்தோடு உருவாக்கி, அதன்பிறகு நிறைவேற்றிய ஜமீன்தார்முறை ஒழிப்பு மற்றும் நிலச்சீர்திருத்தச் சட்டத்துக்குக் குறுக்கே அரசமைப்புச் சட்டத்தால் நிற்க முடியாது என்பதை நீதிமன்றத்தின் தீர்ப்பு சந்தேகத்துக்கு இடமில்லாமல் நிரூபித்துவிட்டது. அரசமைப்புச் சட்டத்திடமோ அல்லது அடிப்படை உரிமைகளிடமோ இப்போது பிரச்சினை இல்லை. ஒட்டுமொத்தப் பிரச்சினையுமே பீகாரில் தயாரான மசோதாவிடம் இருப்பது சம்பந்தப்பட்ட அனைவருக்கும் புரிந்துவிட்டது. அதோடு சேர்ந்து காங்கிரஸ் தலைவர்களின் செயல்பாட்டிலும், மனப்பான்மையிலும் குறைகள் இருப்பதை எல்லோரும் உணர்ந்து கொண்டார்கள். முடிவில் குடியரசுத் தலைவர் சொன்னதுதான் சரி என்று நிரூபணமானது. ஜமீன்தார்முறை ஒழிப்பை நீதிமன்றம் தடுக்கவில்லை. பிரச்சினைக்குரிய சட்ட மசோதாக்களை அரசமைப்புச் சட்டத்துக்கு ஏற்றபடி மாற்றுவதுதான் இதுபோன்ற சூழ்நிலைகளில் எடுக்கவேண்டிய முதல் நடவடிக்கை என்று ஏற்கனவே அவர் சொல்லியிருந்தார்.

இந்தியாவில் சமூக மறுமலர்ச்சியை உண்டாக்குவது காங்கிரஸ் கட்சியின் பல நாள் கனவு. அந்தக் கனவை நனவாக்கும் முயற்சிகளுக்கு அரசமைப்புச் சட்டம் ஆபத்தாக நிற்கிறது எனக் கடந்த சில மாதங்களாகவே நேரு பிரச்சாரம் செய்துவந்தார். ஜமீன்தார்முறையை ஒழிப்பதா? அல்லது அரசமைப்புச் சட்டத்தில் உள்ள அடிப்படை உரிமைகளை மதிப்பதா? இந்த இரண்டில் ஏதாவது ஒன்றை மட்டுமே தேர்ந்தெடுக்க வேண்டும் என்று அவர் அழுத்தம் கொடுத்துவந்தார். ஆனால் அவரின் வாதங்களில் உண்மையில்லை என்பதை அலகாபாத் உயர்நீதிமன்றத்தின் தீர்ப்பு வெளிச்சம் போட்டுக்காட்டிவிட்டது. ஜமீன்தார்முறை ஒழிப்புக்குக் கிடைத்த சில பாதகமான தீர்ப்புகளே அரசமைப்புச் சட்டத்திருத்தங்களை இவ்வளவு அவசரமாகக் கொண்டு வருவதற்குக் காரணம் எனத் திரும்பத்திரும்பச் சொல்லிக்கொண்டிருந்தார்

பிரதமர் நேரு. ஆனால் அதெல்லாம் நீதித்துறையின் மீது ஆதிக்கம் செலுத்தத்துடித்த நிர்வாகத்தின் அதிகாரப்பசியை மறைக்கும் பாசாங்கு மட்டுமே என்பது அம்பலமாகிவிட்டது. அது சரி, இப்போதுதான் ஜமீன்தார்முறை ஒழிப்புக்குச் சாதமாக நீதிமன்றத்தின் தீர்ப்பு வந்துவிட்டதே, இருப்பதிலேயே மோசமான ஒரு சிக்கல் தீர்ந்துவிட்டதே, இனிமேலாவது அரசாங்கம் நின்று நிதானித்துச் செயல்படுமா; சூழ்நிலையைக் கவனத்தோடு ஆராயுமா; அரசமைப்புச் சட்டத்தின் மேல் முழுவீச்சில் தாக்குதல் தொடுப்பதற்கு முன்னால் கொஞ்சமாவது மனம் இரங்குமா என்று நினைத்தால் அது தவறு. நேருவையும் அவரின் அரசாங்கத்தையும் எக்காரணத்தைக் கொண்டும், யாராலும் தடுக்கமுடியாது.

இந்தியாவின் புதிய ஆட்சியாளர்கள் இதுவரை உள்ளுக்குள் பொத்திப்பொத்தி மறைத்து வைத்திருந்த சர்வாதிகார மனப்பான்மையை இப்போது நாடே அறிந்துகொண்டது. மாற்றுக்கருத்துகளைத் தடை செய்வது, முரண்பட்ட எண்ணங்களை அடக்குவது, எதிர்ப்புகள் அனைத்தையும் நசுக்குவது போன்ற பிரிட்டிஷ் காலனியாதிக்கத்தின் பாரம்பரியங்களுக்கு அவர்களின் வாரிசுகளான சுதந்திர இந்தியாவின் ஆட்சியாளர்களும் உரிமை கோரினார்கள். சுதந்திரப் போராட்ட காலம் முழுக்க இந்திய மக்களின் ஒரே உண்மையான பிரதிநிதிகள் தாங்கள்தான் என்று காங்கிரஸ் தலைவர்கள் காட்டிக்கொண்டார்கள். இந்திய மக்களுக்காகக் குரல் கொடுக்கும் தகுதி தங்களுக்கு மட்டுமே உள்ளதாக மார்தட்டிக்கொண்டார்கள். நாட்டின் பெயரால், அரசுக்கும் அதன் எல்லைகளுக்கு உட்பட்ட பகுதிகளுக்கும் உரிமை கொண்டாடிக்கொண்டார்கள்.[56] பிரிட்டிஷாரிடமிருந்து அதிகாரத்தைக் கைமாற்றிக்கொள்வது காங்கிரஸ் கட்சிக்கு எந்த அளவுக்கு முக்கியமாகப்பட்டதோ அதே அளவுக்கு அரசியல் அரங்கத்தில் பிற கட்சிகளை ஓரம்கட்டுவதும் குறிக்கோளாக இருந்தது. அக்கால விமர்சகர் ஒருவர் சொன்னது மாதிரி, காங்கிரஸ் கட்சி தங்களுக்கும் தங்களது கருத்துகளுக்குமான அரசியல் உடன்படிக்கையை அரசியல் சுதந்திரமாகப் பாவித்தது.[57] ஆனால் இப்போது நிலைமை மாறிவிட்டது. புதிய மக்களாட்சிக் குடியரசு ஒன்று உதயமாகி இந்நிலையை முடிவுக்குக் கொண்டுவந்துவிட்டது.

சுதந்திர இந்தியாவின் புதிய ஜனநாயகத் தலைவர்களுக்கு இப்போது பிற குழுக்களும் இந்திய மக்களுக்கான பிரதிநிதிகளாக உரிமை கொண்டாடும் நிலையை எதிர்கொள்ள நேர்ந்தது. சித்தாந்த ரீதியாக எதிர்த்தவர்களையும் இப்போது அவர்கள் பொறுத்துக்கொள்ள வேண்டியிருந்தது. இவையெல்லாவற்றையும் விட, அரசமைப்புச்

சட்டத்தின் அதிகாரத்துக்கு அடங்கிப்போகவேண்டிய நிலைக்கு அவர்கள் தள்ளப்பட்டார்கள். முந்தைய பிரிட்டிஷ் காலனியாதிக்க ஆட்சியாளர்களைப் போல் தாங்கள் நினைத்ததையெல்லாம் செய்ய முடியாதது புதிய இந்தியாவின் தலைவர்களைத் திடுக்கிட வைத்தது. எதிர்ப்பாளர்களையும் சகித்துக்கொள்ள வேண்டிய கட்டாயம் அவர்களுக்கு. அரசமைப்புச் சட்ட வரலாற்று அறிஞர் ஹர்ஷன் குமாரசிங்கம் குறிப்பிட்டதைப் போல, 1947இல் இருந்தே அளவுக்கு மீறிய, வானளாவிய அதிகாரத்தை அனுபவித்த இந்தப் 'பிரபுக்களின் கூட்டம்', அவ்வளவு எளிதில் விட்டுக்கொடுக்கப் போவதில்லை."[58] அரசமைப்புச் சட்டத்தைத் திருத்துவதற்கான இந்தப் பாய்ச்சல் என்பது குமாரசிங்கம் வர்ணித்ததைப் போல, 'வாக்காளர்களுக்கு வெளிப்படையாகத் தெரியாமலேயே, அவர்களின் பங்கேற்பு இல்லாமலேயே... நடத்தப்படும் ஒரு நிர்வாகப் போராட்டம். அரசமைப்புச் சட்டத்தின் முக்கியத்துவத்துக்கான தேடல்.'[59]

இந்தச் சட்டத்திருத்தத்துக்கான காரணத்தை அறிந்தவர்கள் ஒருசிலரே. மே 11, 1951. தி ஸ்டேட்ஸ்மேன் செய்தித்தாளின் தலைப்புச் செய்தி எல்லாவற்றையும் எழுதித் தள்ளியது: 'அரசமைப்புச் சட்டத்தில் தேசத்துரோகம் பற்றிய ஷரத்துகள்: திரு.நேரு இந்த வாரத்தில் மசோதாவை அறிமுகப்படுத்தலாம்.'[60] 'அரசியல் நிர்ணய சபையில் நடந்த விவாதத்தின் போது சுதந்திர இந்தியாவில் ஒரு பழங்காலத்து வழக்கமாகத் தேசத்துரோகம் நிராகரிக்கப்பட்டிருந்தது,' என்ற அந்தச் செய்திக்குறிப்பு தொடர்ந்தது:

'அதிகாரப்பூர்வச் சட்டத்திருத்தம் ஒன்றின் மூலமாக தேசத்துரோகம் அரசமைப்புச் சட்டத்தில் அறிமுகப்படுத்தப்பட உள்ளது. தனிநபர் சுதந்திரங்கள் தொடர்பான 19வது சட்டப்பிரிவைத் திருத்தும் எண்ணம் கைவிடப்பட்டதாக முந்தைய செய்திகளில் சொல்லப்பட்டிருந்தது. ஆனால் அதற்கு மாறாக, இந்தச் சட்டத்திருத்த மசோதாவின் இறுதிவடிவத்தில் பேச்சு மற்றும் கருத்துச் சுதந்திரத்தின் மீது கணிசமான கட்டுப்பாடுகளை விதிக்க இருப்பதாக அறியப்படுகிறது... இந்தச் சட்டத்திருத்தத்தின்படி தேசத்துரோகம், வெளிநாட்டு உறவுகளுக்கு ஆபத்து ஏற்படுத்தக்கூடிய நடவடிக்கைகள் போன்றவற்றை சேர்ப்பதன் மூலம் பேச்சுச் சுதந்திரங்களைக் கட்டுப்படுத்தும் காரணிகளை நாடாளுமன்றம் விரிவாக்க இருக்கிறது.'[61]

அன்று மாலை, அதாவது நாடாளுமன்றத்தில் அரசமைப்புச் சட்டத்திருத்தத்தை அறிமுகம் செய்வதற்கு முந்தைய நாள் மாலை,

அல்லாடி கிருஷ்ணசாமி அய்யர் (இடஒதுக்கீடுக்கு எதிராக நீதிமன்றத்தில் வாதாடி வகுப்புவாரி அரசாணையை காலிசெய்த அதே வழக்குரைஞர்), சட்டத்துறைச் செயலாளர் கே.வி.கே. சுந்தரத்துக்கு ஓர் ஆலோசனை சொன்னார். அரசாங்கத்தின் இடஒதுக்கீடு கொள்கையைப் பாதுகாப்பதற்காகச் சட்டப்பிரிவு-15ஐ மாற்றியது போலவே கல்வி நிறுவனங்களின் மாணவர் சேர்க்கையில் பாகுபாடு காட்டுவதைத் தடுக்கின்ற சட்டப்பிரிவு-29(2)யும் திருத்தியமைக்க வேண்டும்[62] என்பதுதான் அந்த ஆலோசனை. மே 11, 1951. உஷ்ணமான அந்தக் கோடை நாளின் மாலைப் பொழுதில், நாடும், அதன் அரசமைப்புச் சட்டத்தின் எதிர்காலமும், மக்களின் உரிமைகளும், சுதந்திரங்களும் சரிவின் விளிம்பில் ஊசலாடிக்கொண்டிருந்தன. இதுதான் சரிவிலிருந்து மீளுவதற்கு அரசாங்கத்துக்கு இருக்கும் ஒரே வாய்ப்பு, கடைசி வாய்ப்பு. பாதாளத்தில் விழாமல் திரும்பிவிடுவதற்கு இப்போதுகூட நேரமிருக்கிறது. ஆனால் அரசாங்கம் அந்த வாய்ப்பைப் பயன்படுத்திக்கொள்ளவில்லை.

மே 12, 1951. நேரம்: காலை 9.31 மணி. இடம்: நாடாளுமன்றம். மிகச்சரியாக இதே நேரத்தில் பிரதமர் ஜவஹர்லால் நேரு எழுந்தார். எழுந்து, மக்கள் பிரதிநிதித்துவச் சட்டமசோதா தொடர்பாக நீண்டநேரமாக இழுத்துக்கொண்டிருந்த விவாதத்தைக் குறுக்கிட்டார். குறுக்கிட்டு, அரசமைப்பு முதல் திருத்தச்சட்ட மசோதாவை அறிமுகம் செய்தார். அவர் அறிமுகம் செய்த அக்கணம் வரை, தன்னுடைய திட்டம் பற்றிய எந்தவொரு அதிகாரப்பூர்வ அறிவிப்பையும் அரசாங்கம் வெளியிடவில்லை. அந்தச் சட்டத்திருத்தத்தின் உண்மையான ரூபத்தை அறிந்தவர் ஒருசிலர்தான். முதலில் எதிர்ப்பு காட்டியவர் ஹுசைன் இமாம். பீகாரைச் சேர்ந்த முஸ்லீம் லீக் தலைவர் அவர். பிற்காலத்தில் அவரின் சக தோழர்களான சௌத்ரி காலிகுஸ்சமான் மற்றும் ஹுசைன் ஷேக் சுரவர்த்தி போன்றவர்களோடு பாகிஸ்தானில் குடியேறப்போகிறவர்.

‘என்ன திருத்தம் செய்யப்போகிறீர்கள்? என்ன திருத்தம் செய்யப்போகிறீர்கள்? இது வழக்கத்துக்கு மாறாக இருக்கிறது.’[63] இமாமின் வார்த்தைகள் கொதித்தன. மற்ற எதிர்க்கட்சி உறுப்பினர்களுக்கும் அவரின் கொந்தளிப்பு பரவ, அவர்களும் இமாமுக்கு ஆதரவாகக் குரல் கொடுக்க ஆரம்பித்தார்கள். சபாநாயகர் ஜி.வி. மாவலங்கர் சமாதானப்படுத்தினார், ‘இப்போது அதைப்பற்றி நாம் விவாதிக்க வேண்டாம். சட்ட மசோதா உறுப்பினர்களின் ஆய்வுக்காக வழங்கப்படும்.’[64] சட்டத்திருத்த மசோதாவால் எதிர்க்கட்சி உறுப்பினர்களைப் போலவே சபாநாயகரும் திகைப்படைந்தார்.

புதிய குடியரசு உருவாகிய பதினைந்து மாதங்கள் கழித்து, அரசமைப்புச் சட்டத்தைக் காப்பதற்கான, தேசத்தலைவர்களின் அரசமைப்பு லட்சியங்களைக் காப்பதற்கான, சிவில் சுதந்திரங்களைக் காப்பதற்கான, அடிப்படை உரிமைகளைக் காப்பதற்கான, உண்மையில் இந்திய தாராண்மையியத்தைக் காப்பதற்கான முதல் போர் தொடங்கியிருந்தது.

★ ★ ★

போர் தொடங்குகிறது

நாடாளுமன்றத்தில் அதிகாரப்பூர்வமாக அறிமுகமானபோதுதான், இந்தச் சட்டத்திருத்தத்திலிருந்த ஷரத்துகள் பற்றிய முன்னோட்டத்தைப் பத்திரிகைகளும், பொதுமக்களும் கண்டார்கள். சட்டத்திருத்த மசோதா ஓர் இடிதாங்கியைப் போல விமர்சனங்களை ஈர்த்தது. எதிர்க்கட்சிகளைப் போராடத் தூண்டியது. 'அரசமைப்புச் சட்டத்திருத்த மசோதாவை நேரு அறிமுகம் செய்கிறார்: சுதந்திரத்தில் மேலும் கட்டுப்பாடுகள்,' என ஸ்டேட்ஸ்மேன் நாளேட்டின் தலைப்புச் செய்தி அலறியது.[65] 'அரசமைப்புச் சட்டத்திருத்த மசோதா சட்டப்படி தவறானது. அரசமைப்புச் சட்டத்தையே அழிக்கக்கூடியது,' என்று இந்திய அரசியல் சாசன சங்கத்தின் பொதுச் செயலாளர், பி.என். மேத்தா பிரகடனம் செய்தார். பாசாங்குத்தனம் செய்வதாக நேருவைக் கடுமையாகத் தாக்கிப் பேசினார்:

> 'சில மாதங்களுக்கு முன்பு, டில்லியில் நடந்த அனைத்திந்திய பத்திரிகையாசிரியர்கள் சம்மேளனத்தின் கூட்டத்தில் பேசிய பிரதமர், பேச்சு மற்றும் கருத்துச் சுதந்திரத்தைக் குறைக்கும் எண்ணம் அரசாங்கத்துக்குத் துளிகூட இல்லை என்று திட்டவட்டமாக, ஆணித்தரமாக அறிவித்திருந்தார். இவ்வளவு குறுகிய இடைவெளிக்குள் 'பொது ஒழுங்கு'க்கும் 'வெளிநாட்டு உறவு'களுக்கும் தீங்கு ஏற்படுத்தும் அளவுக்கு, இதுபோன்ற கடுமையான கட்டுப்பாடுகள் விதிப்பதைத் தவிர்க்க முடியாத அளவுக்கு, அப்படியென்ன தலைபோகிற ஆபத்து, உடனடி ஆபத்து எழுந்துள்ளது என்பதை அறிய நாட்டு மக்களுக்கு உரிமை இல்லையா?'[66]

இந்தியாவின் மிகுந்த மதிப்புக்கும் மரியாதைக்கும் உரிய வழக்குரைஞர்களில் ஒருவரும், லாகூர் சதி வழக்கில் பகத்சிங்குக்கு ஆதரவாக வாதாடியவருமான மேத்தா, 'பேச்சு மற்றும் கருத்துச்

சுதந்திரத்தை அழிப்பது என்பது மிகக்கொடிய நிகழ்வாக இருக்கும். அதன் விளைவாக பல்லாண்டுக்கணக்கில் நாடு அடிமைப்பட்டுக் கிடக்கும் நிலை வரும். நம்முடைய சுதந்திரங்களின் மீதான இந்த ஊடுருவலை முறியடிக்கவேண்டும். அரசமைப்புச் சட்டத்தைக் காப்பாற்ற வேண்டும்,'[67] என்று அறைகூவல் விடுத்தார். மேத்தாவின் வார்த்தைகள் சட்டத்துறை சமூகத்துக்கு உத்வேகத்தைப் பாய்ச்சியது. தில்லியில், என்.சி.சாட்டர்ஜீ மற்றும் கோபிநாத் குன்ஸ்ரூ தலைமையில் ஐம்பதுக்கும் மேற்பட்ட மூத்த வழக்குரைஞர்கள் திரண்டுவந்து, 'இந்திய அரசமைப்புச் சட்டத்தில் உள்ள அடிப்படை உரிமைகளைக் குறைக்கும் முயற்சிக்கு எதிராக இந்தியாவின் சக வழக்குரைஞர்கள், அதிலும் குறிப்பாக நாடு முழுவதிலும் இருக்கின்ற அனைத்து வழக்குரைஞர் சங்கங்கள் என எல்லோரும் ஒன்றிணைந்து போராட வேண்டும்,'[68] என்று வேண்டுகோள் வைத்தார்கள். இதில் என்.சி.சாட்டர்ஜீ, பிற்கால கம்யூனிசத் தலைவர் சோம்நாத் சாட்டர்ஜீயின் தந்தை. கோபிநாத் குன்ஸ்ரூ முற்போக்குச் சித்தாந்தம் கொண்ட நாடாளுமன்ற உறுப்பினர் ஹ்ருதய் நாத் குன்ஸ்ரூவின் சகோதரர்.

டைம்ஸ் ஆஃப் இந்தியாவின் தலையங்கம் ஒன்று இந்திய அரசாங்கத்தையும் பிரதமர் நேருவையும் கடுமையான வார்த்தைகளால் புரட்டியெடுத்தது:

> *'அரசமைப்புச் சட்டத்தைத் திருத்தும் பிரதமரின் முயற்சிகளில் அநாகரீகமான அவசரம் ஊடுருவுகிறது... அரசமைப்புச் சட்டத்தின் விதிமுறைகளுக்குள் இணங்கி நடப்பது மத்திய, மாநில அரசாங்கங்களின் ஜனநாயகச் செயல்பாடுகளுக்கு இவ்வளவு குறுகிய காலத்துக்குள்ளாகவே கடினமாகியிருக்க வேண்டும் என்ற விமர்சனத்துக்கு இது வெளிச்சம் பாய்ச்சுகிறது. மிகப் பிரம்மாண்டமான இந்த அரசமைப்புச் சட்டம் நடைமுறைக்கு வந்து வெறும் பதினைந்து மாதங்கள்தான் ஆகிறது. பொதுவாக நீதிமன்ற விளக்கங்களும், கருத்துப் பரிமாற்றமும்தான் சட்டரீதியான நடைமுறைகளின் வளர்ச்சிக்கு உதவுகின்றன. முதல் பொதுத்தேர்தலுக்கு முன்பாகவே ஒரு புதிய சுதந்திர நாட்டின் அரசாங்கம், அரசமைப்புச் சட்டத்தில் திருத்தம் கோருவதை அநேகமாக இதுவரை யாருமே கேள்விப்பட்டதில்லை. இதுபோன்ற சுதந்திரங்கள், உரிமங்களாக மாறுகிற மோசமான நிலை வந்துவிடக்கூடாது என்பது சரியாக இருந்தாலும், அயல்நாட்டு விவகாரங்கள் மற்றும் பொதுஒழுங்கு போன்ற விரிவான விஷயங்களில் சுதந்திரமாகக் கருத்து*

தெரிவிப்பதை ஆபத்தாக நினைக்குமளவுக்குப் பத்திரிகைகளின் கருத்துரிமையைத் தடைசெய்யும் அவசியம் என்ன? காரணம் என்ன?[69]

'பொதுஒழுங்கு என்னும் புனிதப்பெயரால் அளவுக்கதிகமான சர்வாதிகாரங்கள் வளர்த்தெடுக்கப்படுகின்றன,' என்று அந்தக் கட்டுரையாளர் எச்சரித்தார். 'பொதுஒழுங்கு என்ற வார்த்தையின் விளக்கத்தை ஆட்சிநிர்வாகத்தின் தயவில் விட்டுவிடுவது விலைமதிப்பற்ற உரிமை ஒன்றை ஒப்புக்கொடுப்பதற்குச் சமம்,'[70] என்றார் அவர். இதையெல்லாம் வைத்துப் பார்க்கும்போது நேருவின் சட்டத்திருத்தம் ஜனநாயகச் சுதந்திரத்தை, தனிமனித உரிமைகளைக் காக்கின்ற அரசமைப்புச் சட்டத்தின் நோக்கங்களை, அதை வலுப்படுத்தும் நீதித்துறையின் தீர்ப்புகளைச் சுத்தமாக மதிக்கவில்லை என்பது தெளிவாகிறது. நேருவின் ராஜாங்கத்தைக் கட்டமைப்பதற்கான முதல்படி இதுதான். மோசமான அரசு இயந்திரம், ஆளுமை-சார் சமூகத் திட்டங்களைத் திணிக்கும் ஆதிக்கப் போக்கு, ஆட்சிநிர்வாகத்தின் அளவுகடந்த அதிகாரம், மாற்றுச் சித்தாந்தங்களின் மீது தொடுக்கப்படும் கடுமையான, உறுதியான அடக்குமுறை இவையெல்லாம் சேர்ந்துகொண்டு ஜனநாயக நடைமுறைகளின் மீதும், கூட்டுக்கொள்விதியாக்கத்தின் மீதும் உள்ள சட்டபூர்வ அர்ப்பணிப்புக்கு எதிராக அச்சுறுத்திக்கொண்டிருந்தன.

அரசுக்கும் குடிமக்களுக்கும் இடையே இருந்த உறவுமுறையை இந்தச் சட்டத்திருத்தம் ஒட்டுமொத்தமாக மாற்றியமைத்தது. அதுவும் அரசியல் நிர்ணய சபை கனவு கண்டிருந்ததற்கு நேர்மாறாக. காலனியாதிக்கப் பரம்பரையிடமிருந்து வழிவழியாகப் பெற்றிருந்த கொடுங்கோல் அதிகாரத்தைப் பயன்படுத்தி அரசும், ஜனநாயகத்தை வழிநடத்துபவர்களும் தங்களுடைய விமர்சகர்களுக்கும் அரசியல் எதிரிகளுக்கும் இழைக்கின்ற தினசரி அநீதிகளைக் கண்மூடித்தனமாக ஆதரிப்பவர்களுக்கு இந்தச் சட்டத்திருத்தம் ஒரு மாபெரும் வெற்றி. அரசமைப்புச் சட்டத்தின் தடையில்லாமல் தங்களின் கரங்களை வலுப்படுத்தவும், ஆட்சி அதிகாரத்தின் மேல் காங்கிரஸ் கட்சியின் பிடியை உறுதிப்படுத்தவும் இந்தச் சட்டத்திருத்தம் அவர்களுக்கு ஒரு கருவி. டைம்ஸ் ஆஃப் இந்தியாவின் வார்த்தைகளில் சொல்வதென்றால்: 'இப்போது காங்கிரஸ் உறுப்பினர்களில் பெரும்பாலானோர் கடுமையான நடவடிக்கை எடுப்பதற்கான நேரம் வந்துவிட்டது என்றே நினைக்கிறார்கள். முன்னேற்றத்தைத் தடுக்கும் இடையூறுகளை அரசமைப்புச் சட்டமூடத்தனம் என்கிற மண்ணில் இனிமேலும் வேரூன்ற அனுமதிக்கக்கூடாது என்றும்

நினைக்கிறார்கள்.'[71] அடிப்படை உரிமைகள் அரசமைப்புச் சட்டத்தின் மூடத்தனமாக மாறிப்போனது ஆளும் வர்க்கத்தின் மனப்பான்மைகள் 1950இன் ஜனவரி மாதத்து மகிழ்ச்சியான நாட்களிலிருந்து எவ்வளவு தூரம் விலகிவிட்டன என்பதைக் கசப்போடு நினைவூட்டியது.

குடியரசுத் தலைவரில் தொடங்கி எல்லோரும் கேட்ட கேள்வி, 'ஏன்?' – இவ்வளவு அவசரத்துக்கு அப்படி என்ன தேவை? பிரதமர் என்ன நினைத்துக் கொண்டிருக்கிறார்? முக்கிய நாளேடு ஒன்று குறிப்பிட்டதைப் போல:

> *'இந்த நடவடிக்கைக்குக் காட்டப்படும் அவசரமே கணிசமான விமர்சனத்துக்கு உள்ளாவதற்குப் போதுமானது. பத்திரிகைகள் மற்றும் பிற சுதந்திரமான அமைப்புகளான உச்சநீதிமன்ற வழக்குரைஞர் சங்கம் உள்ளிட்ட பல்வேறு பிரிவினரும் இதை அநாகரீகமான அவசரமாகவும், தவறான முன்னுதாரணமாகக் கருதப்படக்கூடும் என்கிற அடிப்படையிலும் தங்களின் பேச்சு மற்றும் எழுத்தின் மூலமாக எதிர்ப்புகளைத் தெரிவித்து வருகிறார்கள்...'*[72]

மே 16, 1951. இதற்கெல்லாம் பிரதமர் நேரு நாடாளுமன்றத்தில் பதில் சொன்னார். அரசமைப்பு முதல் திருத்தச்சட்ட மசோதாவின் மீதான விவாதம் தொடங்கியது. மசோதா தொடர்பான பூர்வாங்கப் பணிகளைத் தொடங்கிவைத்த பிரதமர், இருபத்தோரு உறுப்பினர்கள் அடங்கிய தேர்வுக்குழுவின் பரிசீலனைக்காக மசோதா அனுப்பப்படும் என்றார். பிரதமர் நேருவின் தலைமையில் அந்தத் தேர்வுக்குழு செயல்படும். குழுவின் அறிக்கை ஐந்து நாட்களில் எதிர்பார்க்கப்படும். அந்தக் குழுவில் ஷியாமா பிரசாத் முகர்ஜி, ஹ்ரிதய் நாத் குன்ஸ்ரு மற்றும் பேராசிரியர் கே.டி. ஷா போன்ற எதிர்க்கட்சித் தலைவர்களும் இடம்பெற்றிருந்தார்கள். சி.ராஜகோபாலச்சாரி, பி.ஆர். அம்பேத்கர் மற்றும் சிலரைக் காங்கிரஸ் கட்சி நியமித்திருந்தது. அரசமைப்புச் சட்டத்தைப் புரட்டியெடுப்பதில் நேரடி அனுபவத்தைப் பெறுவதற்காக இளம் காங்கிரஸ் பிரமுகர் ஒருவரைக் காங்கிரஸ் கட்சி தேர்வுக்குழுவுக்கு அனுப்பியிருந்தது. பிற்காலத்தில் காங்கிரஸ் கட்சிக்கே தலைவராகப் போகிற தேவ் காந்த் பரூவா என்பவர்தான் அவர். எமர்ஜென்சியின்போது இச்சகம் பாடுவதில் அதுவரை இருந்த சாதனைகளையெல்லாம் முறியடித்த 'இந்தியாதான் இந்திரா, இந்திராதான் இந்தியா' என்ற கோஷத்தைப் போட்டவர் அவர்.

இக்காலக்கட்டத்தில், காங்கிரஸ் உறுப்பினர்கள் எந்தவிதமான விமர்சனங்களையும் வெளியிடக்கூடாதென தடுக்கப்பட்டதாகவும்,

மீறி சலசலப்பை ஏற்படுத்துபவர்களின் மீது கொறடா நடவடிக்கை பாயும் என எதிர்பார்க்கப்படுவதாகவும்[73] பத்திரிகைகளில் வெளிப்படையாகவே செய்திகள் வந்திருந்தன. நிலைமை தன்னுடைய கட்டுப்பாட்டுக்குள் இருப்பதை உறுதிப்படுத்திக்கொண்ட பிரதமர், அந்த எழுபத்து ஐந்து நிமிட நேர உரையாற்றுவதற்காக எழுந்தார். 'இது ஒன்றும் சிக்கலான மசோதா அல்ல, அதேபோல இது மிகப்பெரியதும் அல்ல,' என்று தொடங்கினார். 'இருந்தாலும், இதன் உள்ளார்ந்த முக்கியத்துவத்தை நான் குறிப்பிட்டுத்தான் உணர்த்தவேண்டும் என்கிற அவசியம் ஏற்படவில்லை.'[74]

★★★

நாடாளுமன்ற மோதல் – 1: நேருவின் ஆட்டம்

முதலில், தனது விமர்சகர்கள் எழுப்பிய கேள்விகளுக்குப் பிரதமர் நேரு பதிலளித்தார். இவ்விஷயத்தில் எந்த அவசரமும் காட்டப்படவில்லை என்று அழுத்தந்திருத்தமாகத் தெரிவித்தார். 'பிரச்சினையைப் பற்றி மிகவும் கவனமாக ஆலோசனை செய்த பிறகே'[75] மசோதா கொண்டுவரப்பட்டதாகத் தெளிவுபடுத்தினார். 'எவ்வளவு முக்கியத்துவம் வாய்ந்ததாக இருந்தாலும் ஓர் எளிய மசோதாவை நீட்டித்துக்கொண்டே இருப்பதால் என்ன நன்னயம் வந்துவிடப் போகிறது'[76] என்கிற ஒரே காரணத்தால்தான் தேர்வுக்குழுவின் அறிக்கைக்குக் குறைவான காலஅவகாசம் அளிக்கப்பட்டதேயொழிய அவசரம் காட்டவேண்டும் என்கிற ஆசையினால் அல்ல. இன்னும் சொல்லப்போனால், அவரின் அரசாங்கத்துக்கு இந்தச் சட்டத்திருத்தத்தால் கிடைக்கும் அதிகாரங்களைப் பெறுவதற்கு துளியும் விருப்பமில்லை. அவற்றைப் பயன்படுத்துவதும் சந்தேகம்தான். ஆனால் உண்மையிலேயே அவர்கள் சாதிக்க விரும்பியது, 'அடுத்தடுத்து வரும் நாடாளுமன்றங்களுக்கும் இளைய தலைமுறையினருக்கும்... இந்தியாவின் முன்னேற்றத்திற்காக எளிதில் செயல்படுத்தக்கூடிய, கையாளக்கூடிய எதையாவது விட்டுச்செல்ல வேண்டும்,'[77] என்பதைத்தான்.

பேச்சுரிமையில் விதிக்கப்படும் கட்டுப்பாடுகள் எப்படி இந்தியாவின் முன்னேற்றத்திற்குப் பயன்படும்? நேரு பதில் சொல்ல மறுத்தார். ஆனால் அந்தக் கட்டுப்பாடுகள் ஏன் தேவைப்பட்டன என்பதை மட்டும் விரிவாக விளக்கினார்: 'உலகளவிலும், ஆசியாவிலும், இந்தியாவிலும் மிகவும் ஆபத்தான நேரத்தில் நாம் வாழ்கிறோம். அடுத்த சில மாதங்களிலோ அல்லது அடுத்த ஆண்டிலோ என்ன

நடக்கும் என யாராலும் சொல்லமுடியாது. நான் தேர்தலைப் பற்றிச் சிந்திக்கவில்லை, மாறாக தேர்தலை விடப் பெரிய நிகழ்வுகளைப் பற்றியே சிந்திக்கிறேன். இப்போது வல்லரசு நாடுகளே கிட்டத்தட்ட வாழ்வா-சாவா என்னும் போராட்டத்தைப் பற்றி நினைத்துக் கொண்டிருக்கும் இந்நேரத்தில், அவ்வளவு வலிமை வாய்ந்த, மிகப்பெரும் சக்திகொண்ட நாடுகளே ஆபத்தில் இருப்பதாக நினைக்கும்போது, நாம் அனைவரும் உயிர்பிழைத்திருப்பதைப் பற்றித்தான் யோசிக்கவேண்டும்.'[78] மிகத்தீவிரமான சர்வதேச விவகாரங்கள் தொடர்புடையது இது, திரும்பத் திரும்பச் சொல்லப்படும்-செய்யப்படும் விஷயங்கள் வெளிநாடுகளைப் பொறுத்தவரையில் மிகமோசமான விளைவுகளை ஏற்படுத்தக்கூடும்[79] என்பதை மட்டுமே அவரால் சொல்லமுடிந்ததே தவிர உலகை அச்சுறுத்தும் மிகமோசமான அந்த ஆபத்து என்ன என்பதையோ, அந்த ஆபத்தைத் தவிர்க்க அவர் என்னென்ன தற்காப்பு நடவடிக்கைகளை எடுக்கப்போகிறார் என்பதைப் பற்றியோ தனது சக நாடாளுமன்ற உறுப்பினர்களிடம் அவரால் சொல்லமுடியவில்லை.

அடுத்து, அவரின் வார்த்தைகள் பத்திரிகைகளை ஈவிரக்கம் பார்க்காமல் கொத்திக் கிழித்தன:

'நாளுக்கு நாள் அநாகரிகமும், ஆபாசமும், பொய்யும் நிரம்பி வழியும் சில செய்தித்தாள்களைப் பார்ப்பது எனக்கு மிகுந்த வேதனையாக இருக்கிறது. அவை என்னையோ அல்லது இந்தச் சபையையோ அதிகம் காயப்படுத்துவதில்லை. ஆனால் இளம் தலைமுறையினரின் மனதை விஷமாக்கிவிடுகின்றன, அவர்களின் நேர்மையையும் கண்ணியத்தையும் சிதைக்கின்றன. தொடர்ந்து அதிகரித்துவரும் இந்தச் சீரழிவிலிருந்தும், அவர்களுடைய மனம் மற்றும் ஆன்மாவில் தொடர்ந்து பரவிக்கொண்டிருக்கும் இந்த நஞ்சிலிருந்தும் நம்முடைய இளம் தலைமுறையை எப்படி காப்பாற்றப்போகிறோம்?'[80]

ஆயுதப்படைகளின் மனஉறுதியைக் குலைத்து, இளைஞர்களின் தேசப்பற்றைச் சிதைக்கும் போலிச் செய்திகளும் மிகப்பெரிய பிரச்சினையாக உருவெடுத்திருந்தன:

'உண்மைக்குப் புறம்பான செய்திகள் கட்டவிழ்த்து விடப்படுவதைப் பார்க்கும்போது, பொய்யான செய்திகள் ஏவப்படுவதைப் பார்க்கும்போது, உண்மை எது பொய் எது என்று பகுத்தறிவதே அசாத்தியமாகிவிட்டது. பள்ளி, கல்லூரிகளில் படிக்கும் நம் இளம் தலைமுறையினர்

இதையெல்லாம் படிப்பதைக் கற்பனை செய்து பாருங்கள், நான் இந்தச் சபையைக் கேட்கிறேன், நம்முடைய சிப்பாய்களும், நம்முடைய மாலுமிகளும், நம்முடைய விமானிகளும் நாளுக்கு நாள் இதையெல்லாம் படிப்பதைக் கற்பனை செய்து பாருங்கள். அவர்களின் மனங்களில் எம்மாதிரியான எண்ணங்களைச் சுமப்பார்கள்?....பொறுப்புணர்வும், கடமையுணர்ச்சியும் இல்லாமல் போனால், நாம் என்ன செய்வது? மோசமான இதன் தாக்கத்தை நாம் எப்படி தடுத்து நிறுத்துவது?[81]

இந்தச் சட்டத்திருத்தம் அவசியமானது மட்டுமல்ல, எல்லோரும் விரும்புவதும் கூட. இந்த மாற்றங்களைச் செய்யாவிட்டால், அரசமைப்புச் சட்டத்தைக் கொண்டுவந்ததன் நோக்கம் முழுவதும் 'தோற்கடிக்கப்படும் அல்லது தாமதிக்கப்படும்,' என எச்சரித்த நேரு, 'சமூகத்தின் விருப்பத்தைப் பிரதிபலிக்கின்ற'[82] வகையில் அரசமைப்புச் சட்டம் இருக்கின்றதா என்பதை உறுதிசெய்வது நாடாளுமன்றத்தின் கடமை என அறிவித்தார். திட்டவட்டமான சில குறிக்கோள்களை நோக்கி உற்சாகத்தோடு முன்னேறுவதே அரசமைப்புச் சட்டத்தின் லட்சியம் என சபையில் கூடியிருந்த உறுப்பினர்களிடத்தில் நேரு சொன்னார். சரி, அப்படியென்றால் அரசமைப்புச் சட்டத்தின் லட்சியத்தைத் தோற்கடித்தது யார்? வேறு யார், நீதிமன்றங்கள்தான். நீதிமன்றத்தின் விசாரணை வரம்புக்கு அப்பாற்பட்ட அரசு வழிகாட்டு நெறிமுறைகளுக்குக் கொடுக்கும் முக்கியத்துவத்தைவிட அவற்றின் விசாரணை வரம்புக்குட்பட்ட அடிப்படை உரிமைகளுக்கு அதிகமான முக்கியத்துவம் கொடுப்பதால்தான் முன்னேற்றம் தடைபடுகிறது.[83]

இதையே வேறு வார்த்தைகளில் சொல்வதென்றால், அடிப்படை உரிமைகளை அமல்படுத்தும் செயல் அரசமைப்புச் சட்டத்தைத் தோற்கடிக்கிறது. சமத்துவமின்மையைக் குறைத்தல், மகப்பேறு நலன் சார்ந்த சட்டங்கள், பசுக்களைப் பாதுகாத்தல், கால்நடைப் பராமரிப்பு அமைப்புகளை நிறுவுதல், இதுமட்டுமல்லாமல் இன்றுவரை சர்ச்சையை ஏற்படுத்திக் கொண்டிருக்கும் பொது சிவில் சட்டம் எனப் பல்வேறு சில்லறை விஷயங்கள் தொடர்பான அறிவுரைகள் அடங்கிய 'அரசு வழிகாட்டு நெறிமுறைகள்' மட்டுமே இந்திய அரசமைப்புச் சட்டத்தின் உண்மையான லட்சியத்தைப் பிரதிபலிக்கிறது என்று நாடாளுமன்றத்தில் பிரதமர் நேரு அறிவித்தார். அரசமைப்புச் சட்டத்தின் 'ஆன்மா, உயிர்நாடி' என்ற புகழப்பட்ட அடிப்படை உரிமைகள் உண்மையில் அரசமைப்புச் சட்டம் கொண்டுவரப்பட்டதன் ஒட்டுமொத்த நோக்கத்தையே சிதைக்கின்றன. அடிப்படை உரிமைகள், தனிமனித

சுதந்திரத்தைப் பாதுகாத்தல் போன்ற கோட்பாடுகளெல்லாம் பிரெஞ்சுப் புரட்சியிலிருந்து தோன்றிய பத்தொன்பதாம் நூற்றாண்டின் அருதப்பழசான சிந்தனைகள். ஆனால் இந்தக் கோட்பாடுகளின் இடங்களை அரசு வழிகாட்டு நெறிமுறைகளில் இருக்கும் சமூகநீதி, பொருளாதார மற்றும் சட்டச்சீர்திருத்தம், பசுக்களைப் பாதுகாத்தல், கால்நடைப் பராமரிப்பு போன்ற முற்போக்குச் சிந்தனைகள் எடுத்துக்கொண்டுவிட்டன.

அரசும் அரசமைப்புச் சட்டமும், தனிமனித உரிமைகள் மற்றும் சுதந்திரங்களைப் பாதுகாப்பதற்குப் பதிலாக இதுபோன்ற முற்போக்குச் சிந்தனைகளுக்காக வாதாட வேண்டியிருந்தது. நேருவின் வார்த்தைகளில் சொல்வதென்றால், இதுபோன்ற சிக்கல்களைக் கலந்துரையாடல் மூலமாகவும், நீதிமன்றங்களின் நிதானமான விசாரணையின் மூலமாகவும் தீர்க்கலாம். எழுதப்பட்ட அரசமைப்புச் சட்டம் கொண்ட அனைத்து நாடுகளிலும் அப்படித்தான் நடக்கும். ஆனால் அதிவேகமாக மாறிக்கொண்டிருக்கும் காலச்சூழலில் நாம் வாழ்ந்துகொண்டிருப்பதால் நீதிமன்ற விசாரணைக்காகவோ அல்லது கலந்துரையாடலுக்காகவோ இந்தியாவால் காத்திருக்க முடியாது என்று விளக்கம் கொடுத்தார் நேரு. காங்கிரஸ் கட்சியின் கொள்கைகள் கூட இதற்காகக் காத்திருக்காது. ‘சமூகப்பொருளாதாரச் சூழ்நிலைகளோடு சேர்ந்து நீங்களும், நானும், இந்த நாடும் காத்திருக்க வேண்டியிருக்கிறது. இதற்கெல்லாம் நாம்தான் பொறுப்பேற்க வேண்டும்,’ என்று சபையில் முழங்கிய அவர், ‘இதை எப்படி எதிர்கொள்ளப் போகிறோம்? எப்படி பதில் சொல்லப்போகிறோம்? கடந்த பத்து இருபது ஆண்டுகளாக நாங்கள் அதைச் செய்தே தீருவோம் என்று சொன்னீர்களே, ஏன் அதைச் செய்யவில்லை என்கிற கேள்விக்கு எப்படி பதில் சொல்லப்போகிறோம்? விதியின் முன்னாலும், தற்போது எதிர்கொண்டிருக்கும் சூழ்நிலைக்கு முன்னாலும் ஆதரவற்றவர்களாக இருக்கிறோம் என்று பதில் சொல்வது நமக்கு நல்லதல்ல.’[84]

நேருவின் கருத்துக்கள் துணிச்சலானவை. அசாதாரணமானவை. அரசமைப்புச் சட்டத்தின் அடிப்படையையே தலைகீழாகப் புரட்டிப்போடக்கூடிய சக்திமிக்கவை. அரசுக்கு எதிரான ஆபத்து என்றும் சமூகப் புரட்சிக்கு ஏற்பட்டுள்ள அச்சுறுத்தல் என்றும் தெளிவில்லாத அதே வழக்கமான சர்வாதிகாரப் பல்லவியைத்தான் நேருவும் பாடிக்கொண்டிருந்தார். கிட்டத்தட்ட இதையேதான் அவர் கடந்தாண்டு முழுவதுமே தன்னுடைய சக மந்திரிகளிடமும், மாகாண முதலமைச்சர்களிடமும் சொல்லிக்கொண்டிருந்தார். ஆனால்

சமீபத்திய நிகழ்வுகள் அவரின் பெரும்பாலான வார்த்தைகளை உண்மையற்றதாக நிரூபித்துக் கொண்டிருக்க, இப்போது மேலும் மேலும் நயவஞ்சகமான வார்த்தைகளால் நாடாளுமன்றத்தில் உள்ள எதிர்க்கட்சி உறுப்பினர்களைப் போலவே காங்கிரஸ்காரர்களையும் சங்கடத்தால் நெளியவைத்துக் கொண்டிருந்தார். நேருவின் வார்த்தைகள் அவருடைய அதிகாரத்துக்கான அறைகூவலாக ஒலித்த அதேயளவுக்கு அவருடைய பயத்தின் ஒப்புதல் வாக்குமூலமாகவும் கம்மியது. தனது மக்களுக்கு ஒரு சமூகப் புரட்சியைக் கொடுப்பதாக நேரு உறுதியளித்திருந்தார். அவருடைய விமர்சகர்களாலோ, அற்புதமான அவரின் அரசமைப்புச் சட்டத்தைக் களவாடிக் கடத்திச் சென்ற வழக்குரைஞர்களாலோ,[85] நீதித்துறையாலோ, அவ்வளவு ஏன், அந்த அற்புதமான அரசமைப்புச் சட்டதினாலோ கூட அவரின் வழியில் குறுக்கே நிற்கமுடியாது.

★★★

நாடாளுமன்ற மோதல் – 2: முகர்ஜியின் பதிலடி

நேரு பேசி முடித்தவுடனேயே, எதிர்க்கட்சிகளின் அதிகாரப்பூர்வமாக அங்கீகரிக்கப்படாத தலைவரான ஷியாமா பிரசாத் முகர்ஜி பதில் சொல்வதற்காக எழுந்தார். இலக்கில்லாமல் சுற்றித் திரிந்த நேருவின் நீண்ட சொற்பொழிவைப் போலில்லாமல் முகர்ஜியின் உரை கூர்மையான கருத்துக்களால் நெற்றிப்பொட்டைத் தாக்கியது. நேருவின் உரையைப் பலவீனமானது, தயக்கத்தைக் காட்டுகிறது, ஆகவே அதை ஏற்றுக்கொள்ளமுடியாது[86] என அவர் தூக்கியெறிய, மிகுந்த கவனத்தோடும் சொல்லாற்றலாலும் நேருவின் வாதங்களை அக்குவேறு ஆணிவேராக அவர் பிரித்துப்போட, அங்கே கூடியிருந்த சபையோர் அனைவரும் சிலிர்த்துப்போக, காங்கிரஸ்-அல்லாத உறுப்பினர்கள் அடிக்கடி மேஜையைத் தட்டி ஆரவாரமாகப் பாராட்டினார்கள்.

‘இன்று நம்மால் நாடு எதிர்நோக்கியுள்ள கொடுமை என்ன?’ தனக்கே உரிய வார்த்தை ஜாலத்தால் சபையோரைக் கேட்டார் முகர்ஜி.

> *‘அரசமைப்புச் சட்டத்தைக் கொண்டுவந்த ஒன்றரை ஆண்டுகளுக்குள்ளாகவே அதை மாற்ற முன்வந்திருக்கிறோம். இந்த மாற்றங்கள் எளிமையானவை என்றும் இதில் எந்தச் சர்ச்சையும் இல்லை என்றும் பிரதமர் எவ்வளவுதான் சொல்ல முயன்றாலும் சரி, அவர் செய்யப்போவது ஒன்றரை*

ஆண்டுகளுக்கு முன்பு அவரே முன்னின்று நிறைவேற்றிய அரசமைப்புச் சட்டத்தின் ஆணிவேரையே வெட்டுவதற்குச் சற்றும் குறைந்ததல்ல என்பது மற்ற எல்லோரையும் விட பிரதமரின் மனசாட்சிக்கு நன்றாகவே தெரியும். இந்திய மக்களுக்கு அவர் வேண்டுமென்றே விடுத்துள்ள சவால் இது. அவர் ஏன் இந்தச் சவாலை விடுத்தார் என்று தெரியவில்லை. பயத்தின் காரணமாகவா? இன்று ஒவ்வொரு விஷயத்திலும் தன்னுடைய விருப்பமே இறுதி முடிவாக இருக்க வேண்டும். அதனால் தன்னிச்சையாகப் பயன்படுத்துவதற்குரிய வானளாவிய அதிகாரங்களின் துணையில்லாமல் தன்னால் நாட்டின் நிர்வாகத்தை முன்னெடுத்துச் செல்லமுடியாது என்று அவர் நினைக்கிறாரா? அல்லது தனது வாழ்நாள் முழுக்க யாருக்காகப் போராடினாரோ அதே மக்களின் ஞானத்தின் மீது அவர் சந்தேகப்படுகிறாரா? இந்திய மக்களுக்குப் பித்துப் பிடித்துவிட்டதால் அவர்களுக்கு வழக்கப்பட்ட சுதந்திரத்துக்கு அவர்கள் தகுதியானவர்கள் அல்ல என்று அவர் கருதுகிறாரா?'[87]

முகர்ஜி நிதானமாக, ஒரு நிபுணத்துவத்தோடு நேருவின் வாதங்களை ஒவ்வொன்றாக உடைத்து நொறுக்கினார். ஏறக்குறைய பத்திரிகைகளில் வெளிவந்த விமர்சனங்களையே அவரும் எதிரொலித்தார். பேச்சுச் சுதந்திரத்தின் மீதான கட்டுப்பாடுகள் அரசாங்கத்தின் அரசியல் எதிரிகளைத் தண்டிக்கிற ஒரு சூழ்ச்சி என்று கூறிய அவர், வன்மத்தையும் ஆபாசத்தையும் பரப்பும் ஒரு சிறு குழுவுக்கு எதிரான நடவடிக்கைக்கு அரசமைப்புச் சட்டத்தில் மாற்றம் கொண்டுவரத் தேவையில்லை, சட்டமன்றங்களுக்கும், நாடாளுமன்றத்தும் உள்ள அதிகாரங்களே போதும்,[88] என்று பிரதமருக்கு நினைவூட்டினார். வெறும் ஒன்றரை ஆண்டுகளுக்கு முன்பு ஆழமாகச் சிந்தித்து வழங்கப்பட்ட உரிமைகளைப் பறித்ததற்காக பிரதமரைக் கண்டித்தார்.[89] சிறந்த ஜனநாயக முன்மாதிரிகளை உருவாக்கவும், ஆக்கப்பூர்வமான ஜனநாயக கலந்துரையாடலுக்கு வழிவகை செய்ய வேண்டியதன் அவசியத்தையும் அவர் வலியுறுத்தினார். அதேநேரம் தொடர்ந்து ஆட்சிநிர்வாகத்துக்குத் தன்னிச்சையான அதிகாரங்களைப் புதிது புதிதாக அணிவித்து அழகுபார்க்கும் ஆசையையும் அவர் அடியோடு வெறுத்தார்.[90] அயல்நாட்டு உறவுகள் தொடர்பான 'ஆபத்தான' காரணி என்பது பாகிஸ்தானின் மீதான தனது விமர்சனங்களையும், இந்தியா-பாகிஸ்தான் பிரிவினையை ரத்து செய்யும் தனது விருப்பத்தையும் குறிவைத்தே கொண்டுவரப்பட்டதாக அவர் நம்பினார். வன்முறையையும் குழப்பத்தையும் ஆதரிக்காத

எந்தவொரு கருத்துக்கும் நாட்டில் இடமளிக்க வேண்டும் என்பதுதான் உண்மையான ஜனநாயக சுதந்திரம்[91] என்று அவர் வாதிட்டார்.

இவ்விஷயத்தில் குடியரசுத் தலைவர் ராஜேந்திர பிரசாத் மற்றும் முகர்ஜி ஆகிய இருவரது கருத்துக்களும் ஒரே நேர்கோட்டில் பயணித்தன. பீகார் நிலச்சீர்திருத்த மசோதாவிலிருந்த குறைகளை மட்டுமே பாட்னா உயர்நீதிமன்றம் சுட்டிக்காட்டியதேயொழிய ஜமீன்தார்முறை ஒழிப்பு குறித்த எந்தவொரு எதிர்ப்பையும் பதிவுசெய்திருக்கவில்லை. நியாயமான இழப்பீட்டுடன் கூடிய ஜமீன்தார்முறை ஒழிப்பு என்கிற கொள்கைக்குப் நாடாளுமன்றத்தில் ஒருமித்த ஆதரவு கிடைத்திருந்தது. எப்படியிருந்தாலும் ஜமீன்தார்முறை ஒழிப்பு மசோதாக்களுக்கு அரசமைப்புச் சட்டத்தின் ஆதரவு கிடைக்காமல் இல்லை. அந்த மசோதாவுக்குரிய சமச்சீரான இழப்பீட்டு விகிதங்களை வகுக்க முடியாமல் போனதற்கு அரசாங்கத்தின் திறமையின்மையைத்தான் காரணமாகச் சொல்லவேண்டுமே தவிர அரசமைப்புச் சட்டத்தின் மேல் பழிபோடக்கூடாது. உச்சநீதிமன்றத்தை அணுகி அதன் தீர்ப்புக்காகக் காத்திருப்பது மட்டும்தான் இந்தச் சூழ்நிலையில் எடுக்கவேண்டிய ஒரே 'தர்க்கரீதியான, நியாயமான, நடுநிலையான நடவடிக்கை' என்று முகர்ஜி சொன்னார். அவரின் கருத்துப்படி, ஜமீன்தார்முறை ஒழிப்பு என்னும் கொள்கையை அடிப்படையிலிருந்தே செல்லாது என்னும் முடிவுக்கு உச்சநீதிமன்றம் வந்திருந்தால் மட்டுமே அரசமைப்புச் சட்டத்தைத் திருத்துவதற்கு நியாயம் கற்பிக்கமுடியும்.[92]

பிறகு, அரசமைப்புக்கு விரோதமான சட்டங்களின் களஞ்சியமான அந்த ஒன்பதாவது அட்டவணையைக் குறிவைத்து முகர்ஜியின் தாக்குதல் தொடர்ந்தது:

'அரசமைப்புச் சட்டத்தில் உள்ள ஓர் அட்டவணையில் குறிப்பிடப்பட்டுள்ள சில சட்டங்கள், அவை அரசமைப்புச் சட்டத்தின் விதிகளை மீறினாலும் மீறாவிட்டாலும், செல்லும் என்றே கருதப்படும் என நீங்கள் சொல்கிறீர்கள். அரசமைப்புச் சட்டத்தை இந்த வகையில்தான் திருத்த வேண்டுமா?... இந்தச் சட்டத்திருத்தத்தின் அடிப்படையில் எந்தவொரு மசோதாவை நிறைவேற்றினாலும் அது சட்டமாகவே கருதப்படும் என்கிறீர்கள். பிறகு உங்களின் அரசமைப்புச் சட்டம் எதற்காக இருக்கிறது? உங்களிடம் இந்த அடிப்படை உரிமைகள் வேண்டும் என்று யார் கேட்டார்கள்?... பலகட்ட ஆலோசனைகளுக்குப் பிறகு நீங்கள்தான் அடிப்படை உரிமைகளைக் கொண்டுவந்தீர்கள். நீதித்துறைக்கு நீங்கள் சில அதிகாரங்களைக் கொடுத்ததன் நோக்கம் தகுந்த சட்டவிளக்கங்களை வழங்குவதற்கும்,

மக்கள்நலன் சார்ந்து செயல்படுவதற்கும்தானே தவிர அரசமைப்புச் சட்டத்தின் விதிகளைத் துஷ்பிரயோகம் செய்வதற்காக அல்ல. உச்சநீதிமன்றம் தவறு செய்யுமானால், வாருங்கள், வந்து உச்சநீதிமன்றம் இன்னின்ன முடிவுக்கு வந்திருக்கிறது, அவை அரசமைப்புச் சட்டத்தின் அடிப்படைக்கே முரணாக இருக்கிறது என்று சொல்லுங்கள். ஆனால் உச்சநீதிமன்றத்துக்கு இவ்விஷயத்தைப் பரிசீலிக்கும் வாய்ப்பே கிடைக்கவில்லை. அதற்குள் அவசர அவசரமாக இந்த அட்டவணையில் குறிப்பிடப்பட்டுள்ள எந்தவொரு சட்டமும் செல்லும் என்கிற திட்டத்தை முன்வைத்திருக்கிறீர்கள். அது மட்டுமல்ல. தற்போது உங்களுக்கு முன்னால் இருக்கின்ற சட்டங்களைக் கருத்தில் கொள்வதை என்னால் புரிந்துகொள்ள முடிகிறது. ஆனால் எதிர்காலத்திலும் இந்த அட்டவணை தொடர்பாக ஏதேனும் சட்டம் இயற்றப்பட்டால், அது அரசமைப்புச் சட்டத்தின் விதிகளுக்குப் புறம்பாக இருந்தாலும் சரி, செல்லும் என்றே கருதப்படும் என்கிறீர்களே, இதைவிட அபத்தம், இதைவிட முட்டாள்தனம் ஏதாவது இருக்கமுடியுமா?[93]

அடுத்ததாக, நேருவுக்குப் பதிலடி கொடுக்கக் களமிறங்கினார் முகர்ஜி. அப்போது பிரதமருக்கு அவர் கொடுத்த அறிவுரையில் கிண்டல் ததும்பியது.

‘ஏதோ அவசரநிலை என்போமே, அதுபோல குறிப்பிட்ட காலத்துக்கு ஒரு சட்டத்தைக் கொண்டுவந்து, அரசமைப்புச் சட்டத்தை வடிவமைப்பது, விளக்குவது மற்றும் அதைச் செயல்படுத்துவது என ஒட்டுமொத்த பொறுப்பும் பண்டித ஜவஹர்லால் நேருவிடமே அளிக்கப்படும், யார் யாரையெல்லாம் அவர் கலந்தாலோசிக்க விரும்புகிறாரோ அந்தந்த நபர்களே அவருக்கு உதவுவார்கள் என்று சொல்லிவிடுங்கள். ஓர் எளிய சட்டத்திருத்த மசோதாவை மட்டும் நிறைவேற்றிக் கொள்ளுங்கள். அதன்பிறகு அடுத்த இரு ஆண்டுகளுக்கு இந்தியாவில் வேறு எதையும் செய்ய வேண்டியதில்லை என்று அறிவித்துவிடுங்கள்... ஆனால் மோசடியான ஓர் அரசமைப்புச் சட்டத்தை வைத்திருக்காதீர்கள்... அரசமைப்புச் சட்டத்தை ஒரு துண்டுக்காகிதம் போல நீங்கள் நடத்துகிறீர்கள்...’[94]

பிரதமர் தன்னுடைய விருப்பத்தை அடைவதற்காகத் தலைபோகிற அவசரத்தைக் காட்டுகிறார் என எதிர்கட்சித் தலைவர் எச்சரித்தார். எதிர்காலத்தைப் பற்றிய அக்கறை இருக்கவேண்டும் எனப் பிரதமரிடம் வற்புறுத்தினார். ஆபத்தான முன்மாதிரியை உருவாக்கிவிட

வேண்டாம் எனவும் பிரதமரை அறிவுறுத்தினார். 'நீங்களே அடுத்த தலைமுறைக்கும், அதற்கடுத்த தலைமுறைக்கும், அவ்வளவு ஏன் காலகாலத்துக்கும் ஆட்சியில் தொடர்ந்து நீடிக்கலாம். நிச்சயம் அதற்கான சாத்தியம் உண்டு. ஆனால் ஒருவேளை வேறு கட்சி ஏதாவது அதிகாரத்துக்கு வந்துவிட்டால்? நீங்கள் விட்டுச்செல்லும் முன்மாதிரி என்ன?'[95] முகர்ஜியின் கேள்வியில் எச்சரிக்கை மணி ஒலித்தது.

விறுவிறுப்பான, உற்சாகமான, உணர்வுப்பூர்வமான தனது உரையின் இறுதியில் அரசமைப்புச் சட்டத்துக்குத் துணைநிற்குமாறு சக நாடாளுமன்ற உறுப்பினர்களை முகர்ஜி கேட்டுக்கொண்டார். 'இந்திய மக்களின் சுதந்திரத்தின் மீதான இந்த ஊடுருவலை'த் தடுத்து நிறுத்துமாறு சக நாடாளுமன்ற உறுப்பினர்களிடம் உணர்ச்சி பொங்க இப்படி வலியுறுத்தினார்: 'மறைந்துவிட்ட சுதந்திரத்தின் நினைவாக அதன் கல்லறையில், நேரமிருக்கும்போதே உரியவர்கள் உதவிக்கரம் நீட்டத் தவறியதால் இறந்தது, எனச் செதுக்கும் நிலைவந்தால் அதுதான் சோகத்தின் உச்சமாக இருக்கும்.'[96]

★★★

நாடாளுமன்ற மோதல் - 3

முகர்ஜியின் உத்வேகமான வார்த்தைகள் – பல மூத்த காங்கிரஸ் உறுப்பினர்கள் உட்பட – அனைத்துத் தரப்பிலிருந்தும் நீண்ட கைதட்டலைக் கவர்ந்தன. பிற்கால சுதந்திரா கட்சியின் முக்கிய தலைவராக விளங்கிய, அப்போதைய காங்கிரஸ் ஜாம்பவான் என். ஜி. ரங்கா, அதுவரை அவர் கேட்டிருந்ததிலேயே 'மிகவும் சக்திவாய்ந்த சொற்பொழிவு இது' என்று சிலாகித்த அளவுக்கு, முகர்ஜியை 'இந்தியாவின் பர்க்' என்று பாராட்டிய அளவுக்கு முகர்ஜியின் எழுச்சிமிக்க உரை எல்லோரையும் கட்டிப்போட்டிருந்தது. (எட்மண்ட் பர்க் ஒரு தலைசிறந்த பிரிட்டிஷ் நாடாளுமன்ற உறுப்பினர்; பழமைவாதத்தை ஆதரித்த தத்துவஞானி.[97]) 'பிரிட்டிஷ் நாடாளுமன்றம் அந்த மாமனிதரின் அபாரமான சொற்பொழிவைக் கேட்டு எப்படிப்பட்ட எதிர்வினையைக் காட்டியிருக்கும் என்று நான் யோசிக்க ஆரம்பித்துவிட்டேன்,'[98] என உணர்ச்சிவசப்பட்டார் ரங்கா. இந்திய நாடாளுமன்ற வரலாற்றில் அதுவரை நிகழ்ந்த விவாதங்களிலேயே ஆகச்சிறந்த சொற்போராக விளங்கிய அந்த நிகழ்வைப் பற்றிச் செய்தி வெளியிட்ட டைம்ஸ் ஆஃப் இந்தியா, 'நேருவின் உணர்வுப்பூர்வமான வாதங்களை டாக்டர்

முகர்ஜியின் தர்க்கரீதியான வாதங்கள் சந்தேகத்துக்கிடமில்லாமல் தோற்கடித்துவிட்டன'[99] என்று பாராட்டுப் பத்திரம் வாசித்தது.

ஒருகணம், அரசாங்கத்தின் அதிதீவிர ஆதரவாளர்கள் கூட தங்கள் கட்சிக்கும், அதன் கொள்கைகளுக்கும் காட்டிய விசுவாசத்திலிருந்து சற்றே மனம் தளர்ந்தார்கள். ரங்காவைத் தொடர்ந்து அன்றைய தினம் இரண்டாவதாகப் பேசிய காங்கிரஸ் உறுப்பினர் தாக்கூர் தாஸ் பார்கவா கூட தன்னுடைய முழுஆதரவைத் தெரிவித்துப் பேசவில்லை. ரங்கா மற்றும் தாக்கூர் தாஸ் பார்கவா ஆகிய இருவருமே சட்டப்பிரிவு-31 மற்றும் ஜமீன்தார்முறை ஒழிப்பு தொடர்பான சட்டங்களில் திருத்தம் தேவைப்படுவதை ஆதரித்தார்கள். ஆனால் பேச்சுச் சுதந்திரம் குறித்தும், பொது உரிமைகள் தொடர்பாகவும் முகர்ஜி எழுப்பிய சில சந்தேகங்களைக் கருத்தில் கொள்ளவேண்டும் என இருவருமே கேட்டுக்கொண்டார்கள். இந்தச் சட்டத்திருத்தத்தைத் துஷ்பிரயோகம் செய்வதற்கான சாத்தியக்கூறுகளை அரசாங்கம் ஆய்வு செய்யவேண்டும்'[100] எனவும் கோரினார்கள். பேச்சுச் சுதந்திரத்தைக் கட்டுப்படுத்தும் எந்தவொரு காரணிக்கு முன்னாலும் 'நியாயமான' என்ற வார்த்தையைச் சேர்க்கவேண்டுமென்று அரசாங்கத்தை மீண்டும் மீண்டும் வலியுறுத்தினார் பார்கவா.

பீகார் நிலச்சீர்திருத்தச் சட்டத்துக்கு எதிரான நீதிமன்ற போராட்டத்தை முன்னெடுத்துச் சென்றிருந்த மகாராஜா காமேஷ்வர் சிங், 'ஆட்சிநிர்வாகத்தில் ஏதேச்சதிகாரத்தின் வித்தை விதைத்துக் கொண்டிருப்பதாகவும்', 'கட்சியின் ஆதாயத்துக்காக அரசமைப்புச் சட்டத்தின் மேன்மையோடு விளையாடிக் கொண்டிருப்பதாகவும்'[101] நேருவைக் குற்றம்சாட்டினார். நியாயமான, ஒரே சீரான இழப்பீட்டு விகிதங்களுடன் கூடிய ஜமீன்தார்முறை ஒழிப்புக்காகத் தொடர்ந்து வாதாடிய அவர், ஜமீன்தார்முறை ஒழிப்பு மசோதாக்கள் அனைத்தும் அரசமைப்புச் சட்டத்தோடு உடன்பட்டிருக்க வேண்டும் என மறுபடியும் வற்புறுத்தினார். 'ஜனநாயகத்தின் பாதுகாவலரே சர்வாதிகாரத்தைப் பின்பற்றுகிறார் என்கிற பழிச்சொல்லுக்கு இடம்கொடுத்துவிடக்கூடாது'[102] என பிரதமரிடம் வேண்டுகோள் வைத்தார் காமேஷ்வர் சிங்.

காங்கிரஸ் கட்சியின் பெரும்பான்மைபலம் கொடுத்த தைரியத்தில், இந்தச் சட்டத்திருத்த மசோதாவை எளிதாக நிறைவேற்றிவிடலாம் என்றுதான் அரசமைப்புச் சட்டத்திருத்த நடவடிக்கைகளில் முழுவீச்சாகக் களமிறங்கியிருந்தார் நேரு. அதிகாரப்பூர்வமாக அங்கீகரிக்கப்படாத எதிர்க்கட்சித் தலைவரின் குத்தலான வார்த்தைகள், சபையின் மூத்த உறுப்பினர்களிடம் வெளிப்பட்ட

தயக்கம், இதுபோதாதென்று பத்திரிகைகளில் பெருகிய எதிர்ப்பலை என எல்லாம் சூழ்ந்துகொண்டு அவரைக் கலங்கடித்தன. கவலையில் ஆழ்த்தின. ஆனால் எதற்கும் சளைக்காத பிரதமர் அன்றைய நாளின் இறுதியில் தன்னுடைய முதலமைச்சர்களுக்கு எழுதினார்: 'அரசமைப்புச் சட்டத்தைத் திருத்துவதற்கான மசோதா பத்திரிகைகளிலும் மற்ற இடங்களிலும் பலத்த எதிர்ப்பைச் சந்தித்துக் கொண்டிருக்கிறது. ஆனால் மசோதாவை நிறைவேற்றிவிடலாம் என்று நம்புகிறோம், அதற்கு மூன்றில் இரண்டு பங்கு பெரும்பான்மை கிடைத்தால் கூடப் போதும்...'[103]

6
போர் தீவிரமடைகிறது

எதிர் தாக்குதல்

மே 15, 1951. மாலைப்பொழுது. அதாவது நாடாளுமன்றத்தில் வெடிச்சத்தம் கிளம்பியதற்கு முந்தைய நாளின் மாலைப்பொழுது. அரசமைப்புச் சட்டத்தில் கொண்டுவரப்பட இருக்கும் சட்டத்திருத்தங்களுக்குத் தனது ஆட்சேபனைகளைத் தெரிவிப்பதற்காகச் சபாநாயகர் ஜி.வி. மாவலங்கர் பிரதமர் நேருவுக்கு ஒரு கடிதத்தை எழுதினார். காங்கிரஸ் கட்சியைச் சாராத மற்ற விமர்சகர்களைப் போலவே மாவலங்கரும் தவறான நேரத்தில் இந்தச் சட்டத்திருத்தம் கொண்டுவரப்படுவதாகவும், தற்போதைய சூழ்நிலையில் தேவையற்றதாகவும் கருதினார். பேச்சுரிமையைக் கட்டுப்படுத்தியே ஆகவேண்டிய தலைபோகிற அவசரம் எதுவும் எழுந்துவிட்டதாகக் குடியரசுத் தலைவரை போலவே மாவலங்கரும் நம்பவில்லை. அப்படியே எழுந்தாலும், பொதுமக்களின் கருத்தைப் பரவலாகக் கேட்காமல் எந்தவொரு சட்டத்திருத்தமும் கொண்டுவரக்கூடாது என்பதில் அவர் உறுதியாக இருந்தார். அமைதியான முன்னேற்றம் மற்றும் சமூக மறுமலர்ச்சி போன்றவை அடிப்படை உரிமைகளில் ஒன்றான சொத்துரிமையைச் சார்ந்தே இருக்கின்றன என்று அவர் வாதிட்டார். ஆனால் சட்டப்பிரிவு-31இல் ஏற்படப்போகும் மாற்றங்கள் அனைத்துமே அப்பட்டமான அத்துமீறல். ஒரு தனிமனிதனுக்குச் சொத்துரிமை தொடர்பாக இருக்கும் எல்லா அடிப்படை உரிமைகளையும் அவை படுசுத்தமாக அழித்துவிடும்[1] என்பது அவரின் கருத்து.

'ஜமீன்தார் பகுதிகளில் நிலைமை தொடர்ந்து கடினமாகி வருவதால், இதுபோன்ற சட்டத்திருத்தங்களைச் செய்யவேண்டிய கட்டாயத்தை நாம் உணர்ந்திருக்கிறோம். இப்போது நாம் மிகப்பெரிய புரட்சி என்று அழைக்கப்படும் மாற்றங்களுக்கு முன்னால் இருக்கிறோம்... ஜமீன்தார்முறை ஒழிப்புச் சட்டங்களுக்கு விரைவான செயல்வடிவம் அளிக்கவேண்டும் என்பதே நம்முடைய

கருத்து,'[2] என்று நேரு அவருக்குப் பதில் எழுதியிருந்தார். 'இந்தச் சட்டத்திருத்தத்தைக் காலவரையின்றித் தள்ளிவைக்கும் எந்தவொரு முயற்சியும் மிகக்கடுமையான பின்விளைவுகளை ஏற்படுத்திவிடும். அதிலும் குறிப்பாகக் கட்சியின் அடிப்படைக் கொள்கைகளையே செயல்படுத்தத் தவறுகிற பட்சத்தில் காங்கிரஸுக்கு மிகப்பெரிய ஆபத்து ஏற்படக்கூடும். எனவே மசோதாவில் தாமதங்களை ஏற்படுத்தும் எந்த நடவடிக்கையும் நியாயமற்றது, ஆபத்தானது என்றே உணர்கிறேன்,'[3] என சபாநாயகரிடம் பிரதமர் தெரிவித்திருந்தார். இந்தச் சட்டத்திருத்தத்தின் மீது அவர் காட்டிய வெறித்தனமான அவசரத்துக்கான காரணத்தை போகிற போக்கில் அப்பாவியாக வெளிப்படுத்திவிட்டார் நேரு. அதேபோல காங்கிரஸ் கட்சிக்கு ஏற்றாற்போல அரசமைப்புச் சட்டம் மாற்றப்படுகிறது என்கிற எதிர்க்கட்சிகளின் குற்றச்சாட்டையும் உறுதிப்படுத்திவிட்டார். முடிவில், குடியரசுத் தலைவரைப் போலவே சபாநாயகரின் ஆட்சேபனைகளும் புறந்தள்ளப்பட்டன.

நாடாளுமன்றத்தில் மே 17 மற்றும் 18ஆம் தேதிகளில் நடந்த விவாதங்களைப் பற்றிச் செய்தி வெளியிட்ட டைம்ஸ் ஆஃப் இந்தியா:

> *'பிரதமருக்கு அரசமைப்புச் சட்டத்தைத் திருத்துவதற்கான கட்டாயம் எதுவாக இருந்தாலும் நேற்றைய கூர்மையான வாதங்களிலிருந்தும் விமர்சனங்களிலிருந்தும் அது தப்பியிருக்கலாம். ஆனால் இன்று காங்கிரஸ்காரர்கள் மட்டுமல்லாமல் சுயேச்சை உறுப்பினர்களிடமிருந்தும் பாய்ந்து வந்த பெரும் எதிர்ப்பலையில் அது சிக்கிச் சின்னாபின்னமாகிவிட்டது. மசோதாவை ஆதரிப்பவர்களில் ஒருவரால் கூட உரிய பதிலைச் சொல்ல முடியவில்லை.'[4]*

ரேணுகா ரே, கிருஷ்ண சந்திர ஷர்மா மற்றும் எம். பி. மிஸ்ரா போன்ற காங்கிரஸ் தலைவர்களிடமிருந்து வந்த ஆதரவுக் குரல்களையும் தாண்டி எதிர்க்கட்சி உறுப்பினர்களிடமிருந்து வந்த கண்டனக் குரல்கள் நேருவை உருக்குலைத்தன. நேருவுக்கு ஆதரவாகப் பேசியவர்களுள், 'பொதுமக்களின் கருத்துக்கான எந்தவொரு தேவையும் இல்லை' என்று எம்.பி. மிஸ்ரா வாதிட்டார், காரணம், 'இந்த நாடாளுமன்ற உறுப்பினர்களின் விருப்பத்தைவிட பொதுமக்களின் கருத்து எதுவும் மேலானதாக இருக்க முடியாது.'[5] நேருவின் 'வாதங்களை எதிர்கட்சி உறுப்பினர்கள் உடைத்துவிட்டதாக'[6] பத்திரிகைகளும் எழுதின. ஹுசைன் இமாம் உள்ளிட்ட எதிர்க்கட்சி உறுப்பினர்கள் மட்டுமில்லாமல் எச்.என். குன்ஸ்ரூ மற்றும் ராம்நாராயண் சிங் போன்ற சுயேட்சை உறுப்பினர்களும் மசோதாவை எதிர்த்தார்கள்.

இதையெல்லாம்விட, கட்சியின் கட்டுப்பாட்டை மீறி தேசபந்து குப்தா, எச்.வி. காமத் மற்றும் சயாம்நந்தன் சஹாய் போன்ற காங்கிரஸ்காரர்களும் மசோதாவுக்கு எதிர்ப்பு தெரிவித்து நேருவுக்கு அதிர்ச்சி கொடுத்தார்கள்.

சட்டப்பிரிவுகள்-19 மற்றும் 31 ஆகியவை வெறுமனே திருத்தப்படவில்லை, உண்மையில் அவை அதிகாரப்பூர்வமாக ரத்து செய்யப்பட இருக்கின்றன. இந்தச் சட்டத்திருத்தத்தை நிறைவேற்றினால், பேச்சு மற்றும் கருத்துச் சுதந்திரத்தை அது ஒட்டுமொத்தமாக அழித்துவிடும்[7] என முழங்கினார் குன்ஸ்ரூ. அசாதாரணமான இந்த நிகழ்வுகளுக்கு ஒரேயொரு காரணம் மட்டும்தான் இருக்கமுடியும்: வரவிருக்கும் பொதுத்தேர்தல்.[8] 'திருத்தம் செய்யவேண்டியது அரசாங்கத்தின் கொள்கைகளைத்தானே தவிர அரசமைப்புச் சட்டத்தை அல்ல' என்றார் எச்.வி. காமத். அவரின் வார்த்தைகளின்படி, நிலச்சீர்திருத்தச் சட்டங்களைப் பொத்தாம் பொதுவாக அப்படியே ஏற்றுக்கொள்வதும், ஒன்பதாவது அட்டவணை என்ற ஒன்றை உருவாக்குவதும் 'சுத்தப்பைத்தியக்காரத் தனத்துக்குக் கொஞ்சமும் குறைவில்லாதது'.[9] இந்தச் சட்டத்திருத்தம் 'ஒரு சர்வாதிகார அரசுக்கான அடித்தளத்தை அமைத்துக் கொண்டிருப்பதாக' ஹுசைன் இமாம் வர்ணித்தார். 'அரசமைப்பு என்பது ஒரு சாதாரண சட்டத்தின் நிலைக்குத் தள்ளப்பட்டது கொடுமையிலும் கொடுமையானது,' என்றார் சயாம்நந்தன் சஹாய். இந்திய அரசமைப்புச் சட்டத்தின் முகவுரையில் சொல்லியபடி, வேறெந்த நாடாளுமன்றத்தையும் விட, சுதந்திரத்திற்கான சாசனமாக அரசமைப்புச் சட்டத்தைத் தங்களுக்குத் தாங்களே அளித்துக் கொண்ட நம் நாட்டு மக்களின் மீது பிரதமர் நேரு கொஞ்சம்கூட நம்பிக்கை வைக்கவில்லை என்று தேசபந்து குப்தா குற்றம்சாட்டினார்.[10]

இருப்பதிலேயே மிகச்சாதாரணமான சில கேள்விகளுக்குக்கூடப் பதில் சொல்லமுடியாமல் அரசாங்கம் திணறிக்கொண்டிருந்தது: சட்டத்திருத்தத்தில் இருக்கும் எந்தவொரு ஷரத்தையும் அவர்கள் பயன்படுத்த விரும்பாதபோது, பிறகு ஏன் இந்த அவசரம்? ஜமீன்தார்முறை ஒழிப்பு தொடர்பாக உச்சநீதிமன்றம் எந்தத் தீர்ப்பையும் வழங்கவில்லை எனில், பிறகு அரசமைப்புச் சட்டத்தைத் திருத்தவேண்டிய அவசியம் எங்கிருந்து வந்தது? கருத்துச் சுதந்திரத்துக்கு வேலி போட அரசாங்கம் ஏன் இத்தனை ஆர்வம் காட்டுகிறது? நேரு அடிக்கடி குறிப்பிட்டுக் கொண்டிருந்த அந்தப் பேராபத்துதான் என்ன? நேர்மறையான உதாரணமாக இருக்கவும், அப்பழுக்கற்ற ஜனநாயக மரபுகளுக்கான முன்மாதிரியை

உருவாக்கவும் அவர்களுக்கு ஏன் இவ்வளவு தயக்கம்? நிலைமையைச் சமாளிக்க முடியாத அரசாங்கம் எதிர்த்தாக்குதல் தொடுப்பதற்காகச் சட்டத்துறை அமைச்சர் பி.ஆர். அம்பேத்கரைக் களமிறக்கியது.

ஏறக்குறைய இரண்டு மணி நேரம் நீடித்த அவ்வுரையில், இந்தச் சட்டத்திருத்தத்தால் கிடைக்கக்கூடிய எவ்வித அதிகாரத்தையும் துஷ்பிரயோகம் செய்கிற எண்ணம் எதுவும் அரசாங்கத்துக்கு இல்லையென்று சபைக்கு உத்திரவாதம் அளித்தார் அம்பேத்கர். தேவைப்படும் நேரத்தில் நாடாளுமன்றத்துக்குச் சில சட்டங்களை இயற்றிக்கொள்ளும் அதிகாரத்தைக் கொடுப்பதற்காக மட்டுமே இந்தச் சட்டத்திருத்தம் கொண்டுவரப்படுகிறதே தவிர இதன் மூலமாக எந்தவொரு விசேஷமான சட்டங்களையும் கொண்டுவரும் நோக்கம் தற்போது கிடையாது. நீதிமன்றத் தீர்ப்புகளால் 'துளிகூட திருப்தியில்லை' எனவும், அவை அரசமைப்புச் சட்டத்துக்கு முரணாக இருப்பதாகவும் நேரு பாடிய அதே பல்லவியைத்தான் அம்பேத்கரும் பாடினார். உதாரணமாக நீதிமன்றங்கள் வகுப்புவாரி அரசாணையை ரத்து செய்தது, இடஒதுக்கீடு முறையைச் செல்லாது என அறிவித்தது போன்றவற்றால் ஏற்பட்ட கடும் அதிருப்தியை அவர் குறிப்பிட்டார். அரசு வழிகாட்டு நெறிமுறைகளில் வகுக்கப்பட்டுள்ள கடமைகளை நிறைவேற்றுவதற்கு அரசாங்கம் உறுதியாக இருப்பதாகச் சூளுரைத்தார். அமெரிக்காவைப் போல அரசமைப்புச் சட்டத்துக்குள் 'உள்ளார்ந்த காவல் அதிகாரம்'[11] என்னும் சித்தாந்தத்தைப் பொருத்திப் பார்க்க உச்சநீதிமன்றம் மறுத்துவிட்டதால்தான் பேச்சுரிமையில் புதிய கட்டுப்பாடுகளை விதிக்கவேண்டிய கட்டாயம் ஏற்பட்டது என்று அம்பேத்கர் வாதம் செய்தார். சுற்றி நிற்கும் அச்சுறுத்தல்களிலிருந்து தன்னைப் பாதுகாக்கவும், தனக்குரிய பொறுப்புகளை நிறைவேற்றவும் அரசமைப்புச் சட்டத்தைத் திருத்துவது அத்தியாவசியமாகிறது என்றும் விடாப்பிடியாகச் சாதித்தார்.[12]

நிலச்சீர்திருத்தச் சட்டங்களுக்கான புகலிடம் என்று கருதப்பட்ட அந்த ஒன்பதாவது அட்டவணையை உருவாக்கும் நோக்கில் புதியதாகச் சேர்க்கப்பட்டதுதான் சட்டப்பிரிவு-31B. நசீருத்தின் அகமது, சயாம்நந்தன் சஹாய் மற்றும் எச்.வி. காமத் ஆகியோர் சட்டப்பிரிவு-31B மீது காத்திரமான விமர்சனங்களை ஏவினார்கள். தவறான, இன்னும் சொல்லப்போனால் அரசமைப்புக்கு முரணாக இருக்கும் சட்டங்களை ஒட்டுமொத்தமாகப் பாதுகாப்பதற்கு இதுபோன்ற இழிவான உத்தி தேவையா என அவர்கள் அனைவரும் அம்பேத்கரிடம் கேள்வி எழுப்பினார்கள். 'நாங்கள் இங்கே உட்கார்ந்து இந்தச் சட்டங்கள் ஒவ்வொன்றிலும் இருக்கின்ற ஒவ்வொரு ஷரத்தையும் அலசி, அவை

அனைத்தும் அரசமைப்பையொட்டி இருக்கின்றனவா என்பதை ஆராய்ந்து கொண்டிருக்க வேண்டுமென்றால் என் மீதும், சட்ட அமைச்சகத்தின் மீதும், இதில் தொடர்புடைய உணவு மற்றும் விவசாயத்துறை அமைச்சகம் உள்ளிட்ட பிற அமைச்சகங்கள் மீதும் விழுகின்ற சுமையைக் கொஞ்சம் கற்பனை செய்து பாருங்கள்,'[13] என்று அம்பேத்கரிடமிருந்து பட்டென்று பதில் வந்தது. எதைப்பற்றியும் கவலைப்படாமல், எதைப்பற்றியும் அக்கறையில்லாமல், தொடர்ந்து குறுக்கு வழிகளையே தேடிக்கொண்டிருக்கும் அரசாங்கத்தின் தேடலுக்கு இதைவிட சிறந்த உதாரணத்தைப் பார்க்க முடியாது.

தனது உரையின் இறுதியில், மசோதாவைத் தேர்வுக் குழுவுக்குப் பரிந்துரைக்குமாறு சபையின் உறுப்பினர்களிடம் கோரிக்கை வைத்தார் நேரு. சட்டப்பிரிவு-15இல் கொண்டுவந்தத் திருத்தங்களை உணர்வுப்பூர்வமாக நியாயப்படுத்திய அவர், அலகாபாத் மற்றும் பாட்னா உயர்நீதிமன்றங்கள் வழங்கிய மாறுபட்ட தீர்ப்புகளால் ஏற்பட்ட குழப்பத்தை அடிக்கடிச் சுட்டிக்காட்டினார். ஆனால் அது பிரச்சினையைத் திசைதிருப்பும் கண்கூடான முயற்சிதானே தவிர வேறில்லை.

> *'சட்டத்தின் முன் சமம் என்பதெல்லாம் மிகவும் ஆபத்தான விஷயம்... ஒட்டுமொத்த அரசமைப்புச் சட்டத்தின் கட்டமைப்புக்கும், அரசு வழிகாட்டு நெறிமுறைகளில் வகுக்கப்பட்டுள்ள கொள்கைகளுக்கும் எதிரானது அது. நான் அரசமைப்புச் சட்டத்தை அணுவளவும் மாற்றவில்லை... அரசமைப்புச் சட்டத்தை உருவாக்கியவர்களின் உண்மையான நோக்கங்களுக்கும், அரசமைப்புச் சட்டத்திலுள்ள வார்த்தைகளுக்கும் செயல்வடிவம் மட்டுமே தருகிறேன்.'*[14]

இறுதியாக, அதிகப்படியான உறுப்பினர்களின் பெரும்பான்மை வாக்குகளோடு சட்டத்திருத்த மசோதா தேர்வுக் குழுவுக்குப் பரிந்துரை செய்யப்பட்டது. கூடவே, மே 23ஆம் தேதி அறிக்கை அளிக்க வேண்டுமென்ற அறிவுறுத்தலும் அளிக்கப்பட்டது. நேருவின் தீர்மானத்துக்கு எதிராக வெறும் இரண்டே இரண்டு வாக்குகள் மட்டுமே விழுந்தன. கிட்டத்தட்ட காங்கிரஸ் நாடாளுமன்ற உறுப்பினர்கள் அனைவருமே நேருவின் இரும்புப் பிடிக்குள் இருந்தது மீண்டும் ஒருமுறை நிரூபணமானது.[15] மசோதாவுக்குக் கணிசமான காங்கிரஸ் உறுப்பினர்களின் ஆதரவு கிடைத்திருந்தாலும், ஆக்ரோஷமான விவாதம், பேச்சுரிமை சார்ந்த விஷயத்தில் காங்கிரஸ்காரர்கள் பலரின் பூசிமெழுகிய வார்த்தைகள், மற்றவர்கள் காட்டிய ஒட்டுமொத்த எதிர்ப்பு என எல்லாம் சேர்ந்துகொண்டு

எதிர்வரும் நாட்களில் கடும் சூறாவளி காத்திருப்பதாக நேருவுக்குத் தந்தி அடித்தன. ஆனால் இப்போதைக்குக் காங்கிரஸ் உறுப்பினர்களின் விசுவாசத்தில் சந்தேகமில்லை.

நாடாளுமன்றத்தில் நடந்து கொண்டிருந்த யுத்தத்தோடு ஆச்சார்யா கிருபளானியின் திடீர் ராஜினாமாவும் சேர்ந்துகொள்ள, உச்சகட்ட பரபரப்பு ஏறிக்கொண்டிருந்தது.[16] அரசாங்கத்தை எதிர்த்துப் போர்ப் பிரகடனம் செய்த கிருபளானி, அனைத்து எதிர்க்கட்சிகளையும் ஒரே குடையின் கீழ் கொண்டுவரும் தனது நோக்கத்தை அறிவித்தார்.[17] அடுத்ததாகத் தகவல்தொடர்பு அமைச்சர் ரஃபி அகமது கித்வாய் போன்ற பெரும்புள்ளி ஒருவரின் ராஜினாமாவும் பின்தொடரும் என ஒருசிலர் ஊகித்தனர். கிருபளானி தலைமையில் இயங்கும் அதிருப்தி அமைப்பான ஜனநாயக முன்னணியின் அங்கம் அவர். ஆனால் கடைசிவரை அது போன்றதொரு பிளவு எதுவும் வெளியே தெரியவில்லை. அதிருப்தியாளர்கள் என்று கருதப்பட்ட கித்வாய் உள்ளிட்ட மற்ற உறுப்பினர்கள் அனைவரும் நேருவின் விசுவாசிகளாகவே தொடர்ந்தனர்.

இரண்டு நாட்களுக்குப் பிறகு கூடிய காங்கிரஸ் நாடாளுமன்றக் கட்சிக் கூட்டத்தில், சட்டப்பிரிவு-19இல் கொண்டுவரப்படுவதாக இருந்த திருத்தத்தைக் கைவிடக் கோரிய தீர்மானம் ஒன்றைத் தேசபந்து குப்தா முன்மொழிந்தார். அது எளிதாக முறியடிக்கப்பட்டது.[18] ஆனால் அப்படியொரு தீர்மானம் கொண்டுவந்து அதை வாக்கெடுப்புக்கு விட்ட அந்நிகழ்வே தன்னுடைய உறுப்பினர்கள் அனைவரின் ஆதரவையும் இனிமேல் கண்மூடித்தனமாக நம்பிக்கொண்டிருக்க முடியாது என்பதைக் 'கட்சி மேலிடத்துக்கு'த் தெளிவாக உணர்த்திவிட்டது. பேச்சுச் சுதந்திரத்தின் மீதும், தாங்களே முன்னின்று வடிவமைத்த அரசமைப்புச் சட்டத்தின் மீதான தாக்குதலில் காங்கிரஸ் நாடாளுமன்ற உறுப்பினர்கள் பலர் தயக்கம் காட்டுவதும் புரிந்துவிட்டது. இடைவிடாத விமர்சனங்கள் நேருவையே அசைத்துப் பார்த்தன. ஒருமுறை அவர் தனது முதலமைச்சர்களுக்கு இப்படி எழுதியிருந்தார்: 'பெரும்பாலான விமர்சனங்கள் தவறான புரிதலால் வருபவை என நான் நினைக்கிறேன். நாடாளுமன்றம் முறைதவறி நடந்துகொள்ளக்கூடும் ஆகவே அதற்கு அளவுக்கு மீறிய அதிகாரம் வழங்கிவிடக்கூடாது என்ற இனம்புரியாத பயம் சிலரது மனதில் நிலவுகிறது.'[19] அளவுக்கு மீறிய அதிகாரக் குவியல் குறித்த நியாயமான பயம்தான் தாராண்மையிய ஜனநாயகத்தின் அடித்தளம் என்பதை யாருமே அவருக்கு இடித்துரைக்கவில்லை.

மே 20. அனைத்திந்திய பத்திரிகையாசிரியர் சம்மேளனத்தின் (AINEC) பன்னிரண்டு பேர் அடங்கிய குழு பிரதமரைச் சந்திக்க நேரம் கேட்டது. கட்சியில் கலகக்காரரான காங்கிரஸ் நாடாளுமன்ற உறுப்பினர் தேசபந்து குப்தா தான் குழுவின் தலைவர். பிரதமரிடம் இரண்டு கோரிக்கைகளை வலியுறுத்துவது குழுவின் நோக்கம்: 1. மசோதாவில் கொண்டுவருவதாக இருக்கும் சட்டத்திருத்தங்களை உடனே கைவிடவேண்டும். 2. இந்த விவகாரத்தில் 'பொது மக்களின் கருத்தை முழுமையாக வெளிப்படுத்த வாய்ப்பளிக்கும் வகையில்' அதை பிறிதொரு தேதிக்கு ஒத்திவைக்க வேண்டும். அரசாங்கம் இந்த இரண்டு கோரிக்கைகளையும் நிறைவேற்றும் நிலையில் இல்லையென்றாலும், சட்டத்திருத்தங்களில் மாற்றங்களை செய்ய முயற்சிக்கும் என பத்திரிகைத்துறையின் முன்னோடிகளிடம் பிரதமர் சொன்னார்.[20] ஒருவேளை இடைவிடாத அழுத்தம் பிரதமரை மென்மையாக்கியதோ என பலரும் ஆச்சரியப்பட்டார்கள். ஆனால் அனைத்திந்திய பத்திரிகையாசிரியர் சம்மேளனம் அதை நம்பவில்லை.

★★★

இடைவேளை

நாடாளுமன்றத்தில், அரசமைப்பு முதல் திருத்தச்சட்ட மசோதா இப்போது தேர்வுக் குழுவை நோக்கி வழிசெய்து கொண்டது. நாடாளுமன்றத்தைப் போலவே தேர்வுக் குழுவிலும் காங்கிரஸ் கட்சியின் ஆதிக்கம்தான். அவையில் நடந்த அனல் தகித்த விவாதங்களையெல்லாம் ஒருவழியாகச் சமாளித்த காங்கிரஸ் உறுப்பினர்கள் தேர்வுக் குழுவையும் எளிதாகச் சமாளித்துவிடலாம் என்று நம்பினார்கள். ஷியாமா பிரசாத் முகர்ஜி, எச்.என்.குன்ஸ்ரூ, சர்தார் ஹுக்கம் சிங், கே.டி. ஷா மற்றும் நசிருதீன் அஹமது போன்ற எதிர்க்கட்சி உறுப்பினர்கள் எண்ணிக்கையில் குறைவாக இருந்தாலும் தங்களது ஆழமான வாதங்களால் அடிப்படை உரிமைகளையும், சிவில் உரிமைகளையும் பாதுகாத்திட வேண்டும் என்பதில் விடாப்பிடியாக இருந்தார்கள். மசோதாவை ஆதரிப்பவர்களும் எதிர்ப்பவர்களும் தேர்வுக் குழுவின் அறிக்கை வருவதற்காக உச்சபட்ச எதிர்பார்ப்போடு காத்திருக்க, சுருக்கமான இடைவேளை விழுந்தது.

இதற்கிடையில், நாடாளுமன்றத்தில் உணர்ச்சிப் பிழம்பாகக் கொந்தளித்த விவாதங்களால் மசோதாவுக்கான கண்டனக் குரல்கள் அதிகார வட்டாரங்களுக்கு அப்பாலும் தொடர்ந்து பெருக்கெடுத்துக் கொண்டிருந்தன. மசோதாவின் ஷரத்துகள் குறித்து தேர்வுக் குழு

ஆலோசனை செய்துகொண்டிருந்த அதேநேரத்தில், பத்திரிகைகளும், வியாபாரிகளும், வழக்கறிஞர்களும், சமூக அமைப்புகளும், அரசியல் தலைவர்களும் அதைக் கடுமையாக எதிர்த்த செய்திகளால் நாளிதழ்களின் பக்கங்கள் நிரம்பிக் கொண்டிருந்தன. இவ்விவகாரத்தில் அரசாங்கம் காட்டிய தேவையற்ற அவசரமும், ஜனநாயகக் கொள்கைகளை அவமதித்த விதமும் மக்களிடையே விவாதப்பொருளாக மாறிக்கொண்டிருந்தது.

மசோதாவுக்கு எதிரான போராட்டத்தை உச்சநீதிமன்ற வழக்குரைஞர்கள் சங்கம் முன்னெடுத்தது. சட்டத்திருத்த மசோதாவை பகிரங்கமாகக் கண்டித்த உச்சநீதிமன்ற வழக்குரைஞர்கள் சங்கம் அரசமைப்புச் சட்டம் வகுத்திருக்கும் வரம்புகளுக்கு உட்பட்டே ஆட்சிநிர்வாகத்தின் செயல்பாடுகள் அமைந்திருக்க வேண்டும் என வலியுறுத்தியது. 'பொது உரிமைகளில், குறிப்பாகப் பேச்சுரிமை மற்றும் கருத்துரிமை போன்றவற்றில் நம்பிக்கை கொண்ட அனைத்துச் சமூக அமைப்புகளும் தங்களின் எண்ணங்களைச் சந்தேகத்துக்கு இடமில்லாமல் வெளியிடவேண்டும். மசோதாவுக்கு எதிராக பொதுமக்களின் கருத்துக்களை அணிதிரட்ட வேண்டும்,'[21] எனக் கூடியிருந்த வழக்குரைஞர்கள் அனைவரும் வேண்டுகோள் வைத்தார்கள். உச்சநீதிமன்ற வழக்குரைஞர்கள் சங்கத்தைப் பின்பற்றிய நாக்பூர் உயர்நீதிமன்ற வழக்குரைஞர்கள் சங்கம், 'கொண்டுவரப்படும் சட்டத்திருத்தங்கள் அனைத்தும் முறையற்றவை, நியாயமற்றவை, ஜனநாயக விரோதமானவை. இந்தியக் குடிமக்களின் அடிப்படை உரிமைகளுக்கு முற்றிலும் எதிரானவை,'[22] என்ற தனது கருத்துக்களை வெளிப்படுத்தும் ஒரு தீர்மானத்தை நிறைவேற்றியது. கல்கத்தா உயர்நீதிமன்ற முன்னாள் நீதிபதி என்.சி.சாட்டர்ஜீ, அலகாபாத் உயர்நீதிமன்ற முன்னாள் நீதிபதி எஸ்.பி.சின்ஹா ஆகியோரும் மசோதாவுக்கு எதிராகக் கடுமையான கண்டனங்களைப் பதிவு செய்தார்கள். அரசாங்கத்தை எச்சரித்து அறிக்கைகளையும் வெளியிட்டார்கள்.[23]

பம்பாயைச் சேர்ந்த 'முற்போக்குக் குழு' என்பது இஸ்லாமியர்கள் மற்றும் பார்சிகளைப் பெரும்பான்மையாகக் கொண்ட ஒரு தாராண்மையிய அமைப்பு. அனைவருக்கும் வாக்குரிமையைக் கொடுக்காமல் சிலருக்கு மட்டுமே என வரையறுக்கப்பட்ட வாக்குரிமையின் மூலம் தேர்தெடுக்கப்பட்ட ஒரு தற்காலிக நாடாளுமன்றத்தின் அதிகாரத்தைச் சந்தேகத்துக்கு உட்படுத்தியது அந்த அமைப்பு. பொதுத் தேர்தலுக்கு முன் அரசமைப்புச் சட்டத்தில் எந்தவொரு திருத்தத்தையும் மேற்கொள்ளக்கூடாது எனவும்

அது எதிர்ப்பு தெரிவித்தது.²⁴ தான் அனுப்பிய குழுவுக்கு நேரு கொடுத்த உத்திரவாதத்தில் நம்பிக்கை கொள்ளாத அனைத்திந்திய பத்திரிகையாசிரியர் சம்மேளனம் (AINEC) சட்டப்பிரிவு-19, பேச்சுரிமை மற்றும் கருத்துரிமையில் கொண்டுவரப்படுவதாக இருந்த அனைத்துச் சட்டத்திருத்தங்களையும் முழுவதுமாகக் கைவிடவேண்டும் என மீண்டும் மீண்டும் வலியுறுத்தியது. தனது நிலைப்பாட்டை AINECயின் நிலைக்குழு இப்படி பதிவு செய்தது: 'பரிசீலனையில் உள்ள சட்டத்திருத்தம் தேவையற்றது, பொருத்தமற்றது. குடியரசுத் தலைவரின் அறிவுரைகளை ஏற்றுக்கொண்டு அரசாங்கம் தனது நிலைப்பாட்டை மறுபரிசீலனை செய்ய ஒப்புக்கொள்ளும் என்று நம்புகிறோம்.'²⁵

பத்திரிகைகளில் வரும் எதிர்வினைகளால் கவலையடைந்த நேரு, ஹிந்துஸ்தான் டைம்ஸ்-இன் தேவதாஸ் காந்தி, இந்தியன் எக்ஸ்பிரஸ்-இன் ராம்நாத் கோயங்கா, தி ஹிந்துவின் சிவ ராவ் போன்ற முக்கிய நாளேடுகளின் ஆசிரியர்களுக்கும், நிருபர்களுக்கும் தன்னைச் சந்திக்க வருமாறு அழைப்பு விடுத்தார்.²⁶ ஆனால் எதிர்ப்பலைகளை மட்டுப்படுத்த அந்தச் சந்திப்பு எள்ளளவும் உதவவில்லை. தனிப்பட்ட முறையில் பிரதமருக்கு எழுதிய கடிதம் ஒன்றில், நேருவின் வாய்மொழி உத்திரவாதங்களுக்கு அரசமைப்புச் சட்ட முகாந்தரம் எதுவுமில்லை எனவும், அவற்றுக்கு உறுதியான செயல்வடிவம் கொடுக்க வேண்டுமானால், அமெரிக்க அரசமைப்பின் சட்டப்பிரிவு-1ஐ போல் பத்திரிகைச் சுதந்திரத்துக்குப் பாதுகாப்பு அளிக்கும் ஒரு புதிய ஷரத்தை இந்திய அரசமைப்புச் சட்டத்திலும் சேர்க்கவேண்டும் எனவும் தேசபந்து குப்தா கோரிக்கை வைத்திருந்தார்.²⁷ மேலும், 'அரசாங்கம் இந்த சட்டத்திருத்தத்தின் மூலம் கைப்பற்ற இருக்கும் பரந்த அதிகாரங்கள் அனைத்துமே பத்திரிகைச் சுதந்திரத்தை நசுக்க நாடாளுமன்றத்துக்கு விடுக்கப்பட்ட வெளிப்படையான அழைப்பு,'²⁸ எனவும் அக்கடிதத்தில் அவர் குறிப்பிட்டிருந்தார்.

கான்பூரில் வாழ்ந்தவர் சர் ஜ்வாலா பிரசாத் ஸ்ரீவாஸ்தவா. மிகுந்த மதிப்புக்கும் மரியாதைக்கும் உரிய மூத்த அரசியல் தலைவர். முன்னாள் மத்திய அமைச்சர். வைசிராய் நிர்வாக சபையின் முன்னாள் உறுப்பினர். ஆரம்பகால அரசியல் நிர்ணய சபையின் முன்னாள் உறுப்பினர். ஒப்பற்ற பல பெருமைகளுக்குச் சொந்தக்காரரான இவர், முன்மொழியப்பட்ட சட்டத்திருத்தங்கள் 'தேவையற்றவை, அபத்தமானவை, தவறானவை' என்றார். அவர்கள் 'அரசமைப்புச் சட்டத்திலுள்ள உரிமைகளைப் பறிக்க முயற்சிப்பதாக'வும் எச்சரித்தார்.²⁹ பிற்காலத்தில் ஸ்ரீவாஸ்தவாவுடைய மருமகன் மினோச்சர்

மசானி (மினு மசானி என்பது இவரின் செல்லப்பெயர்) சுதந்திரா கட்சியைத் தொடங்கி, நேருவைக் கடுமையாக விமர்சிப்பவராக உருவெடுத்து, காங்கிரஸின் ஆதிக்கத்திற்கு எதிரான போராட்டத்தை வழிநடத்தினார் என்பது தனிக்கதை.

'பத்திரிகைகளை அதிகார வர்க்கத்தின் தயவில் நிறுத்தும்'[30] இந்தச் சட்டத்திருத்தத்துக்கு ஜனநாயகத்தின் நான்காம் தூணான பத்திரிகைத் துறையின் அனைத்து மட்டங்களிலும் கண்டனங்கள் பெருகின. 'அடிப்படைச் சுதந்திரங்கள் மீதான இந்த அத்துமீறலை எதிர்த்துப் போராட அச்சு ஊடங்கங்கள் தத்தமது வளங்களைக் கண்டிப்பாக ஒருங்கமைக்க வேண்டும்,'[31] என்ற அறைகூவல் எழுந்தது.

ஒரு நிருபர் இப்படித் தாக்கினார்:

> *'பொதுஒழுங்குதான் ஒரு நிலையான அரசின் அடித்தளம். ஆனால் பொதுஒழுங்கு தொடர்பான விஷயங்களில் கருத்துச் சுதந்திரத்தைக் கட்டுப்படுத்தும் பரவலான அதிகாரங்களை அரசாங்கத்துக்கு வழங்குவது நிச்சயமாக ஜனநாயகக் கொள்கைகளின், ஜனநாயக வாழ்வியலின் ஆணிவேரையே தாக்குவதற்குச் சமம்... இந்தச் சட்டத்திருத்தத்தின் மூலம், நாளையே ஒரு கம்யூனிச அரசாங்கம் வெளிவிவகாரங்களில் சுதந்திரமான கருத்துகளைக் கட்டுப்படுத்துகின்ற போர்வையில் கிரெம்ளினின் கட்டளைகளுக்கு அடிபணியுமாறு பத்திரிகைகளைக் கட்டாயப்படுத்தலாம்... ஒரு சர்வாதிகார அரசாங்கம் பொதுஒழுங்கைக் குலைக்கிறது என்கிற அடிப்படையில் அரசாங்கத்திற்கு எதிரான விமர்சனங்களுக்கு ஒட்டுமொத்தமாகத் தடை விதித்து, அதன் மூலம் தனக்கெதிரான அனைத்து எதிர்ப்புகளையும் நசுக்கலாம். இவைதான் ஜனநாயகத்துக்கும், ஜனநாயக கொள்கைகளுக்கும் புதிய சட்டத்திருத்தத்தில் ஒளிந்திருக்கும் ஆபத்து.'*[32]

'உண்மையில் காலச்சக்கரம் சுழன்று பழிவாங்கிக் கொண்டிருக்கிறது' என்று வர்ணித்த மற்றொரு மூத்த பத்திரிகையாளர், தொடர்ந்து எழுதினார்:

> *'முந்தைய காலங்களில் பேச்சு மற்றும் கருத்துச் சுதந்திரத்துக்காக தீரத்தோடு வாதாடியவர்கள், இப்போது அதிகாரத்தில் அமர்ந்தவுடனேயே, தங்களின் மீது மேலும் கடுமையான கட்டுப்பாடுகளை விதிக்க முயல்வதில் உள்ள முரண்பாடுகளைக் காணமறுக்கிறார்கள். சுதந்திரத்தின் இயல்பை அவர்கள் புரிந்துகொள்ளவில்லை என்பது தெளிவாகத் தெரிகிறது.'*[33]

அடுத்ததாக அவர் விமர்சித்ததில்:

> ‘மேலும் மேலும் கட்டுப்பாடுகளை விதிக்க வேண்டுமென்றால், இந்தக் கட்டுப்பாடுகள் இல்லாத காரணத்தால்தான் வெளிநாட்டு அரசாங்கங்களுடனான நமது நட்புறவு பாதிக்கப்பட்டிருக்கிறது, பொதுஒழுங்கு ஆபத்தில் இருக்கிறது, குற்றங்கள் பரவலாகத் தூண்டப்படுகின்றன என்பதை நிச்சயமாக நிரூபிக்க வேண்டும். ஆனால் இதுபோன்ற மாற்றங்கள் தேவைப்படும் அளவுக்கு நாட்டின் நிலைமை இருப்பதாகக் காட்டுவதற்கு எவ்வித முயற்சியும் எடுக்கப்படவில்லை என்பதே இதுவரை நடந்த விவாதங்களிலிருந்து புரிந்துகொள்ளமுடிகிறது. இந்த மாற்றங்கள் அவசியம் என வாதாடுவதற்கு ஒருசில நீதிமன்ற தீர்ப்புகளும், எப்போதாவது சில நீதிபதிகளின் கருத்துக்களும் மட்டுமே நமக்குச் சுட்டிக்காட்டப்படுகின்றன.’[34]

சட்டப்பிரிவு-15 மற்றும் சட்டப்பிரிவு-31இல் திருத்தம் செய்யவில்லையென்றால், ‘ஆட்சியில் இருக்கும் கட்சிக்கு சில சிரமங்கள் ஏற்படும் என்பதில் சந்தேகமேயில்லை. கட்சி கொண்டுவந்திருக்கும் சில திட்டங்களால் எதிர்பார்த்த பலன்கள் அனைத்தையும் தரமுடியாமல் போய்விடும். இதனால் சில பகுதிகளில் உள்ள வாக்காளர்களுக்குக் கட்சிக்கான ஆதரவைத் தெரிவிப்பதில் ஆர்வம் குறையக்கூடும். எப்படியிருந்தாலும் இதுபோன்ற அடிப்படையான மாற்றங்களைத் திணிப்பதற்கான காரணங்கள் எதுவும் போதுமானதாக இல்லை...’[35] என்றார் அவர்.

‘உள்ளார்ந்த காவல் அதிகாரங்கள்’ என்னும் தனது சித்தாந்தத்தை ஏற்க மறுத்ததற்காக உச்சநீதிமன்றத்தையே விமர்சித்து அம்பேத்கர் தன்னுடைய அதிமேதாவித்தனத்தைக் காட்ட முயற்சிப்பதாக டைம்ஸ் ஆஃப் இந்தியாவின் சட்டவியல் நிருபர் ஒருவர் சட்ட அமைச்சரான அவர் மேல் அடுக்கடுக்கான புகார்களை எடுத்துவைத்தார். அம்பேத்கர் தன்னுடைய முந்தைய நிலைப்பாட்டிலிருந்து எந்தளவுக்குப் பின்வாங்கியிருக்கிறார் என்பதை நிரூபிப்பதற்காக 1948ஆம் ஆண்டு அரசியல் நிர்ணய சபையில் அவர் ஆற்றிய உரைகளின் அச்சுவடிவத்தை அந்நிருபர் வெளியிட்டார். அடிப்படை உரிமைகளை எவ்வித நிபந்தனைகளும் இன்றி உருவாக்குவதற்குப் பதிலாக, அமெரிக்காவில் நடந்தது போல ‘காவல் அதிகாரங்கள்’ சார்பான கோட்பாடுகளுக்காகவும், அடிப்படை உரிமைகளில் வரம்புகளைக் கொண்டுவருவதற்காகவும் உச்சநீதிமன்றத்தை நம்பிக்கொண்டிருக்காமல், அரசமைப்புச் சட்டத்திலேயே அதுபோன்ற கட்டுப்பாடுகளை நேரடியாக எழுத இருப்பதாக 1948ஆம்

ஆண்டில் அரசியல் நிர்ணய சபையிடம் அம்பேத்கர் தெளிவாகத் தெரிவித்திருந்தார். இதன்மூலம் இது தொடர்பான விவகாரங்களில் உச்சநீதிமன்றத்தின் தலையீட்டை முன்கூட்டியே தடுக்கமுடியும் என்றும் அம்பேத்கர் பேசியிருந்தார். அரசியல் நிர்ணய சபையிடம் அன்று அதுபோல் பேசிவிட்டு, இப்போது அதே சட்ட அமைச்சர் 'உள்ளார்த்த காவல் அதிகாரங்களை'க் கோருவது நேர்மையற்ற செயல் என்றால் அது மிகையல்ல[36] என்று அந்நிருபர் சாடியிருந்தார்.

பிரபல பத்திரிகை ஒன்றுக்கு பம்பாயிலிருந்து ஒருவர் அனுப்பிய கடிதத்தில் கோபம் கொப்பளித்தது. 'அரசமைப்பு முதல் திருத்தச்சட்ட மசோதாவை ஆதரித்துப் பேசியபோது, "இது வருங்கால நாடாளுமன்றங்களுக்கு மரபுக்கொடையாக வழங்குவதற்காகத்தானே தவிர தற்போதைய அரசாங்கம் பயன்படுத்துவதற்காக அல்ல," என்று பிரதமர் குறிப்பிட்டிருந்தார். அப்படியென்றால் தற்போதைய நாடாளுமன்றத்தில் இதை அறிமுகப்படுத்த வேண்டிய அவசியம் என்ன? ஒருவேளை திரு. நேரு ஒப்புக்கொள்வதைப்போல, "நிலையானது என்றோ மாற்றத்துக்கு அப்பாற்பட்டது என்றோ எதுவும் கிடையாது" என்றாலும் சூழ்நிலை முழுவதுமாக மாறலாம் என்றாலும் அடுத்துவரும் நாடாளுமன்றத்தை நோக்கி அளவுகடந்த யூகத்தோடு செயல்படுவது சற்றும் நியாயமல்ல.'[37]

இடைவிடாத விமர்சனங்களும் ஓயாத எதிர்ப்பலைகளும், ஒருகணம் பிரதமரை உலுக்கியெடுத்தன என்றுதான் சொல்லவேண்டும். தேர்வுக் குழுவுக்குள், பேச்சு மற்றும் கருத்துச் சுதந்திரம் தொடர்பான விவகாரங்களில் அவர் அதிகமான அழுத்தத்தை உணர்ந்தார். இவ்விவகாரங்களில் பிரதமரோடு ஒத்துப்போகாத காங்கிரஸ் உறுப்பினர்களின் எண்ணிக்கை இப்போது கூடிக்கொண்டேயிருந்தது. நேருவின் ஆதரவாளர்கள் பலரும் அடிப்படை உரிமைகளில் 'நியாயமான கட்டுப்பாடுகள்' என்ற வார்த்தைகளை சேர்க்கவேண்டுமெனத் தொடர்ந்து வலியுறுத்தினார்கள். பேச்சுரிமையை ஒடுக்கி நீதிமன்ற தலையீட்டுக்கான சாத்தியங்களைப் படுசுத்தமாக ஒழித்துக்கட்டும் தன்னிச்சையான அதிகாரத்தை அரசாங்கத்துக்குப் பெற்றுக்கொடுப்பதைவிட, இந்தக் கட்டுப்பாடுகளில் உள்ளவற்றை நீதிமன்றங்களின் விசாரணை வரம்புக்குள் கொண்டுவர அனுமதிக்க வேண்டும் என்பதே அவர்களின் கோரிக்கையாக இருந்தது. நீதித்துறையின் அதிகாரங்களை நறுக்கி, நீதிபதிகளுக்கான இடத்தைக் காட்ட வேண்டும் என்பதில் குறியாக இருந்த நேருவோ இதுபோன்ற ஆலோசனைகளால் வெறுப்படைந்தார்.

மெட்ராஸைச் சேர்ந்த காங்கிரஸ் கட்சியின் நாடாளுமன்ற உறுப்பினரும், அரசியல் நிர்ணய சபையில் சட்ட வரைவுக்குழுவின் முன்னாள் உறுப்பினருமான டி.டி. கிருஷ்ணமாச்சாரிக்கு எழுதிய ஒரு கடிதத்தில், 'கட்டுப்பாடு' என்கிற வார்த்தையோ அல்லது அதனுடன் 'நியாயமான' என்கிற வார்த்தையைச் சேர்ப்பதிலோ எனக்கு விருப்பமில்லை என்பதை ஒப்புக்கொள்கிறேன்,' என்று நேரு குறிப்பிட்டிருந்தார்.

'என்னைப் பொறுத்தவரை, எந்தவொரு சட்டத்தையும் ஆராய்வதற்கான உரிமை நீதிமன்றங்களுக்கு எப்போதுமே இருந்து வந்திருக்கிறது... இந்தச் சட்டத்திருத்தம் நிறைவேறினால், நீதிமன்றங்கள் கொடுக்கும் விளக்கங்களை ஓரளவுக்குக் கட்டுப்படுத்தலாம் என்பது உண்மைதான். ஆனால் 'நியாயமான' என்ற வார்த்தையைச் சேர்த்துவிட்டால் அது ஒவ்வொரு நிலையிலும் நீதிமன்றத்துக்குச் செல்லும் வாய்ப்பை உண்டாக்கித் தொடர்ந்து நிச்சயமற்ற நிலையை ஏற்படுத்திவிடும்.'³⁸

பிரதமரே சொன்னது போல, பேச்சுச் சுதந்திரத்தில் விதித்த கட்டுப்பாடுகள் நியாயமானவைதான் என்று எந்தவொரு சோதனையிலும் நிரூபிக்க வேண்டிய அவசியத்தை அவர் விரும்பவில்லை. நீதிமன்றங்கள் அதுபோன்ற சோதனைகளில் ஈடுபட்டு தீர்ப்பு வழங்கும் நிலையையும் அவர் முற்றிலுமாகத் தவிர்க்க விரும்பினார். 'கட்டுப்பாடுகள்' என்ற வார்த்தையோ அல்லது அது போன்ற யோசனையோ அவருக்குப் பிடிக்கவில்லை என்பது உண்மை. ஆனால் அவற்றின் நியாயத்தன்மையை ஆராய்வது அதைவிட இன்னும் சுத்தமாகப் பிடிக்கவில்லை. கட்டுப்பாடுகள் பிடிக்காது, ஆனால் அரசமைப்புச் சட்டத்தில் இடம்பெறும்போது அந்தக் கட்டுப்பாடுகள் மேலோட்டமாக இருக்கவேண்டும். இன்னும் சரியாகச் சொல்லப்போனால், அந்தக் கட்டுப்பாடுகள் நீதிமன்ற விசாரணைக்கு அப்பாற்பட்டு இருக்கவேண்டும். கொஞ்சம் வினோதமான முரண்பாடு இது. நாட்டு மக்களின் அடிப்படை உரிமைகளுக்கும், நேரு நினைத்தது போல இந்தியாவை மீளுருவாக்கம் செய்ய விரும்பிய அவரின் ஆர்வத்துக்கும் நடந்த போட்டியில் நேருவின் கையே ஓங்கியது.

போராட்டம். புரட்சி. ராஜதந்திரம்.

மே 22, 1951. மாலை. மசோதா மீதான ஆலோசனைகளைத் தேர்வுக் குழு முடித்துக்கொண்டது. நேருவே விவரித்தது போல, ஒவ்வொரு விவகாரத்தையும் விரிவாக அலச வேண்டுமென்று எதிர்கட்சி உறுப்பினர்கள் கட்டாயப்படுத்தினார்கள். குறித்த நேரத்தில் வேலையை முடிப்பதற்காகக் காலையில் மட்டுமல்லாமல் பிற்பகலிலும் குழுவைக் கூட்டும்படி அவர்கள் வற்புறுத்தினார்கள். சட்டப்பிரிவு-19 மற்றும் பேச்சுச் சுதந்திரம் ஆகிய முக்கிய பிரச்சினைகளில் தொடர்ந்து இழுபறி நீடித்தது. நான்கு-நாள் ஆலோசனைகளின் முடிவில் 'நான் மிகவும் சோர்வாக உணர்கிறேன்,' என்று பிரதமரே வெளிப்படையாக ஒப்புக்கொண்டார்.[39]

வெளியில், மசோதாவுக்கான எதிர்ப்பலைகள் ஓய மறுத்தன. பத்திரிகைகள், விமர்சகர்கள், இது போதாமல் எதிர்கட்சிகள் என மும்முனைத் தாக்குதலைச் சமாளிக்க முடியாத காங்கிரஸ் நாடாளுமன்ற உறுப்பினர்களின் மனதில் நேருவின் திட்டங்களுக்கு - குறிப்பாகச் சட்டப்பிரிவு-19 மீதான தாக்குதலுக்கு - துணை நிற்கலாமா என்ற ஊசலாட்டம் தொடங்கியது. மே 23. அடுத்தகட்ட நடவடிக்கை குறித்து ஆராய்வதற்காகக் காங்கிரஸ் நாடாளுமன்றக் கட்சியின் கூட்டம் கூடியது. அப்போது சட்டத்திருத்த மசோதாவை நாடாளுமன்றத்தில் விவாதித்து முடித்தபிறகு, உறுப்பினர்கள் அனைவரையும் கொறடா உத்தரவின் நிர்பந்தம் இல்லாமல் தங்களின் மனசாட்சிப்படி வாக்களிக்க அனுமதிக்க வேண்டும் எனக் கோரும் மனுவை எழுபத்து ஏழு நாடாளுமன்ற உறுப்பினர்கள் கையெழுத்திட்டு நேருவிடம் சமர்ப்பித்தார்கள்.[40] இதனால் திடுக்கிட்ட நேரு, தனக்கான ஆதரவு அதிவேகமாகச் சரிவதை உணர்ந்து அதிர்ச்சியடைந்தார். மே 20ஆம் தேதியன்று நடந்த கூட்டத்தில் சட்டப்பிரிவு-19இல் திருத்தம் கொண்டுவரும் திட்டத்துக்கு ஏறக்குறைய ஒருமனதான ஆதரவு நிலவியிருந்தது. ஆனால் அடுத்த மூன்றே நாட்களுக்குள், மே 23ஆம் தேதி நடந்த கூட்டத்தில் மனசாட்சியின் அடிப்படையில் வாக்களிக்கக் கோரும் அளவுக்குக் கட்சிக்காரர்களின் மனநிலை திடீரென்று மாறியிருந்தது. நேருவுக்குண்டான ஆபத்து இது.

பிரதமர் நேரு நிலைமையின் தீவிரத்தைப் புரிந்துகொண்டார். கட்சி அவரின் கட்டுப்பாட்டில் இருந்திருக்கலாம். கட்சிக்குள் கலகமோ கிளர்ச்சியோ எதுவுமே வெளிப்படையாகத் தெரியாமல் இருந்திருக்கலாம். ஆனால் நேரு தனது பிடிவாதத்திலிருந்து இறங்கி வந்திருக்கவில்லையென்றால் அரசமைப்புச் சட்டத்துடனான போரில் அவரின் வெற்றியைத் தடுப்பதற்குக் கணிசமான அதிருப்தியாளர்கள்

காத்திருந்தார்கள். மாலையில் மத்திய அமைச்சரவை கூடியதற்கு முன்பாகவே நெருக்கடியை உணர்ந்த அவர், தனக்கு முன்னிருக்கும் சாத்தியக்கூறுகளை அலசிக் கொண்டிருந்தார். அமைச்சரவைக்குள் அவரின் சகாக்களில் பலர் அடிப்படை உரிமைகளை நீதிமன்ற விசாரணை வரம்புக்குள் கொண்டுவருவதற்கு வசதியாக *'நியாயமான'* என்ற வார்த்தையைச் சேர்க்க வேண்டுமென்று இப்போது வற்புறுத்த ஆரம்பித்திருந்தார்கள். அப்படிச் சேர்க்கவில்லையென்றால் அரசமைப்புச் சட்டத்தின் பகுதி IIIஇன் ஒட்டுமொத்த இருத்தலுக்கே அது ஆபத்தாக அமைந்துவிடக்கூடும் என அவர்களில் பலர் நினைத்திருக்கலாம். ஆக, நீதிமன்றங்களின் அதிகாரத்தைப் பிடுங்கியெறியும் நேருவின் கொடூர ஆசைக்கான ஆதரவு இப்போது கவலைக்கிடமாகக் குறைந்து கொண்டிருந்தது.

எதிர்பாராத இத்திருப்பங்கள் நேருவுக்கு அதிர்ச்சியைக் கொடுத்தன. பின்வாங்க வேண்டிய அவசியத்தை அவருக்கு உணர்த்தின. நேரு என்ன சொன்னாலும் அமைச்சரவையும் காங்கிரஸ் நாடாளுமன்ற கட்சியும் அடுத்த நொடியே அவருக்குக் கட்டுப்படும் என்றாலும் கூட அதற்கும் ஓர் எல்லை உண்டென்று அவருக்குச் சுட்டிக்காட்டின. விவகாரம் கையை மீறிச் சென்று கொண்டிருந்ததால் வேறு வழியில்லாமல் நேரு தோல்வியை ஏற்றுக்கொண்டார். அமைச்சரவைக்குள் பிளவு ஏற்படுவதைத் தடுப்பதற்காகவும், மூன்றில்-இரண்டு பங்கு பெரும்பான்மையைத் திரட்ட முயற்சிக்கும் போது முடிந்தளவுக்குக் கட்சிக்குள் அதிருப்தி நிலவாமல் பார்த்துக் கொள்ளவும் மசோதாவில் *'நியாயமான'* என்ற வார்த்தையைச் சேர்க்க ஒப்புக்கொண்டார்.[41] 'அரசமைப்புச் சட்டப்பிரிவு-19(2) இல் உத்தேசித்திருக்கும் திருத்தத்துக்கு எதிராகப் பெருகிவரும் விமர்சனங்களை எதிர்கொள்ள அமைச்சரவை தீர்மானித்துள்ளதாக அறியப்படுகிறது. பேச்சு மற்றும் கருத்துச் சுதந்திரத்தில் 'கட்டுப்பாடுகள்' விதிப்பது தொடர்பான இந்தச் சட்டத்திருத்தத்தில் நீதிமன்ற விசாரணைக்கு வழிவகுக்கும் வகையில் மாற்றங்களைச் செய்ய அமைச்சரவை முடிவெடுத்துள்ளது. பொதுஒழுங்கு மற்றும் அயல்நாடுகளுடன் நட்புறவைக் கருத்தில்கொண்டு பேச்சு மற்றும் கருத்துச் சுதந்திரத்தில் கட்டுப்பாடுகளை விதிக்கும் அபரிமிதமான அதிகாரத்தை அரசுக்கு வழங்கும் பிரச்சினைக்குரிய ஷரத்தில் *'நியாயமான கட்டுப்பாடுகள்'* என மாற்றம் செய்யப்பட்டு அவை வரையறைக்கு உட்படுத்தப்படவுள்ளன,'[42] என்று ஒரு நிருபர் எழுதினார்.

மிகமிகச் சிறிய சலுகை அது. அதுவும்கூட கடுமையான முயற்சிக்குப் பிறகு நேருவின் முடிவுக்கும் விருப்பத்துக்கும் எதிராக அடையப்பட்ட ஒன்று அது. ஆனாலும் கொண்டுவரப்படவிருந்த சட்டத்திருத்தத்தின் மிக மோசமான பகுதியை அது நீர்த்துப்போகச் செய்தது உண்மை. கொந்தளிப்பில் இருந்த அமைச்சரவை உறுப்பினர்களைச் சமாதானம் செய்ய அது பெரிதும் உதவியது. பேச்சுரிமையின் மீது அரசாங்கம் எவ்விதக் கட்டுப்பாடுகளை விதித்தாலும் இனிமேல் அவர்கள் அதன் நியாயத்தன்மையை நீதிமன்றத்தில் நிரூபித்தாக வேண்டும். அடிப்படை உரிமைகளைப் பறிக்கும் அரசாங்கத்தின் எல்லையற்ற அதிகாரம்தான் நேருவின் ஆசைகளிலேயே மிகவும் உக்கிரமானது. எப்படியோ அதை மறுத்தாகிவிட்டது. வரலாற்றுச் சிறப்புமிக்க அந்த அமைச்சரவைக் கூட்டத்தில் - தெரிந்தோ தெரியாமலோ - அதன் பங்கேற்பாளர்கள் எடுத்த அந்நடவடிக்கைதான் அதுவரை எதிர்கொண்ட ஆபத்திலேயே அல்லது பிற்காலத்தில் எதிர்கொள்ளக்கூடிய மிகப்பெரிய ஆபத்திலிருந்துமே அரசமைப்புச் சட்டத்தைக் காப்பாற்றியது. அன்று பொதுப்பார்வையில் ஆகப்பெரும் அரசியல் ஜாம்பவானாக விளங்கிய இந்தியாவின் பிரதமரை விரல்விட்டு எண்ணிவிடக்கூடிய சில கிளர்ச்சியாளர்களும் அதிருப்தியாளர்களும் எதிர்த்து நிற்கத் துணிந்த அந்நிகழ்வுதான் இந்திய ஜனநாயகத்தின் அஸ்திவாரத்தையே காப்பாற்றியது. அரசமைப்புச் சட்டத்தின் அடிப்படையையும் கூட.

முரண்டுபிடிக்கும் காங்கிரஸ் நாடாளுமன்ற உறுப்பினர்களைச் சமாதானப்படுத்துவதற்கு இந்தச் சலுகை போதுமா என்பது முழுக்க முழுக்க வேறொரு விவகாரம். மே 23ஆம் தேதி நின்று-நிதானமாக நடந்த ஒவ்வொரு விஷயமும் நேருவை நிதானம் இழக்கவைத்தது. நிம்மதியைக் கெடுத்தது. காங்கிரஸ் நாடாளுமன்ற உறுப்பினர்கள் முன்பு போல் அவரின் பின்னால் அணிவகுத்து நிற்பார்கள் என்று இனிமேலும் நம்பமுடியுமா? திடீரென்று அவருக்குள் சந்தேகம் உறுத்தியது. 'இந்த மசோதாவால் எங்களுக்கு ஏற்பட்டுள்ள பெரும் சிரமங்களைப் பற்றி உங்களுக்கு எதுவும் தெரியாது. பிரச்சினை இன்னமும் தீரவில்லை. இந்த ஷரத்துகளை நிறைவேற்றுவதற்குத் தேவையான மூன்றில்-இரண்டு பங்கு பெரும்பான்மையை நம்மால் பெற முடியுமா என்பது கடைசி நொடிவரை எனக்குத் தெரியாது,'[43] என மேற்குவங்க முதல்வர் பிதன் சந்திர ராய்க்கு எழுதிய கடிதத்தில் நேரு தெரிவித்திருந்தார்.

இச்சலுகை காங்கிரஸ் கட்சியின் நாடாளுமன்ற உறுப்பினர்களை ஈர்த்ததா என்பதைத் தெளிவாகச் சொல்லமுடியாது. ஆனால் அது

பத்திரிகைத் துறையின் முன்னோடிகளை வெகுவாகக் கவரவில்லை என்பது மட்டும் நிச்சயம். கவலையடைந்த அனைத்திந்திய பத்திரிகையாசிரியர் சம்மேளனம் (AINEC), 'அரசமைப்பு சட்டத்தின் பிரிவு-19(2)இல் கொண்டுவரப்படவிருக்கும் திருத்தத்தால் அச்சுறுத்தலுக்கு ஆளாகியிருக்கும் பத்திரிகைச் சுதந்திரத்தைப் பாதுகாப்பதற்காக எடுக்கவேண்டிய அடுத்தகட்ட நடவடிக்கைகள் குறித்து பரிசீலிக்க'[44] சிறப்புக் கூட்டம் ஒன்றைக் கூட்டுவதாகத் தீர்மானித்தது. நேருவைத் தர்மசங்கடத்துக்கு உள்ளாக்கி அவரது நிலைப்பாட்டை மறுபரிசீலனை செய்யவைக்கும் ஒரு முயற்சியாக அவருக்கும் தேசபந்து குப்தாவுக்கும் நடந்த கடிதப் போக்குவரத்து அனைத்தும் பத்திரிகைகளில் வெளியிடப்பட்டன. ஆனால் எதிர்பார்த்த எந்தவொரு பலனும் கிடைக்கவில்லை.

இடஒதுக்கீடு மற்றும் சட்டப்பிரிவு-15 விஷயத்தில் அமைச்சரவைக்குள் அதிகளவில் கருத்தொற்றுமை காணப்பட்டது. பிற்பட்ட மக்களுக்கான இடஒதுக்கீட்டைக் காப்பாற்றுவதற்காகச் சட்டப்பிரிவு-15இல் கொண்டுவரப்படவிருக்கும் மாற்றங்கள் போதாது 'ஆகவே சட்டப்பிரிவு-29(2) உட்பட வேறெந்தச் சட்டப்பிரிவும் பிற்பட்ட வகுப்பினரின் கல்வி, பொருளாதாரம் மற்றும் சமூக முன்னேற்றத்திற்கான சிறப்புச் சலுகைகளைத் தடுக்காத வகையில் சட்டத்திருத்தத்தில் புதியதாக ஒரு ஷரத்தை சேர்க்கவேண்டும்'[45] என மெட்ராஸில் இருந்து தொடர்ச்சியான கோரிக்கைகள் வந்தவண்ணம் இருந்தன. தேர்வுக் குழுவிலிருந்த மத்திய அமைச்சர்களும், காங்கிரஸ் உறுப்பினர்களும் மெட்ராஸின் கோரிக்கையை ஏற்றுக்கொண்டார்கள். இதன் விளைவாக இந்தச் சட்டத்திருத்த மசோதாவுக்குள் பள்ளி மற்றும் கல்லூரி மாணவர் சேர்க்கையில் பாரபட்சம் காட்டக்கூடாது என அறிவுறுத்தும் சட்டப்பிரிவு-29ஐ கொண்டுவர முடிவெடுத்தார்கள். 'எந்தவொரு அரசாங்கமும் அரசமைப்புச் சட்டத்தின் மாண்புக்கு எதிராக வர்க்க பேதத்தைத் தொடரச் செய்யவோ அல்லது பிற்பட்டோர் அல்லாத வகுப்பினர்களுக்குச் சலுகைகள் கொடுப்பதற்காக அவர்களைப் பிற்பட்ட வகுப்பினராகக் கருதும் நோக்கத்தில் இச்சிறப்பு சலுகையைத் துஷ்பிரயோகம் செய்யவோ வாய்ப்பில்லை, உண்மையில் அதைத் துஷ்பிரயோகம் செய்யவும் முடியாது'[46] என்பதே இப்போது அவர்களின் கருத்து.

இன்னொரு புதிய திருப்பமாக, 'பொருளாதாரம்' மற்றும் 'பொருளாதார ரீதியான' என்பன போன்ற குறிப்புகளைக் கைவிட்டுவிட்டு 'சமூக மற்றும் கல்வியில் பிற்பட்ட வகுப்பினர்' என்கிற அளவோடு மட்டும் வார்த்தைப் பிரயோகத்தை நிறுத்திக்கொள்ள வேண்டும்[47] எனவும்

அவர்கள் பரிந்துரை செய்தார்கள். இந்த ராஜதந்திரத்தின் மூலம் இரண்டு விஷயங்களை அமைச்சரவை சாதித்தது. ஒன்று: ஒரு வகுப்பினரின் கல்வி மற்றும் சமூக நிலையின் அடிப்படையில் அவர்களைப் பிற்பட்ட வகுப்பினராகப் பகுத்தறியும்போது பொருளாதாரக் காரணியை முற்றிலுமாக அகற்ற முடியும். இரண்டு: கல்வி மற்றும் சமூக அளவில் பிற்பட்டவராக அறியப்படாமல் பொருளாதார ரீதியில் பின்தங்கியோர் என்று வகைப்படுத்தப்பட்டவர்களுக்குச் சிறப்பு சலுகையோ அல்லது இடஒதுக்கீடோ வழங்க எழும் கோரிக்கையை முன்கூட்டியே தவிர்க்க முடியும்; நிராகரிக்க முடியும். இதை வேறு வார்த்தைகளில் சொல்வதென்றால், சாதி மற்றும் வகுப்புவாரியான இடஒதுக்கீட்டைச் சட்டப்பூர்வமாக்கும் அதிகாரத்தைப் பெற அவர்கள் விரும்பினார்கள். (அரசமைப்புச் சட்ட அறிஞர் கிரான்வில் ஆஸ்டின் இதை 'ஈடுசெய் பாகுபாடு'[48] என்று அழைத்தார்) ஆனால் அதேநேரம், பொருளாதார அடிப்படையில் இடஒதுக்கீடு கொடுக்கும் செயல்திட்டம் உருவாவதையும் அவர்கள் தடுத்தார்கள்.

பொருளாதாரத்தில் பின்தங்கியோரை இந்தியாவின் இடஒதுக்கீடு மற்றும் அது சார்ந்த செயல்திட்டங்களுக்குள் சேர்க்க மறுத்ததுதான் இன்றுவரை நீடித்துக்கொண்டிருக்கும் ஓர் அரசியல் பிழைக்கு மூலகாரணமாக அமைந்துவிட்டது. சாதிவாரி இடஒதுக்கீட்டு முறைக்கு மாற்றாகவோ தனித்த அளவுகோலாகவோ பொருளாதார பின்னடைவு ஏற்கப்படவில்லை. இன்று, முன்னேறிய சாதியினரிடையே பொருளாதாரத்தில் பின்தங்கியோருக்கு இடஒதுக்கீடு வழங்கவேண்டும் என்கிற கோரிக்கையாகவும், பிற்பட்ட சாதியினரில் பொருளாதார ரீதியாகவும் சமூக ரீதியிலும் மேம்பட்டவர்களுக்கு இதர பிற்பட்ட வகுப்பினருக்கான இடஒதுக்கீட்டை வழங்கக் கூடாது என்கிற கோரிக்கையாகவும் இந்த அரசியல் பிழை குறித்த சர்ச்சை தொடர்ந்து கனன்று கொண்டிருக்கிறது. பிற்பட்ட வகுப்பினர் மீதான இந்த அக்கறை முதன்முதலில் எங்கிருந்து ஆரம்பித்தது என்பதைப் பலரும் அறிந்திருக்க வாய்ப்பில்லை. 2006இன் அர்ஜுன் சிங் மற்றும் 93வது சட்டத்திருத்த காலத்துக்கு முன்பாகவே, 1990இன் வி.பி. சிங் மற்றும் மண்டல் காலத்துக்கு முன்பாகவே, மே 23ஆம் தேதியன்று அவ்வளவாக அறியப்படாத அந்த அமைச்சரவைக் கூட்டத்தில்தான் இந்தச் சர்ச்சைக்கான அரசமைப்பு விதை முதன்முதலில் தூவப்பட்டது.

நாடாளுமன்றத்திலும் பொதுவெளியிலும் மசோதா குறித்த விவாதங்கள் தீவிரமடைந்து கொண்டிருந்ததை உன்னிப்பாகக் கவனித்து வந்த குடியரசுத் தலைவர் ராஜேந்திர பிரசாத், அரசாங்கத்தின் பொறுப்பற்ற போக்கைக் கைவிடக் கோரும் தன்னுடைய இறுதிகட்ட

முயற்சியை – கடைசி முயற்சியை – மேற்கொண்டார். பிரதமருக்கு அவர் எழுதிய கடிதத்தில் இந்தச் சட்டத்திருத்த மசோதா ‘தவறான நேரத்தில் கொண்டுவரப்படுகிறது; தேவையற்றது’ எனும் தன்னுடைய கண்ணோட்டத்தை நினைவூட்டினார். கண்ணியமான மரபுகளை நிலைநாட்டும் ஒரு சிறந்த முன்மாதிரியாக விளங்கவேண்டியதன் அவசியத்தை வலியுறுத்தினார்.[49] அரசமைப்புச் சட்டத்திருத்தத்தின் உதவியோடு நீதிமன்றத் தீர்ப்புகளை மீறும் முயற்சிக்கு எதிராக நேருவை அவர் மீண்டும் எச்சரித்தார். இது நாடாளுமன்றம் மற்றும் நீதித்துறையின் தனித்தனியான செயல்பாடுகள் தொடர்பான சில அடிப்படைப் பிரச்சினைகளைத் தூண்டிவிடும்[50] எனவும் நேருவுக்கு மீண்டும் அறிவுரை சொன்னார். குடியரசுத் தலைவருக்கு உள்ள வரம்புகளை ராஜேந்திர பிரசாத் மீறிவிட்டதாக ஏற்கனவே எரிச்சலில் இருந்த நேருவுக்குக் கடுமையான கோபம் வந்தது.

‘அரசமைப்புத் சட்டத்திருத்த மசோதா நாடாளுமன்றம் மற்றும் தேர்வுக் குழு ஆகிய இரண்டு இடங்களிலும், அதே போலப் பத்திரிகைகளிலும், பொதுமக்களிடத்திலும் மிக விரிவாக விவாதிக்கப்பட்டதை நீங்கள் அறிவீர்கள்,’ குடியரசுத் தலைவரின் ஆட்சேபத்துக்குப் பிரதமரின் பதில் வெடுக்கென்று வந்தது.

> *‘மசோதா முறையான வடிவத்தைப் பெறுவதற்கு முன்பு, அமைச்சரவையின் துணைக் குழுவும், நாடாளுமன்றத்தில் காங்கிரஸ் கட்சி நியமித்த ஒரு குழுவும் இந்த விவகாரத்தை ஆழமாக ஆராய்ந்தது. இரு குழுக்களும் இணைந்தே ஆலோசனைகளை நடத்தினர். அரசுத் தலைமை வழக்கறிஞர் மற்றும் திரு. அல்லாடி கிருஷ்ணசாமி அய்யர் உள்பட புகழ்பெற்ற வழக்குரைஞர்களைக் கலந்தாலோசித்தோம். இதைப் பரிசீலிப்பதும் நிறைவேற்றுவதும் நாடாளுமன்றத்தின் அதிகாரத்துக்கு உட்பட்டதுதான் என்று இருவரும் தெளிவாகக் கருதுகிறார்கள்... இந்த விஷயத்தை ஒவ்வொரு கோணத்திலும் முழுமையாகப் பரிசீலித்த பிறகே அமைச்சரவை சில திடமான முடிவுகளுக்கு வந்திருக்கிறது. அவை இப்போது தேர்வுக் குழுவின் அறிக்கையில் உள்ளடங்கியிருக்கின்றன... பரிந்துரைக்கப்பட்டுள்ள சட்டத்திருத்தங்களின் இன்றியமையாமையில், அதேபோல அதன் ஏற்புடைமையிலும் அரசாங்கம் உறுதியாக இருக்கிறது.’*[51]

‘குடியரசுத் தலைவர் இதுபோன்ற ஒரு விஷயத்தில் அமைச்சரவையின் கருத்துக்கு முரணான கருத்தைக் கொண்டிருப்பதையும், அதை அமைச்சரவை ஏற்கவேண்டும் என அழுத்தம் கொடுப்பதையும்

பொதுமக்கள் அறிந்தால் அது மிகவும் துரதிர்ஷ்டவசமாக அமைந்துவிடும். நீங்கள் விரும்பியபடி நிச்சயமாக உங்களின் கடிதக்குறிப்பை அமைச்சரவையிடம் முன்வைக்கிறேன்... விஷயம் வெளியே கசிந்து விரும்பத்தகாத விளம்பரத்தைத் தந்துவிடும் அச்சம் காரணமாக இதை வெளியிடும் உத்தேசம் எதுவும் எனக்கில்லை. அதேபோல உங்களின் அலுவலகமும் இந்தக் கடிதக்குறிப்பின் நகலை வேறு யாருக்கும் அனுப்பாது என்று நம்புகிறேன்.'[52] குடியரசுத் தலைவர் ராஜேந்திர பிரசாத்துக்குக் காட்டமாகப் பதில் எழுதினார் நேரு. இரண்டாவது முறையாக தனது ஆலோசனை அவமானத்தோடு நிராகரிக்கப்பட்டதை இந்திய நாட்டின் குடியரசுத் தலைவர் அறிந்துகொண்டார். அவரின் கருத்துக்கள் ஆழமான பரிசீலனைக்குத் தகுதியற்றதாக நடத்தப்பட்டதையும் உணர்ந்துகொண்டார். ராஜேந்திர பிரசாத்துக்கு இந்த விஷயத்தில் கடுமையான எதிர்ப்பு இருந்தபோதும், அரசமைப்புச் சட்ட விதிகளுக்கு விசுவாசமாக இருந்த காரணத்தாலும், பதவிக்குரிய கண்ணியத்தைக் காக்கவேண்டிய கட்டாயத்தின் காரணமாகவும் நேருவின் அறிவுரையை ஏற்றுக்கொண்டு தனது எதிர்ப்பைப் பொதுவெளியில் விளம்பரப்படுத்துவதைக் கவனத்தோடு தவிர்த்தார்.

★★★

'போதாது'

மே 25, 1951. அரசமைப்பு முதல் திருத்தச்சட்ட மசோதாவின் புதிய வரைவைத் தேர்வுக் குழு வெளியிட்டது. அதே நாள் காலையில் வரைவு மசோதாவுடன் தேர்வுக் குழுவின் அறிக்கையும் நாடாளுமன்றத்தில் சமர்ப்பிக்கப்பட்டது. பல கட்டங்களாக நடந்த தீவிர ஆலோசனைக்குப் பிறகு, குழுவின் இருபத்தொரு உறுப்பினர்கள் பதினெட்டு பக்க அறிக்கையைத் தயாரித்திருந்தார்கள்.[53] குழுவின் பரிந்துரைகள் இரண்டு பக்கங்களில் சுருங்கிவிட்டன. ஆனால் மீதமுள்ள பதினாறு பக்கங்களும் எதிர்கட்சி உறுப்பினர்களின் கடுமையான எதிர்ப்புகள் அடங்கிய உடன்படாக் குறிப்புகளால் நிரம்பியிருந்தன. 'குழுவின் காங்கிரஸ் அல்லாத ஐந்து உறுப்பினர்களும் மசோதாவுக்கான எதிர்ப்பைப் பதிவு செய்தார்கள். அவர்களுள் டாக்டர். ஷியாமா பிரசாத் முகர்ஜி மற்றும் பண்டிட் ஹ்ரிதய் நாத் குன்ஸ்ரு உட்பட சிலர் அரசமைப்புச் சட்டம் நடைமுறைக்கு வந்து வெறும் பதினாறு மாதங்களே ஆன நிலையில் இவ்வளவு அவசரமாக

அதைத் திருத்துவது முறையா என்கிற ஐயத்தை எழுப்பியிருந்ததாக'[54] பத்திரிகைகள் கொட்டை எழுத்தில் செய்தி வெளியிட்டன.

எஸ்.பி. முகர்ஜி தனது உடன்படாக் குறிப்பில், பேச்சு மற்றும் கருத்துச் சுதந்திரத்தில் மேலும் கூடுதலான கட்டுப்பாடுகள் தேவைதானா எனும் கடுமையான கேள்வியை எழுப்பினார். 'மாற்றங்களின் அவசியத்தை நிரூபிக்கும் கடமை திருப்திகரமாக நிறைவேற்றப்படவில்லை,' எனக் குற்றம் சுமத்திய அவர், 'ஒருசில சட்டங்கள் மீது நீதிமன்றங்கள் தெரிவித்த கருத்துக்கள் அரசாங்கத்துக்குப் பிடிக்காததே இதன் முக்கிய காரணமாக முன்வைக்கப்படுகிறது,' என்றார். 'பேச்சு மற்றும் கருத்துரிமையில் தற்போது நடைமுறையிலிருக்கும் கட்டுப்பாடுகளே போதுமானவை. இவற்றோடு புதிய கட்டுப்பாடுகள் எதையும் சேர்க்கக்கூடாது. பொதுஒழுங்கு எனும் கோட்பாடு 'சந்தேகத்துக்கு இடமில்லாத பேராபத்துக்கு' உட்பட்டு இருக்கவேண்டும். அதாவது, தீவிர ஆபத்தைக் குறிப்பதாக அது இருக்கவேண்டும். உடனடியாக நிகழக்கூடியதாக இருக்கவேண்டும்.'[55] 'நீதித்துறையின் அதிகாரத்தைப் பறிப்பதை நியாயப்படுத்தும் அளவுக்கும் இதுவரை எதுவும் நடக்கவில்லை' என்று அந்த அறிக்கையில் குறிப்பிட்டிருந்த அவர், சட்டப்பிரிவு-31ஐ திருத்தி அரசமைப்புக்கு எதிரான சட்டங்களின் அட்டவணையை உருவாக்கும் அரசாங்கத்தின் குளறுபடியையும் கண்டித்தார்.[56] 'அநியாயச் சட்டங்களை மாற்றியமைத்து அதன் ஷரத்துகளை அடிப்படை உரிமைகளோடு இணங்கச் செய்வதற்குப் பதிலாக, இதுபோன்ற பிற்போக்கான சட்டங்களுக்காக அடிப்படை உரிமைகளை மாற்றிக்கொண்டிருக்கும் வினோதமான நடைமுறையை அரசாங்கம் பின்பற்றிக் கொண்டிருக்கிறது.'[57]

'செய்திகளை முன்-தணிக்கை செய்வது, மாநிலத்துக்குள் ஒரு நாளிதழ் நுழைவதைத் தடை செய்வது போன்ற கட்டுப்பாடுகள் போரின் போது இந்தியப் பாதுகாப்புச் சட்டவிதிகளின் கீழ் விதிக்கப்பட்டன,' என்னும் கூர்மையான விமர்சனத்தை முன்வைத்த எச்.என். குன்ஸ்ரு, 'ஆங்கிலேயர் ஆட்சியில் அமைதி காலத்தில்கூட பயன்படுத்தப்படாத இதுபோன்ற அதிகாரங்களைச் சுதந்திர இந்தியாவின் அரசாங்கத்தை ஏன் பயன்படுத்த அனுமதிக்க வேண்டும்,'[58] என விளக்கமளிக்குமாறு காங்கிரஸுக்கு சவால் விடுத்தார். மீண்டும் கொண்டுவரப்பட்டிருக்கும் இந்தியக் குற்றத் தண்டனைச் சட்டப்பிரிவுகள்-124A மற்றும் 153A (முறையே தேசத்துரோகம் மற்றும் பிரிவுகளுக்கிடையே விரோதத்தைத் தூண்டுதல்) ஆகியவற்றின் பக்கம் தனது கவனத்தைத் திருப்பிய குன்ஸ்ரு, 'சட்டப்பிரிவு-124Aயின் வரலாறு அனைவரும் அறிந்ததே. 1818இல் இந்திய தேசபக்தர்களின் நடவடிக்கைகளை ஒடுக்குவதற்காக

அது கொண்டுவரப்பட்டிருந்தது... இப்போது இந்தியா சுதந்திரம் அடைந்துள்ளதால் சட்டப்புத்தகத்தில் இந்தச் சட்டப்பிரிவுகள் இதன் தற்போதைய வடிவத்தில் இடம்பெறக்கூடாது.'[59]

கே. டி. ஷா, சர்தார் ஹுக்கம் சிங் மற்றும் நசீருத்தின் அஹமது ஆகிய மூவரும் சேர்ந்து கூட்டாக ஓர் உடன்படாக் குறிப்பைத் தயாரித்து வைத்திருந்தார்கள். அதில், 'அரசமைப்புச் சட்டத்தின் மூலம் கிடைத்த அனுபவங்கள் இந்தச் சட்டத்திருத்தத்தை நியாயப்படுத்துவதற்குப் போதுமானதாக இல்லை. ஆய்வுக்குள்ளான சட்டங்கள் எதுவும் அவர்களிடம் எழுத்துப்பூர்வமாக இல்லை (அதாவது ஒன்பதாவது அட்டவணையில் இடம்பெறவுள்ள சட்டங்கள்). பொது உரிமைகள் மீது இதுபோன்ற தேவையற்ற கட்டுப்பாடுகளை விதிப்பதை நியாயப்படுத்தும் அளவுக்கு எந்தவொரு ஆதாரமும் இல்லை,'[60] என்று அவர்கள் தெளிவாகக் குறிப்பிட்டிருந்தார்கள். 'இந்த மசோதாவின் அறிவாழம், கண்ணியம் மற்றும் இதன் நியாயத்தன்மை குறித்து எங்களுக்குத் தீவிர சந்தேகமும், பயமும் இருக்கின்றன,' என்னும் முடிவுக்கு அவர்கள் வந்திருந்தார்கள். தனிமனிதச் சுதந்திரத்தின் மீதான அரசாங்கத்தின் தாக்குதலை ஆதரிப்பதில் தங்களது தயக்கத்தையும் காட்டியிருந்தார்கள்.[61]

ஆனால் புதிய குடியரசில், எதிர்க்கட்சிகளின் கருத்துக்களை – அவை எவ்வளவு நியாயமாக இருந்தாலும் சரி, அவை எவ்வளவுதான் நல்ல நோக்கத்தைக் கொண்டிருந்தாலும் சரி – அரசாங்கம் கொஞ்சம் கூட கண்டுகொள்ளவில்லை. சபாநாயகரைப் போல, குடியரசுத் தலைவரைப் போல எதிர்க்கட்சித் தலைவர்களின் ஆலோசனைகளும் உதாசீனம் செய்யப்பட்டன. புறக்கணிக்கப்பட்டன. ஏளனம் செய்யப்பட்டன. இனிமேலும் இப்படித்தான். நேருவின் புதிய இந்தியாவில், 'குழுக்களுக்குக் குறையே இல்லை. அடிக்கடி ஆலோசனைகள் நடந்தன... ஆனால் உற்சாகத்திலும் உயிரோட்டத்திலும் மட்டும்தான் குறை,'[62] என்று சர்வபள்ளி கோபால் எழுதியிருந்தார்.

தேர்வுக் குழுவின் அறிக்கை இரண்டு விஷயங்களைத் தெள்ளத்தெளிவாக எடுத்துக்காட்டியது. ஒன்று: ஆரம்பத்திலிருந்து இறுதிவரை இவ்விவகாரத்தில் ஒருமித்த கருத்து ஏற்படவில்லை. இரண்டு: எதிர்க்கட்சிகளின் கருத்துகள் கொஞ்சம்கூட மதிக்கப்படவில்லை. அரசமைப்பில் கொண்டுவரப்பட உள்ள இந்தச் சட்டத்திருத்தம் முழுக்க முழுக்க நேருவால் ஏவப்பட்ட காங்கிரஸ் கட்சியின் அம்பு. இதற்கு எதிர்க்கட்சித் தலைவர்கள் – நிலச்சீர்திருத்தம் மற்றும் அது சார்ந்த நடவடிக்கைகளுக்கு ஆதரவு தெரிவித்தவர்கள் உட்பட – யாரிடமிருந்தும் ஆதரவு கிடைக்கவில்லை.

எதிர்க்கட்சி உறுப்பினர்கள் ஆவேசமான வாதங்களை எடுத்துவைத்தபோதும், பெரும்பான்மையான தேர்வுக் குழு உறுப்பினர்கள் அதற்கெல்லாம் அசைந்துகொடுக்கவில்லை. நேருவிடம் இருக்கும் ஜனநாயகக் கண்ணியத்தைத் தட்டியெழுப்பவும், குறைந்தபட்சம் பொதுத் தேர்தல் வரையாவது ஒரு 'தற்காலிக நாடாளுமன்றம்' காத்திருந்து தார்மீக நீதியை நிலைநாட்ட வேண்டியதன் அவசியத்தை வலியுறுத்தியும் விடுக்கப்பட்ட முறையீடுகளைக் கேட்பார் யாருமில்லை. ஓர் ஆபத்தான முன்னுதாரணத்தை ஏற்படுத்திக் கொண்டிருக்கிறார்கள் என்ற அலறலை யாருமே சட்டைசெய்யவில்லை. சட்டப்பிரிவு-19இல் கொண்டுவரப்படும் சட்டவிதியை நீதிமன்ற ஆய்வுக்கு உட்படுத்த ஏதுவாக அடிப்படை உரிமைகளைக் கட்டுப்படுத்தும் காரணிகளுக்கு முன் '*நியாயமான*' என்ற வார்த்தையைச் சேர்த்தது; பொருளாதாரப் பின்னடைவு தொடர்பான அத்தனைக் குறிப்புகளையும் ஒதுக்கிவிட்டு 'சமூகம் மற்றும் கல்வியில் பிற்பட்டோர்' என்கிற எல்லைக்குள் பிற்பட்ட வகுப்பினரின் வரையறையைச் சுருக்கியது, சட்டப்பிரிவு-15க்குள் வருவதற்கான தகுதிகளுள் சட்டப்பிரிவு-29(2)ஐ சேர்த்தது ஆகியவையே தேர்வுக் குழு செய்த ஆகப்பெரும் மாற்றங்கள். சட்டப்பிரிவு-31ஐ திருத்துவது மற்றும் கடும் சர்ச்சைக்குள்ளான அந்த ஒன்பதாவது அட்டவணை போன்ற இன்னபிற விஷயங்களில் எதிர்க்கட்சி உறுப்பினர்கள் காட்டிய கடும் எதிர்ப்பையும் மீறி அரசாங்கத்தின் மசோதாவுக்குத் தேர்வுக் குழு ஒப்புதல் அளித்தது.

அதிருப்தி உறுப்பினர்களைச் சமாதானப்படுத்தி, விமர்சகர்களின் கோபத்தைத் தணிப்பதற்காக நேரு தனது பிடிவாதத்திலிருந்து இறங்கி வருவார்; சில சலுகைகளை விட்டுக்கொடுப்பார் என்று செய்தித்தாள்கள் நம்பிக்கையோடு செய்திகளைக் கணித்துவந்தன. ஆனால் தேர்வுக் குழுவின் பரிந்துரைகள் அவற்றை ஏமாற்றின. கோபப்படுத்தின. 'பத்திரிகைகளுக்கு வேண்டா வெறுப்பாகச் சலுகை அளித்தது, சில விதிகளைத் தெளிவுபடுத்துவதற்காக ஒருசில மாற்றங்களைச் செய்தது தவிர அரசமைப்பைத் திருத்துவதற்கான மசோதா இருபத்தோரு-நபர் தேர்வுக் குழுவிலிருந்து எவ்வித மாற்றமும் இல்லாமல் அப்படியே வெளிவந்திருக்கிறது,'[63] என ஒரு புகழ்பெற்ற நாளேடு புலம்பியது. தேர்வுக் குழு பரிந்துரைத்த மாற்றங்களைப் பல நாட்களாக ஆராய்ச்சி செய்த மற்றொரு பத்திரிகையாளர், 'பொதுமக்களின் விருப்பத்திற்கேற்ப வழங்கப்படுவதாகச் சொல்லப்படும் சில சலுகைகள் தற்போது நடைமுறையிலிருக்கும் சட்டவிதிகளுக்கு மாற்று கிடையாது,'[64]

என்னும் பத்திரிகைகளின் பொதுவான நிலைப்பாட்டை மீண்டும் உறுதிசெய்தார்.

'போதாது' என்னும் தலைப்பில் உணர்ச்சிகளைத் தட்டியெழுப்பும் ஒரு துணிச்சலான தலையங்கத்தை டைம்ஸ் ஆஃப் இந்தியா வெளியிட்டது. அதில், அரசாங்கத்தின் அடக்குமுறையிலிருந்து பாதுகாப்பதாகக் கருதப்படும் *'நியாயமான கட்டுப்பாடுகள்'* போன்ற சொற்களெல்லாம் உண்மையில் 'ஆட்சிநிர்வாகத்தின் அதிகார துஷ்பிரயோகத்தை ஓரளவுக்குத் தடுத்தாலே பெரிய விஷயம். *'நியாயமான இழப்பீடு'* போன்ற சொற்கள் பல அர்த்தங்களைக் கொண்டிருப்பதையே இதுவரை பெற்ற அனுபவங்கள் காட்டுகின்றன. இது மட்டுமல்ல, புதிதாகக் கொண்டுவரப்படும் இந்த அடக்குமுறைச் சட்டங்களால் பாதிக்கப்படக்கூடியவர்கள் எல்லாச் சமயத்திலும் சட்டப்பூர்வமான தீர்வைத் தேடுவதற்கான வழிகளைக் கொண்டிருக்க வாய்ப்பில்லை.'[65] 'அனுமதிக்கப்பட்டுள்ள கட்டுப்பாடுகளின் குறிக்கோள்களும் வரைவு மசோதாவில் இருந்ததைப் போலவே இருப்பதுதான் புதிய சட்டத்திருத்தத்தில் இருக்கும் மிக ஆபத்தான அம்சம்,' என்று அதன் ஆசிரியர் கொதித்தார். பொதுஒழுங்கு என்னும் புனிதப்பெயரால் கொண்டுவரப்பட்டுள்ள புதிய கட்டுப்பாடுகளைப் பொறுத்தவரை, பழிபாவத்துக்கு அஞ்சாத சர்வாதிகார ஆட்சிகள் 'அரசின் பாதுகாப்பு' மூலம் தங்களுக்கான பாதுகாப்பைத் தேடவும், ஒன்றுபட்ட எதிர்ப்பை நசுக்கவும் மட்டுமே அவை உதவும்.'[66]

'பொருளாதாரத்தில் பின்தங்கிய மக்களைவிட சமூகத்திலும் கல்வியிலும் பிற்பட்ட வகுப்பைச் சார்ந்தவர்களை உதவிக்குத் தகுதியானவர்களாகக் கருதுவது ஏன்?' என்று அந்தத் தலையங்கம் புழுங்கியது. 'பிற்பட்ட வகுப்பினருக்கான சிறப்புச் சலுகைகளைப் பொறுத்தவரை, சலுகைகளுக்காகப் பிற்பட்டோர் அல்லாத வகுப்பினரைப் பிற்பட்ட வகுப்பினராகக் கருதுவதைத் திருத்தப்பட்டச் சட்டப்பிரிவு-15இன் உட்பிரிவு-4 தடுக்கவில்லை.'[67] தொடர்ந்து அந்நிருபர் உள்ளக்கொதிப்போடு எழுதிய சொற்கள் நேருவை எச்சரித்தன: 'இன்றைய முரண்பாடுகள் நாளைய மரபுகளாக மாறக்கூடும், இன்றைய எதிர்க்கட்சி காலப்போக்கில் அரசாங்கத்தின் உச்சாணிக் கொம்பில் அமரக்கூடும் என்கிற நம்பிக்கைதான் ஜனநாயகத்தின் அடித்தளம்.'[68] அந்தக் கட்டுரையை எழுதியிருந்தவரின் வார்த்தைகளுக்குள் தீர்க்கதரிசனம் இருந்த அதேயளவுக்குப் பேரழிவுக்கான எச்சரிக்கையும் இருந்தது. கிட்டத்தட்ட எழுபது ஆண்டுகள் பறந்துவிட, அந்தச் சட்டத்திருத்தத்தின் முழுபலத்தையும் நாடு உணர்ந்துகொண்டிருக்க, காங்கிரஸ் கட்சியும், நேருவின்

கொள்கை வழித்தோன்றல்களும், சகாக்களும், அவரின் தாக்குதலைக் கைதட்டி ஆரவாரம் செய்தவர்களும், இன்று முகம்தெரியாத அந்தப் பத்திரிகையாளரின் தீர்க்கதரிசனத்துக்கும் அதன் துல்லியத்துக்கும் சாட்சியாக வாழ்ந்துகொண்டிருக்கிறார்கள்.

எது எப்படியிருந்தாலும், எதிர்க்கட்சிகள் ஆட்சியைப் பிடித்து அரசாங்கத்தின் உச்சாணிக் கொம்பில் வந்து உட்காரும் என்று அப்போதைய 1951இன் மே மாதவாக்கில் சொல்லியிருந்தால் ஒருவர் கூட நம்பியிருக்கமாட்டார்கள். சிரித்திருப்பார்கள். எண்ணிக்கையில் சொற்பம். வாக்காளர்களை வசீகரிக்காத செல்வாக்கு. அமைப்பு ரீதியில் வலுவில்லாத கட்சிகளாக அப்போதிருந்த எதிர்க்கட்சிகள் ஒருநாள் நேருவின் அம்பைக் கொண்டே அவர் மேல் தாக்குதல் தொடுக்கும் என்கிற அச்சுறுத்தல் அப்போது சுத்தமாக எடுபடவில்லை. ஆனால் எண்ணிக்கையிலும் செல்வாக்கிலும் இருந்த குறையை அரசமைப்புச் சட்டத்தைக் காக்கும் விஷயத்தில் காட்டிய உறுதியிலும், அர்ப்பணிப்பிலும் எதிர்க்கட்சிகள் ஈடுசெய்தார்கள். தேர்வுக் குழுவில் தங்களின் கருத்துக்களுக்கு அரசாங்கத்தின் சம்மதத்தைப் பெறத் தவறிய எதிர்க்கட்சித் தலைவர்கள், இப்போது நாடாளுமன்றத்தில் வாழ்வா-சாவா போராட்டத்துக்குத் தயாரானார்கள்.

ஒரு நிருபர் இப்படிக் குறிப்பிட்டார்:

'காங்கிரஸ் கட்சி கொறடாவின் கருத்துப்படி அவர்கள் எண்ணிக்கையில் சிறியதாக இருக்கலாம், பேச்சு மற்றும் கருத்துச் சுதந்திரத்தில் விதிக்கக்கூடிய கட்டுப்பாடுகளை நீதிமன்ற விசாரணைக்கு உட்படுத்தும் வகையில் மாற்றங்களைக் கொண்டுவந்ததால் நிச்சயம் பல அதிருப்தியாளர்கள் சமாதானமடைந்திருக்கலாம். ஆனால் அதற்கெல்லாம் சேர்த்து எதிர்க்கட்சிகளின் எதிர்ப்பு மிகத்தீவிரமாக இருக்கும். அவர்களின் குரல்கள் வெளிநடப்பு செய்ய விரும்புபவர்களை விட அதிகமாகவே ஓங்கி ஒலிக்கும்... இந்த விவகாரம் குறித்து ஜனநாயக முன்னணியைச் சேர்ந்த உறுப்பினர்கள் ஒன்றாக ஆலோசனை நடத்தியிருக்கிறார்கள்... இருக்கின்ற ஒட்டுமொத்த சக்தியையும் ஒன்றுதிரட்டி தற்போதைய சூழலில் அரசமைப்புச் சட்டத்திருத்தம் என்கிற யோசனையையே அவர்கள் அடியோடு எதிர்ப்பார்கள் என்று எதிர்பார்க்கப்படுகிறது.'[69]

அரசமைப்புச் சட்டத்திருத்த மசோதாவும் அதைச் சுற்றிய விவாதங்களும் இறுதிக் கட்டத்தை நெருங்கிக் கொண்டிருக்க, நாடாளுமன்றத்தில் உச்சகட்ட மோதல் வெடிக்கக் காத்திருந்தது. அரசியல் அரங்கில்

அங்கொன்றும் இங்கொன்றுமாக விரவியிருக்கும் எதிர்க்கட்சிப் பிரமுகர்கள் மோதலுக்குத் தயாராகிக் கொண்டிருந்தார்கள். புராணக் கதைகளில் கேள்விப்பட்டிருந்த வீரர்களைப் போல, அசாத்தியத் துணிச்சலோடு அரசமைப்புச் சட்டத்தைக் காக்கப் போராடிய இவர்களும் சொல்லம்புகளைத் திரட்டி, கருத்து யுத்தத்தை நோக்கி வீறுநடை போட்டுக்கொண்டிருந்தார்கள்.

★★★

நாடாளுமன்ற மோதல் 4: நாடாளுமன்றத்தைச் சூழ்ந்த சூறாவளி

மே 29, 1951. தேர்வுக் குழுவால் திருத்தப்பட்ட மசோதாவை நாடாளுமன்றத்தில் தாக்கல் செய்தார் பிரதமர் நேரு. அவர் தனது உரையைத் தொடங்கக்கூட இல்லை, அதற்குள்ளாகவே எச். வி. காமத் இடைமறித்து, தேர்வுக் குழுவின் மோசமான நடத்தை குறித்த தனது ஆட்சேபனையைப் பதிவு செய்தார்.[70] உடனே காமத்தை நோக்கிக் குரலை உயர்த்திய சபாநாயகர், மசோதா தொடர்பான நடவடிக்கைகளைத் தொடங்க நேருவை அனுமதிக்குமாறு அவரை அடக்கினார். சபையெங்கும் கசப்பு ஏறிக்கொண்டிருந்தது. இம்முறை இன்னயத்துக்கு இடமில்லை.

நேரு தனது சக நாடாளுமன்ற உறுப்பினர்களிடம் பேசினார்:

> *‘நாம் மோசமான காலகட்டத்தில் வாழ்கிறோம். எத்தனை உறுப்பினர்களுக்கு இவ்வுணர்வு இருக்கிறது என்று எனக்குத் தெரியாது… பேய்கள், நம்மைச் சுற்றியுள்ள உருவங்கள், எண்ணங்கள், உணர்ச்சிகள், வெறுப்பு, வன்முறை, போருக்கான ஆயத்தம், இன்னும் உங்களுக்குப் பிடிபடாத ஆனால் ஆபத்தான பல விஷயங்கள்… இந்த அரசமைப்புச் சட்டம் நடைமுறைக்கு வந்து பதினாறு மாதங்களே ஆகிறது என்று மாண்புமிகு உறுப்பினர்கள் என்னிடம் சொல்கிறார்கள். அடுத்த பதினாறு மாதங்களில் உலகத்தின் கதி என்னவாக இருக்குமென்று உறுப்பினர்களில் யாராவது சொல்ல முடியுமா?’*[71]

பேரழிவுக்கான எச்சரிக்கை சரிதான் போல.

தன்னுடைய எழுபது-நிமிட-நேர உரையில், சட்டப்பிரிவு-19இல் கொண்டுவரப்படும் திருத்தங்களை நியாயப்படுத்தினார் பிரதமர் நேரு. நாடு சந்திக்கக்கூடிய மிகப்பெரிய ஆபத்து பற்றிய தெளிவில்லாத சங்கேதக் குறிப்புகளை அளித்த அவர்,

அடிப்படை உரிமைகள் காலாவதிக் கோட்பாடுகள் என்று மீண்டும் மீண்டும் குற்றம்சாட்டினார். '*நியாயமான*' என்னும் வார்த்தையைச் சேர்த்ததன் மூலம் நீதிமன்ற விசாரணையின் வரம்புகளுக்குள் இந்தச் சட்டப்பிரிவுகள் கொண்டுவரப்படுவதாக அவர் மறுபடியும் தெரிவித்தார். முன்பு அந்த வார்த்தையைப் பயன்படுத்துவதை அவர்கள் தவிர்த்துவிட்டதாக அவர் ஒப்புக்கொண்டார். காரணம், 'இதன்மூலம் ஒவ்வொரு விவகாரத்திலும் ஏராளமான வழக்குகளைத் தவிர்க்கலாம். இல்லையெனில் ஒவ்வொன்றும் தாமதமாகும். சில்லறை ஆட்களோ சில்லறைக் குழுக்களோ நூற்றுக்கணக்கான, அவ்வளவு ஏன், ஆயிரக்கணக்கான அறிக்கைகளைத் தொடர்ந்து வெளியிட்டு அரசின் பணியைத் தடுத்துக்கொண்டேயிருப்பார்கள்.'[72]

தங்களின் அரசமைப்பு உரிமைகளுக்காகப் போராடுபவர்களைச் சில்லறை ஆட்களாகக் கருதுவதாக எவ்விதத் தயக்கமும் இல்லாமல் பிரதமரே அப்பட்டமாக ஒப்புக்கொண்டதும், பொதுஉரிமைப் போராளிகள் நீதிமன்றத்தின் படியேறுவதைத் தடுக்க விரும்பிய அவரின் ஆணவமும் எச்.வி. காமத்தை வெகுண்டெழச் செய்தது. அடிப்படை உரிமைகளின் புனிதத்தன்மை குறித்த தனது ரௌத்திரத்தைக் காட்ட வைத்தது. ஆனால் நேரு அசரவில்லை. 'இச்சபை இதைப் பற்றித் தெளிவாகப் புரிந்துகொள்ள வேண்டும். பிரெஞ்சுப் புரட்சியின் போதோ அமெரிக்கப் புரட்சியின் போதோ சொல்லப்பட்ட சில பழங்கால ஆவணங்களையோ பழங்கால விஷயங்களையோ உதாரணம் காட்டாமல் இந்நாட்டிலும் பிற நாடுகளிலும் இப்போது மக்கள் வாழும் காலகட்டத்தை உணர்ந்துகொள்ள வேண்டும் என விரும்புகிறேன். அதன்பிறகு எத்தனையோ விஷயங்கள் நடந்திருக்கின்றன,'[73] என்ற நேருவின் பதிலில் கிண்டல் துள்ளியது.

'*அரசமைப்புச் சட்டத்தில் நீங்கள் என்னென்ன வார்த்தைகளைப் புகுத்துகிறீர்கள் என்பது மட்டுமே இங்கு பிரச்சினை அல்ல,*' என்று சீறினார் நேரு.

> *'சூழ்நிலையைக் கையாள்வதன் பிரச்சினை இது... நாடு துண்டு துண்டாக உடைவதிலிருந்து காப்பாற்றுகிற பிரச்சினை. சிலர் அதைத்தான் விரும்புகிறார்கள், முயற்சிக்கிறார்கள்... இந்த வார்த்தை இதற்குக் குறுக்கே நிற்கிறது, அந்த வார்த்தை அதைச் செய்வதிலிருந்து உங்களைத் தடுக்கிறது என்பன போன்ற வார்த்தைகளால்தான் நாம் போராடப் போகிறோமா? நாட்டின் தேவை காரணமாக எந்தவொரு வார்த்தையையும் குறுக்கே நிற்க அனுமதிக்க முடியாது... இதுபோன்ற சூழ்நிலையைக் கையாள விடாமல் எந்த அரசமைப்புச் சட்டம் என்னைத் தடுக்கும்*

என்று நீங்கள் நினைக்கிறீர்கள்? முடியாது. அப்படியென்றால் ஒட்டுமொத்த அரசமைப்புச் சட்டமும் போகவேண்டியதுதான் ... நான் பொறுப்பில் இருக்கும்வரை, இந்த அரசாங்கம் பொறுப்பில் இருக்கும்வரை, சமூகத்தைச் சீர்குலைக்கும் நோக்கில் உள்ள எதுவும் அரசாங்கத்தின் இரும்புக்கரத்தால் ஒடுக்கப்படும். இது தொடர்பாக போதும் போதும் என்கிற அளவுக்கு வீண்பேச்சுகள் இருந்து வந்திருக்கின்றன. இந்த அரசாங்கம் இருப்பதும் இல்லாததும் இந்த நாட்டையும், இந்தச் சபையையும் பொறுத்தது. ஆனால் இதுதான் இந்த அரசாங்கத்தின் நிலைப்பாடு. இதில் வேறு நிலைப்பாடு இல்லை.'[74]

புதிய குடியரசில் நேருவின் அடக்குமுறைக்கும் சர்வாதிகார ஆசைக்கும் இதற்கு மேலும் உதாரணம் தேவைப்படுமானால் பத்திரிகைகளைப் பற்றி அவர் மனம் திறந்ததைக் கவனிக்கலாம். 'எனக்குப் பத்திரிகைகளைப் பற்றிக் கொஞ்சம் தெரியும். பத்திரிகைகளுடன் ஓரளவு இணைந்து பணியாற்றியிருக்கிறேன். என்னால் அவர்களின் பதற்றத்தைப் புரிந்துகொள்ள முடிகிறது,' என்றார் நேரு.

'ஆனாலும் அரசாங்கத்தைப் பற்றி அவர்கள் சொன்னது முழுக்க அநியாயம் என்று சொல்வேன். நிச்சயமாகப் பத்திரிகைகளுக்குச் சுதந்திரம் அளிக்கப்பட வேண்டும். பத்திரிகைகள் அந்தச் சுதந்திரத்தை விரும்பினால் நடுநிலை தவறாதிருக்க வேண்டும். ஆனால் அரிதாகவே அதைப் பெற்றிருக்கிறார்கள். அவர்கள் ஒருதலைபட்சமாக நடந்து கொண்டு சுதந்திரத்தையும் பெற்றிருக்க முடியாது. இவ்வுலகில் ஒவ்வொரு சுதந்திரமும் வரம்புக்கு உட்பட்டதுதான்.'[75]

அடிப்படை உரிமைகளைக் கட்டுப்படுத்தும் காரணிகளுள் அயல்நாட்டு உறவுகளை அரசாங்கம் சேர்த்தது ஏன் என்கிற கேள்விக்கு நேரு அளித்த விளக்கம் வினோதமாக இருந்தது. போருக்கான தூண்டுதல் மற்றும் அயல்நாட்டுத் தலைவர்களுக்கு எதிரான அவதூறுகளைப் பரப்புதல் ஆகியவற்றைத் தடுக்கவே தான் விரும்பியதாக நேரு தெரிவித்தார். ஆனால் அயல்நாடுகளுடனான நட்புறவு என்ற சொற்றொடர் அமைத்தற்குக் காரணம் அப்படிச் சொன்னால் அது நட்பு ரீதியாகவும், இலக்கியக் கண்ணோட்டத்தில் சுவையாகவும் இருக்கும் என்பதால்தான்[76] என்றார். வழக்கம் போல, அயல்நாடுகளுடனான சுமூக உறவுக்கு ஆபத்தாக இருந்தது எது என்பதை நேரு வெளிப்படுத்த மறுத்துவிட்டார். அரசமைப்புச் சட்டத்தின் விதிகளை இலக்கியச் சுவையின் அடிப்படையில் யாரும்

மதிப்பிடமாட்டார்கள் என்று அவருக்குச் சுட்டிக்காட்ட ஒருவரும் மெனக்கெடவில்லை. ஆனால் அரசாங்கம் இரும்புக்கரத்தால் ஒடுக்கும், சுதந்திரங்களுக்கு வரம்புகள் உண்டு போன்ற இரக்கமற்ற ஆருடங்களால் காங்கிரஸ் நாடாளுமன்ற உறுப்பினர்கள் குதூகலம் அடைந்து ஆரவாரம் செய்தார்கள்.[77]

சட்டப்பிரிவு-15இல் கொண்டுவரப்படும் திருத்தத்துக்கு ஆதரவாக எழுச்சியுடன் வாதாடினார் நேரு. மெட்ராஸில் நடந்த நிகழ்வுகளால்தான் இதற்கான அவசியம் எழுந்தது என்று காரணம் சொன்ன அவர், ‘சமூகங்களிடையே பாரபட்சம் காட்டக்கூடாது என்கிற நீதிமன்றங்களின் வாதம் ஒருவிதத்தில் சரிதான். ஆனால் பலதரப்பட்ட வரலாற்றுக் காரணங்களால், கல்வி, பொருளாதாரம் மற்றும் சமுதாயம் என எல்லா அடிப்படைகளிலும் பிற்பட்ட வகுப்பினர் இருந்து வருகிறார்கள். அவர்களின் முன்னேற்றத்தை ஊக்குவிக்கும் விதமாக அவர்களுக்கென்று ‘பிரத்யேகமாக ஏதாவது’ செய்தேயாக வேண்டும்.[78]

‘வகுப்பு பேதத்தை நிரந்தரமாக்குவதற்கு இந்தச் சட்டத்திருத்தம் பயன்படுத்தப்படுமோ என்று சிலர் அச்சம் தெரிவித்தார்கள். ஆனால், இந்த அதிகாரம் துஷ்பிரயோகம் செய்யப்படமாட்டாது என்று திரு. நேரு சபைக்கு உறுதி கொடுத்தார்,’[79] என விவாதத்தை நேரில் பார்த்த ஒரு நிருபர் எழுதினார். சாதியையோ சார்ந்துள்ள சமூகத்தையோ கணக்கில் கொள்ளாமல் இருந்தால் நாட்டு மக்களில் எண்பது சதவீதத்தினர் ஏதோவொரு வகையில் பின்தங்கியவர்கள்தான் என்று கே.டி. ஷா மற்றும் எச்.வி. காமத் போன்றோர் சுட்டிக்காட்டினார்கள். ஆகவே எந்தவொரு பிரத்யேக சலுகையை வழங்குவதாக இருந்தாலும் அதை அனைவருக்கும் வழங்கவேண்டும் என்று கோரினார்கள். அதற்கு, ‘இப்படி பேசுவது சரியல்ல,’ என்று நேருவிடமிருந்து ஆணவமான பதில் வந்தது.

ஏற்கனவே தெரிவித்திருந்த கருத்துக்களைத்தான் பிரதமரின் உரையில் மீண்டும் மீண்டும் கேட்க முடிந்தது. அதில் ஜனநாயகத்தின் மீதான அவரின் கண்ணோட்டம் திரும்பவும் வெளிப்பட்டதைக் காணமுடிந்தது. எல்லாம் அதே பழைய பல்லவிகள்தான்: அதாவது, அரசமைப்புச் சட்டம் நெகிழ்வுத்தன்மை உடையதாக இருக்கவேண்டும், அது நடைமுறை வாழ்வுக்கு ஏற்றபடி வளைந்துகொடுக்க வேண்டும், பிரெஞ்சுப் புரட்சி காலத்து கோஷங்களையும், அடிப்படை உரிமைகள் பற்றிய கருத்துகளையும் கட்டிஅழுதுகொண்டிருக்க இனிமேல் அரசமைப்புச் சட்டத்தை அனுமதிக்க முடியாது, பத்திரிகைகளும் அவரின் விமர்சகர்களும்

தறிகெட்டு இருப்பதால் அவர்களையெல்லாம் ஒழுங்குக்கு உட்படுத்த வேண்டும், அரசமைப்புச் சட்டத்தைக் காங்கிரஸ் கட்சியின் தேர்தல் அறிக்கைக்குக் குறுக்கே நிற்க அனுமதிக்க முடியாது, அரசமைப்புச் சட்டத்தை அலட்சியப்படுத்திவிட்டு (நாட்டின் பாதுகாப்புக்காக) அரசாங்கம் செய்கிற அனைத்தையும் தடுப்பதன் மூலம் நீதித்துறை வரம்புமீறி சென்றுகொண்டிருக்கிறது. ஜனநாயக அரசு பற்றிய நேருவின் கருத்துருவத்தைத் தெளிவாகச் சித்தரித்த மிக அழகான உரை அது. காலனியாதிக்கத்துக்குப் பிந்தைய அரசாங்கத்தின் கொள்கைகளாகப் படிப்படியாக உருமாறப்போகும் சித்தாந்தங்களின் அட்டகாசமான அறிமுக உரை அது.

அடுத்ததாகப் பேசிய எதிர்க்கட்சித் தலைவர்களான கே.டி. ஷா மற்றும் நசீருத்தீன் அஹமது ஆகிய இருவருமே நேருவின் வாதத்தைக் கிழித்தெறிந்தார்கள். 'ஏற்கனவே அரசமைப்புச் சட்டத்தில் தீவிர அவசரநிலைகளுக்காகப் போதுமான சட்டவிதிகள் உள்ளதாகப் பேராசிரியர். கே.டி. ஷா நையாண்டி செய்தார். குடியரசுத் தலைவர் ஓர் அவசரநிலை பிரகடனத்தின் மூலம் ஒட்டுமொத்த அரசமைப்புச் சட்டத்தையும் தற்காலிகமாக முடக்கிவைக்க முடியும். அதன் அடிப்படையில், எந்த நடவடிக்கையையும் எடுப்பதற்கான கட்டுக்கடங்காத அதிகாரத்தை அரசாங்கத்தால் பெறமுடியும்,'[80] என ஒரு செய்தித்தாள் எழுதியது. நசீருத்தீன் அஹமது பேசியபோது, சட்டங்கள் ஏதேனும் ரத்து செய்யப்பட்டிருந்தால்,

> *'(அதில்) அரசமைப்புச் சட்டத்துக்குச் சரியான விளக்கம் கொடுத்திருந்த நீதிமன்றங்களிடம் தவறில்லை. அத்தகைய சட்டங்களை அரசமைப்புச் சட்டப்பிரிவு-372க்கு ஏற்ப மாற்றியமைக்கத் தவறிய அரசாங்கத்திடம்தான் தவறு இருக்கிறது... இதே போல்தான் பிரிட்டிஷ் அரசாங்கமும் ஒற்றை நடவடிக்கையின் மூலம் 1935இன் சட்டத்தில் பல சட்டத்திருத்தங்களைக் கொண்டுவந்திருந்தது.'*[81]

நடக்கின்ற நிகழ்வுகளின் மேல் இயற்கையும் தன்னுடைய கோபத்தைக் கொட்டியது. திடீரென்று வானமெங்கும் இடி முழக்கங்கள் படர்ந்தன. நசீருத்தீன் அஹமது சட்டத்திருத்தத்தை எதிர்த்து ஆக்ரோஷமாகப் பேசிக்கொண்டிருக்க, எதிர்பாராத புயல்மழை தலைநகரைத் தாக்கியது. 'புதுதில்லியில் திடீரென்று கடுங்காற்றோடு இடியுடன் கூடிய பலத்தமழை பெய்தது,' என டைம்ஸ் ஆஃப் இந்தியா எழுதியது. ஜன்னல்களையும் பலகணிகளையும் மூடுவதற்குள் காங்கிரஸ் நாடாளுமன்ற உறுப்பினர்கள் மழைச் சாரலில் ஊறியிருந்தார்கள். அடுத்ததாக மின்சாரம் துண்டாகி நாடாளுமன்றத்திலிருந்த

மின்விளக்குகள் அனைத்துமே கண்ணை மூடிக்கொள்ள, சபை முழுதும் இருளில் மூழ்கியது.

அந்தக் காரிருள் புதிய குடியரசுக்கான அபசகுனம் என்பதில் சந்தேகமேயில்லை. ஒரு சுவாரசியமான முரண் என்றும் அதைச் சொல்லலாம். ‘பேச்சுச் சுதந்திரம் பறிக்கப்பட்டுக் கொண்டிருக்கும்போதே சூறாவளி வீசுகிறது,’[82] என்று எச்.வி.காமத் எழுந்து பேச, அரங்கத்தில் சிரிப்புச் சத்தம் வெடித்தது.

★★★

நாடாளுமன்ற மோதல் 5: கட்டுக்கடங்காத தாக்குதல்

மசோதா மீதான விவாதங்கள் மே 30 மற்றும் 31 ஆகிய தேதிகளில் தொடர்ந்து நடைபெற்று வந்தன. எதிர்க்கட்சிகள் தளராத உத்வேகத்துடன் அரசாங்கத்தை எதிர்த்து நிற்க, கடுமையான கருத்து மோதலுக்கு நாடாளுமன்றம் சாட்சியாக இருந்தது. ‘நேற்றைய கொறடா உத்தரவு காரணமாகவே சபைக்குள் காங்கிரஸ் உறுப்பினர்கள் எவ்விதமான விமர்சனங்களையும் செய்யாமல் இருந்தது தெளிவாகிறது. இதன்மூலம் சுயேச்சை உறுப்பினர்கள் காட்டிய எதிர்ப்புகளுக்கு இடையில் சற்று இளைப்பாற முடிந்தது,’ என்று தி ஸ்டேட்ஸ்மேன்[83] குறிப்பிட்டது. கடுமையான விமர்சனங்களையெல்லாம் ஒருவாறாகச் சமாளித்த அரசாங்கம், மசோதாவை ஆதரித்துப் பேசவதற்காக தன்னுடைய ஆதரவாளர்களைக் களமிறக்கியது. அப்போதும் கூட, உள்நோக்கம் காரணமாகவோ விரக்தி காரணமாகவோ என்னவோ அவர்களின் ஆதரவுக் குரல்கள் சுணக்கமாகவே பிசுபிசுத்தன.

காங்கிரஸ்காரரும் கத்தோலிக்கப் பாதிரியாருமான அருள்தந்தை. ஜெரோம் டிசோசா, மெட்ராஸ் வகுப்புவாரி அரசாணைக்குப் புத்துயிர் கொடுப்பதை விரும்பினார். காரணம், பிற்பட்ட நிலை என்கிற யதார்த்தத்தைக் கவனிக்காமல் இருப்பது சாத்தியமேயில்லை என்பது அவரின் கருத்து. ஆனால் அதைவிட சாதிவாரியான இடஒதுக்கீட்டைக் கிறிஸ்தவர்களுக்கும் விரிவுபடுத்த வேண்டும் என்பதில்தான் அவர் அதிக அக்கறை காட்டினார். அதன்மூலம், சமூகத்தில் பிற்பட்ட வகுப்பினர் தங்களின் ‘பிற்பட்டோர் அடையாளத்தை’ இழக்காமலேயே தங்குதடையின்றி கிறிஸ்தவர்களாக மதம் மாறிக்கொள்ள முடியும். சாதி மற்றும் வகுப்பு ஆகியவற்றோடு இனம் மற்றும் கலாச்சாரம் போன்றவற்றையும் பிற்பட்ட நிலையைத் தீர்மானிப்பவையாக அங்கீகரிக்கப்பட வேண்டும் என்று அவர் விரும்பினார். ஆனால்

மதம் சார்ந்த வேறுபாடுகள் புறக்கணிக்கப்பட வேண்டுமெனவும் அவர் வலியுறுத்தினார்.[84] தற்காலத்தில், பட்டியலின கிறிஸ்தவர்கள் மற்றும் பிற்பட்ட வகுப்பைச் சார்ந்த கிறிஸ்தவர்கள் என்று தங்களை அங்கீகரிக்க வற்புறுத்துவோரின் கோரிக்கையை அருள்தந்தை. ஜெரோம் டிசோசா அன்றே துவக்கிவைத்திருந்தார். இங்கிலாந்தில் கடைப்பிடிக்கப்படுவது போன்ற பேச்சுச் சுதந்திரத்தைப் பொறுத்த மட்டில், ஆங்கிலேயர்களைப் போல உறுதியான, அமைதியான, நடுநிலையான மனநிலையை இந்தியர்கள் பெற்றிருக்காததால் பொதுக் கருத்துக்களுக்கான அமைப்புகளைக் கட்டுப்படுத்துவது அவசியமாகிறது[85] என்று அவர் திருவாய் மலர்ந்தார். இதைக் கேட்டு முதல் வரிசையிலிருந்த காங்கிரஸ் முக்கியஸ்தர்கள் கைதட்டி ஆரவாரம் செய்தார்கள்.[86]

பிராங்க் அந்தோணி என்ற நாடாளுமன்ற உறுப்பினர் ஒரு புகழ்பெற்ற ஆங்கிலோ-இந்தியக் கல்வியாளர். இந்த மசோதா ஏற்படுத்திய தர்மசங்கடத்தின் மீதான தனது விரக்தியை இப்படி அவர் வெளிப்படுத்தினார்: ‘இந்தச் சட்டத்திருத்தம் வெறுமெனே ஒரு விரிவாக்கம், ஒரு தெளிவாக்கம் மட்டும்தான் என்கிற வாதத்தை நான் ஏற்கத் தயாராக இல்லை... அரசமைப்புச் சட்டப்பிரிவு-19(2) இன் அடிப்படையையே பாதிக்கும் புரட்சிகரமான மாற்றங்கள் இவை.’[87] ‘தடுக்கவே முடியாத உச்சபட்ச சர்வாதிகாரத்தை, கம்யூனிச சர்வாதிகாரத்தைத் தடுப்பதற்கான ஒரே வழி ஜவஹர்லால் நேருவின் சர்வாதிகாரம்தான்,’ என்று பிராங்க் அந்தோணி புலம்பினார். ‘ஆனால் இன்றைய சர்வாதிகாரம்தான் பிற்கால சர்வாதிகாரத்தைத் தடுப்பதற்கான ஒரேவழி என நான் நம்புவதால், ஜவஹர்லால் நேருவுக்கு அபரிமிதமான அதிகாரத்தை வழங்கத் தயாராக இருக்கிறேன். இந்தச் சட்டத்திருத்தங்களை நான் முழுமையாக ஆதரிப்பதற்கு அதுதான் எனக்கு இருக்கும் ஒரே காரணம்.’[88]

> *‘நம்முடைய தலைவர்கள் ஜனநாயகத்தின் அடிப்படையில் சிந்திக்கவும், அதைக் கடைபிடிக்கவும் இயலாதவர்கள்,’ என்று புகார் வாசிப்பதைத் தொடர்ந்த அவர், ‘ஜனநாயக அமைப்பு முறைகளுக்கும், ஜனநாயகத்தின் மீதான கொள்கைப் பிடிப்புகளுக்கும் மரியாதை தரவேண்டும் என்று பிரிட்டிஷ் ஆக்கிரமிப்பு நமக்குக் கற்றுக்கொடுத்திருந்தது... ஆனால் ஜனநாயகத்தின் ஆன்மாவும், அது சார்ந்த கொள்கைகளும் நம் மக்களை விட்டு விலகியிருக்கிறது. நம் தலைவர்களை விட்டு விலகியிருக்கிறது... அரசமைப்புச் சட்டம் கிட்டத்தட்ட இறந்துவிட்டது என்றால், அது இன்னும் கூட பிறக்கவேயில்லை*

என்றால், பிறகு அதன் மேல் கத்தி வைப்பதற்கு ஏன் கவலைப்படவேண்டும்?'[89]

எதிர்க்கட்சிகளின் தரப்பில், ஷியாமா பிரசாத் முகர்ஜியும் ஆச்சார்யா கிருபளானியும் பதிலடி கொடுத்தார்கள்.

அரசாங்கம் நின்று நிதானமாகச் சிந்தித்து வேண்டுமென்றே அடிப்படை உரிமைகள் பற்றிய பிரிவை உள்ளடக்கியிருக்கும் ஓர் எழுதப்பட்ட அரசமைப்புச் சட்டத்தைத் தேர்ந்தெடுத்திருப்பதாக ஷியாமா பிரசாத் முகர்ஜி சபைக்கு நினைவுபடுத்தினார். அடிப்படை உரிமைகள் பற்றிய பிரிவை உருவாக்கவே வேண்டாம் என அவர்கள் முடிவெடுத்திருக்கலாம். ஆனால் அப்படிச் செய்யவில்லை, மாறாக அவற்றை உருவாக்கியிருக்கிறார்கள். இதன்மூலம் அது தொடர்பான பிரிவுகளில் சட்டங்களை உருவாக்கக்கூடிய அதிகாரங்களும் அவர்கள் உருவாக்கியிருந்த அதே அரசமைப்புச் சட்டத்தினால் வரையறைக்கு உட்பட்டுள்ள இயற்கையான ஒரு நடைமுறை விளைவை அவர்கள் ஒப்புக்கொண்டே தீரவேண்டும். அடிப்படை உரிமைகள், 'பெரும்பான்மையினரின் நிதானமற்ற, கொடுங்கோல் காரியங்களுக்குக் கட்டுப்பாடுகளாக விளங்குகின்றன. தனிநபர் சுதந்திரத்தையும் சிறுபான்மையினரின் சுதந்திரத்தையும் பாதுகாக்க உதவுகின்றன,' என்றார் முகர்ஜி. 'அடிப்படை உரிமைகள் எழுத்துப்பூர்வமாக நிறுவப்பட்டிருப்பதற்குக் காரணம் அவற்றை அரசியல் சச்சரவுகளிலிருந்து காப்பாற்றுவதற்காகவே.'[90] 'பேய்களோடு சண்டையிடும் காரணத்துக்காகவெல்லாம் அரசமைப்புச் சட்டத்தைக் திருத்தக் கூடாது,' என்று நேருவை எச்சரித்த அவர், ஷேக்ஸ்பியரின் ஹேம்லட் நாடகத்தில் வரும் கற்பனையான பிரச்சினைகளை எதிர்த்துப் போராடும் டென்மார்க் இளவரசரோடு இந்தியாவின் பிரதமரை ஒப்பிட்டார்.[91]

மசோதாவுக்கு ஆதரவு நிலைப்பாட்டில் இருந்தவர்களை விட அதை எதிர்த்தவர்கள் சொற்பம். இந்நிலையிலும், பிரிட்டிஷ் காலனியாதிக்கத்தின் போது இந்தியச் சுதந்திரப் போராட்டத்தை நசுக்கும் நோக்கத்தில் உருவாக்கப்பட்ட அடக்குமுறைச் சட்டங்களுக்கு மீண்டும் புத்துயிர் கொடுப்பதை எதிர்த்துத் தீவிர வைராக்கியத்துடன் வாதாடிய ஷியாமா பிரசாத் முகர்ஜி, 'இது ஜனநாயகத்துக்கு அடிக்கும் சாவு மணி,'[92] என்று அனைவரையும் எச்சரித்தார். 'சுதந்திரத்தை ஒடுக்கும் சட்டங்களை இயற்றுவதற்கு வசதியாக நாம் நாடாளுமன்றத்திற்கு மேலும் கூடுதலான அதிகாரங்களை வழங்கிக் கொண்டிருக்கிறோம்,' என்று நாடாளுமன்ற உறுப்பினர்களிடம் சுட்டிக்காட்டியதோடு, 'இது பிரச்சினைக்கு முற்றிலும்

தவறான அணுகுமுறை என்பதைத் தாழ்மையோடு தெரிவித்துக் கொள்கிறேன். ஆனால் எது எப்படியிருந்தாலும், நீங்கள் இப்போது எடுத்துக்கொண்டிருக்கும் அதிகாரம், நாட்டில் உருவாகியிருக்கும் நெருக்கடிநிலையைச் சமாளிப்பதற்கான அதிகாரமல்ல. இந்தியாவில் சுதந்திரத்தை ஒடுக்கும் நோக்கத்திற்காக நமது பிரிட்டிஷ் எஜமானர்கள் உருவாக்கிய சில அரசமைப்பு விரோத சட்டங்களை என்றென்றும் நிலைபெறச் செய்வதற்காகவே இந்த அதிகாரம். அதைத்தான் நாம் செய்து கொண்டிருக்கிறோம்,'[93] என்றார்.

'நான் உங்களுக்கு ஓர் ஆலோசனை சொல்கிறேன். உங்களிடம் மன்றாடியும் வேண்டிக்கொள்கிறேன். உங்களின் அரசமைப்புச் சட்டத்தின் மேல் ஒருபோதும் தாக்குதல் நடத்த அனுமதித்து விடாதீர்கள், அது கடுகளவு தாக்குதலாக இருந்தாலும் சரி, விடாமுயற்சியோடு உறுதியான எதிர்ப்பைக் காட்டாமல் அதை அனுமதித்து விடாதீர்கள். அவையெல்லாம் குறுகிய காலத்திலேயே ஒன்று திரண்டு சட்டமாக உருவாகிவிடும். எது நேற்றைய செய்தியோ அதுவே இன்றைய கோட்பாடு,'[94] என்று மிகுந்த உத்வேகத்தோடு அவையின் ஆர்வத்தைக் கடைசிவரை கவர்ந்திழுத்த முகர்ஜி, 'ஜுனியஸின் கடிதங்கள்' என்ற புத்தகத்திலிருந்து மேற்கோள் காட்டினார். அந்தப் புத்தகம் மூன்றாம் ஜார்ஜ் மன்னரை எதிர்த்துச் சர்ச்சைக்குரிய விமர்சனங்களில் ஈடுபட்ட பெயர் தெரியாத ஒரு பிரிட்டிஷ் வாதவியலாளர் எழுதிய கடிதங்களின் தொகுப்பு.

ஆச்சார்யா கிருபளானி ஒரு முதுபெரும் காந்தியவாதி. அகில இந்தியக் காங்கிரஸ் கமிட்டியின் முன்னாள் தலைவர். சுதந்திரப் போராட்ட முன்னோடிகளுள் ஒருவர். இப்போது அரசாங்கத்தின் மீது கொதிக்கின்ற வார்த்தைகளை வீசிக் கொண்டிருந்தார். ஜமீன்தார்முறை ஒழிப்பில் நாடு உறுதியாக இருப்பதாகவும், இந்த விஷயத்தில் நாட்டு மக்களின் எண்ணங்கள் நன்கு தெரிந்ததுதான் என்றும் அவர் கருத்து தெரிவித்தார். ஜமீன்தார்முறை ஒழிப்பை நடைமுறைப்படுத்தும் நோக்கத்துக்காக அரசமைப்புச் சட்டத்தை மாற்றுவது முழுக்க முழுக்க நியாயமானது, 'அதேபோல் நம் நாடு பேச்சு மற்றும் கருத்துச் சுதந்திரத்திற்கும் மனப்பூர்வமான உறுதியளித்திருக்கிறது. அதிலும் குறிப்பாக அதன் மீது அந்நிய அரசாங்கம் விதித்த கட்டுப்பாடுகளை நாம் கருத்தில் கொள்ளவேண்டும். ஆனாலும் கூட, இந்தச் சுதந்திரங்கள்தான் இப்போது ஒடுக்கப்படவிருக்கின்றன.'[95] பொதுஒழுங்கு மற்றும் குற்றத்தைத் தூண்டுதல் போன்ற பதங்களை திட்டவட்டமான ஒரு வரையறைக்குள் தீர்மானிக்க முடியாது என்று ஆச்சார்யா கிருபளானி வாதம் செய்தார். சத்யாகிரகம்

கூட குற்றமாகத்தான் இருந்தது. ஊர்வலங்கள், ஆர்ப்பாட்டங்கள் எல்லாமே பொதுஒழுங்குக்குக் கெடுதல் செய்தன. தன் சொந்த குடிமக்களுக்கு எதிராக அரசின் முழு பலத்தையும் பயன்படுத்தித்தான் இதையெல்லாம் தடுக்கவேண்டுமா?[96] என்று அவர் கேள்வி எழுப்பினார்.

ஆச்சார்யா கிருபளானியின் கேள்விகளுக்கு யாரிடமும் பதிலில்லை. காந்தியின் தீவிர பக்தரான கிருபளானி, நிதானமாகப் பேசினார். நிதானமான வார்த்தைகளால் கொட்டினார் என்பதே சரி. ஒருகாலத்தில் தான் சார்ந்திருந்த கட்சியைப் புரட்டியெடுக்கும் வாய்ப்பைத் தவறவிட அவர் விரும்பவில்லை. பூரிப்போடு அதைச் செய்துகொண்டிருந்தார். முன்பு காங்கிரஸ் கட்சியால் அவமானப்படுத்தப்பட்டு, உதாசீனம் செய்யப்பட்டு, ஓரங்கட்டப்பட்ட அவர், இப்போது அடிபட்ட புலியாக அதன் மேல் பாய்ந்தார். இந்தச் சட்டத்திருத்தத்தின் அருமை பெருமைகளை இட்டுக்கட்டி மெச்சிக்கொண்டிருந்த காங்கிரஸ் தலைவர்களின் செயலால் அதிருப்தியடைந்து இடத்தைக் காலி செய்திருந்த நாடாளுமன்ற உறுப்பினர்கள் கிருபளானியின் பேச்சைக் கேட்க வேகவேகமாக அவையை நிரப்பத் தொடங்கினார்கள்.[97] 'தற்போதைய நிலையில் பேசுவது எல்லாமே வீண். அரசாங்கம் உறுதியான முடிவுக்கு வந்துவிட்டதாகத் தோன்றுகிறது. அவர்களிடம் பெரும்பான்மை பலம் இருக்கிறது. எதை முன்மொழிந்தாலும் அது நிச்சயம் நிறைவேறும்,' என்னும் நிதர்சனத்தை வெளிப்படையாக ஒப்புக்கொண்ட அவர், 'ஆனால் நாம் இதுவரை நினைத்துப் பார்க்காத விஷயங்கள் நடக்கும்போது, சில நேரங்களில் அதை எதிர்த்துக் குரல் கொடுப்பது நம் கடமையாகிறது,'[98] என்று அறிவித்தார்.

தொடர்ந்து பேசிய கிருபளானி, 'உருவ வழிபாட்டாளர்கள் என்று நாங்கள் குற்றம் சாட்டப்படுகிறோம். யாரால் குற்றம் சாட்டப்படுகிறோம்? இந்த உருவ வழிபாட்டின் மிகப்பெரிய பயனாளி நமது பிரதமரும், இன்னும் சொல்லப்போனால், அவருடைய அரசாங்கமும்தான் என நான் உறுதியாகச் சொல்கிறேன். ஆனால் இந்த உருவ வழிபாடு மட்டும் இல்லையென்றால் கடந்த மூன்று வருடங்களில் இந்த அரசாங்கம் குறைந்தது இருபது முறையாவது கவிழ்ந்திருக்கும்.'[99] 'பலவீனமானவர்களுக்கு அதிகாரம் கொடுத்தால், அவர்கள் அந்த அதிகாரத்தைத் தங்களின் சொந்த அழிவுக்கே பயன்படுத்துகிறார்கள் என்பதை என் அனுபவத்தில் அறிவேன்,' என அவர் பிரதமரை நோக்கி மேலும் சில வார்த்தைகளை வீச, அதில் கிண்டல் இழையோடியது.

‘அலுவலகத்தில் இருக்கும் ஏவலாளைக் கூட பணியிலிருந்து நீக்க முடியாத ஓர் அரசாங்கம், அளவுகடந்த அதிகாரங்களை எடுத்துக்கொள்ள விரும்புகிறது. அளவுக்கு மீறிய இந்த அதிகாரங்கள் உங்களைச் சேதப்படுத்தவே பயன்படுத்தப்படும். சரி, யார் அதைப் பயன்படுத்துவார்கள்? உங்களுக்கு அடுத்து வரப்போகிறவர்கள் தான் அதைப் பயன்படுத்தப்போகிறார்கள். நீங்களே நிரந்தரமாக ஆட்சியில் இருக்கப்போவதில்லை. எந்தவொரு அரசாங்கமும் நிரந்தரமாக இருக்க முடியாது... அளவுக்கு மீறிய அதிகாரங்கள் உங்களைத்தான் அழிக்கும். ஆகவே, தயவு செய்து அளவான அதிகாரத்தோடு திருப்தி அடையுங்கள், காரணம் உங்களின் திறமையும் அளவாகவே இருக்கிறது.’[100]

★★★

அதேநேரம் நாடாளுமன்றத்துக்கு வெளியே, அரசாங்கத்துக்கு எதிராக அரசியல் பார்வையாளர்கள், விமர்சகர்கள் முதல் சாதாரண குடிமக்கள் வரை அனைவரும் ஒருமித்த எதிர்ப்பைக் காட்டிக்கொண்டிருந்தார்கள். பிரதமருக்கு எதிராகவும் தொடர்ந்து கொந்தளித்துக் கொண்டிருந்தார்கள். ‘தேர்வுக்குழுவிலிருந்து வெளிவந்திருக்கும் அரசமைப்புச் சட்டத்திருத்த மசோதாவுக்கு திரு. நேரு அளித்துள்ள விளக்கங்கள் சமாதானப்படுத்தத் தவறுகின்றன,’ என்று டைம்ஸ் ஆஃப் இந்தியா அச்சிட்டது. மேலும், ‘அரசமைப்புச் சட்டம் நெகிழ்வுத்தன்மை உடையதாக இருக்கவேண்டும், அது வாழ்வின் நெளிவு சுளிவுகளோடு தன்னைத் தகவமைத்துக் கொள்ளவேண்டும் என்று பிரதமர் நேரு வலியுறுத்தியிருந்தார். ஒருவேளை அரசமைப்புச் சட்டத்தின் மீதான அரசாங்கத்தின் எதிர்வினைகளை ஒரு வரைபடத்தில் குறித்தால் அது ஓர் அழகிய ரயில் பாதையை விடவும் வளைவு நெளிவுகளோடு காணப்படும்,’ என இலைமறை காயாகக் கேலி செய்திருந்த அந்தச் செய்திக் கட்டுரை, ‘ஒருவேளை, இதேபோன்று மக்கள் பிரதிநிதிகளிடம் ஆங்கிலேய அதிகாரவர்க்கம் பேசிய முப்பதுகளின் கொடுங்கோல் நாட்களில் வாழ்ந்து கொண்டிருக்கிறோமோ,’[101] என்றும் சலிப்போடு குறிப்பிட்டது.

மற்றொரு பத்திரிகையாளர் காரசாரமாக எழுதினார்:

‘கற்பனையான ஓர் லட்சிய தேசத்தை உருவாக்கும் அரசியல்வாதிகளின் அருவருப்பான அபத்தங்களான;

காலாவதியாகிவிட்ட புரட்சிகளின் செத்துப்போன வெற்று கோஷங்களான சுதந்திரம், சமத்துவம், சகோதரத்துவம், நீதி போன்றவற்றை நிரந்தரமாக இறுக்கப் பற்றிக்கொண்டு ஒரே நேர்க்கோட்டில் பயணிக்கும், விறைப்பான, நிலையான ஓர் அரசமைப்புச் சட்டத்தை நாம் எப்படி ஏற்றுக்கொள்ள முடியும்? ...இப்படிப்பட்ட போலியான விழுமியங்களுக்கு மத்தியில், அரசியல் அற்பத்தனங்களுக்கு மத்தியில், நம் வாழ்க்கையும் அதற்கு வடிவம் கொடுக்கும் அரசமைப்புச் சட்டமும் அர்த்தமற்ற, ஏமாற்றும் விஷயங்கள்தான் என்பதை அவ்வப்போது நினைவில் கொள்வது நல்லது.'[102]

'அடிப்படை உரிமைகளின் நலனுக்காக அரசமைப்புச் சட்டத்தைப் புனிதமானதாக ஏற்றுக்கொள்ள முடியாவிட்டாலும் சரி, நிர்வாகத்தின் நோக்கங்களுக்கு ஏற்ப இயற்றப்படும் ஒரு சட்டத்திருத்தத்துக்கு அரசமைப்புச் சட்டத்துடன் தொடர்ந்து மோதுவது போன்ற மாயத்தோற்றத்தை அளித்துவிடக்கூடாது. அரசாங்கத்தின் தேவைகளுக்காக அரசமைப்புச் சட்டத்தை மாற்றும் எந்தவொரு முயற்சியும் ஜனநாயகத்தைக் கேலிக்கூத்தாக்கிவிடும்,'[103] என்று ஒரு நாளேட்டுக்கு எழுதிய கடிதத்தில் குடிமகன் ஒருவர் ஆவேசத்தை வெளிப்படுத்தினார்.

லக்னோவில், சோசியலிசத் தலைவர் ஜெயபிரகாஷ் நாராயண் அந்த ஆண்டு முழுக்க இந்திய அரசாங்கத்தின் சர்வாதிகாரப் போக்குகளைக் குறிவைத்துத் தாக்கிக்கொண்டிருந்தார். அவற்றுக்கெல்லாம் தனிப்பட்ட முறையில் நேருவே பொறுப்பு என விமர்சித்துக் கொண்டிருந்த அவர், தன்னுடைய எண்ணங்களை நீண்டதொரு அறிக்கையாகத் தொகுத்து வெளியிட்டிருந்தார்:

'ஒற்றைக் கட்சி நாடாளுமன்றத்தின் ஆளும்கட்சியானது தனது பெரும்பான்மை பலத்தைப் பயன்படுத்தி அடிப்படை உரிமைகளைக் கூட விட்டுவைக்காமல் சேதப்படுத்துவது மிகவும் துரதிஷ்டவசமானது. அரசமைப்புச் சட்டத்தில் அடிப்படை உரிமைகளை வரையறுத்திருப்பதன் ஒரே நோக்கம், ஆளும்கட்சியினரின் தலையீட்டிற்கு அப்பால் அவற்றைப் பாதுகாப்பதற்காகத்தான். பண்டித நேரு நாட்டின் பாதுகாப்பைப் பற்றித் திரும்பத் திரும்பக் குறிப்பிடும் அச்செயலே இந்திய ஜனநாயகத்தின் எதிர்காலத்துக்கு உருவாக்கப்பட்டிருக்கும் ஆபத்தைச் சுட்டிக்காட்டுவதாக இருக்கிறது. அதிகாரத்தில் உள்ளவர்களைத் தவிர, வேறு யாரும் நாட்டின் பாதுகாப்புக்கு ஆபத்து இருப்பதை அறிந்திருப்பதாகத் தெரியவில்லை.

ஆனாலும் இந்த ஆபத்தின் பெயரால்தான் கடுமையான சேதத்தை விளைவிக்கும் சட்டத்திருத்தங்களைக் கொண்டுவர முயற்சிகள் நடக்கின்றன."[104]

இதெல்லாம் ஒருபக்கம் இருந்தாலும், சற்றும் மனம்தளராத நேரு பத்திரிகைகளுக்கு எதிராக, அவை தரம்தாழ்ந்து 'அரசியலில் புகுத்தும் அநாகரீகத்துக்கும், ஆபாசத்துக்கும்' எதிராக, மக்களின் மனங்களை இயந்திரத்தனமாக மாற்றிக்கொண்டிருக்கும் 'ஒட்டுமொத்த இயந்திரக் கலாச்சாரத்துக்கு எதிராக'[105] நாடாளுமன்றத்தில் வெகுண்டெழுந்தார். செய்தித்தாள்களில் வெளியான கேலிச்சித்திரங்களைப் பார்த்து அவர் வெட்கித்தலைகுனிந்தார். இதுபோன்ற செயல்களின் மூலம் அவர்கள் பொதுவாழ்க்கையைச் சீரழிப்பதாகப் பழித்தார். அப்பாவி கிராமவாசிகளின் உள்ளங்களிலும், ராணுவ வீரர்களின் மனஉறுதியிலும் இத்தகைய 'பேச்சுச் சுதந்திரம்' ஏற்படுத்தும் கடுமையான விளைவுகளைப் பற்றிக் கவலை தெரிவித்தார். இந்தியாவில் மனிதர்களின் தரம் தாழ்ந்தது குறித்தும் ஆவேசப்பட்டார். பத்திரிகைகளையோ எதிர்வரும் தேர்தலையோ மனதில் வைத்து இந்தச் சட்டத்திருத்தங்களைக் கொண்டுவரவில்லை என பயபக்தியோடு வலியுறுத்திய அவர், தனது வார்த்தைகளை நம்பும்படிச் சக நாடாளுமன்ற உறுப்பினர்களிடம் பலமுறை கேட்டுக்கொண்டார்.[106]

அவரின் அந்தரங்கக் கடிதப் போக்குவரத்துகளையும், பொதுவெளியில் வெளிப்படுத்திய கருத்துகளையும் வைத்துப் பார்க்கும்போது, பயபக்தியோடு அவர் வலியுறுத்திய அனைத்தும் அப்பட்டமான பொய் என்றால் அது மிகையல்ல. ஆனால் இதைப்பற்றியெல்லாம் நேருவுக்கோ அவரின் மந்திரிகளுக்கோ கவலையில்லை. புதிய அரசாங்கம் பிறந்த பிறகு விழுமியங்களும், ஒழுக்கநெறிக் கோட்பாடுகளும் மலையேறிவிட்டன.

மே 31, 1951. பிற்பகல் 2 மணி. சபாநாயகர் தீர்மானத்தின் மீதான வாக்கெடுப்புக்கு அழைப்பு விடுத்தார். தீர்மானத்தை ஆதரித்து 246 வாக்குகள் விழுந்தன. எதிர்த்து 14 வாக்குகள். தீர்மானம் நிறைவேற்றப்பட்டது. வாக்கெடுப்பை 29 உறுப்பினர்கள் புறக்கணித்தார்கள். பலத்த ஆரவாரத்துக்கு இடையே தீர்மானம் நிறைவேறியதாக அறிவிப்பு வெளியானது.[107] 'நேருவின் தீர்மானத்துக்கு மிகப்பெரிய வெற்றி,'[108] என்ற தலைப்புச் செய்தி மறுநாளின் பத்திரிகைகளை அலங்கரித்தது. நாடாளுமன்ற மோதல் உச்சகட்டத்தை எட்டியிருந்தது.

★★★

நாடாளுமன்ற மோதல்-6: தலைவெட்டுப் பொறி தயார்

சட்டத்திருத்த மசோதாவின் இறுதிக்கட்ட விவாதங்களைப் பிரசுரித்து வந்த ஒரு பிரபல நாளேடு, 'அடுத்த இரு நாட்களுக்கு மசோதாவின் மீது விரிவான ஆலோசனைகள் நடத்தப்படும். சனிக்கிழமை பிற்பகல் 1 மணிக்கு தலைவெட்டுப் பொறி இறக்கப்படும்,'[109] என்று வர்ணித்தது. மிகப்பொருத்தமான வர்ணனை. நாடாளுமன்ற உறுப்பினர் ஹ்ரிதய் நாத் குன்ஸ்ரு நாடாளுமன்றத்தில் தொடர்ந்து முழங்கி வந்ததைப் போல, நடந்தவை அனைத்தும் அரசமைப்புச் சட்டத்திலுள்ள அடிப்படை உரிமைகள் தொடர்பான சில அதிமுக்கிய ஷரத்துகளின் தலைகளைத் துண்டிப்பதற்குச் சமமான செயல்கள்தான். அரசமைப்புச் சட்டத்தின் உயிர்துடிப்பான இதே ஷரத்துகளைத்தான் நடைமுறைக்கு ஏற்றபடி வளைந்து கொடுக்காத கோட்பாடுகள் என்றும் பிரெஞ்சு மற்றும் அமெரிக்கப் புரட்சிகளுக்குத் தூண்டுதலாக இருந்த புராதன தத்துவங்களின் மிச்சங்கள் என்றும் பிரதமர் வெளிப்படையாகக் கேலி செய்திருந்தார். பேச்சுரிமையும் சொத்துரிமையும் கிட்டதட்ட தூக்கியெறியப்பட இருக்கின்றன.

மே 31, 1951. மாலை நேரம். உத்திரப்பிரதேச காங்கிரஸ் நாடாளுமன்ற உறுப்பினர் பேராசிரியர். கே.கே. பட்டாச்சாரியா நேருவுக்கு ஒரு கடிதம் அனுப்பினார். அதில் மசோதா மீதான வாக்கெடுப்பின் போது காங்கிரஸ் நாடாளுமன்ற உறுப்பினர்கள் அனைவரும் கொறடா உத்தரவின் கட்டுப்பாடு இல்லாமல் தங்கள் விருப்பப்படி வாக்களிக்கும் அனுமதியைக் கோரினார். அது மட்டுமில்லாமல், 'எனக்கு இந்தச் சுதந்திரத்தை நீங்கள் அளிக்கவில்லை என்றால், என் மனசாட்சியின் கட்டளைக்கு ஏற்ப சுதந்திரமாக வாக்களிப்பதற்காக நாடாளுமன்றத்தில் காங்கிரஸ் கட்சியை விட்டு வேதனையோடு வெளியேறுவதே என் கடமையாக இருக்கும்,'[110] என்றும் பிரதமருக்குத் தகவல் அளித்தார். இதற்கு நேரு ஒப்புக்கொள்ளவில்லை. மறுத்தார். ஜூன் 1, 1951. வெள்ளிக்கிழமை. நாடாளுமன்றம் ஒன்றுகூட, காங்கிரஸ் கட்சியிலிருந்து விலகிய பட்டாச்சாரியா மசோதாவை எதிர்ப்பவர்களோடு கைகோர்த்துக் கொண்டார். இதுபோன்ற கடைசிநேரக் கட்சித்தாவலுக்குப் பிறகும், தங்களால் செய்யக்கூடியது எதுவுமில்லை என்பதை எதிர்க்கட்சித் தலைவர்கள் உணர்ந்தே இருந்தார்கள். அவர்களின் தோல்வி ஏற்கனவே தீர்மானிக்கப்பட்ட ஒன்று. அவர்கள் என்ன செய்தாலும், என்ன பேசினாலும் காங்கிரஸ் கட்சியின் பெரும்பான்மையை அசைக்கக்கூட முடியாது. இருந்தபோதிலும், கடைசி மூச்சுவரை போராடுவதில் அவர்கள்

உறுதியோடு இருந்தார்கள். அந்த இரு நாட்களும் கடுமையான வார்த்தை யுத்தத்துடன் நகர்ந்தன.

ஜூன் 1 மற்றும் 2 ஆகிய தேதிகளில் அரசமைப்பு முதல் திருத்தச்சட்ட மசோதாவின் ஒவ்வொரு உட்பிரிவும் விரிவான விவாதத்துக்கு உள்ளானது. எதிர்க்கட்சி பிரமுகர்கள் ஒவ்வொரு உட்பிரிவுக்கும் பல்வேறு திருத்தங்களை முன்மொழிந்தார்கள். சட்டப்பிரிவு-15இல் கொண்டுவரப்பட்ட திருத்தத்தில், குடிமக்கள் அனைவருக்கும் வழங்கப்பட்டிருக்கும் சமத்துவ உரிமையின் மீது பிற்பட்ட வகுப்பினருக்கு வழங்கப்படும் சிறப்பு சலுகைகள் நியாயமற்ற கட்டுப்பாடுகளை விதிக்காது[111] என்னும் ஒரு ஷரத்தைச் சேர்க்க எச். வி. காமத் முயன்றார். ‘சமுதாயத்திலும் கல்வியிலும் பிற்பட்ட வகுப்பினர்’ என்கிற பதங்களில் ‘பொருளாதாரத்திலும்’ என்கிற சொல்லைச் சேர்க்க வேண்டுமென காங்கிரஸ் கிளர்ச்சியாளர் ஷிப்பன் லால் சக்சேனா வலியுறுத்தினார். ‘தற்போதைய வடிவத்தில் இந்தச் சட்டத்திருத்தத்தை நிறைவேற அனுமதித்தால், அதிகாரத்தில் தன்னை நிலைநிறுத்திக்கொண்ட ஒரு வகுப்பினர் இதைப் பயன்படுத்திக் குறிப்பிட்ட தன் சொந்த வகுப்பை முன்னேற்றுவதற்கு வசதியாக அது அமைந்துவிடும்,’[112] என்றும் அவர் சுட்டிக்காட்டினார். மெட்ராஸைச் சேர்ந்த எம்.ஏ. அய்யங்கார் போன்ற காங்கிரஸ் உறுப்பினர்கள் பட்டியலின சமூகங்கள் மற்றும் பழங்குடியினருக்கு அடுத்து, அரசாங்கத்தின் முழு கவனமும் பிற்பட்ட வகுப்பினரின் மீதுதான் இருக்கவேண்டும் என்கிற கோரிக்கையில் பிடிவாதமாக இருந்தார்கள்.[113]

சட்டப்பிரிவு-19 தொடர்பான திருத்தங்கள் விவாதத்துக்கு வந்தபோது, பேச்சுச் சுதந்திரம் குறைக்கப்படவிருந்தால், மாகாண சட்டமன்றங்களைத் தவிர்த்துவிட்டு அதற்குரிய ஒட்டுமொத்த அதிகாரத்தையும் நாடாளுமன்றத்துக்கு மட்டுமே அளிக்கவேண்டும் என்று ஷியாமா பிரசாத் முகர்ஜி ஆணித்தரமாக வலியுறுத்தினார். அப்போதுதான் நாடுமுழுக்க சமச்சீரான நிலை இருக்கும். இந்தச் சட்டம் தவறாகப் பயன்படுத்தப்படுவதையும் குறைக்க முடியும்.[114] இந்த விவகாரத்தில், உள்துறை அமைச்சர் சி. ராஜகோபாலாச்சாரி மற்றும் சட்டத்துறை அமைச்சர் பி. ஆர். அம்பேத்கர் ஆகியோருடன் ஷியாமா பிரசாத் முகர்ஜி நெடும் வாக்குவாதத்தில் ஈடுபட்டார். அவர்களுக்கு இடையேயான கூர்மையான கருத்து மோதலில் பொறி பறந்தது. தீவிர கொந்தளிப்போடு நடந்த வாதத்தில் இருதரப்பும் பிடிவாதமாக இருப்பதாகவும், பொறுப்பில்லாமல் நடந்துகொள்வதாகவும் ஒருவரை ஒருவர் குற்றம்சாட்டிக்கொண்டார்கள். கம்யூனிச ஆட்சியை

விமர்சித்து சீனாவிலிருந்து வரும் செய்திகளை நசுக்கியதாகப் பிரதமர் மீது புகார் வாசிக்கப்பட்டது.[115] அதற்கு, சீனா மற்றும் திபெத்தில் நடந்த கம்யூனிச அட்டூழியங்கள் பற்றிய செய்திகள் அனைத்தும் மிகைப்படுத்தப்பட்டவை என்று நேரு பதில் கொடுத்தார்.[116]

சட்டப்பிரிவு-31 தொடர்பான திருத்தங்களிலும் நசீருத்தீன் அஹமது, சயம்நந்தன் சஹாய் மற்றும் ஷிப்பன் லால் சக்சேனா ஆகியோரின் விமர்சனக் குரல்களே ஓங்கி ஒலித்தன. சர்ச்சைக்குரிய ஒன்பதாவது அட்டவணை உருவாகக் காரணமாக இருந்த அந்தப் புதிய சட்டப்பிரிவு-31B, மிகக்கடுமையான எதிர்ப்பைச் சம்பாதித்தது. 'தனிநபரின் சொத்துக்களை மதிக்கும் கொள்கையிலிருந்து விலகிச் செல்வதாக'வும், மோசமான முன்னுதாரணத்தை உருவாக்கிக் கொண்டிருப்பதாகவும் அரசாங்கத்தை அவர்கள் குற்றம்சாட்டினார்கள்.[117] எச். என். குன்ஸ்ரு ஓர் இறுதிக்கட்ட முயற்சியாக தேசத்துரோகச் சட்டப்பிரிவுகளின் மறுநிர்ணயம் செய்தல் மற்றும் தணிக்கைமுறைக்குப் புத்துயிர் அளித்தல் என இந்தச் சட்டத்திருத்தத்தில் உள்ள ஆபத்துகளைப் பற்றி மறுபடியும் எச்சரித்தார்.

ஆனால், மசோதாவை எதிர்த்தவர்கள் எவ்வளவு வாதம் செய்தாலும் சரி, அவையெல்லாம் தவிர்க்க முடியாத ஒன்றைத் தாமதம் செய்ய மட்டுமே உதவின. எதிர்க்கட்சிகள் முன்மொழிந்த திருத்தங்கள் ஒன்றுகூட ஏற்றுக்கொள்ளப்படவில்லை. ஒவ்வொருமுறை வாக்கெடுப்பு நடந்தபோதும், அவர்களின் திருத்தங்கள் முறியடிக்கப்பட்டன. அரசாங்கம் விரும்பிய வடிவத்திலேயே ஒவ்வொரு உட்பிரிவும் மாபெரும் பெரும்பான்மையோடு நிறைவேறியது. 'பல்வேறு முக்கியத்துவம் வாய்ந்த நூற்றுக்கும் மேற்பட்ட அதிகாரப்பூர்வமற்ற திருத்தங்கள் கொடூரமாகப் படுகொலை செய்யப்பட்டன,' என்று செய்தித்தாள்கள் அலறின. சட்டப்பிரிவு-19(2) மற்றும் சட்டப்பிரிவு-31A தொடர்பான சொல்-பயன்பாட்டில் இரண்டு தெளிவுரைகள் மற்றும் ஒன்பதாவது அட்டவணையில் ஹைதராபாத் ஒழுங்குமுறை (ஜாகிர் மானிய ஒழிப்பு) சட்டத்தை சேர்த்தல் என வெறும் மூன்றே மூன்று மாற்றங்கள் மட்டுமே ஏற்கப்பட்டன.[118] இவ்வளவு பிரச்சினைகளுக்கும், கொந்தளிப்புகளுக்கும் மூல காரணமாக இருந்த பேச்சு மற்றும் கருத்துச் சுதந்திரம் தொடர்பான உட்பிரிவுகள் கூட 228க்கு 19 வாக்குகள் என்ற அறுதிப்பெரும்பான்மையோடு நிறைவேறியது. பெரும்பாலான பத்திரிகைத் துறை உறுப்பினர்கள் வாக்கெடுப்பைப் புறக்கணித்தார்கள். சட்டப்பிரிவு-15 மற்றும் சட்டப்பிரிவு-31 தொடர்பான விவாதங்களின் போதும் எதிரணி முன்மொழிந்த திருத்தங்கள் வீழ்த்தப்பட்டன.[119]

மசோதா தொடர்பான விவாதங்கள் இறுதிகட்டத்தை நெருங்க நெருங்க, சபையில் இறுக்கம் கூடிக்கொண்டே போனது. சட்டத்திருத்தம் மீதான வாக்கெடுப்புகளை நடத்துவது தொடர்பாக ஒருபுறம் ஷியாமா பிரசாத் முகர்ஜிக்கும் எச்.வி. காமத்துக்கும் இடையே காரசாரமான வாக்குவாதம் நடக்க, மறுபுறம் சபாநாயகர் ஜி.வி. மாவலங்கருக்கும் சட்டத்துறை அமைச்சர் பி.ஆர். அம்பேத்கருக்கும் இடையே சலசலப்பு ஏற்பட்டது. அடிப்படை உரிமைகளைப் பறிக்கும் அளவுக்கு, தேசத்துரோகத்தைக் கொடுங்குற்றமாக மீண்டும் புதுப்பிக்கும் அளவுக்கு நிர்பந்தத்தை ஏற்படுத்தியுள்ள அந்த மாபெரும் ஆபத்து என்னவென்பதை அவையின் மீது நம்பிக்கை வைத்துப் பிரதமர் வெளிப்படையாக விளக்கிச் சொல்லவேண்டும் என்று பழுத்த சோசியலிஸ தீரரான ஷிப்பன் லால் சக்சேனா மீண்டும் ஒருமுறை மன்றாடினார்.[120] ‘இதுபோன்ற அருவருப்பான சட்டங்களைப் பின்வாசல் வழியாக மீண்டும் நுழைப்பது நமக்கெல்லாம் வெட்கக்கேடு,’ என்று அவர் மனம்கலங்கினார். ‘இந்தச் சபை இந்த மசோதாவை நிறைவேற்றுவதை எண்ணி நான் வேதனையடைகிறேன். இதற்கு எங்களால் ஒன்றும் செய்ய முடியாவிட்டாலும் இதற்கு எதிராக எங்களின் ஆட்சேபத்தை நிச்சயம் பதிவு செய்யமுடியும்.’[121]

மசோதாவுக்கான காங்கிரஸின் ஆதரவு கட்டுக்கோப்பாக இருந்தது. யோகிம் ஆல்வா, திரிபுவன் நாராயண் சிங், ரேணுகா ரே, சேத் கோவிந்த் தாஸ் மற்றும் மோகன்லால் கௌதம் ஆகியோர் இந்தச் சட்டத்திருத்த மசோதாவின் பயன்களை விலாவரியாக எடுத்துக் கூற, மாலை 6 மணியும் நெருங்கியது. எதிர்க்கட்சிகளின் வாதத்தை முடித்துவைத்துப் பேசிய ஷியாமா பிரசாத் முகர்ஜி, பொதுமக்களின் கருத்துக்களைப் பெற மறுத்து ஆரோக்கியமான கலந்துரையாடலுக்கு வழிவகை செய்யத் தவறியதற்காக அரசாங்கத்தைக் கண்டித்தார். அரசமைப்புச் சட்டத்திருத்தங்களை முன்தேதியிட்டு அமல்படுத்துவதையும் கடுமையாக விமர்சித்தார்.[122] புதிதாகத் திருத்தம் செய்யப்பட்ட சட்டப்பிரிவு-31ஐயும், ஒன்பதாவது அட்டவணையையும் ‘அரசமைப்பின் அரக்கத்தனம்’ என்று அழைத்த முகர்ஜி, போதுமான காரணங்களை அளிக்காமல் வேண்டுமென்றே குடிமக்களின் உரிமைகளைப் பறித்துக் கொண்டிருப்பதாகப் பிரதமர் நேருவின் மேல் குற்றம்சாட்டினார்.[123]

‘மக்களின் அதிருப்திக்கான பதில் அடக்குமுறைச் சட்டங்களை நிறைவேற்றுவது அல்ல,’ என்று நேருவிடம் கெஞ்சிய முகர்ஜி,

> ‘ஆகவே, நான் இந்நிலையில் கூட பிரதமரிடம் கேட்டுக்கொள்கிறேன். நிச்சயமாக உங்களிடம் பெரும்பான்மை

இருக்கிறது. நீங்கள் இந்த மசோதாவை நிறைவேற்றிவிடுவீர்கள். நீங்கள் நிறைவேற்றுங்கள். ஆனால் இதைச் செய்யும்போது வெறுமனே இந்த அவையில் உங்களிடம் 240 ஆதரவாளர்கள் இருக்கிறார்கள் என்கிற அதிகார போதையால் மட்டும் இதைச் செயல்படுத்தக்கூடாது. இந்த அவைக்கு வெளியே, கோடிக்கணக்கான பேர் உங்களுக்கு எதிராக இருக்கிறார்கள். அவர்களை உரிய முறையில் சமாதானப்படுத்துவது எப்படி என்பதை நீங்கள் எண்ணிப்பார்க்க வேண்டும்...'[124]

பல நாட்களாக ரணப்படுத்திய விவாதங்களும், மனதை நொறுக்கிய விமர்சனங்களும் நேருவை அசைத்துவிட்டன. 'தொடர்ச்சியான குற்றச்சாட்டுகளையும் கண்டனங்களையும் கேட்டுக்கொண்டிருந்தது என் பொறுமையை மிகவும் சோதித்தது,'[125] என்று பின்னாட்களில் இந்த விவாதங்களைப் பற்றி அவர் நினைவுகூற இருக்கிறார். 'இந்த எதிர்க்கட்சிகள் உண்மையான எதிர்க்கட்சிகள் அல்ல, நம்பகமான எதிர்க்கட்சிகள் அல்ல, விசுவாசமான எதிர்க்கட்சிகள் அல்ல. நன்றாக யோசித்துத்தான் இதைச் சொல்கிறேன்,'[126] என்று முகர்ஜிக்கு மறுமொழி சொன்ன நேருவின் வார்த்தைகளில் கோபம் கொப்பளித்தது. 'உங்களுடையது உண்மையான மசோதாவே அல்ல,'[127] முகர்ஜி வெடுக்கென்று பதிலளித்து நேருவின் எரிச்சலில் எண்ணெயை ஊற்றினார். அவையில் இப்போது பிரதமரும் எதிர்க்கட்சித் தலைவரும் ஒருவர் மீது ஒருவர் அவமதிக்கும் வார்த்தைகளை வீசிக்கொண்டிருந்தார்கள்.

ஆவேசத்தில் முஷ்டியை மடக்கிய நேரு, பொய்யான அறிக்கைகளை வெளியிட்டு இழிவாகப் பேசுவதாக முகர்ஜியிடம் சீறினார். 'காரணம் உங்களின் சகிப்புத்தன்மை இழிவாக இருப்பதால்,' என்று உடனடியாகப் பதிலடி கொடுத்தார் முகர்ஜி. 'சிலர் தேசியவாதத்தின் பெயராலும், சுதந்திரத்தின் பெயராலும் வகுப்புவாதம் என்கிற மிகக்குறுகிய கோட்பாடுகளைப் போதிப்பது இப்போது இந்நாட்டில் நவநாகரிகம் ஆகிவிட்டது,' என்று நேரு கொதித்தெழ, 'இந்நாட்டின் பிரிவினைக்குக் காரணமான மிகப்பெரிய வகுப்புவாதியே நீங்கள்தான்,' என்று முகர்ஜி அவரை அடக்கினார்.

மறுநாள் காலையின் டைம்ஸ் ஆஃப் இந்தியாவில், நேருவுக்கும் முகர்ஜிக்கும் நடந்த வாக்குவாதத்தைச் செய்தியாக்கிய ஒரு நிருபர், 'பிரதமருக்கும் டாக்டர். ஷியாமா பிரசாத் முகர்ஜிக்கும் இடையே உணர்ச்சிவயத்தோடு நடந்த ஓர் எல்லைமீறிய வாய்த்தகராறு'[128] என்று அதை விவரித்திருந்தார். இந்தியாவின் ஆகச்சிறந்த சொற்பொழிவாளர்கள் இருவருமே ஒருவரின் மீது ஒருவர்

241 | போர் தீவிரமடைகிறது

சொல்லம்புகளை எய்துகொள்ள அவையில் இருந்தவர்கள் அசையக் கூட மறந்திருந்தார்கள். விவாதம் முடிவதற்குள் பல உண்மைகள் வெளிவர நேரிடும் என்று இருவருமே பரஸ்பரம் பிரகடனம் செய்தார்கள். அவைக்குள் நிதானம் தேயத்தேய கொந்தளிப்பு வளர்ந்தது. நடந்ததை நேரில் பார்த்த ஒருவர், 'கிட்டத்தட்ட பத்து நிமிடங்களுக்குச் சவால்களும் பதில்களும் கூடிய மிக உக்கிரமான அரசியல் பிரச்சார விருந்தைச் சபை கண்டுகளித்தது,'[129] என்று சாட்சி சொன்னார்.

'இந்தச் சபையில் ஒருசில உறுப்பினர்கள் தெரிவித்த எதிர்ப்புகளை நாங்கள் மிகவும் சகித்துக்கொள்ள வேண்டியிருந்தது... ' என்று நேரு சொல்லி முடிப்பதற்குள்ளாகவே, 'இது சர்வாதிகாரம், ஜனநாயகம் அல்ல'[130] என்று முகர்ஜி குறுக்கிட்டார். ஆத்திரத்தில் அமைதியை இழந்த கோவிந்த் மாளவியா, பிரதமர் பேசும்போது தொடர்ந்து குறுக்கீடுகள் நடப்பதாகப் புகார் எழுப்பினார். கோவிந்த் மாளவியா - காங்கிரஸ் ஜாம்பவானும் கல்வியாளருமான மதன் மோகன் மாளவியாவின் மகன். 'நான்தான் அவர்களை அழைத்திருக்கிறேன்... டாக்டர். முகர்ஜி எவ்வளவு நிதானமாக இருக்கிறார் என்பதை மட்டுமே நான் பார்க்க விரும்பினேன்...' என்று அவமதிக்கும் புன்னகையை நேரு உதிர்க்க, 'நீங்கள் என்ன நிதானத்தைக் காட்டினீர்கள்? என்ன நிதானத்தைக் காட்டினீர்கள்?'[131] என்று முகர்ஜி திருப்பியடித்தார்.

கணநேர உணர்ச்சிக் கொந்தளிப்பில் தத்தளித்த பிரதமர் நேரு தன்னுடன் மோத வருமாறு எதிர்க்கட்சிகளை அழைத்தார். 'இந்த விவகாரத்திலும் மற்ற அனைத்து விவகாரங்களிலும், அறிவுப்பூர்வமாகவோ வேறு எப்படியோ எங்கே வேண்டுமானாலும் மோதுங்கள்.'[132]

> *'முக்கியத்துவம் வாய்ந்த இம்மாபெரும் மாற்றங்களை நாங்கள்தான் கொண்டு வந்திருக்கிறோமேயொழிய இந்த அற்ப எதிர்ப்பாளர்கள் அல்ல. நாங்கள் தான் இந்நாட்டில் மாபெரும் மாற்றங்களை நிகழ்த்தப்போகிறோம். இந்த மாற்றங்களைத் தடுத்து நிறுத்த அற்ப எதிர்ப்பாளர்களையோ மற்றவர்களையோ நாங்கள் அனுமதிக்கப் போவதில்லை. சில நூறு ஆண்டுகளுக்கு முன்னால் ஓரளவுக்குப் பொருத்தமாக இருந்திருக்கக்கூடிய, ஆனால் இன்றைய சூழலுக்குத் தொடர்பில்லாத வாதங்களை அவர்கள் முன்வைக்கிறார்கள்'*[133]

என்றும் அவர் முழங்கினார்.

மாலை 6.40 மணி. ஒருவழியாக, தலைவெட்டுப் பொறி இறக்கப்பட்டது. உணர்ச்சிகரமாகவும் அதேநேரம் வெறுப்பும் சசப்போடும் நடந்த விவாதங்கள் முடிவுக்கு வந்தன. விவாதத்தின் இறுதிக்கட்டத்தை விவரித்த ஒரு முக்கிய செய்தித்தாள், 'இந்தக் கூட்டத்தொடரில் இதுவரை காணப்படாத அளவுக்கு நாடாளுமன்றத்தின் கண்ணியம் தாழ்ந்தது,'[134] என்று எழுதியது. சபாநாயகர் வாக்கெடுப்புக்கான மணியை ஒலித்தார். எதிர்க்கட்சி பிரமுகர்களான ஷியாமா பிரசாத் முகர்ஜி, ஹ்ரிதய் நாத் குன்ஸ்ரு, நசீருத்தின் அஹமது, ஆச்சார்யா கிருபளானி, ராம்நாராயன் சிங், கே.டி. ஷா, ஹுசைன் இமாம் மற்றும் சர்தார் ஹுக்கம் சிங் ஆகியோரோடு காங்கிரஸ் கிளர்ச்சியாளர்களான எச்.வி. காமத், கே.கே. பட்டாச்சாரியா, சாரங்கதார் தாஸ், ஷிப்பன் லால் சக்சேனா, தாமோதர் ஸ்வரூப் சேத் மற்றும் சுச்சேதா கிருபளானி போன்றவர்களும் சேர்ந்துகொண்டு மசோதாவுக்கு எதிராக வாக்களித்தார்கள். அவர்களுள் குறிப்பிடத்தக்க இன்னொரு பிரபலம் பழங்குடியினத் தலைவரான ஜெய்பால் சிங். 1928இல் ஒலிம்பிக் போட்டியில் தங்கம் வென்ற இந்திய ஹாக்கி அணியின் தலைவராக இருந்தவர் இவர்.

வாக்கு எண்ணிக்கை முடிந்தது. மசோதாவுக்கு ஆதரவாக 228 வாக்குகள் கிடைத்தன. எதிராக 20 வாக்குகள் விழுந்தன. கிட்டத்தட்ட 50 உறுப்பினர்கள் வாக்கெடுப்பைப் புறக்கணித்திருந்தார்கள். 'சபையின் மொத்த உறுப்பினர்களில் பெரும்பான்மையாலும், சபையில் வாக்களித்த உறுப்பினர்களில் மூன்றில்-இரண்டு பங்குக்குக் குறையாத உறுப்பினர்களின் பெரும்பான்மையாலும் தீர்மானம் ஏற்றுக்கொள்ளப்படுகிறது. மாற்றியமைக்கப்பட்ட அரசமைப்பு முதல் திருத்தச்சட்ட மசோதா நிறைவேறியது,'[135] என்று துணை சபாநாயகர் பயபக்தியுடன் அறிவித்தார். ஜனநாயக விரோத மண்ணுக்கு உரம் என்று அழைக்கப்பட்ட இந்திய ஜனநாயகம் இனி ஒருபோதும் அதன் பழைய இயல்புக்குத் திரும்பவே முடியாது.

7

பிறகு

I

அரசமைப்பு முதல் திருத்தச்சட்ட மசோதா நிறைவேறியதை அடுத்து இந்திய தாராண்மையியத்துக்கான முதல் போர் முடிவுக்கு வந்தது. அம்பேத்கரின் பார்வையில் ஒட்டுமொத்த அரசமைப்புச் சட்டத்தின் ஆன்மாவாக, இதயமாகத் திகழ்ந்த பகுதி IIIஇன் அடிப்படை உரிமைகள் அழிந்தது. நீதித்துறையைப் பலவீனப்படுத்தும் காரியம் பகிரங்கமாக நிறைவேறியது. பொது உரிமைகளை மிகப்பெரிய அளவில் குறைக்கும் வேலை கச்சிதமாக முடிந்தது. சட்டத்திருத்தங்களை முன்தேதியிட்டு அமல்படுத்தி அதன் மூலம் நீதிமன்ற தீர்ப்புகளை மதிப்பிழக்க வைக்கும் ஒரு புதிய நடைமுறை கோலாகலமாகத் தொடங்கியது. காலனித்துவத்துக்குப் பிறகான புதிய இந்தியா பூரண உதயமானது. நேருவின் புரட்சி மலர்ந்தது. ஆனால் நடந்ததைப் பற்றி யாருமே கவலைப்பட்டதாகத் தெரியவில்லை. பெரும் செல்வாக்கோடு அலகாபாத்திலிருந்து வெளிவந்த *தி லீடர்* என்ற ஒரு தேசியவாத நாளேடு, 'அடிப்படை உரிமைகளில் கட்டுப்பாடுகள்: நாடாளுமன்றம் சட்டத்திருத்தங்களை ஏற்றது.'[1] என்று தலைப்புச் செய்தி அச்சிட்டது.

'பத்திரிகைகளைக் கட்டுப்படுத்துவதாகவும், நெரிப்பதாகவும் அதன் நிமித்தம் எதேச்சதிகாரத்தோடு நடந்துகொள்ள முயற்சிப்பதாகவும் நம் மீது குற்றம் சாட்டப்பட்டிருக்கிறது. இந்தச் சட்டத்திருத்தங்களுக்கு எதிராக பத்திரிகைகள் தொடர்ந்து பிரச்சாரம் செய்துவருகின்றன. சில வெளிநாட்டுப் பத்திரிகைகளும் இதைப் பயன்படுத்தி நம்மை ஆவலோடு கண்டிக்கின்றன… பத்திரிகைகளின் மனதில் நிலவும் ஒருவித அச்சத்தை என்னால் புரிந்து கொள்ளமுடிகிறது… ஆனால் இந்த எதிர்ப்பின் தீவிரத்தால் நான் ஆச்சரியமடைந்தேன் என்பதை ஒப்புக்கொள்கிறேன்,'[2] என்று கவலையெல்லாம் தீர்ந்த பிறகு நேரு தனது முதலமைச்சர்களுக்கு எழுதியிருந்தார். ராட்சதப் பெரும்பான்மையுடன் அந்த மசோதா நிறைவேறியிருந்தாலும்,

தனக்கு எதிராகக் கிளர்ந்த எதிர்ப்புகளை அது முற்றிலுமாக அடக்கத் தவறிவிட்டது. வலுவான, கொள்கைரீதியான விமர்சனங்கள் சிலகாலத்துக்கு நீடித்தன. திடமான தற்காப்பு நடவடிக்கைகளும் கூட.

பம்பாயில் தனது முஷ்டியை இறுக்கமாக மூடியபடி பேசிய உச்சநீதிமன்ற தலைமை நீதிபதி ஹீராலால் கனியா, அரசின் மூன்று அங்கங்களின் சுதந்திரமும் தனித்தனியாகக் காக்கப்படுவதை உறுதிப்படுத்துமாறு நேர்மையில் சிறந்த இந்திய நாட்டின் சுதந்திரக் குடிமக்களுக்கு வேண்டுகோள் வைத்தார். நீதித்துறையைப் பலவீனப்படுத்திக் கொண்டிருந்தால் 'அதன் விளைவாகக் குழப்பமும் சமூகச்சீர்கேடும் உண்டாகும்,'³ என எச்சரித்தார். இந்திய நாட்டின் நீதித்துறைக்கே தலைவராக இருப்பவர் பூடகமாகச் சொன்னது புரியவேண்டியவர்களுக்குப் புரிந்திருக்கும். 'நீதிமன்றம் ஒரு விஷயத்தில் முடிவெடுத்தபோது, ஒரு குறிப்பிட்ட செயல் சட்டத்துக்கு உட்பட்டு இருந்ததா இல்லையா என தீர்ப்பளித்தது,' என்று கூறிய ஹீராலால் கனியா, மேலும் தொடர்ந்தார்:

'ஒரு குடிமகன் ஒரு குறிப்பிட்ட சட்டத்தை எதிர்க்கும்போது அந்தச் சட்டம் சரியா தவறா என்பதைத் தீர்மானிப்பது உச்சநீதிமன்றத்தின் கடமை. நீதிமன்றங்களுக்கு அவற்றின் கடமை என்னவென்றே தெரியாவிட்டால், அங்கே சர்வாதிகாரம் இருக்கும். சமூகத்தைப் பேணிக்காக்கச் சட்டம் அவசியம் எனும் அதேசமயம், சட்டமன்றம் இயற்றும் ஒரு சட்டம் அரசமைப்புச் சட்டத்தின் எழுத்துப்பூர்வ வார்த்தைகளுக்குள் அடங்கியுள்ளதா என்பதைத் தீர்மானிக்கின்ற நீதிமன்றங்களும் அவசியம்தான்.'⁴

'பொறுப்புள்ள இந்தியப் பத்திரிகைகளுள் பெருவாரியான ஆதரவைப் பெற்றுள்ள அனைத்திந்தியப் பத்திரிகையாசிரியர்கள் சம்மேளனம் அரசமைப்புச் சட்டத்திருத்தங்களுக்கு எதிரான போராட்டத்தை நடத்திக் கொண்டிருக்கிறது,' என்று ஃப்ரீ பிரஸ் ஜர்னல் செய்தித்தாளின் மூத்த ஆசிரியர் எஸ்.ஏ. சபவாலா எழுதினார்.

'இது... பிரதமராலும் நம்முடைய ஒற்றைக் கட்சி நாடாளுமன்றத்தாலும் அவமதிக்கப்படுகிறது... அடுத்தகட்ட நடவடிக்கை குறித்து ஆலோசிப்பதற்காகப் பம்பாயில் ஜூன் மூன்றாவது வாரம் AINEC கூட இருப்பதாக அறிகிறேன்... ஏற்கனவே அரசமைப்புச் சட்டத்தில் வகுக்கப்பட்டிருக்கும் கட்டுப்பாடுகளைத் தவிர்த்து, நிபந்தனையற்ற பத்திரிகைச் சுதந்திரத்தின் அவசியத்தில் நம்பிக்கை கொண்டு, வாய்மொழியாகவும் எழுத்துப்பூர்வமாகவும் பதிவுசெய்யப்படும்

எதிர்ப்புகளையும் தாண்டி ஒரு திட்டவட்டமான நடவடிக்கை எடுப்பது குறித்து யோசிக்க வேண்டுமென்று நான் பரிந்துரைக்க விரும்புகிறேன்... பிரதமர் தனது சொல் மற்றும் செயலின் மூலமாகப் பத்திரிகைச் சுதந்திரத்தின் ஒட்டுமொத்த இருத்தலுக்கே சவால் விடுத்திருக்கிறார். இதுபோன்ற சூழ்நிலையை எதிர்கொண்டிருக்கும்போது, நாம் தீர்மானங்களை நிறைவேற்றிக்கொண்டே இருக்கப்போகிறோமா?'[5]

ஜூன் 11. ஒரு பத்திரிகையாளர் சந்திப்பில், இந்தச் சட்டத்திருத்தம் பத்திரிகைத்துறையை எப்படி பாதிக்கப் போகிறது என்று பிரதமர் நேருவிடம் கேள்வி எழுப்பப்பட்டது. 'சமீபத்தில் காரசார விவாதங்கள் நடந்திருந்தாலும், பத்திரிகைகளை அது அவ்வளவாகப் பாதிக்காது என்றே நினைக்கிறேன்,' என தனக்கே உரிய பாணியில் மிகச்சாதாரணமாகப் பதிலளித்தார் நேரு.

'பத்திரிகைச் சுதந்திரம் பற்றி நாம் அளவுக்கதிகமாகப் பேசுகிறோம் என்று நான் சொன்னால் நீங்கள் என்னை மன்னிப்பீர்கள். நான் மீண்டும் மீண்டும் யோசிக்கும்போது, ஒரு நாளிதழை வாங்கும் அளவுக்குப் போதுமான பணம் வைத்திருக்கும் எவரும் இதைப் பயன்படுத்தலாம் என்றே தோன்றுகிறது. சமீபத்தில், குறிப்பாக ஒரு செய்தித்தாளைப் பார்க்கும்போது எனக்கு ஒரு வினோதமான அனுபவம் ஏற்பட்டது... ஒரு வாரம் அல்லது பத்து நாட்களுக்குள்ளாகவே அந்தச் செய்தித்தாள் தனது கொள்கை, தொனி என அனைத்தையும் மொத்தமாக மாற்றிக்கொண்டது, ஒரு விஷயத்தைத் தவிர. என் மீதும் இந்த அரசாங்கத்தின் மீதும் காட்டிய உச்சபட்ச வெறுப்புதான் அது... இதுதான் பத்திரிகைச் சுதந்திரம்!'[6]

உச்சநீதிமன்ற தலைமை நீதிபதியைப் போலவே குடியரசுத் தலைவர் ராஜேந்திர பிரசாத்துக்கும் நடந்த நிகழ்வுகளில் துளிகூட விருப்பமில்லை. ஆனால் உச்சநீதிமன்ற தலைமை நீதிபதியைப் போல தனது அதிருப்தியை பகிரங்கமாக வெளிப்படுத்தும் வசதியை குடியரசுத் தலைவர் பெற்றிருக்கவில்லை. இருந்தாலும், அல்லாடி கிருஷ்ணசாமி அய்யரின் கருத்தைப் பெறுவதற்காக அவர் ஒரு கடிதம் எழுதினார். சட்டத்திருத்தம் தொடர்பாக எழுந்துள்ள இரண்டு சட்டச்சிக்கல்களை இப்போது அவர் அடையாளம் காட்டினார். ஒன்று: அரசமைப்புச் சட்டத்தைத் திருத்துகின்ற அதிகாரத்தை நாடாளுமன்றத்துக்கு வழங்குவது சட்டப்பிரிவு-368 ஆகும். அதன்படி, அரசமைப்புச் சட்டத்தைத் திருத்த வேண்டுமானால் அதற்கு நாடாளுமன்றத்தின் இரண்டு அவைகளிலும் மூன்றில்-இரண்டு பங்கு

பெரும்பான்மை தேவை. ஆனால் தற்காலிக நாடாளுமன்றத்தில் ஒரேயொரு அவை மட்டுமே இருந்தது. இந்நிலையில், ஒற்றை அவை கொண்ட தற்காலிக நாடாளுமன்றத்துக்கு அரசமைப்புச் சட்டத்தைத் திருத்தும் தகுதி இருக்கிறதா?

இரண்டு: ஜனவரி 26, 1950 அன்று குடியரசுத் தலைவர் பிறப்பித்திருந்த அரசமைப்புச் சட்ட (சிரமங்களை நீக்குதல்) ஆணை எண் 2-ஐ பயன்படுத்திச் சட்டப்பிரிவு-368இல் உள்ள இரண்டு தனித்தனி அவைகள் என்பதை தற்போதைக்கு மட்டும் நாடாளுமன்றம் என்ற சொல்லுக்குப் பொருந்தச்செய்து அரசாங்கம் முதல் சிக்கலை ஒருவாறாகச் சமாளித்திருந்தது. முறையான நாடாளுமன்றம் தேர்ந்தெடுக்கப்படுவதற்கு முன்னால் எழும் நடைமுறைச் சிரமங்களை நீக்குவதற்கு வசதியாக அரசமைப்புச் சட்டத்தில் சிறிய அளவிலான மாற்றங்களைச் செய்யும் நோக்கத்தில் குடியரசுத் தலைவர் அரசமைப்புச் சட்ட (சிரமங்களை நீக்குதல்) ஆணைகளைப் பிறப்பிக்கிறார். அவருக்கு இதற்குரிய அதிகாரங்களைச் சட்டப்பிரிவு-392 வழங்குகிறது. ஆனால் சிரமங்களை நீக்குகிற போர்வையில், (தற்போதைக்கு மட்டும்தான் என்றாலும்) சட்டப்பிரிவு-368இல் உள்ள நடைமுறைகளைக் கடைப்பிடிக்காமலேயே அதைத் திருத்தியதால், அது அரசமைப்புச் சட்டத்துக்கு முரணாக அமைந்துவிடாதா?[7]

‘ஒருவேளை மேலே சொன்ன வாதங்களில் ஏதேனும் ஒன்று சரியாக இருந்து, இந்தச் சட்டத்திருத்தங்கள் நாடாளுமன்ற அதிகாரத்துக்கு அப்பாற்பட்டதாக ஆகிவிடுமானால், அவை அரசமைப்புச் சட்டத்துக்கு முரணாக இருப்பது தெரிந்திருந்தும் மசோதாவுக்கு ஒப்புதல் அளிப்பது சட்டப்பிரிவு-60இன் கீழ் தன்னால் இயன்ற அளவுக்கு அரசமைப்புச் சட்டத்தைப் பேணிப் பாதுகாப்பதாகப் பதவிப்பிரமாணம் எடுத்துக் கொண்டிருக்கும் குடியரசுத் தலைவரின் கடமையல்லவா?’[8] குடியரசுத் தலைவரின் சந்தேகங்களை வேறு வார்த்தைகளில் கேட்பதென்றால், அரசமைப்புச் சட்டத்தில் திருத்தம் கொண்டுவருவது தொடர்பான சட்டப்பிரிவு-368இல் சொல்லப்பட்டிருக்கும் நடைமுறைகளைப் பின்பற்றாமல், அந்த நடைமுறைகளையே மாற்றுவதற்குக் குடியரசுத் தலைவரின் ஆணையைப் பயன்படுத்த முடியுமா? அடிப்படை உரிமைகளைக் குறைக்கும் வகையில் நாடாளுமன்றம் எந்தவிதச் சட்டத்தையும் இயற்றக்கூடாது என்று சட்டப்பிரிவு-13(2) தடுக்கும்போது அந்தத் திருத்தப்பட்ட நடைமுறையைப் பயன்படுத்தி அடிப்படை உரிமைகள் போன்ற மிகுந்த முக்கியத்துவம் வாய்ந்த பிரிவுகளில் மிகப்பெரிய திருத்தங்களைச் செய்ய முடியுமா? சட்டப்பிரிவு-392இன்

கீழ் குடியரசுத் தலைவருக்கு வழங்கப்பட்டிருக்கும் அதிகாரங்களைத் தவறாகப் பயன்படுத்துவதற்கு இது மிகச்சிறந்த உதாரணம் ஆகிவிடாதா?

கிரான்வேல் ஆஸ்டின் குறிப்பிட்டது போல, இதற்கு அல்லாடி கிருஷ்ணசாமி அய்யர் கொடுத்த பதில்கள் எழுத்துப்பூர்வமாக இல்லை. 'ஆனால் முன்னதாக, இது தொடர்பான சந்திப்பில் பிரசாத் அய்யரிடம் தனது கவலைகளைத் தெரிவித்தபோது, அவர் தனது ஒப்புதலை அளிக்கவேண்டும் என்று அய்யர் கூறியிருந்தார்.'⁹ ஜூன் 18, 1951. பொதுவெளியில் பிரதமருடன் மோதலில் ஈடுபட விரும்பாததாலும், அரசமைப்புச் சட்டவிதிகளை மதிக்க வேண்டிய பொறுப்பின் காரணமாகவும் ராஜேந்திர பிரசாத் மசோதாவுக்கு ஒப்புதல் அளித்தார். ஆக, புதிய குடியரசின் மக்கள் புதிய அரசமைப்புச் சட்டத்தின் கீழ் அதுவரை அனுபவித்துக்கொண்டிருந்த மகத்தான சில உரிமைகளை அரசாங்கம் கணநேரத்தில் பறித்துக்கொண்டது. நாட்டு மக்களிடம் அதை மீண்டும் ஒப்படைக்கும் பேச்சுக்கே இனி இடமில்லை. மசோதாவில் கையெழுத்திட்டு அதைச் சட்டமாக்கிய பிறகு அனைத்திந்தியப் பத்திரிகையாசிரியர் சம்மேளனத்தின் தலைவரான தேசபந்து குப்தாவுடன் நடந்த ஓர் உரையாடலில், ராஜேந்திர பிரசாத் இப்படிக் குறிப்பிட்டார்:

> *'பிரதமரைப் பொறுத்தவரை, பத்திரிகைச் சுதந்திரத்தை அரசாங்கம் கட்டுப்படுத்தாது என்னும் உறுதிமொழியை அவர்களுக்கு (பத்திரிகைகளுக்கு) வழங்கியிருக்கிறார். ஆனால் அவர்கள் பயப்படுவது என்னவென்றால், அரசாங்கம் ஒருமுறை அந்த அதிகாரத்தை எடுத்துக் கொண்டுவிட்ட பிறகு, பிற்காலத்தில் பத்திரிகைகளுக்கு எதிராக அது பயன்படுத்தப்படாது என அவர்களால் நிச்சயமாகச் சொல்லமுடியவில்லை. அரசமைப்புச் சட்டம்தான் மிகச்சிறந்த பாதுகாப்பு. அந்த அரசமைப்புச் சட்டமே திருத்தப்பட்டால், பத்திரிகைகள் அப்போதிருக்கும் அரசாங்கத்தின் தயவைச் சார்ந்தே இருக்கவேண்டும்.'¹⁰*

கலக்கத்திலிருந்த ஜமீன்தார்களும், வழக்கறிஞர்களும் அரசாங்கத்தை எதிர்த்துப் போராடமுடியும் என இன்னமும் நம்பிக்கொண்டிருந்தார்கள். இந்தச் சட்டத்திருத்தத்தை முடக்கும் ஒரு கடைசி முயற்சியாக அவர்கள் உச்சநீதிமன்றத்தின் படியேறினார்கள். அல்லாடி கிருஷ்ணசாமி அய்யரிடம் குடியரசுத் தலைவர் எழுப்பியிருந்த அதே சந்தேகங்களை ஒட்டியே உச்சநீதிமன்றத்தில் அவர்களின் வாதங்கள் அமைந்திருந்தன. அக்டோபர் 5, 1951. சட்டத்திருத்தத்தை எதிர்த்து தொடரப்பட்ட வழக்கில் உச்சநீதிமன்றம்

தீர்ப்பளித்தது. அதில் ஜமீன்தார்கள் தரப்பு வாதத்தை நிராகரித்து, சட்டத்திருத்தம் செல்லும் என்று உச்சநீதிமன்றம் உறுதிப்படுத்தியது. அரசமைப்புச் சட்டவிதிகளுக்கு உட்பட்டு இந்தச் சட்டத்திருத்தம் கொண்டுவரப்பட்டிருப்பதாகவும், எவ்வித விதிவிலக்கும் இல்லாமல் அரசமைப்புச் சட்டத்தைத் திருத்துவதற்கான வரம்பற்ற அதிகாரத்தை நாடாளுமன்றம் பெற்றிருப்பதாகவும் தனது தீர்ப்பில் உச்சநீதிமன்றம் தெரிவித்திருந்தது.[11]

பல மாதங்களாக எல்லோரும் அரசல் புரசலாக அறிந்திருந்த ஒன்றைத்தான் உச்சநீதிமன்றத்தின் தீர்ப்பு உறுதிப்படுத்தியது. அவ்வளவுதான், தனிநபர் சுதந்திரம் மற்றும் பொது உரிமைகள் தொடர்பான ஆதார விதிகள் ஒட்டுமொத்தமாகச் சிதைந்து சின்னாபின்னமாகிவிட்டன. பேராசிரியர். உபேந்திரா பக்சி இதை 'இரண்டாவது அரசமைப்புச் சட்டம்'[12] என்று வர்ணிக்கும் அளவுக்கு தற்போது எஞ்சியிருந்தது அரசியல் நிர்ணய சபை முதன்முதலில் இயற்றியிருந்ததன் பலவீனமான சாயல் மட்டுமே. ஜனநாயக வழியில் முதல் பொதுத்தேர்தல் நடத்தப்படுவதற்கு முன்பாகவே, புதிய குடியரசின் கோடானுகோடி வாக்காளர்கள் தங்களின் பிரதிநிதிகளைத் தேர்ந்தெடுக்கும் வாய்ப்பைப் பெறுவதற்கு முன்பாகவே, தங்களின் அரசியல் விருப்பங்களைப் பதிவு செய்வதற்கு முன்பாகவே, புதிய இந்தியாவின் ஜனநாயக ஆட்சியாளர்கள் தங்களுடைய குடிமக்களின் உரிமைகளின் மீது அதிதீவிரமான தாக்குதலை நடத்திவிட்டார்கள்; பிற்காலத்தில் கடுமையான பின்விளைவுகளை உண்டாக்கும் தாக்குதலைத் தொடுத்துவிட்டார்கள். இனி அதன் அதிர்வலைகள் காலாகாலத்துக்கும் நீண்டுகொண்டே இருக்கும்.

II

மசோதாவை நிறைவேற்றுவது தொடர்பான விவாதங்களிலும், அதைப் பற்றிய விமர்சனங்கள் வெளிவந்தபோது எல்லோரும் பயந்தது போலவும் அதன் பின்விளைவுகள் கடுமையாக இருந்தன. பேச்சு மற்றும் கருத்துச் சுதந்திரத்தைக் கட்டுப்படுத்துவதற்கான சில புதிய காரணிகளைச் சேர்த்ததன் மூலமாக இந்திய தண்டனைச் சட்டப்பிரிவுகள் 124A மற்றும் 153A ஆகியவை மீண்டும் கொண்டுவரப்பட்டன. இதனால் 'தேசத்துரோகம்' மற்றும் 'பிரிவினருக்கிடையே பகைமைத் தூண்டுதல்' போன்றவை கடுமையான குற்றங்களாக உருமாறின. பொதுஒழுங்கு மற்றும் பொதுப் பாதுகாப்பு போன்ற விஷயங்களுக்கும் இதே கதிதான்.

இதுபோன்ற அடக்குமுறைச் சட்டங்களுக்குப் புத்துயிர் அளித்ததன் மூலம் ஒருகாலத்தில் தனது காலனியாதிக்க எஜமானர்கள் அனுபவித்து வந்த வல்லாதிக்க அதிகாரங்களைச் சுதந்திர அரசாங்கத்தின் பிரதிநிதிகள் மீண்டும் எடுத்துக்கொண்டார்கள். ஆனால் ஆரம்பத்தில் இந்த அதிகாரங்களை அரசியல் நிர்ணய சபை கொடுக்க மறுத்ததை இங்கே நினைவில் கொள்ளவேண்டும். குடியரசுத் தலைவர் ராஜேந்திர பிரசாத்திடம் தேசபந்து குப்தா தெரிவித்திருந்ததைப் போல,

> *‘அடிப்படை உரிமைகளுக்கு முரணாக அல்லது எதிராக இருந்த அனைத்து அடக்குமுறைச் சட்டங்களும் ரத்து செய்யப்பட்டிருந்தன. அரசமைப்புச் சட்டத்தில் கொண்டுவரப்பட்டிருக்கும் இந்தச் சட்டத்திருத்தம் அவை அனைத்தையும் ஒரே கையெழுத்தில் மீட்டெடுத்துவிட்டது... கிட்டத்தட்ட கடந்த நாற்பது ஆண்டுகளுக்கும் மேலாகப் பத்திரிகைகள் மற்றும் காங்கிரஸின் கூட்டு முயற்சிகளால் அடைந்த சாதனைகள் அனைத்துமே இப்போது வீணாகிவிட்டன.’*[13]

நாடாளுமன்றம், தனக்குப் பிடிக்காத விஷயங்களை அச்சிடுவதைத் தண்டிப்பதற்காக வெகு விரைவிலேயே பத்திரிகைகள் (ஆட்சேபனைக்குரிய பொருள்கள்) சட்டத்தை நிறைவேற்றிவிட, குப்தாவின் பயத்திலிருந்த நியாயம் எல்லோருக்கும் உறுதியானது.

பொது நோக்கத்துக்காக, உரிய இழப்பீடு வழங்கிய பிறகே சொத்துக்களைக் கையகப்படுத்த வேண்டும் என்று வலியுறுத்தும் சட்டப்பிரிவு-31 இப்போது ஓரங்கட்டப்பட்டது. சட்டப்பிரிவு-31A என்ற ஒரு புதிய பிரிவு சேர்க்கப்பட்டது. நிலங்களைக் கையகப்படுத்துவதற்கு வசதியாகக் கொண்டுவரப்படும் எந்தவொரு சட்டத்தையும் சட்டப்பிரிவு-14 மற்றும் சட்டப்பிரிவு-19-1-(f) ஆகியவற்றுக்கு எதிராக இருக்கிறது என்ற காரணத்தைக் காட்டி ரத்து செய்ய முடியாது என புதிதாகக் கொண்டுவரப்பட்டிருக்கும் அந்தச் சட்டப்பிரிவு-31A பிரகடனம் செய்தது. சட்டப்பிரிவு-14 என்பது சமத்துவ உரிமைக்கானது. சட்டப்பிரிவு-19-1-(f) என்பது குடிமக்களுக்கு அவர்கள் விரும்பியபடி சொத்துக்களைப் பெறவும், வைத்திருக்கவும், விற்கவும் உரிமை அளிக்கிறது. சட்டப்பிரிவு-31B என்னும் மற்றொரு புதிய சட்டப்பிரிவின் மூலம் ஒன்பதாவது அட்டவணை உருவாக்கப்பட்டது. அரசமைப்புச் சட்டம் வழங்குகின்ற உரிமைகளைப் பறிக்கிறது என்றோ குறைக்கிறது என்றோ காரணம்காட்டி ஒன்பதாவது அட்டவணையில் சேர்க்கப்பட்டுள்ள ‘எந்தவொரு சட்டத்தையும் செல்லாது என அறிவிக்க முடியாது,

இனி ஒருபோதும் அவற்றை ரத்து செய்யவும் முடியாது'. அவற்றுக்கு எதிரான நீதிமன்ற தீர்ப்புகளும் தானாகவே தகுதியிழந்துவிடும்.

இப்படியாக, அரசமைப்புச் சட்டத்திடம் இருந்து சில குறிப்பிட்ட சட்டங்களைப் பாதுகாப்பதற்கென்று ஒரு புகலிடம் உருவானது. அதே நேரத்தில், அந்தச் சட்டங்கள் அனைத்தையும் நீதிமன்ற விசாரணையிலிருந்து ஒட்டுமொத்தமாகக் காப்பாற்றும் உத்தியும் செயல்பாட்டுக்கு வந்தது. உண்மையில் அந்த ஒன்பதாவது அட்டவணை என்பது அரசமைப்புக்கு முரணான சட்டங்களின், சொல்லப்போனால், அரசமைப்புக்கு விரோதமான சட்டங்களின் களஞ்சியம். அரசமைப்புக்கு எதிரான விதிகளின் கூடாரம். நீதிமன்றங்களின் அதிகார வரம்புகளுக்குள் அடங்காத ஷரத்துகளின் குவியல். நீதிமன்றங்களால் செல்லாது என்று அறிவிக்கப்பட்ட ஒரு சட்டம், ஒன்பதாவது அட்டவணையில் இடம்பெற்று அதன் பாதுகாப்பைப் பெற்ற மறுகணமே மீண்டும் சட்டப்பூர்வமாக மாறியது. அரசமைப்புக்கு உகந்ததாக ஏற்றுக்கொள்ளப்பட்டது. 'அடிப்படை உரிமைகளை ஏதாவது ஒரு சட்டம் சுத்தமாக அழித்தாலும் கூட அதைக் கேள்வி கேட்க முடியாது. அது அரசமைப்புச் சட்டத்துக்கு விரோதமாக இருந்தாலும் அதுவே அரசமைப்பின் அங்கமாக மாறியது,'[14] என்று ஒரு சட்ட நிபுணர் குறிப்பிட்டார். அதாவது, அரசமைப்புச் சட்டத்தை துஷ்பிரயோகம் செய்பவர்களுக்கான சட்டப் பாதுகாப்பை, இந்த அட்டவணையின் மூலமாக, அதே அரசமைப்பு வழங்கியது. நேருவின் சமூகப் புரட்சி என்கிற பாதையில், இதுபோன்ற சட்ட சூழ்ச்சி என்னும் லகான் மூலமாக, அரசமைப்புச் சட்டம் மற்றும் நீதித்துறை ஆகிய இரண்டின் மீதும் சவாரி செய்து அவர்களை ஏறி மிதிக்க இந்தியாவின் அரசியல்வாதிகளுக்குப் பச்சைக்கொடி காட்டப்பட்டது.

சட்டப்பிரிவு-15 மற்றும் சட்டப்பிரிவு-29 ஆகிய பிரிவுகள் மக்களிடையே இனம், பாலினம், சாதி, மதம் போன்றவற்றின் அடிப்படையில் பாகுபாடு காட்டுவதைத் தடை செய்கிறது. ஆனால் இந்தச் சட்டப்பிரிவுகளில் இருக்கும் எந்தவொரு ஷரத்தாலும், கல்வி மற்றும் சமூகத்தில் பின்தங்கிய குடிமக்களின் முன்னேற்றத்திற்காக அரசு சிறப்பு ஏற்பாடுகள் செய்வதைத் தடுக்க முடியாது என்ற ஒரு புதிய விதியை இந்தச் சட்டத்திருத்தம் அறிமுகம் செய்தது. இதன்மூலம் (அதுவரை அடையாளம் காணப்படாத அல்லது நிர்ணயம் செய்யப்படாத) 'பிற்பட்ட வகுப்பினரு'க்கான (பட்டியல் வகுப்பினர் மற்றும் பழங்குடியினர் ஆகியோருக்கு மேலே, அவர்களைவிட அதிகமான) இடஒதுக்கீட்டுக்கு அரசமைப்புச் சட்டத்தின் அங்கீகாரம் கிடைத்தது. இந்தியாவின் அரசியல் மற்றும்

சமூக வாழ்வின் அஸ்திவாரத்தையே புரட்டிப்போட்ட மாற்றத்தின் ஆரம்பப்புள்ளி இதுதான். இதன்மூலம் தனிமனித உரிமைகள் என்னும் தத்துவங்களை அலட்சியப்படுத்திவிட்டு கூட்டு உரிமைகள் என்னும் புத்தம் புதிய கொள்கையின் கவர்ச்சியில் நாடு மயங்கிக் கிடந்தது. இன்னும் துல்லியமாகச் சொல்வதென்றால், இந்தியக் குடிமகனின் சட்டரீதியான தனிமனித அடையாளம் அவன் சார்ந்திருக்கும் சாதிசார் அடையாளத்திற்குள் புதைந்து அடக்கமானது.

பொருளாதாரம் சார்ந்த அனைத்து அளவுகோல்களையும் வெளிப்படையாகத் தவிர்த்ததன் மூலம், சாதி, மதம் மற்றும் வகுப்பு போன்றவையே பிற்பட்ட நிலையை நிர்ணயிக்கும் தரநிலைகளாக நிலைத்தன. மற்ற எந்தத் தனிப்பட்ட சூழ்நிலைகளும் கணக்கில் எடுத்துக்கொள்ளப்படவில்லை. அனாவசியமாகக் கருதப்பட்டன. பொருளாதார ரீதியாக எந்த நிலையில் இருந்தாலும் 'பிற்பட்ட வகுப்பின'ருக்கான இடஒதுக்கீட்டுக்கு அரசமைப்புச் சட்டத்தின் அனுமதி கிடைத்தது. பொருளாதார ரீதியாக எந்த நிலையில் இருந்தாலும் 'முற்பட்ட வகுப்பின'ருக்கான இடஒதுக்கீட்டுக்கு அரசமைப்புச் சட்டத்தின் அனுமதி மறுக்கப்பட்டது. அதன் விளைவாக இன்றுவரை அந்தக் கசப்புணர்வு நீடித்து வருகிறது. 'சமூகப் பின்னடைவு' என்கிற குறியீடு இந்தியப் பொதுவாழ்வைத் தீர்மானிக்கும் தனித்துவமான அம்சமாக மாற, 'சமூகத்திலும் கல்வியிலும் பிற்பட்டோர்' என்கிற ஒரு தனி இனம் உருவாகிக் கொண்டிருந்தது.

அரசமைப்புச் சட்டத்திடமிருந்து நேரு கைப்பற்றிய அதிகாரங்களை ஒப்பிடும்போதும், அதைக் கொண்டு எவ்வளவோ தீமைகளையும் பொல்லாங்குகளையும் செய்யக்கூடிய வாய்ப்புகள் இருந்தும், அவரது ஆட்சிக்காலத்தின் பெரும்பாலான நாட்களில் அதை அவர் முழுவீச்சில் பயன்படுத்தவில்லை என்பதே பலருடைய வாதம். அதாவது, நேரு தன்வசப்படுத்திய அதிகாரங்களின் அளவை ஒப்பிடும்போது, அவர் அந்த அதிகாரங்களை ஒரு குறிப்பிட்ட வரையறைக்குள்தான் பயன்படுத்திக் கொண்டார் என்று சொல்லலாம்.[15] மிகக் கடுமையான வார்த்தைகளைக் கொண்டிருந்தாலும் இந்தச் சட்டத்திருத்தம் எதிர்ப்புக் குரல்களை முழுவதுமாக ஒடுக்கிவிடவில்லை என்கிற வாதமும் முழுக்க உண்மையாகிவிடாது. நேரு இந்தச் சட்டத்திருத்தத்தின் மூலம் தனக்குக் கிடைத்த அதிகாரங்களால் தாண்டவம் ஆடவில்லை. நிதானமாக, சற்று அடக்கியே வாசித்தார். ஆனாலும் கூட மக்களிடமும் நீதித்துறையிடமும் பிடுங்கிய உரிமைகளை அவர்களிடம் திருப்பியளிக்கும் யோசனையைக் கடைசிவரை அவர் பரிசீலனை செய்யவேயில்லை.

உதாரணமாக, 'பத்திரிகைச் சுதந்திரத்தில் எவ்வித தலையீடும் தவிர்க்கப்பட வேண்டும்'[16] என்கிற கருத்தை வலியுறுத்தி இருமுறை தனது முதலமைச்சர்களுக்குக் கடிதம் எழுதியிருந்தார் நேரு. மேலும், 'சட்டப் புத்தகத்தில் பழைய தேசத்துரோகச் சட்டம் தொடர்வதை நாம் யாருமே விரும்பவில்லை,'[17] என்றும் அதில் தெரிவித்திருந்தார். நாடாளுமன்றத்தில் நடந்த விவாதங்களின்போது, பயபக்தியுடன் அவர் கொடுத்த வாக்குறுதிகளைப் போலவே இதுவும் மனத்தளவில் மட்டும்தான் இருந்தது. செயல்பாட்டுக்கு வரவில்லை. சட்டப் புத்தகத்தில் தேசத்துரோகச் சட்டம் தொடர்கிறது. அதே போல சட்டப்பிரிவுகள் 153A மற்றும் 295A போன்றவையும் இந்திய தண்டனைச் சட்டத்தில் தொடர்கின்றன. அடுத்து பத்திரிகைகள் (ஆட்சேபனைக்குரிய பொருள்கள்) சட்டமும் அதில் இணைந்து கொண்டது. நேரு இவற்றையெல்லாம் துஷ்பிரயோகம் செய்யாமல் இருந்திருக்கலாம். ஆனால் தாங்கள் நினைத்தபோதெல்லாம் இஷ்டப்படி இந்திய மக்களை விளாசுவதற்கான சாட்டையை அடுத்து வரும் ஆட்சியாளர்களுக்கு அவர் தயாராக்கி வைத்திருந்தார். இதனால் ஏற்படக்கூடிய மோசமான விளைவுகள் குறித்து நாடாளுமன்றத்துக்கு உள்ளேயும் வெளியேயும் எதிர்க்கட்சிகள் தொடர்ந்து எச்சரித்து வந்ததையும் மீறி பாதகமான முடிவெடுத்தார் நேரு. எதிர்க்கட்சிகளின் மீதுள்ள வெறுப்பு, தன்னுடைய முடிவில் காட்டிய அசாத்திய மேன்மை ஆகிய இரண்டும் சேர்ந்துகொண்டு அனைத்து எச்சரிக்கைகளும் நேருவின் காதில் விழவிடாமல் தடுத்தன. அவர் ஊன்றிய அரசமைப்பு விதை, அவருடைய காலத்தைத் தாண்டியும் பூதாகரமாக ஓங்கி வளர்ந்தது. அப்பாவி மக்கள் மந்தையை விட்டு விலகும் போதெல்லாம் அதிலிருந்து சிறுகிளையை ஒடித்து அவர்களை வழிக்குக் கொண்டுவரும் உத்தியை அடுத்தடுத்த ஆட்சியாளர்கள் கையாள்வதற்கு உதவியாக நிலைத்துவிட்டது.

III

அரசமைப்புச் சட்டத்துக்கும் குடிமக்களின் இறையாண்மைக்கும் இடையேயான உறவு குறித்து, 'அரசமைப்புச் சட்டத்தைப் பயன்படுத்திக் கடந்தகால அரசமைப்பு மரபுகளில் ஒருசில கூறுகளை நிராகரிக்க விரும்பும் எதிர்கால அரசமைப்பு உருமாற்றங்களைச் சட்டப்பூர்வமாக்குவதற்கு வழி செய்வதாக' சட்டப்பிரிவு-368 பற்றியும் அரசமைப்புச் சட்டத்திருத்தத்துக்கு அது வழங்கும் அதிகாரத்தைப் பற்றியும் எழுதிய சட்ட வல்லுநர் சர்பாணி சென் குறிப்பிட்டிருந்தார்.[18] ஆனால் முதல் சட்டத்திருத்தம் வெறுமனே அரசமைப்புச்

சட்ட மரபுகளின் சில கூறுகளை நிராகரித்ததையும் தாண்டி வெகுதூரம் சென்றுவிட்டது. அதுவும் கூட 1951வாக்கில் பிரிட்டிஷ் காலனியாட்சியின் சாயலைக் களைவதைத் தவிர, காலனியாட்சியைப் பின்பற்றி நடந்துகொண்ட புதிய இந்திய அரசாங்கத்தின் மனப்பான்மையைத் தவிர அரசமைப்புச் சட்டத்தில் நிராகரிக்கக் கூடிய அளவுக்கு வேறெந்த பழங்கால மரபுகளும் வேரூன்றியிருக்கவில்லை. நாடாளுமன்றத்தில் வீற்றிருந்த புதிய குடியரசின் பிதாமகர்கள் கூட பதினைந்து மாதங்களுக்குள்ளாகவே, முதல் பொதுத் தேர்தல் நடப்பதற்குள்ளாகவே இப்படியொரு அரசமைப்பு உருமாற்றத்தைக் கனவிலும் நினைத்துப்பார்த்திருக்கவில்லை.

இந்தச் சட்டத்திருத்தம் வெறுமனே கடந்தகால அரசமைப்பு மரபுகளை நிராகரித்ததோடு மட்டுமில்லாமல், எதிர்கால அரசமைப்பு உருமாற்றங்களைச் சட்டப்பூர்வமாக்கியதோடு மட்டுமில்லாமல், அதற்கடுத்துப் பின்தொடர்ந்த நூற்றுக்கும் மேலான சட்டத்திருத்தங்களுக்குச் சட்டபூர்வமாகவும், அரசியல் ரீதியாகவும் மாபெரும் முன்னுதாரணத்தை உருவாக்கிக் கொடுத்திருந்தது. சில புதிய பாரம்பரியங்களைத் தொடங்கி வைத்திருந்தது. ஏற்கனவே தேசிய அரசியலில் இருந்த சார்புகளுக்குத் திடமான வடிவத்தைக் கொடுத்திருந்தது. தேசத்துரோகச் சட்டத்தை மீட்டுக் கொண்டுவந்தது, நிலச்சீர்திருத்தச் சட்டங்களுக்கு ஒட்டுமொத்தப் பாதுகாப்பு வழங்கியது போன்றவை முதல் சட்டதிருத்தத்தின் உடனடி விளைவுகளாக இருந்தாலும் நீண்டகால நோக்கில் கிரான்வெல் ஆஸ்டின் சொன்னதைப் போல, ‘அதன் விளைவுகள் உடனடியாகத் தெரியும் விஷயங்களுக்கு அப்பாற்பட்டவை.’[19] அரசமைப்பு முதல் திருத்தச்சட்ட மசோதாவின் உடனடி விளைவுகளைப் பற்றி அதை முன்மொழிந்த போதும், நாடாளுமன்றத்தில் அது தொடர்பான விவாதங்களிலும், பொதுவெளியில் அது குறித்த விமர்சனங்களின் வாயிலாகவும் ஏற்கனவே பலர் எச்சரித்திருந்தார்கள். அதன் நீண்டகால விளைவுகள் இன்றுவரை உணரப்பட, பல்லாண்டு காலத்துக்குப் பிறகே அதன் பாதிப்புகள் புரிய வர, அப்போது அதை எதிர்த்தவர்களின் ஆருடம் சரிதான் என்று இப்போது நிரூபணம் ஆகிறது.

அரசமைப்புச் சட்டத்தைத் திருத்துவதன் மூலமாக நீதிமன்ற தீர்ப்புகளைச் செயலற்றுப் போகச்செய்வது அல்லது வெற்றிகொள்வது என்பதுதான் மசோதாவின் மூலமாக நேரு ஆரம்பித்திருந்த புதிய நடைமுறைகளிலேயே அதிமுக்கியமானது. அரசாங்கத்தின் சில கொள்கைகளுக்கும் திட்டங்களுக்கும் தடையாக இருப்பதாகக்

கூறப்படும் பாதகமான நீதிமன்ற தீர்ப்புகளை முறியடிப்பதற்காகவும், சட்டவிரோதம் என்று அப்பட்டமாகத் தெரியும் காரியங்களுக்கு அரசமைப்புச் சட்ட அங்கீகாரத்தைப் பெற்றுக்கொடுப்பதற்காகவும் முன்தேதியிட்டு சட்டத்திருத்தங்களை அமல்படுத்தும் புதுவித உத்தியை நேரு தொடக்கிவைத்திருந்தார். இது தொடர்பாகத் தனது முதலமைச்சர்களுக்கு எழுதிய கடிதத்தில் நேரு இப்படி குறிப்பிட்டார்:

'அரசமைப்புச் சட்டம் மதிக்கப்படவேண்டும். ஆனால் அது காலவோட்டத்திற்கு இடையூறாகவோ அல்லது மக்களின் வலுவான ஆசைகளை வெளிப்படுத்தத் தவறினாலோ சங்கடங்களும் முரண்பாடுகளும் ஏற்படும். ஆகவே உறுதித்தன்மையும் குறிக்கோளில் பொருத்தப்பாடும் இருப்பது மட்டுமல்லாமல் அரசமைப்புச் சட்டத்தில் சில நெகிழ்வுத்தன்மை இருப்பதே புத்திசாலித்தனம். நெகிழ்வுத்தன்மையற்ற அரசமைப்புச் சட்டம் காலமாற்றத்தின் குறுக்கே வரலாம்.'[20]

இதுவே சாசனமாக அமைந்தது. அரசமைப்புச் சட்டத்தைத் தேசத்தின் சமூக ஒப்பந்தமாகக் கருதாமல் மக்களின் வலுவான ஆசைகளாகச் சொல்லப்படுபவைகளுக்கு இடையூறாக வரும் போதெல்லாம் அரசாங்கத்தின் வசதிக்கேற்ப இஷ்டப்படி திருத்தக்கூடிய, சுருக்கக்கூடிய வெறும் ஒரு சட்ட ஆவணமாக அவமதிக்கும் இந்தக் கண்ணோட்டம் நிலைத்தது. ஏகோபித்த வரவேற்பைப் பெற்றது. நீதித்துறையை ஆட்சியதிகாரம் அடக்கியாள வேண்டும் என்று மறைமுகமாக உணர்த்தப்பட்டது. அவை இரண்டுக்கும் இடைப்பட்ட ஒவ்வொரு மோதலின் போதும் அரசாங்கத்தின் விருப்பமே ஈடேற வேண்டும். சட்டமியற்றும் மன்றங்களின் கையே ஓங்கியிருக்க வேண்டும். குடியரசின் அஸ்திவாரமான ஓர் ஆவணத்தை ஒரு துண்டுக் காகிதம் போல நடத்திக் கொண்டிருப்பது மற்றவர்கள் அதை மேலும் மேலும் அவமரியாதை செய்யத் தூண்டுதலாக அமைந்துவிடும் என்று நாடாளுமன்றத்தில் பேசியபோது ஷியாமா பிரசாத் முகர்ஜி எச்சரித்திருந்தார். நூற்றுக்கும் மேலான சட்டத்திருத்தங்களைச் செய்து முடித்திருக்கும் இக்காலக்கட்டத்தில் அவர் சொன்னது சரிதான் என்பது உறுதியாகியிருக்கிறது. ஆரம்பத்தில் நிரந்தர உரிமைகளாக இருந்த அடிப்படை உரிமைகள், பிறகு உச்சநீதிமன்றத் தலைமை நீதிபதி ஹிதாயத்துல்லா குறிப்பிட்டது போல - 'பெரும்பான்மையினரின் விளையாட்டுப் பொருளாக'[21] மாறிவிட்டது.

எல்லாவற்றையும் விட மோசமாக, இந்தச் சட்டத்திருத்தத்தை நியாயப்படுத்துவதற்கு நேரு சொன்ன காரணங்கள் (அடிப்படை உரிமைகள் பிரெஞ்சுப் புரட்சி காலத்தோடு வழக்கற்றுப் போன

கொள்கைகளின் மிச்சங்கள், அடிப்படை உரிமைகளைவிட அரசு வழிகாட்டு நெறிமுறைகளே மேலானது, கூட்டு உரிமைகளுக்கும் இன அடையாளத்துக்குமான அரசின் தார்மீகக் கடமை) அரசமைப்புச் சட்டத்தின் அடிப்படைக் கொள்கைகளோடு அப்பட்டமாக முரண்பட்டிருந்தன. இதன்மூலம், முதன்முதலில் அரசியல் நிர்ணய சபை ஏற்றுக்கொண்டிருந்த கொள்கைகளுக்கு விரோதமான, குறுகிய சிந்தனைகளை நியாயப்படுத்தியதோடு மட்டுமல்லாமல் அவற்றை நடைமுறையிலும் அனுமதித்திருந்தார் பிரதமர் நேரு.

ஜவஹர்லால் நேரு பல்கலைக்கழகத்தின் அரசியலறிவியல் பேராசிரியர் நிவேதிதா மேனன் எழுதியது போல,

'இந்தச் சட்டத்திருத்தத்தில் தனிமனித உரிமைகளின் மீது விதிக்கப்பட்ட ஒவ்வொரு கட்டுப்பாடும் வெவ்வேறு விஷயத்திற்கு அதிகாரம் அளிக்க முயன்றது. முதலாவது கலாச்சார இனம், இரண்டாவது அரசு, மூன்றாவது வகுப்பு. தற்கால தாராண்மையிய ஜனநாயகத்தின் அடிப்படை அம்சமாகத் தனிநபர் ஒருவர் கருதப்படுவார் எனில் இந்த முதல் சட்டத்திருத்தம் இந்திய தாராண்மையியத்தை முடக்கிவிட்டதாகவே கருதப்படும்.'[22]

அன்று முடங்கிய இந்திய தாராண்மையியம் இன்று வரை மீளவேயில்லை.

அரசமைப்புச் சட்டத்தை விட காங்கிரஸ் கட்சியின் தேர்தல் அறிக்கைக்குத் தொடர்ந்து முக்கியத்துவம் அளித்தது, நீதிமன்றங்கள் அரசாங்கத்தின் கொள்கைகளுக்கு இடையூறாக இருக்க அனுமதிக்கக் கூடாது என்கிற வாதத்தைத் திரும்பத் திரும்ப வலியுறுத்தி எரிச்சல் உண்டாக்கியது, கண்ணுக்குத் தெரியாத அபாயத்தைப் பற்றி அடிக்கடிப் புலம்பியது, நாடாளுமன்றத்தில் இருந்த முரட்டுப் பெரும்பான்மையைப் பயன்படுத்தி அரசமைப்புச் சட்டத்திருத்தத்தைத் திணித்தது போன்ற செயல்கள் புதிய அரசாங்கத்தின் குடியரசு என்கிற மேற்பூச்சைப் பெயர்த்தெடுத்து அதனடியில் ஒளிந்திருந்த சர்வாதிகாரத்தை அம்பலப்படுத்தின. ஜனநாயகப் போர்வைக்குள் ஒளிந்திருந்த சுதந்திர இந்தியத் தலைவர்களின் எதேச்சதிகாரத்தையும் வெளிச்சம் போட்டுக் காட்டிக்கொடுத்தன. ஜனநாயகக் கண்ணியத்தைக் காற்றில் பறக்கவிட்டது, ஆரோக்கியமான ஜனநாயக மரபுகளின் அவசியத்தை அலட்சியப்படுத்தியது போன்ற செயல்களின் விளைவாகச் சுதந்திர இந்தியாவின் முதல் அரசாங்கத்தில் சர்வாதிகாரம், பெரும்பான்மையியம் போன்றவை சகஜமாகின. அரசமைப்புச்

சட்டத்தை அடிபணிய வைப்பது சாதாரண விஷயமாகியது. சர்வாதிகார மனப்பான்மையும், பெரும்பான்மையியமும் அந்தச் சட்டத்திருத்தத்தைப் போலவே நேருவின் காலத்தையும் தாண்டி இன்றுவரை நீடித்ததோடு மட்டுமல்லாமல் சுதந்திர இந்தியாவின் வரலாற்றின் மீது தீராத களங்கத்தை ஏற்படுத்திக் கொண்டிருக்கின்றன. அனைவருக்கும் பொதுவான வாக்குரிமை வழங்காமல் குறிப்பிட்ட சிலருக்கு மட்டுமே அளித்த வாக்குரிமையின் மூலமாகத் தேர்ந்தெடுக்கப்பட்ட ஒரு இடைக்கால நாடாளுமன்றம், கடுமையான எதிர்ப்புகளையும் தாண்டி, குடியரசுத் தலைவர் மற்றும் சபாநாயகர் கொடுத்த அறிவுரைகளையும் மீறி, குறிப்பிட்ட ஒரு கட்சியுடைய கொள்கைகளின் நீட்சியாக, இதுபோன்றதொரு மிகுந்த முக்கியத்துவம் வாய்ந்த சட்டத்திருத்தத்தை மேற்கொண்டது அரசமைப்பின் அபத்தம் என்றால் அது மிகையல்ல.

புதுமையான, அதே சமயத்தில் பயங்கரமான முன்மாதிரி ஒன்றை முதல் சட்டத்திருத்தம் ஆரம்பித்து வைத்திருந்தது. அப்போதிருந்து, அதற்கடுத்து வந்த ஒவ்வொரு புதிய முன்மாதிரியும் அதற்கு முந்தைய முன்மாதிரியின் அடியொற்றியே உருவாகிக் கொண்டிருக்கிறது. சிவில் சுதந்திரங்களும் அடிப்படை உரிமைகளும் அடுத்தடுத்த நடவடிக்கைகளின் காரணமாகப் படிப்படியாக நீர்த்துப் போக, வரலாற்று அறிஞர் சுனில் கில்னானி சொன்னதைப் போல, அரசாலும் சமூகத்தாலும் ஒரேபோன்று புறக்கணிக்கப்பட்டதன் அடையாளமாய் பொதுவாழ்வில் தொடர்ந்து நிலைத்திருக்கும் அவமானகரமான நினைவுச்சின்னமாக[23] அரசமைப்புச் சட்டம் திகழ்ந்தது. குடிமக்களின் மீதும் நீதித்துறையின் மீதும் ஒவ்வொரு அடியாக எடுத்து வைத்த ஆட்சிநிர்வாகம், ஏராளமான வல்லதிகாரங்களைக் கைப்பற்றிக் கொண்டது. அதன் விளைவாக அவர்கள் இருவரின் முக்கியத்துவமும் நலிந்துகொண்டேயிருந்தது. ஆட்சிநிர்வாகத்தின் அதிகார இச்சைக்கான போரில் அடிப்படை உரிமைகளும், சிவில் சுதந்திரங்களும், அவ்வளவு ஏன், அரசாங்கத்தின் ஆட்டங்களுக்குக் கடிவாளம் போடக்கூடிய ஒட்டுமொத்த நீதித்துறையும், அரசமைப்புச் சட்டமுமே கூட துரதிஷ்டவசமான பலிகளாக மண்ணில் சாய்ந்தன. தங்களுடைய காலனியாதிக்க எஜமானர்களை எதிர்த்து எந்தெந்தக் காரணங்களுக்காக நமது இந்திய தேசியவாதிகள் போராட்டம் நடத்தினார்களோ மிகச்சரியாக அதே அடக்குமுறை அதிகாரங்களைத்தான் அவர்களும் வலுப்படுத்திக் கொண்டிருந்தார்கள்.

பிரிட்டிஷ் காலனித்துவ மனப்பான்மையை, அதன் அடிமைத்துவ அம்சங்களை இந்திய தண்டனைச் சட்டத்தின் சட்டப்பிரிவு-124Aவைப் போல வேறு எந்தவொரு சட்டமும் எடுத்துக்காட்டாது.

தேசத்துரோகக் குற்றம் தொடர்பான சட்டப்பிரிவு அது. பேச்சு மற்றும் கருத்துச் சுதந்திரத்தைக் கட்டுப்படுத்தும் காரணிகளுள் பொதுஒழுங்கு, அரசின் பாதுகாப்பு நலன்கள், அயல்நாடுகளுடனான உறவுகள், சட்டவிரோதச் செயல்களைத் தூண்டுதல் போன்ற சில புதிய காரணிகளைச் சேர்த்ததே தேசத்துரோகச் சட்டத்துக்கு அடித்தளமாக அமைந்தது. அதனோடு சேர்ந்து பல அடக்குமுறைச் சட்டங்கள் திரண்டதற்கும் அதுதான் தொடக்கப்புள்ளி. பேச்சு மற்றும் கருத்துச் சுதந்திரத்தைக் கட்டுப்படுத்தும் சட்டப்பூர்வ காரணிகளில் 'அரசின் பாதுகாப்புக்குக் குந்தகம் விளைவித்தல் அல்லது அரசைக் கவிழ்த்தல்' என்பதிலிருந்து 'அரசின் பாதுகாப்பு நலன்களுக்குக் குந்தகம் விளைவித்தல்' என்கிற மிகச்சாதாரண வார்த்தை மாறுபாட்டோடு 'பொதுஒழுங்கு'ம் சேர்ந்துகொள்ள, அச்சுறுத்தும் பல கொடிய சட்டங்கள் வீதிக்குள் வந்திறங்கின. இந்திய தண்டனைச் சட்டத்தில் தேசத்துரோகம் தொடர்பான சட்டப்பிரிவு-124A, குழுக்களிடையே பகைமையைத் தூண்டுவது தொடர்பான சட்டப்பிரிவு-153A, மதரீதியான வெறுப்புணர்வைத் தூண்டுவது தொடர்பான சட்டப்பிரிவு-295A முதல் தற்போதைய தகவல் தொழில்நுட்ப சட்டம், அரக்கத்தனம் கொண்ட கொடூரச் சட்டங்களான தேசிய பாதுகாப்புச் சட்டம், உள்நாட்டுப் பாதுகாப்புப் பராமரிப்புச் சட்டம் (மிசா), சட்டவிரோதச் செயல்கள் தடுப்புச் சட்டம் வரை அத்தனை அடக்குமுறைச் சட்டங்களும் முதல் சட்டத்திருத்தத்தை அடிப்படையாகக் கொண்டே இன்றுவரை நடைமுறையிலிருந்து வருகின்றன.

ஆண்டாண்டு காலமாக, அடுத்தடுத்து வந்த அரசாங்கங்கள் தங்களுடைய அதிகாரத்தை நிலைநிறுத்திக்கொள்ள இதுபோன்ற கொடும் சட்டங்களைப் பயன்படுத்துவதையே வாடிக்கையாகக் கொண்டிருக்கின்றன. அதேநேரம், அரசமைப்புச் சட்டம் வழங்கும் உரிமைகள் விஷயத்திலும் பொறுப்பற்று நடந்துவருகின்றன. பேச்சுச் சுதந்திரத்தை நசுக்கவும், எதிர்மறை விமர்சனங்களைத் தாங்கி வரும் புத்தகங்களைத் தடை செய்யவும், பத்திரிகையாளர்களைக் கைது செய்யவும், சமூகச்செயற்பாட்டாளர்களைச் சிறையில் அடைக்கவும், அரசியல் எதிரிகளை அலைக்கழிக்கவும் இன்றுவரை பயன்படுத்தப்படும் இதுபோன்ற சட்டப்பிரிவுகளுக்கு ஆதிகாரணமே முதல் சட்டத்திருத்தமும், அதன்மூலம் அடிப்படை உரிமைகளைச் சம்மட்டியால் அடித்துநொறுக்கியதும் தான். பலரும் நம்பியது போல, இச்சட்டங்கள் ஒன்றும் காலனியாதிக்கக் காலத்தின் மிச்சம் அல்ல. காலனியாட்சிக்குப் பிறகு வந்த இந்திய எஜமானர்களின் அதிகார

வேட்கையால் விளைந்த விளைவு. 'தெளிவான மற்றும் உடனடியான ஆபத்து' வந்தாலொழிய அரசின் பாதுகாப்பு என்கிற பெயரால் அடிப்படை உரிமைகளுக்குக் கட்டுப்பாடு விதிக்கக்கூடாது என்று ஷியாமா பிரசாத் முகர்ஜி போன்ற எதிர்க்கட்சித் தலைவர்கள் விடுத்த கோரிக்கைகள் யார் காதிலும் விழவில்லை. எனவே, தேசத்துரோகம் போன்ற சட்டப்பிரிவுகள் காலனியாட்சியின் நீட்சியாக கருதப்படாது, நேரு அரசாங்கத்தின் சாதனையாகவே பார்க்கப்படும்.

மேலும், நேருவின் சமூகப் புரட்சிக்கு ஒன்பதாவது அட்டவணையைவிட மிகச்சிறந்த உதாரணம் எதையும் காட்டிவிடமுடியாது. சட்டவிரோதச் சட்டங்களின் சரணாலயம் என்ற 'புகழுக்கு'ச் சொந்தமானது அது. 'தாங்கள் ஒரு பூதத்தைக் கட்டவிழ்த்திருக்கிறோம் என்பதை நேருவோ மற்றவர்களோ உணரவில்லை. நிலச்சீர்த்திருத்தச் சட்டங்களின் தகுதி எப்படியிருந்தாலும், அவை சட்டத்துக்குட்பட்டு இருந்தாலும் இல்லாவிட்டாலும், அவற்றைப் பாதுகாப்பதற்காக இந்த அட்டவணை பயன்படுத்தப்படும். நிலச்சீர்திருத்தச் சட்டங்களைத் தாண்டி பிற சட்டங்களுக்கும், வர்த்தகங்களை முறைப்படுத்தும் சட்டங்களுக்கும், சக்திவாய்ந்தவர்களின் தனிப்பட்ட விருப்பங்களை நிறைவேற்றும் சட்டங்களுக்கும் இந்த அட்டவணை பயன்படுத்தப்படும்,' என்றார் கிரான்வெல் ஆஸ்டின்.[24] இந்த அட்டவணையின் தீமைகளை நேருவோ மற்றவர்களோ உணரவில்லை என்ற வாதத்தையும் முழுவதுமாக ஏற்றுக்கொள்ள முடியாது, காரணம், நாடாளுமன்றத்துக்கு உள்ளேயும் சரி, வெளியேயும் சரி, எதிர்க்கட்சிகளும் விமர்சகர்களும் இவ்விஷயத்தில் எச்சரிக்கையுடன் நடந்துகொள்ளுமாறு பிரதமரிடம் மன்றாடியிருந்தார்கள். ஆனால் அவர்கள் அனைவரின் எச்சரிக்கைகளையும் அவர் புறந்தள்ளியிருந்தார். கோபால் சங்கரநாராயணன் குறிப்பிட்டது போல,

> *'நேருவின் நடவடிக்கைகளை அந்தச் சமயத்தில் நியாயப்படுத்தினாலும், அதில் தொலைநோக்குப் பார்வை இல்லாதது தெரிகிறது. காரணம், ஒற்றை நடவடிக்கையின் மூலம் நாடாளுமன்றத்தின் ஆதிக்கத்தை நிலைநாட்டக்கூடிய இரண்டு வழிமுறைகளை அவர் உருவாக்கினார். முதலாவது, நீதிமன்றத்தின் தீர்ப்பைச் செல்லாமல் ஆக்குவதற்கான அரசமைப்புச் சட்டத்திருத்தத்தின் அதிகாரம். இப்போது இது முதன்முறையாகப் பயன்படுத்தப்படுகிறது. இரண்டாவது, (அரசமைப்புச் சட்டத்தால் வழங்கப்பட்டிருந்தாலும்) சட்டமன்ற நடவடிக்கைகளை ஆய்வு செய்வதற்கான நீதித்துறையின் அதிகாரத்தை முற்றிலுமாகப் பறித்தது. இனிவரும்*

ஆண்டுகளில், பொறுப்பற்ற அரசாங்கங்களால் நீதித்துறையில் குறுக்கிடுவதற்கும், வாக்காளர்களின் குரலை நசுக்குவதற்கும் மற்ற எல்லாவற்றையும் விட இந்த இரு வழிமுறைகளே அதிகமாகப் பயன்படுத்தப்படும்.'[25]

காங்கிரஸ் கட்சியின் சமூகத் திட்டங்களைச் செயல்படுத்த வேண்டுமென்ற ஒரே நோக்கத்திற்காக நீதித்துறையிடமிருந்து சட்டங்களை விசாரணைக்கு உட்படுத்தும் அதிகாரத்தை அப்புறப்படுத்தியது, அரசமைப்புக்கே விரோதமான சட்டங்களுக்குப் பின்வாசல் வழியாகச் சட்டப்பாதுகாப்பு வழங்கியது போன்ற செயல்களின் மூலம் பிரதமர் நேரு நீதித்துறையை முடக்கினார். அதோடு ஆட்சிநிர்வாகமும் சட்டமன்றமுமே சர்வ வல்லமை படைத்த அதிகாரத்துக்குத் தகுதியானவை என்று சுட்டிக்காட்டினார். ஆட்சிநிர்வாகம் என்றால் நேரு எனவும் சட்டமியற்றும் மன்றங்கள் என்றால் காங்கிரஸ் கட்சி எனவும் இங்கே அர்த்தம் கொள்ளவேண்டும். அரசமைப்புக்குப் புறம்பான எந்தவொரு மசோதாவையும் அதன் நியாத்தன்மை குறித்துக் கேள்வி கேட்க முடியாது என்னும் அட்டகாசமான காரணத்தால், சர்ச்சைக்குரிய அதுபோன்ற சட்டங்களை ஒன்பதாவது அட்டவணையில் சேர்த்துவிட்டுப் பிரச்சினையை எளிதாகச் சமாளிக்கும் உத்தியை இந்திய ஜனநாயகத்தின் அரசியல் தலைவர்கள் பூத்தூவி ஏற்றுக்கொண்டார்கள். அரசமைப்புச் சட்டத்தில் எல்லாவிதத் தகிடுதத்தங்களிலும் ஈடுபட்டார்கள். அன்றிலிருந்து இன்றுவரை, நேருவுக்கு அடுத்து ஆட்சியில் அமர்ந்த ஆட்சியாளர்கள் அவரின் வழியைப் பின்தொடர்ந்து முறையற்ற சட்டங்களை உருவாக்கி, நிறைவேற்றி, அரசமைப்பு விரோதச் சட்டங்களின் களஞ்சியமான ஒன்பதாவது அட்டவணையில் தொடர்ந்து நிரப்பிக்கொண்டிருந்தார்கள். ஆரம்பத்தில் நிலச்சீர்திருத்தச் சட்டங்களைக் காப்பாற்றுவதற்காக உருவாக்கப்பட்ட ஒன்பதாவது அட்டவணையில், 2006ஆம் ஆண்டு நிலவரப்படி 284 சட்டங்கள் இடம்பெற்றிருந்தன. தொழில் வளர்ச்சி, தேசியமயமாக்கல், பொருளாதாரக் குற்றங்கள் தொடர்பான சட்டங்கள் முதல் தேர்தல், இடஒதுக்கீடு மற்றும் பிரதிநிதித்துவம் தொடர்பான சட்டங்கள் வரை இந்தச் சரணாலயத்தில் பல சட்டங்கள் தங்களுக்கென்று சொகுசான இடத்தைப் பிடித்துக்கொண்டன. சட்ட வல்லுநர் ஏ.ஜி. நூராணி சொன்னதைப் போல, '...மோசமான அறியாமையின் விளைவாக அறிமுகம் செய்யப்பட்ட ஓர் அபத்தம், பிறகு விடாப்பிடியான பிடிவாதத்தினால் உருவான ஆபாசமாக மாறியது.'[26]

ஆமாம், 1951இல் நேரு கைப்பற்றிய பல மோசமான அதிகாரங்களை அரசமைப்புச் சட்டத்தின் ‘அடிப்படைக் கட்டமைப்பு’ தொடர்பான கோட்பாட்டை உறுதிப்படுத்திய கேசவானந்த பாரதி[27] வழக்கிலும், பிறகு ஐ.ஆர். கோஹ்லே[28] வழக்கின் மூலமாகவும் உச்சநீதிமன்றம் அரைகுறையாக மீட்டதும் உண்மைதான். ஆனால் அடிப்படை உரிமைகளுக்கு ஏற்பட்ட சேதத்தை உச்சநீதிமன்றத்தால் இன்றுவரை புனரமைக்க முடியவேயில்லை. இந்தியாவின் ஆளும் வர்க்கத்தினரிடையே குறுகிய சிந்தனையும் சர்வாதிகார மனப்பான்மையும் வளர்ந்துகொண்டே இருப்பதுதான் எல்லாவற்றையும்விடக் கவலைதரக்கூடிய விஷயம். முதல் சட்டத்திருத்தம்தான் அவர்களுடைய எதேச்சதிகாரப் போக்கின் ஆரம்ப அறிகுறி. அதன் பக்கவிளைவாகச் சிவில் சுதந்திரங்களின் மீது உண்டான வெறுப்பு, அரசின் தேவைகளுக்கு அளித்த அதீத முக்கியத்துவம், ஜனநாயகக் கொள்கைகளின் மீது காட்டிய அலட்சியம் போன்ற நோய்கள் ஒவ்வொரு அரசாங்கத்தையும் பீடித்துக் கொண்டிருக்கின்றன. அதன் நீட்சியாக ஒவ்வொரு ஆட்சியும் முந்தைய ஆட்சி அபகரித்த அதிகாரத்தைவிட அதிகமான அதிகாரத்தைப் பிடிப்பதையே வழிவழியாக கடைபிடித்து வருகின்றன. முதல் திருத்தச்சட்ட மசோதாவை எதிர்த்தவர்கள் கணித்தது மாதிரியே, இந்தச் சட்டத்திருத்தம் சர்வாதிகாரத்தை நோக்கிய சரிவின் தொடக்கப்புள்ளி என்பது நிரூபணமானது.

IV

ஒருபுறம் இந்தச் சட்டத்திருத்தத்தால் புதிய ஜனநாயகக் குடியரசின் சாயல் வெளுத்துச் சர்வாதிகார சொரூபம் வெளியில் தெரிய, மறுபுறம் சுதந்திர இந்தியாவின் முதல் தலைமுறை தலைவர்களின் கோழைத்தனமும் அம்பலமானது. அவர்கள் ஜனநாயக மதிப்புகளுக்கும் குடியரசு நெறிகளுக்கும் கொஞ்சம் கூட ஈடுபாடு காட்டவில்லை என்பதும் கண்கூடானது. நேருவின் அமைச்சரவையை அலங்கரித்த இவர்களைத்தான் அடிபணிந்து கிடப்பதற்கு ஆர்வத்தோடு இருந்த சராசரி மனிதர்கள் என்று சர்வபள்ளி கோபால் குறிப்பிட்டிருந்தார். மாட்சிமை பொருந்திய இம்மாமனிதர்களின் வேஷமும் கூடிய விரைவிலேயே களைய இருக்கிறது.

மசோதா நிறைவேறிய சில நாட்கள் கழித்து டைம்ஸ் ஆஃப் இந்தியா இப்படி எழுதியது:

‘திரு. ராஜகோபாலச்சாரி உள்துறை அமைச்சராகப் பதவியேற்றதிலிருந்து, அரசமைப்புச் சட்டத்துக்குள்ளும் நிர்வாகத்தின் அன்றாட அலுவல்களிலும் அடிப்படை உரிமைகள் கடுமையாகக் குறைக்கப்பட்டிருக்கின்றன. உள்நாட்டுக் குழப்பங்களை எதிர்கொள்வதற்காக இராணுவத்திற்குச் சில அதிகாரங்களை வழங்க உள்துறை அமைச்சகம் பரிசீலித்து வருவது அரசாங்கத்துக்குள் ஊடுருவிக் கொண்டிருக்கும் சர்வாதிகாரப் போக்கின் மற்றொரு வெளிப்பாடே.’[29]

இந்திய அரசமைப்புச் சட்டத்தின் அடிப்படை உரிமைகளைத் தரைமட்டமாக்கி, அதன்மேல் அடக்குமுறைக்கான அஸ்திவாரத்தை அவரே முன்னின்று கட்டமைத்த சில ஆண்டுகள் கழித்து, தாராண்மையியம் மற்றும் சிவில் சுதந்திரங்களுக்குக் குரல் கொடுப்பதற்காகச் சுதந்திரா கட்சியைத் தொடங்கியிருந்தார் ராஜாஜி. சுதந்திரா கட்சியின் இன்னொரு முக்கிய நோக்கம் நேருவின் ராஜாங்கத்தை எதிர்ப்பது. ஆனால் காலம் எப்போதோ கடந்துவிட்டது. ஒருமுறை வல்லதிகாரத்தை அபகரித்த பிறகு மீண்டும் அதை ஒப்புக்கொடுப்பது நடக்காத காரியம்.

ஆனால் ராஜகோபாலச்சாரி அளவுக்கு அம்பேத்கர் காத்திருக்க வேண்டிய அவசியம் ஏற்படவில்லை. முதல் சட்டத்திருத்தம் நிறைவேறிய சில மாதங்களுக்குள்ளாகவே இந்து சட்ட மசோதாவுக்கு நேருவின் ஒப்புதலைப் பெறத் தவறியதாலும், காங்கிரஸ் பழமைவாதிகளின் முரட்டுப் பிடிவாதத்தைத் தொடர்ச்சியாக எதிர்கொண்டதாலும் அமைச்சரவையிலிருந்து விலக வேண்டிய நிர்பந்தத்துக்கு அவர் ஆளானார். சட்டப்பிரிவு-31இல் தீவிரமான மாற்றங்களைச் செய்து, நாடாளுமன்றத்தில் அதை நிறைவேற்ற உதவி, அதனால் சொத்துரிமையில் (நீதிமன்ற விசாரணையிலிருந்து விலக்கியது உட்பட) கடுமையான பாதிப்புகள் ஏற்பட்ட பிறகு, எந்த ஜமீன்தார்முறை ஒழிப்புச் சட்டங்களை அரசமைப்பின் தர்மத்துக்கு எதிராகக் கொண்டுவர உதவியிருந்தாரோ அதே ஜமீன்தார்முறை ஒழிப்புச் சட்டத்தை எதிர்த்து அம்பேத்கர் இப்போது உத்திரப் பிரதேசம் மற்றும் பீகாரைச் சேர்ந்த ஜமீன்தார்களின் சார்பில் வாதாடுவதற்காக உச்சநீதிமன்றத்தில் ஆஜரானார்.[30] அங்கே அவர் ‘அரசமைப்புச் சட்டத்தின் ஆன்மா’ குறித்து முழங்கினார். ‘சுதந்திரம், நீதி மற்றும் சமத்துவத்தை உறுதி செய்வது அரசமைப்புச் சட்டமே. சுதந்திரக் குடிமக்களின் அரசாங்கம் வரம்புக்குட்பட்ட அதிகாரத்தை மட்டுமே கொண்டது. பொது நோக்கமற்று, உரிய இழப்பீடு இல்லாத நிலையில் தனியாரின் சொத்துக்களைக் கையகப்படுத்துவதற்கு விதிக்கப்பட்ட

தடை தொடர வேண்டும்,'[31] என்று அவர் வாதாடினார். மீண்டும் சொல்வதானால், காலம் கடந்துவிட்டது. இதனால் இனி ஒரு பலனும் இல்லை.

முதல் சட்டத்திருத்தத்தின் மீது வாக்கெடுப்பு நடப்பதற்கு ஒருநாள் முன்புவரை கூட கணிசமான எண்ணிக்கையில் காங்கிரஸ் நாடாளுமன்ற உறுப்பினர்களின் புரட்சி வெடிக்கக் கனன்று கொண்டிருந்தது. எழுபத்து ஏழு உறுப்பினர்கள் கொறடா உத்தரவின் பிணை இல்லாமல் தங்கள் இஷ்டம்போல வாக்களிக்கக் கோரியிருந்தார்கள். ஆனால் அவர்கள் அனைவரும் சடுதியில் வழிக்கு வந்தார்கள். எதனால் அப்படி நடந்துகொண்டார்கள்? 'அரசாங்கம் இறுதியில் ஜெயித்தது என்றால் அதற்குக் காரணம் ஒவ்வொரு காங்கிரஸ் உறுப்பினரின் தலைக்கு மேல் தேர்தல் என்ற கத்தி மயிரிழையில் தொங்கிக்கொண்டிருந்ததுதானே தவிர சபை அவர்களின் பக்கம் இருந்ததால் அல்ல... காங்கிரஸ்காரர்களின் தரப்பில் ஏராளமான கூச்சலும் கொந்தளிப்பும் இருந்தது. ஆனால் அதே மனநிலை சபைக்குள் காணப்படவில்லை. அரசமைப்பு முதல் திருத்தச்சட்ட மசோதாவை மிகக்கடுமையாக விமர்சித்தாலும் வாக்கெடுப்புக்கான மணி ஒலித்தபோது விரல்விட்டு எண்ணக்கூடிய எதிர்ப்பே மிஞ்சிய விநோதமான காட்சிக்கு வேறெப்படி விளக்கம் தர முடியும்?'[32] என்று ஓர் அரசியல் விமர்சகர் குறிப்பிட்டார்.

ஒருவிதத்தில் இதெல்லாம் காங்கிரஸ் காட்சிக்குள் நிலவிய பெரும் முரண்பாட்டின் வெளிப்பாடு என்றே சொல்லலாம். ஜனநாயகம் மற்றும் குடியரசை நோக்கிய இந்தியாவின் அடுத்தகட்ட நகர்வில் நிச்சயம் தவிர்க்க முடியாதது இது. சுதந்திரத்துக்கு முன்பு, காந்தியின் சுயராஜ்ஜியம் மற்றும் கிராமக் குடியரசு எனவும் நேருவின் சமதர்மம் எனவும் இது போதாதென்று மூன்றாவதாக இந்து மறுமலர்ச்சி என்னும் தெளிவில்லாத சித்தாந்தமாகவும் காங்கிரஸின் சிந்தனைகள் பிரிந்துகிடந்தன. இக்குழப்பத்தால் தாராண்மையிய ஜனநாயகம் நட்டாற்றில் கைவிடப்பட்டு கவனிப்பில்லாமல் தத்தளித்தது. சுதந்திரம் என்பது தனிநபர் உரிமைகளின் அடிப்படையில் புரிந்துகொள்ளப்படாமல் ஒட்டுமொத்த நாட்டின் சுயநிர்ணயத்துக்கான கூட்டுரிமையாக மட்டுமே கருதப்பட்டது. காலனியாட்சிக்கு எதிரான மாற்று சிந்தாந்தங்களாக மட்டுமே ஜனநாயகமும், தனிநபர் சுதந்திரங்களும் முன்னிறுத்தப்பட்டனவே தவிர நடைமுறையில் அவற்றுக்கு எந்தவொரு முக்கியத்துவமும் கிடைக்கவில்லை. காங்கிரஸால் 'ஜனநாயகம் குறித்த எந்தவொரு எண்ணத்துக்கும் இடமளிக்க முடியவில்லை. ஆனால் வெல்லமுடியாத அதிகாரத்துக்கான ஆசையைக் கொண்டிருந்தது.'[33]

ஆரம்பகாலம் தொட்டே ஒட்டுமொத்தத் தேசத்துக்கும் குரல் கொடுப்பதாக, அனைத்து இந்தியர்களுக்கான பிரிதிநிதியாக இருப்பதாகக் காங்கிரஸ் கட்சி சொந்தம் கொண்டாடி வந்தது. பிற அமைப்புகளுக்கோ கட்சிகளுக்கோ அரசியல் அரங்கில் இடம் கிடைத்துவிடக்கூடாது என்பதில் அது கண்ணும்கருத்துமாக இருந்த அதேசமயத்தில் அதிகாரத்தை நோக்கி கனகச்சிதமாகக் காய்களையும் நகர்த்தி வந்தது. நாட்டின் பிரதிநிதி என சுயபிரகடனம் செய்துகொண்ட காங்கிரஸ் கட்சி, காலனி அரசுக்கும் அதன் ஆட்சிக்குட்பட்ட எல்லைகளுக்கும் உரிமை கோரியது.[34] ஜனநாயகம் வருகை தந்து புதிய அரசமைப்புச் சட்டத்தைத் தொடங்கி வைத்ததால், காங்கிரஸ் கட்சி கோரிய ஏகோபித்த உரிமைக்குக் கிட்டத்தட்ட மூடுவிழாதான். காரணம், காங்கிரஸின் இத்தகைய நிலைப்பாட்டுக்கு அரசமைப்பு ஜனநாயகத்தில் துளியும் இடமில்லை. அதன் கூட்டுக்கோட்பாட்டுப் புலம்பல்களும், மாற்றுச் சித்தாந்தங்களிடம் காட்டிய வெறுப்பும் ஒன்றுகூடி ஓர் அகன்ற தாராண்மையிய அரசமைப்புச் சட்டத்தோடு மோதிய போது, ஜனநாயகத்தையும், அடிப்படை உரிமைகளையும் பாதுகாப்பதற்குப் பதிலாகக் காங்கிரஸ் கட்சியோ தன்னுடைய இயல்பான உள்ளுணர்வால் தான் உருவாக்கிய அரசமைப்புச் சட்டத்தின் பக்கமே திரும்பியது.

உத்திரப் பிரதேசத்தின் அப்போதைய முதலமைச்சரும் பிற்கால நேரு அமைச்சரவையில் உள்துறை அமைச்சராக இருந்தவருமான காங்கிரஸ் ஜாம்பவான் கோவிந்த் வல்லப பந்த் மதுராவில் நடந்த ஒரு கூட்டத்தில் கூடியிருந்தவர்களுக்குப் பாடம் எடுத்ததே காலனி அரசுக்கு உரிமை கொண்டாடுவதில் இருந்த சவால்களை எதிர்கொள்வதில் காங்கிரஸ் கட்சி காட்டிய இயலாமைக்கு ஒரு சிறந்த உதாரணம்:

> *‘தற்போதைய அரசாங்கத்தின் மீது உங்களுக்கு ஏதேனும் புகார்கள் இருந்தால், குறைகளை நிவர்த்தி செய்வதற்கு நீங்கள் பிரிட்டிஷ் காலத்தில் கையாண்ட அதே முறைகளைப் பயன்படுத்தக் கூடாது. உரிய அதிகாரிகளை அணுகி உங்களின் ஆலோசனைகளை அவர்களிடம் முன்வைக்க வேண்டும். பொது மேடையில் உங்களுடைய சொந்த அமைச்சர்களை விமர்சிப்பது முறையல்ல. பொய்யான அல்லது திரித்துக் கூறப்பட்ட கதைகளின் அடிப்படையில் அரசாங்கம், அமைச்சர்கள் மற்றும் அதிகாரிகளைப் பற்றி அவதூறான அறிக்கைகளை வெளியிடுவது சிறந்த மனப்பான்மையல்ல... அரசாங்கம், அமைச்சர்கள் மற்றும் அதிகாரிகளைப் பற்றிய வீண் பேச்சுக்களை நிறுத்திக்கொள்ள*

வேண்டும். இங்கிலாந்து, அமெரிக்கா, ஜெர்மனி மற்றும் பிரான்ஸ் போன்ற நாடுகளில் தெருக்களிலும், கடைகளிலும், வழக்கறிஞர் சங்கங்களிலும் அரசாங்கத்திற்கு எதிராகவோ அமைச்சர்களுக்கு எதிராகவோ பேசுபவர்களை நீங்கள் பார்க்க முடியாது.'[35]

இதுபோன்ற சூழலில், 'சமூக வாழ்வியலின் வழியே தனிமனிதனின் தனித்துவம் என்பது ஓர் ஆபத்தான அணுகுமுறை.'[36] இந்தக் காரணங்களால்தான் இந்திய தாராண்மையியம் 'ஆதியிலிருந்தே முடமாக்கப்பட்டுவிட்டது. பயன்பாட்டியத்தால் நசுக்கப்பட்டுத் தனிமனிதனுக்கு உரிய இடமளிக்காத ஒரு கலாச்சாரத்தில் வலிந்து திணிக்கப்பட்டது,'[37] என்று சுனில் கில்னானி தெரிவிக்கிறார். 'இந்தியா என்னும் சித்தாந்தம்' என்கிற சொற்றொடரை முதன்முதலில் உருவாக்கியவர் அவர். இருந்தாலும், ஜனவரி 26, 1950 முதல் ஜூன் 18, 1951 வரை மிகச்சில காலமேயானாலும் ஓரளவுக்குச் சுமாரான செல்வாக்கை இந்திய தாராண்மையியம் அனுபவித்தது. அக்காலக்கட்டத்தில், அரசியல் நிர்ணய சபை வடிவமைத்திருந்த தாராளவாத, அறிவார்ந்த, முற்போக்கான அரசமைப்புச் சட்டம் எவ்விதக் குறுக்கீடும் இல்லாமல் ஆட்சி நடத்தியது. நீதித்துறை அதை விழிப்போடு உறுதிப்படுத்தியது. எதிர்கட்சிகளும் அதை வீரியத்தோடு ஆதரித்தன. ஆட்சிநிர்வாகத்தின் அதிகாரம் தான்தோன்றித்தனமாகச் செல்லும்போதெல்லாம் அடிப்படை உரிமைகள் என்னும் கடிவாளத்தின் உதவியுடன் நீதிமன்றம் அதை வழிப்படுத்த, புதிய குடியரசில் இந்தியாவின் ஜனநாயக ஆட்சியாளர்களின் அந்தஸ்து மலிந்துபோனது. அவர்களுக்கும் அதை ஏற்றுக்கொள்வதைத் தவிர வேறு வழியிருக்கவில்லை.

இந்திய ஜனநாயகம் கவனக்குறைவோடு தொடங்கப்பட்டிருக்கலாம்,[38] ஆனால் முதல் ஆண்டு முழுக்க அதன் செயல்பாடுகளில் எந்தவொரு கவனக்குறைவையும் சுட்டிக்காட்ட முடியாது. அரசியல் நிர்ணய சபை அரசமைப்புச் சட்டத்தின் மூலம் புதிய குடியரசுக்கான விரிவான திட்டத்தை முன்வைத்திருந்தது. அந்தப் பதினாறு மாதங்களில் உச்சநீதிமன்ற மற்றும் உயர்நீதிமன்ற நீதிபதிகளும், எச்.என். குன்ஸ்ரூ மற்றும் எச்.வி. காமத் போன்ற முற்போக்குச் சிந்தனையுடைய நாடாளுமன்ற உறுப்பினர்களும், கே.ஆர். மல்கானி மற்றும் எஸ். பி. முகர்ஜி போன்ற இந்து தேசியவாதிகளும், கிருபளானி போன்ற காந்தியவாதிகளும், பத்திரிகையாசிரியர்கள், எழுத்தாளர்கள், தொழிலதிபர்கள் முதற்கொண்டு அரசியல் அரங்கின் அனைத்துத் திசையிலும் வீற்றிருந்த பல்வேறு பிரபலங்களும் அரசியல் நிர்ணய சபை வடிவமைத்த அந்தத் தொலைநோக்குத் திட்டத்துக்கு

ஆதரவாகக் குரல் கொடுத்தார்கள். அரசாங்கம் திட்டமிட்டுத் தொடுத்த தாக்குதல்களிலிருந்து அதைக் காப்பாற்றினார்கள். ஆனால் இந்தத் தொலைநோக்குத் திட்டத்தின் மீதுதான் முதல் சட்டத்திருத்தம் பேரிடியாக இறங்கிவிட்டது.

எதிர்ப்புக் குரல்களைச் சட்டப்பூர்வமாகத் தணிக்கை செய்தது, பாதகமான விமர்சனங்களை விசாரணைக் கூண்டில் ஏற்ற அரசமைப்பு ரீதியான அனுமதியைப் பெற்றது, சொத்துரிமையைத் தடம் தெரியாமல் அழித்தது, 'பிற்பட்டோரு'க்கான இடஒதுக்கீடு மூலம் இன்றுவரை நீடித்துக்கொண்டிருக்கும் அரசியல் பிழையை இழைத்தது, அரசமைப்புச் சட்டத்தை அடிபணியவைத்து அரசமைப்பில் சூழ்ச்சிகளை வழக்கமாக்கியது, சிவில் சுதந்திரங்களை அப்பட்டமாக அவமதித்தது, அரசமைப்புச் சட்டத்தின் மீது அர்ப்பணிப்புணர்வு காட்டாதது, ஜனநாயக விதிமுறைகளிடம் வெளிப்படையான வெறுப்பைக் காட்டியது – இவைதான் முதல் சட்டத்திருத்தம் விட்டுச்சென்ற சொத்து. குன்ஸ்ரூ போன்ற தலைவர்கள் முன்வைத்த பாரம்பரியமான முற்போக்குச் சிந்தனைகளைத் தொடர்ச்சியாக ஓரங்கட்டியது, முகர்ஜி மற்றும் மல்கானி போன்ற தலைவர்கள் முன்வைத்த இந்து தேசியவாதம் என்னும் மிதவாத முற்போக்குச் சிந்தனையை ஒரேயடியாகப் பொசுக்கியது, காமத், கிருபளானி மற்றும் பட்டாச்சாரியா போன்ற மனசாட்சிக்குக் கட்டுப்பட்ட தலைவர்கள் முன்வைத்த ஜனநாயக நெறிகளைப் படிப்படியாகச் சீரழித்தது போன்றவையும் முதல் சட்டத்திருத்தம் கொடுத்த பரிசுகள்தான்.

இந்தியா சர்வாதிகாரத்துடன் கொஞ்சிக் குலாவுவதாக அடிக்கடி சொல்லப்படுவதுண்டு. ஆனால், எப்போதுமே அப்படி இருந்ததில்லை. ஒரு காலத்தில் – அதாவது சர்வாதிகாரத்தை அரசமைப்புச் சட்டத்தில் பொறிப்பதற்கும் முன்பு – இந்தியா தாராண்மையியத்தோடும் கொஞ்சிக் கொண்டிருந்தது. அச்சமயத்தில் மூல அரசமைப்பிலிருந்து விலக வேண்டாம் என, அவர் உருவாக்கும் சட்ட ஆயுதங்களை என்றாவது ஒருநாள் அவருடைய எதிரிகளும் பயன்படுத்துவார்கள் என, அவருடைய ஆட்சியோ அவருடைய சித்தாந்தத்தோடு பயணிப்பவர்களின் ஆட்சியோ நிரந்தரமாக நிலைத்திருக்கப் போவதில்லை என்றெல்லாம் முகர்ஜி நேருவை எச்சரித்திருந்தார். ஒவ்வொரு அரசாங்கமும், ஒவ்வொரு குடிமகனும் என்றென்றும் நினைவில் கொண்டிருக்கவேண்டிய எச்சரிக்கை அது.

□□□

புகைப்படத் தொகுப்பு

அரசமைப்புச் சட்டத்தில் கையொப்பமிட்டவர்கள்–1:
அரசமைப்புச் சட்டத்தில் கையொப்பமிட்டவர்களில் ஜெ.பி. கிருபளானி, புருஷோத்தம் தாஸ் டாண்டன், ஹ்ரிதய் நாத் குன்ஸ்ரூ, கோவிந்த் மாளவியா, பேகம் இஜாஸ் ரசூல், சுசேத்தா கிருபளானி, ஷிப்பன் லால் சக்சேனா, மஹாவீர் தியாகி, மோகன்லால் கௌதம் மற்றும் அல்குராய் சாஸ்திரி ஆகியோரின் கையொப்பங்களைக் கொண்டிருக்கும் ஒரு பக்கம்.

அரசமைப்புச் சட்டத்தில் கையொப்பமிட்டவர்கள்–2:
அரசமைப்புச் சட்டத்தில் கையொப்பமிட்டவர்களில் ரேணுகா ரே, சங்கரராவ் தியோ, கே. எம். முன்ஷி, ஆர். ஆர். திவாகர், நசீருத்தின் அஹமது மற்றும் கே. காமராஜ் ஆகியோரின் கையொப்பங்களைக் கொண்டிருக்கும் ஒரு பக்கம்.

அரசமைப்புச் சட்டத்தில் கையொப்பமிடும் ஜவஹர்லால் நேரு, 1950.

அரசியல் நிர்ணய சபையின் ஒரு கூட்டம், 1949. பி. ஆர். அம்பேத்கர் மையத்தில் அமர்ந்திருக்கிறார்.

இரு சட்ட மாமேதைகள் – பி.ஆர். அம்பேத்கர் மற்றும் சி. ராஜகோபாலச்சாரி – 1948.

அரசமைப்புச் சட்டத்தின் இறுதி வரைவை அரசியல் நிர்ணய சபையின் தலைவர் ராஜேந்திர பிரசாத்திடம் வரைவுக் குழுவின் குழுவின் தலைவர் பி. ஆர். அம்பேத்கர் ஒப்படைக்கிறார். நவம்பர் 25, 1949.

ஆங்கிலோ இந்தியத் தலைவரும் கல்வியாளருமான பிராங்க் அந்தோணியின் உருவம் பொறித்த தபால்தலை

முற்போக்குத் தலைவர் ஹ்ரிதய் நாத் குன்ஸ்ரூவின் உருவம் பொறித்த தபால்தலை.

அரசியல் நிர்ணய சபையின் கூட்டம்

ஒரு குழுவின் கூட்டத்தில் உரையாற்றும் ஜவஹர்லால் நேரு. அவருக்கு இடதுபுறத்தில், ராஜேந்திர பிரசாத் மற்றும் சர்தார் படேல், 1949.

அரசியல் நிர்ணய சபையில் உரையாற்றும் ஜவஹர்லால் நேரு, 1946.

கூட்டாளிகளும் எதிராளிகளும்:
இடமிருந்து வலமாக – ஷியாமா பிரசாத் முகர்ஜி, ஜெய்ராம்தாஸ் தௌலத்ராம், கோவிந்த் வல்லப பந்த், ஜெகஜீவன் ராம் மற்றும் ஜவஹர்லால் நேரு.

குடியரசுத் தலைவருடன் சுதந்திர இந்தியக் குடியரசின் முதல் அமைச்சரவை, ஜனவரி 31, 1950: அமர்ந்திருப்பவர்கள் (இடமிருந்து வலம்):

பி. ஆர். அம்பேத்கர், ரஃபி அஹமது கித்வாய், பல்தேவ் சிங், அபுல் கலாம் ஆசாத், ஜவஹர்லால் நேரு, ராஜேந்திர பிரசாத், சர்தார் படேல், ஜான் மத்தாய், ஜெகஜீவன் ராம், அம்ரித் கௌர் மற்றும் ஷியாமா பிரசாத் முகர்ஜி.

நின்றிருப்பவர்கள் (இடமிருந்து வலம்):

குர்ஷித் லால், ஆர். ஆர். திவாகர், மோகன்லால் சக்சேனா, என். கோபாலசாமி அய்யங்கார், என்.வி. காட்கில், கே.சி. நியோகி, ஜெய்ராம்தாஸ் தௌலத்ராம், கே. சந்தானம், சத்ய நாராயண் சின்ஹா மற்றும் பி. வி. கேஸ்கர்.

பிற்சேர்க்கை

Appendix
Articles 15, 19, 31 of the Constitution: 1950 v. 1951

Article 19

Original Constitution 1950

19. (1) All citizens shall have the right—

(a) to freedom of speech and expression;

(b) to assemble peaceably and without arms;

(c) to form associations or unions;

(d) to move freely throughout the territory of India;

(e) to reside and settle in any part of the territory of India;

(f) to acquire, hold and dispose of property; and

(g) to practise any profession, or to carry on any occupation, trade or business.

(2) Nothing in sub-clause (a) of clause (1) shall affect the operation of any existing law in so far as it relates to, or prevent the State from making any law relating to libel, slander, defamation, contempt of court or any matter which offends against decency or morality or which undermines the security of, or tends to overthrow the State.

[...]

(6) Nothing in sub-clause (g) of the said clause shall affect the operation of any existing law in so far as it imposes, or prevents the State from making any law imposing, in the interests of the general public, reasonable restrictions on the exercise of the right conferred by the said

sub-clause, and, in particular, nothing in the said sub-clause shall affect the operation of any existing law in so far as it prescribes or empowers any authority to prescribe, or prevent the State from making any law prescribing or empowering any authority to prescribe, the professional or technical qualifications necessary for practising any profession or carrying on any occupation, trade or business.

Article 19

First Amendment 1951

19. (2) Nothing in sub-clause (a) of clause (1) shall affect the operation of any existing law, or prevent the State from making any law insofar as such a law imposes reasonable restrictions on the exercise of the rights conferred by the said sub-clause in the interests of the security of the state, friendly relations with foreign states, public order, decency or morality, or in relation to contempt of court, defamation or incitement to an offence.

19. (6) Nothing in sub-clause (g) of the said clause shall affect the operation of any existing law in so far as it relates to, or prevent the State from making any law relating to—

   (i) The professional or technical qualifications necessary for practising any profession or carrying on any occupation, trade or business, or

   (ii) The carrying on by the State, or by a corporation owned or controlled by the State, of any trade, business, industry or service, whether to the exclusion, complete or partial, of citizens or otherwise.

Article 15

Original Constitution

15. (1) The State shall not discriminate against any citizen on grounds only of religion, race, caste, sex, place of birth or any of them.

(2) No citizen shall, on grounds only of religion, race, caste, sex, place of birth or any of them, be subject to any disability, liability, restriction or condition with regard to—
  (a) access to shops, public restaurants, hotels and places of public entertainment; or
  (b) the use of wells, tanks, bathing ghats, roads and places of public resort maintained wholly or partly out of State funds or dedicated to the use of the general public.
(3) Nothing in this article shall prevent the State from making any special provision for women and children.

Article 15

First Amendment

15. (4) Nothing in this article or in clause (2) of Article 29 shall prevent the State from making any special provision for the advancement of any socially and educationally backward classes of citizens or for the Scheduled Castes and the Scheduled Tribes.

Article 31

Original Constitution

31. (1) No person shall be deprived of his property save by authority of law.
(2) No property, movable or immovable, including any interest in, or in any company owning, any commercial or industrial undertaking, shall be taken possession of or acquired for public purposes under any law authorising the taking of such possession or such acquisition, unless the law provides for compensation for the property taken possession of or acquired and either fixes the amount of the compensation, or specifies the principles on which, and the manner in which, the compensation is to be determined and given.
(3) No such law as is referred to in clause (2) made by the Legislature of a State shall have effect unless such law, having been reserved for the consideration of the President, has received his assent.
(4) If any Bill pending at the commencement of this Constitution in the Legislature of a State has, after it has been passed by such Legislature,

been reserved for the consideration of the President and has received his assent, then, notwithstanding anything in this Constitution, the law so assented to shall not be called in question in any court on the ground that it contravenes the provisions of clause (2).

(5) Nothing in clause (2) shall affect—

(a) the provisions of any existing law other than a law to which the provisions of clause (6) apply, or

(b) the provisions of any law which the State may hereafter make—
- (i) for the purpose of imposing or levying any tax or penalty, or
- (ii) for the promotion of public health or the prevention of danger to life or property, or
- (iii) in pursuance of any agreement entered into between the Government of the Dominion of India or the Government of India and the Government of any other country, or otherwise, with respect to property declared by law to be evacuee property.

(6) Any law of the State enacted not more than eighteen months before the commencement of this Constitution may within three months from such commencement be submitted to the President for his certification; and thereupon, if the President by public notification so certifies, it shall not be called in question in any court on the ground that it contravenes the provisions of clause

(2) of this article or has contravened the provisions of sub-section

(2) of section 299 of the Government of India Act, 1935.

Article 31

First Amendment

31A. Saving of laws providing for acquisition of estates, etc.

(1) Notwithstanding anything contained in Article 13, no law providing for—

(a) the acquisition by the State of any estate or of any rights therein or the extinguishment or modification of any such rights, or

(b) the taking over of the management of any property by the State for a limited period either in the public interest or in order to secure the proper management of the property, or

(c) the amalgamation of two or more corporations either in the public interest or in order to secure the proper management of any of the corporations, or

(d) the extinguishment or modification of any rights of managing agents, secretaries and treasurers, managing directors, directors or managers of corporations, or of any voting rights of shareholders thereof, or

(e) the extinguishment or modification of any rights accruing by virtue of any agreement, lease or licence for the purpose of searching for, or winning, any mineral or mineral oil, or the premature termination or cancellation of any such agreement, lease or licence, shall be deemed to be void on the ground that it is inconsistent with, or takes away or abridges any of the rights conferred by Article 14 or Article 19: Provided that where such law is a law made by the Legislature of a State, the provisions of this article shall not apply thereto unless such law, having been reserved for the consideration of the President, has received his assent: Provided further that where any law makes any provision for the acquisition by the State of any estate and where any land comprised therein is held by a person under his personal cultivation, it shall not be lawful for the State to acquire any portion of such land as is within the ceiling limit applicable to him under any law for the time being in force or any building or structure standing thereon or appurtenant thereto, unless the law relating to the acquisition of such land, building or structure, provides for payment of compensation at a rate which shall not be less than the market value thereof.

31B. Validation of certain Acts and Regulations without prejudice to the generality of the provisions contained in Article 31A, none of the Acts and Regulations specified in the Ninth Schedule nor any of the provisions thereof shall be deemed to be void, or ever to have become void, on the ground that such Act, Regulation or provision is inconsistent with, or takes away or abridges any of the rights conferred by, any provisions of this Part, and notwithstanding any judgment, decree or order of any court or tribunal to the contrary, each of the said Acts and Regulations shall, subject to the power of any competent Legislature to repeal or amend it, continue in force.

குறிப்புகள்

அறிமுகம்

1. ஜவஹர்லால் நேரு, மே 16, 1951, *பார்லிமண்ட்ரி டிபேட்ஸ்* (நாடாளுமன்ற விவாதங்கள்) பகுதி–2, தொகுதி–12, (புதுடெல்லி: 1951) பக்கம் 8832.
2. ஜவஹர்லால் நேரு, மே 16, 1951, *பார்லிமண்ட்ரி டிபேட்ஸ்* (நாடாளுமன்ற விவாதங்கள்) பகுதி–2, தொகுதி–12, (புதுடெல்லி: 1951) பக்கம் 8822.
3. நிவேதிதா மேனன், *எக்கனாமிக் அண்டு பொலிடிக்கல் வீக்லி,* தொகுதி–39, எண்–8, பக்கங்கள் 1812–18–19.
4. வித்யுத் சக்கரவர்த்தி, *மாடர்ன் ஏசியன் ஸ்டடிஸ்* (நவீன ஆசிய ஆய்வுகள்), தொகுதி–26, எண்–2, பக்கங்கள் 275–87.
5. *பிரிஜ் பூஷன் V ஸ்டேட் ஆஃப் டெல்லி,* AIR 1950 SC 129.
6. *ரோமேஷ் தப்பார் V ஸ்டேட் ஆஃப் மெட்ராஸ்,* AIR 1950 SC 124.
7. *காமேஸ்வர் சிங் V ஸ்டேட் ஆஃப் பீகார்,* AIR 1950, Pat. 392.
8. *சிந்தாமண் ராவ் V ஸ்டேட் ஆஃப் மத்திய பிரதேஷ்,* AIR 1951 SC 118.
9. *டைம்ஸ் ஆஃப் இந்தியா,* பாம்பே, மார்ச் 27, 1951, பக்கம் 5 ; ஸ்டேட் ஆஃப் மெட்ராஸ் V சம்பகம் துரைராஜன் AIR 1951 SC 226.
10. பி. வெங்கட்ரமணா V ஸ்டேட் ஆஃப் மெட்ராஸ், AIR 1951 SC 229.
11. *ஜவஹர்லால் நேரு டூ சீஃப் மினிஸ்டர்ஸ்* (முதலமைச்சர்களுக்கு ஜவஹர்லால் நேருவின் கடிதங்கள்), பிப்ரவரி 18, 1951, தொகுப்பு: ஜி. பார்த்தசாரதி, *லெட்டர்ஸ் டூ சீஃப் மினிஸ்டர்ஸ்,* 1947–1964, தொகுதி–2, (புதுதில்லி: ஜவஹர்லால் நேரு நினைவு நிதி, 1986), பக்கம் 337.
12. *ஜவஹர்லால் நேரு டூ சீஃப் மினிஸ்டர்ஸ்* (முதலமைச்சர்களுக்கு ஜவஹர்லால் நேருவின் கடிதங்கள்), பிப்ரவரி 1, 1951, தொகுப்பு: ஜி. பார்த்தசாரதி, *லெட்டர்ஸ் டூ சீஃப் மினிஸ்டர்ஸ்,* 1947–1964, தொகுதி–2, (புதுதில்லி: ஜவஹர்லால் நேரு நினைவு நிதி, 1986), பக்கம் 325.
13. *ஜவஹர்லால் நேரு டூ சீஃப் மினிஸ்டர்ஸ்* (முதலமைச்சர்களுக்கு ஜவஹர்லால் நேருவின் கடிதங்கள்), மார்ச் 21, 1951, தொகுப்பு: ஜி. பார்த்தசாரதி, *லெட்டர்ஸ் டூ சீஃப் மினிஸ்டர்ஸ்,* 1947–1964, தொகுதி–2, (புதுதில்லி: ஜவஹர்லால் நேரு நினைவு நிதி, 1986), பக்கம் 363.
14. ஜவஹர்லால் நேரு, மே 16, 1951, *பார்லிமண்ட்ரி டிபேட்ஸ்* (நாடாளுமன்ற விவாதங்கள்) பகுதி–2, தொகுதி–12, (புதுடெல்லி: 1951), பக்கம் 8821.
15. உபேந்திரா பாக்சி, http://www.india-seminar.com/2010/615/615_upendra_baxi.htm (அணுகிய நாள் நவம்பர் 20, 2018).
16. ஏ.ஜி. நூராணி, *எக்கனாமிக் அண்டு பொலிடிக்கல் வீக்லி,* தொகுதி–42, எண்–9, பக்கம் 731.
17. டாக்டர். ஷியாமா பிரசாத் முகர்ஜி.
18. டாக்டர். எஸ். பி. முகர்ஜி, மே 16, 1951, *பார்லிமண்ட்ரி டிபேட்ஸ்* (நாடாளுமன்ற விவாதங்கள்) பகுதி–2, தொகுதி–12, (புதுதில்லி: 1951), பக்கம் 8838 மற்றும் 8856.

19. *தி ஸ்டேட்ஸ்மேன்,* மே 13, 1951, கல்கத்தா, பக்கம் 1.

20. *தி ஸ்டேட்ஸ்மேன்,* மே 17, 1951, கல்கத்தா, பக்கம் 5.

21. நீதியரசர் ராஜிந்தர் சச்சார் புகழ்பெற்ற வழக்குரைஞராக இருந்து பிறகு நீதிபதி ஆனவர். டெல்லி உயர்நீதிமன்றத்தின் தலைமை நீதிபதியாகப் பதவி வகித்தவர். 2000களின் ஆரம்ப காலகட்டத்தில் இந்தியாவில் இஸ்லாமிய சமூகத்தின் நிலை பற்றி ஆராய்வதற்காக நியமிக்கப்பட்ட ராஜிந்தர் சச்சார் குழுவின் தலைவராக இருந்தவர்.

22. *டைம்ஸ் ஆஃப் இந்தியா,* ஆசிரியருக்குக் கடிதம், ஏப்ரல் 30, 1951. பம்பாய், பக்கம் 4.

23. *டைம்ஸ் ஆஃப் இந்தியா,* ஜூன் 3, 1951, பம்பாய், பக்கம் 7.

24. *டைம்ஸ் ஆஃப் இந்தியா,* ஜூன் 3, 1951, பம்பாய், பக்கம் 7.

25. *ஜவஹர்லால் நேரு டு சீஃப் மினிஸ்டர்ஸ்* (முதலமைச்சர்களுக்கு ஜவஹர்லால் நேருவின் கடிதங்கள்), மே 17, 1951, தொகுப்பு: ஜி. பார்த்தசாரதி, *லெட்டர்ஸ் டு சீஃப் மினிஸ்டர்ஸ்,* 1947–1964, தொகுதி–2, (புதுதில்லி: ஜவஹர்லால் நேரு நினைவு நிதி, 1986), பக்கம் 397.

26. *ஜவஹர்லால் நேரு டு பி.சி. ராய்,* (ஜவஹர்லால் நேருவிடமிருந்து பி. சி. ராய்க்கு) மே 25, 1951, *செலக்டட் ஒர்க்ஸ் ஆஃப் ஜவஹர்லால் நேரு* (ஜவஹர்லால் நேருவின் தேர்ந்தெடுக்கப்பட்ட படைப்புகள்) தொகுப்பு: எஸ். கோபால், தொகுதி 16/1 (புதுதில்லி: ஜவஹர்லால் நேரு நினைவு நிதி, 1994), பக்கம் 191.

27. கிரான்வெல் ஆஸ்டின், *இண்டியாஸ் லிவிங் கான்ஸ்டிடியூஷன், ஐடியாஸ், ப்ராக்டிஸஸ், காண்ட்ரோவர்சீஸ்,* தொகுப்பு: ஈஸ்வரன் ஸ்ரீதரன், ஜோயா ஹசன் மற்றும் ஆர். சுதர்ஷன். (லண்டன்: ஆந்தம் பிரஸ், 2005) பக்கம் 323.

28. ஸ்டேட் ஆஃப் மெட்ராஸ் v சம்பகம் துரைராஜன் AIR 1951 SC 226.

29. *ஜவஹர்லால் நேரு டு சீஃப் மினிஸ்டர்ஸ்* (முதலமைச்சர்களுக்கு ஜவஹர்லால் நேருவின் கடிதங்கள்), மார்ச் 21, 1951, தொகுப்பு: ஜி. பார்த்தசாரதி, *லெட்டர்ஸ் டு சீஃப் மினிஸ்டர்ஸ்,* 1947–1964, தொகுதி–2, (புதுதில்லி: ஜவஹர்லால் நேரு நினைவு நிதி, 1986), பக்கம் 363.

30. *டைம்ஸ் ஆஃப் இந்தியா,* ஜூன் 3, 1951, பம்பாய், பக்கம் 1.

31. நிவேதிதா மேனன், *எக்கனாமிக் அண்டு பொலிடிக்கல் வீக்லி,* தொகுதி–39, எண்–8, பக்கங்கள் 1812–19. இதைத் தவிர இது சார்ந்து எந்த ஒரு புத்தகமோ கட்டுரையோ இல்லை.

32. சர். தேஜ் பகதூர் சப்ரு அவர்களின் தலைமையிலான ஒரு குழுவால் வடிவமைக்கப்பட்டது இது. மகாத்மா காந்தி, சரோஜினி நாயுடு மற்றும் பிபின் சந்திர பால் ஆகியோரும் இக்குழுவில் உறுப்பினராக இருந்தார்கள். பிரிட்டிஷ் நாடாளுமன்றத்தில் தொழிலாளர் கட்சியின் நாடாளுமன்ற உறுப்பினர் ஜார்ஜ் லான்ஸ்பரி இந்த மசோதாவை தாக்கல் செய்தார். அங்கே அது ஆரம்பகட்ட வாசிப்பைத் தாண்டி முன்னேறவேயில்லை.

33. இந்தியாவின் சுயராஜ்ஜியத்திற்கான அல்லது தன்னாட்சிக்கான ஒரு திட்டத்தை வகுப்பதற்காக மோதிலால் நேரு அவர்களின் தலைமையில் இந்திய தேசிய காங்கிரஸ் கட்சியால் 'நேரு குழு' அமைக்கப்பட்டது. பிரிட்டிஷ் அரசு அந்தக் குழுவின் அறிக்கையை நிராகரித்தது.

34. காங்கிரஸ் கட்சி 1929 ஆம் ஆண்டின் லாகூர் அமர்வில் பூரண சுயராஜ்யமே தனது குறிக்கோள் என்று பிரகடனம் செய்தது. ஜனவரி 26, 1930இல் சுதந்திரத்திற்கான உறுதிமொழி முதன்முதலில் எடுக்கப்பட்டது. இந்நாளை சுதந்திர தினமாக கொண்டாடும் வழக்கத்தை 1947 வரை காங்கிரஸ் கட்சி கடைபிடித்தது. அந்த உறுதி மொழி நிறைவேறியதன் குறியீடாக, குறிப்பிட்ட இந்நாளில், அதாவது ஜனவரி 26 அன்று, புதிய அரசமைப்புச் சட்டத்தை நடைமுறைப்படுத்த முடிவு செய்யப்பட்டது.

35. *ஜவஹர்லால் நேரு டு சீஃப் மினிஸ்டர்ஸ்* (முதலமைச்சர்களுக்கு ஜவஹர்லால் நேருவின் கடிதங்கள்), ஜனவரி 18, 1950, தொகுப்பு: ஜி. பார்த்தசாரதி, *லெட்டர்ஸ் டு சீஃப் மினிஸ்டர்ஸ்,* 1947–1964, தொகுதி–2, (புதுதில்லி: ஜவஹர்லால் நேரு நினைவு நிதி, 1986), பக்கம் 3.

36. *நேஷனல் ஹெரால்டு,* ஜனவரி 25, 1950, புதுதில்லி, பக்கம் 1.

37. பிற்கால நேரு அரசாங்கத்தில் வருவாய் மற்றும் செலவினத்துறை அமைச்சராக இருந்தவர்.

38. *கான்ஸ்டிடியூண்ட் அசெம்பிளி டிபேட்ஸ்* (அரசியல் நிர்ணய சபை விவாதங்கள்), தொகுதி–9, செப்டம்பர் 16, 1949.

39. *கான்ஸ்டிடியூண்ட் அசெம்பிளி டிபேட்ஸ்* (அரசியல் நிர்ணய சபை விவாதங்கள்), தொகுதி–1, டிசம்பர் 11, 1946.

40. *டைம்ஸ் ஆஃப் இந்தியா,* ஜனவரி 26, 1950. பம்பாய், பக்கம் 8; *கான்ஸ்டிடியூண்ட் அசெம்பிளி டிபேட்ஸ்* (அரசியல் நிர்ணய சபை விவாதங்கள்), தொகுதி–7, நவம்பர் 24, 1948.

41. *டைம்ஸ் ஆஃப் இந்தியா,* ஜூன் 11, 1950, பம்பாய், பக்கம் 14.

42. *கான்ஸ்டிடியூண்ட் அசெம்பிளி டிபேட்ஸ்* (அரசியல் நிர்ணய சபை விவாதங்கள்), தொகுதி–7, நவம்பர் 4, 1948.

43. *டைம்ஸ் ஆஃப் இந்தியா,* குடியரசு குடியரசு தின சிறப்புப் பதிப்பு, ஜனவரி 26, 1950, பம்பாய், பக்கம் 8.

44. *டைம்ஸ் ஆஃப் இந்தியா,* குடியரசு தின சிறப்புப் பதிப்பு, ஜனவரி 26, 1950, பம்பாய், பக்கம் 8.

45. *ஹிந்துஸ்தான் டைம்ஸ்,* ஜனவரி 26, 1950, புதுதில்லி, பக்கம் 1.

46. *ஹிந்துஸ்தான் டைம்ஸ்,* குடியரசு தின சிறப்புப் பதிப்பு, ஜனவரி 26, 1950, புதுதில்லி, பக்கம் 5.

47. *டைம்ஸ் ஆஃப் இந்தியா,* குடியரசு தின சிறப்புப் பதிப்பு, ஜனவரி 26, 1950, பம்பாய், பக்கம் A 1.

48. *டைம்ஸ் ஆஃப் இந்தியா,* குடியரசு தின சிறப்புப் பதிப்பு, ஜனவரி 26, 1950, பம்பாய், பக்கம் A 1.

49. *டைம்ஸ் ஆஃப் இந்தியா,* ஜனவரி 26, 1950, பம்பாய், பக்கம் B 18.

50. கே. சந்தானம், *ஹிந்துஸ்தான் டைம்ஸ்,* குடியரசு தின சிறப்புப் பதிப்பு, ஜனவரி 26, 1950, புதுதில்லி, பக்கம் 5.

51. *ஹிந்துஸ்தான் டைம்ஸ்,* ஜனவரி 26, 1950, புதுதில்லி, பக்கம் 1.

52. *டைம்ஸ் ஆஃப் இந்தியா,* ஜனவரி 26 1950 பம்பாய் பக்கம் B 8.

53. கென்னத். சி.வியர், *ஹிந்துஸ்தான் டைம்ஸ்,* ஜனவரி 26, 1950. புதுதில்லி, பக்கம் 1.

54. *இந்தியா டுடே,* ஜூலை 6, 2018. https://www.indiatoday.in/india/story/nehru-syama-prasad-clash-led-to-first-consitution-amendment-jaitley-1279078-2018-07-06 (அணுகிய நாள் நவம்பர் 12, 2018)

55. இந்திய அரசியல் மற்றும் அரசமைப்புச் சட்ட வரலாற்றில் திருப்புமுனையாக அமைந்துவிட்ட இந்தத் தருணத்தைப் பற்றி இதுவரை ஒரு புத்தகம் கூட, அவ்வளவு ஏன், ஒருசில ஆராய்ச்சிக் கட்டுரைகூட எழுதப்படவில்லை என்பது இந்திய அரசமைப்புச் சட்ட வரலாற்றின் பரிதாபகரமான நிலைக்கு ஒரு சோகமான சான்றாகும்.

56. மாயா ஷர்மா, NDTV, டிசம்பர் 26, 2017. https://www.ndtv.com/india-news/we-are-here-to-change-the-constitution-says-union-minister-anant-kumar-hegde-in-new-controversy-1792197 (அணுகிய நாள் பிப்ரவரி 15,2019) ராஜீவ் தீக்ஷித், *தி டைம்ஸ் ஆஃப் இந்தியா,* நவம்பர் 29, 2018.

https://timesofindia.indiatimes.com/city/varanasi/seers-moot-consitutional-amendment-for-early-disposal-of-ram-mandir-issue/articleshow/66860449.cms (அணுகிய நாள் பிப்ரவரி 15,2019)

57. சசி தரூர், யுனைடெட் நியூஸ் ஆஃப் இந்தியா, பிப்ரவரி 10, 2018, http://www.uniindia.com/indian-civilization-is-purely-under-threat-shashi-tharoor/states/news/1134101.html (அணுகிய நாள் பிப்ரவரி 15,2019)

58. *தி வயர்*, செப்டம்பர் 30, 2018, https://thewire.in/rights/india-freedom-speech-modi-govt-pen-international-abuse *தி டிப்ளோமேட்*, ஆகஸ்ட் 31, 2018, https://thediplomat.com/2018/08/in-india-constitutional-secularism-comes-under-threat/ (அணுகிய நாள் பிப்ரவரி 15,2019)

59. சசி தரூர், யுனைடெட் நியூஸ் ஆஃப் இந்தியா, பிப்ரவரி 10, 2018, http://www.uniindia.com/indian-civilization-is-purely-under-threat-shashi-tharoor/states/news/1134101.html (அணுகிய நாள் பிப்ரவரி 15,2019)

60. உபேந்திரா பாக்சி, http://www.india-seminar.com/2010/615/615_upendra_baxi.htm (அணுகிய நாள் நவம்பர் 20, 2013)

முன்னோட்டம்

1. *கான்ஸ்டிடியூண்ட் அசெம்பிளி டிபேட்ஸ்* (அரசியல் நிர்ணய சபை விவாதங்கள்), தொகுதி-1, டிசம்பர் 11, 1946.

2. ஏ.ஜி. நூராணி, *சேலஞ்சஸ் டு சிவில் ரைட்ஸ் கியாரண்டீஸ் இன் இந்தியா* (இந்தியாவில் பொதுஉரிமை உத்திரவாதங்களுக்கு உள்ள சவால்கள்) (புதுதில்லி: ஆக்ஸ்போர்டு யூனிவர்சிட்டி பிரஸ், 2012), பக்கம் 5; சர்பாணி சென், *தி கான்ஸ்டிடியூஷன் ஆஃப் இந்தியா: பாப்புலர் சாவரினிட்டி அண்டு டெமோகிராடிக் ட்ரான்ஸ்போர்மேஷன்* (இந்திய அரசமைப்புச் சட்டம்: பொது இறையாண்மையும் ஜனநாயக உருமாற்றமும்), (புதுதில்லி: ஆக்ஸ்போர்டு யூனிவர்சிட்டி பிரஸ், 2007)

3. *கான்ஸ்டிடியூண்ட் அசெம்பிளி டிபேட்ஸ்* (அரசியல் நிர்ணய சபை விவாதங்கள்), தொகுதி-5, ஆகஸ்ட் 22, 1947.

4. மெட்ராஸைச் சேர்ந்த உறுப்பினர். பிற்கால நேரு அமைச்சரவையின் நிதியமைச்சர் சி.டி. தேஷ்முக் அவர்களின் மனைவி.

5. *கான்ஸ்டிடியூண்ட் அசெம்பிளி டிபேட்ஸ்* (அரசியல் நிர்ணய சபை விவாதங்கள்), தொகுதி-9, செப்டம்பர் 16, 1949.

6. *தி பிரேமிங் ஆஃப் இந்தியா'ஸ் கான்ஸ்டிடியூஷன்: செலக்ட் டாக்குமெண்ட்ஸ்* (இந்திய அரசமைப்புச் சட்டத்தை வடிவமைத்தல்: தேர்ந்தெடுக்கப்பட்ட ஆவணங்கள்), தொகுப்பு: பி. சிவ ராவ், தொகுதி-2, (புதுதில்லி, இந்தியப் பொது நிர்வாக நிறுவனம், 1967), பக்கங்கள் 21-304.

7. *கான்ஸ்டிடியூண்ட் அசெம்பிளி டிபேட்ஸ்* (அரசியல் நிர்ணய சபை விவாதங்கள்), தொகுதி-3, ஏப்ரல் 29, 1947.

8. *கான்ஸ்டிடியூண்ட் அசெம்பிளி டிபேட்ஸ்* (அரசியல் நிர்ணய சபை விவாதங்கள்), தொகுதி-3, ஏப்ரல் 29, 1947.

9. *கான்ஸ்டிடியூண்ட் அசெம்பிளி டிபேட்ஸ்* (அரசியல் நிர்ணய சபை விவாதங்கள்), தொகுதி-3, ஏப்ரல் 30, 1947.

10. கே. எம். முன்ஷி, *டைம்ஸ் ஆஃப் இந்தியா,* குடியரசு தின சிறப்புப் பதிப்பு, ஜனவரி 26, 1950, பம்பாய், பக்கம் A 1.

11. *டைம்ஸ் ஆஃப் இந்தியா,* குடியரசு தின சிறப்புப் பதிப்பு, ஜனவரி 26, 1950, பம்பாய், பக்கம் B 14.

12. *டைம்ஸ் ஆஃப் இந்தியா,* குடியரசு தின சிறப்புப் பதிப்பு, ஜனவரி 26, 1950, பம்பாய், பக்கம் B 14.

13. கே. சந்தானம், *ஹிந்துஸ்தான் டைம்ஸ்,* குடியரசு தின சிறப்புப் பதிப்பு, ஜனவரி 26, 1950, புதுதில்லி, பக்கம் 3.

14. *டைம்ஸ் ஆஃப் இந்தியா,* ஜனவரி 25, 1950, பம்பாய் பக்கம் 5.

15. *டைம்ஸ் ஆஃப் இந்தியா,* குடியரசு தின சிறப்புப் பதிப்பு, ஜனவரி 26, 1950, பம்பாய், பக்கம் 8.

16. *டைம்ஸ் ஆஃப் இந்தியா,* ஜனவரி 26, 1950, பம்பாய் பக்கம் B 8.

17. *ஹிந்துஸ்தான் டைம்ஸ்,* ஜனவரி 26, 1950, புதுதில்லி, பக்கம் 1.

18. *ஹிந்துஸ்தான் டைம்ஸ்,* ஜனவரி 26, 1950, புதுதில்லி, பக்கம் 1.

19. கென்னத். சி. வியர், *ஹிந்துஸ்தான் டைம்ஸ்,* ஜனவரி 26, 1950. புதுதில்லி, பக்கம் 1.

20. *ஜவஹர்லால் நேரு டு சீஃப் மினிஸ்டர்ஸ்* (முதலமைச்சர்களுக்கு ஜவஹர்லால் நேருவின் கடிதங்கள்), ஜனவரி 18, 1950, தொகுப்பு: ஜி. பார்த்தசாரதி, *லெட்டர்ஸ் டு சீஃப் மினிஸ்டர்ஸ்,* 1947–1964, தொகுதி–2, (புதுதில்லி: ஜவஹர்லால் நேரு நினைவு நிதி, 1986), பக்கம் 3.

21. *ஜவஹர்லால் நேரு டு லார்டு மவுண்ட்பேட்டன்,* (ஜவஹர்லால் நேருவிடமிருந்து மவுண்ட்பேட்டன் பிரபுவுக்கு) ஜனவரி 16, 1950, *செலக்டட் ஒர்க்ஸ் ஆஃப் ஜவஹர்லால் நேரு* (ஜவஹர்லால் நேருவின் தேர்ந்தெடுக்கப்பட்ட படைப்புகள்) தொகுப்பு: எஸ். கோபால், தொகுதி 14/1 (புதுதில்லி: ஜவஹர்லால் நேரு நினைவு நிதி, 1992), பக்கம் 458.

22. *கான்ஸ்டிடியூண்ட் அசெம்பிளி டிபேட்ஸ்* (அரசியல் நிர்ணய சபை விவாதங்கள்), தொகுதி–11, நவம்பர் 25, 1949.

23. *ஹிந்துஸ்தான் டைம்ஸ்,* ஜனவரி 26, 1950, புதுதில்லி, பக்கம் 1.

24. கே. சந்தானம், *ஹிந்துஸ்தான் டைம்ஸ்,* குடியரசு தின சிறப்புப் பதிப்பு, ஜனவரி 26, 1950, புதுதில்லி, பக்கம் 3.

25. சி. ராஜகோபாலச்சாரி, *ஹிந்துஸ்தான் டைம்ஸ்,* குடியரசு தின சிறப்புப் பதிப்பு, ஜனவரி 26, 1950, புதுதில்லி, பக்கம் 6.

26. ரோஹித் டே, *எ பீபுள்ஸ் கான்ஸ்டிடியூஷன்* (மக்களின் அரசமைப்புச் சட்டம்), (பிரின்ஸ்டன்: பிரின்ஸ்டன் யூனிவர்சிட்டி பிரஸ், 2018).

27. *டைம்ஸ் ஆஃப் இந்தியா,* பிப்ரவரி 7, 1950, பம்பாய், பக்கம் 3.

28. ஸ்டேட் ஆஃப் மெட்ராஸ் V வி. ஜி. ரோ வழக்கில் உச்சநீதிமன்றத்தால் அறிவிக்கப்பட்டது.

29. *டைம்ஸ் ஆஃப் இந்தியா,* பிப்ரவரி 9, 1950, பம்பாய், பக்கம் 3.

30. *டைம்ஸ் ஆஃப் இந்தியா,* பிப்ரவரி 9, 1950, பம்பாய், பக்கம் 3.

31. *டைம்ஸ் ஆஃப் இந்தியா,* பிப்ரவரி 11, 1950, பம்பாய், பக்கம் 8.

32. *டைம்ஸ் ஆஃப் இந்தியா,* ஜனவரி 20, 1950, பம்பாய், பக்கம் 11.

33. *டைம்ஸ் ஆஃப் இந்தியா,* பிப்ரவரி 16, 1950, பம்பாய், பக்கம் 5.

34. *டைம்ஸ் ஆஃப் இந்தியா,* பிப்ரவரி 26, 1950, பம்பாய், பக்கம் 1.

35. அஸ்ஸாமைச் சேர்ந்த உறுப்பினர்.

36. *டைம்ஸ் ஆஃப் இந்தியா,* பிப்ரவரி 26, 1950, பம்பாய், பக்கம் 1.

37. *டைம்ஸ் ஆஃப் இந்தியா,* பிப்ரவரி 27, 1950, பம்பாய், பக்கம் 9.

38. அடுத்த சில மாதங்களுக்குள், வழக்குகளை மறுஆய்வு செய்வதற்கான அதிகாரத்தை, கம்யூனிஸ்ட் கைதி ஏ. கே. கோபாலன் மீதான வழக்கின் தீர்ப்பின் மூலமாக தடுப்புக்காவல் வழக்குகளுக்கும் உச்ச நீதிமன்றம் நீட்டிக்கப் போகிறது. ஏ.கே. கோபாலன் v ஸ்டேட் ஆஃப் மெட்ராஸ், AIR 1950 SC 27.

39. *ஜவஹர்லால் நேரு டூ சர்தார் படேல்* (ஜவஹர்லால் நேருவிடமிருந்து சர்தார் படேலுக்கு), மார்ச் 4, 1950, *செலக்டட் ஒர்க்ஸ் ஆஃப் ஜவஹர்லால் நேரு* (ஜவஹர்லால் நேருவின் தேர்ந்தெடுக்கப்பட்ட படைப்புகள்) தொகுப்பு: எஸ். கோபால், தொகுதி 14/1 (புதுதில்லி: ஜவஹர்லால் நேரு நினைவு நிதி, 1992), பக்கம் 462.

40. *மாதவ மேனன் டூ சர்தார் படேல்* (மாதவ மேனனிடமிருந்து சர்தார் படேலுக்கு), பிப்ரவரி 17, 1950, தொகுப்பு: எஸ். கோபால், *சர்தார் படேல்'ஸ் கரஸ்பாண்டன்ஸ்* (சர்தார் படேலின் கடிதப் போக்குவரத்துகள்), தொகுதி-9, (அகமதாபாத், 1973), பக்கம் 296.

41. *டைம்ஸ் ஆஃப் இந்தியா,* பிப்ரவரி 13, 1950, பம்பாய், பக்கம் 1.

42. *தி ஹிந்து,* பிப்ரவரி 13, 2006, சென்னை. https://www.thehindu.com/todays-paper-/tp-tamilnadu/survivor-of-salem-prison-massacre-recalls-the-black-day/article18408295.ece (அணுகிய நாள் நவம்பர் 25, 2018). ஆச்சரியமளிக்கும் விதமாக விசாரணை குழு அந்தத் துப்பாக்கிச் சூட்டினை நியாயப்படுத்தியது.

43. *சர்தார் படேல் டூ மாதவ மேனன்* (சர்தார் படேலிடமிருந்து கல்வி, சட்டம் மற்றும் சிறைத்துறை அமைச்சர் மாதவ மேனனுக்கு), பிப்ரவரி 16, 1950, தொகுப்பு: துர்கா தாஸ், *சர்தார் படேல்'ஸ் கரஸ்பாண்டன்ஸ்* (சர்தார் படேலின் கடிதப் போக்குவரத்துகள்), தொகுதி-9, (அகமதாபாத்: நவஜீவன் பப்ளிஷிங் ஹவுஸ், 1973), பக்கங்கள் 295-296.

44. *ஜவஹர்லால் நேரு டூ சர்தார் படேல்,* (ஜவஹர்லால் நேருவிடமிருந்து சர்தார் படேலுக்கு) பிப்ரவரி 15, 1950, *செலக்டட் ஒர்க்ஸ் ஆஃப் ஜவஹர்லால் நேரு* (ஜவஹர்லால் நேருவின் தேர்ந்தெடுக்கப்பட்ட படைப்புகள்) தொகுப்பு: எஸ். கோபால், தொகுதி 14/1 (புதுதில்லி: ஜவஹர்லால் நேரு நினைவு நிதி, 1994), பக்கம் 458.

45. *ஜவஹர்லால் நேரு டூ சர்தார் படேல்,* (ஜவஹர்லால் நேருவிடமிருந்து சர்தார் படேலுக்கு) மார்ச் 4, 1950, *செலக்டட் ஒர்க்ஸ் ஆஃப் ஜவஹர்லால் நேரு* (ஜவஹர்லால் நேருவின் தேர்ந்தெடுக்கப்பட்ட படைப்புகள்) தொகுப்பு: எஸ். கோபால், தொகுதி 14/1 (புதுதில்லி: ஜவஹர்லால் நேரு நினைவு நிதி, 1994), பக்கம் 462.

46. ரோமிலா தாப்பர் அவர்களின் சகோதரர், பிரபல வரலாற்று அறிஞர்.

47. ஆருத்ரா புர்ரா, *சிவில் லிபர்டீஸ் இன் தி இயர்லி கான்ஸ்டிடியூஷன்: கிராஸ்ரோட்ஸ் அண்டு ஆர்கனைஸர் கேஸஸ்* (ஆரம்பகால அரசமைப்புச் சட்டத்தில் பொதுஉரிமைகள்: கிராஸ்ரோட்ஸ் அண்டு ஆர்கனைஸர் வழக்குகள்), 2017, பக்கங்கள் 9-11, http://www.academia.edu/37231132/Civil_Liberties_in_the_Early_Constitution_the_CrossRoads_and_Organiser_cases (அணுகிய நாள் நவம்பர் 25, 2018).

48. *கிராஸ் ரோட்ஸ்,* மார்ச் 17, 1950

49. *கிராஸ் ரோட்ஸ்,* ஏப்ரல் 7, 1950.

50. ஆருத்ரா புர்ரா, *சிவில் லிபர்டீஸ் இன் தி இயர்லி கான்ஸ்டிடியூஷன்: கிராஸ்ரோட்ஸ் அண்டு ஆர்கனைஸர் கேஸஸ்* (ஆரம்பகால அரசமைப்புச் சட்டத்தில் பொதுஉரிமைகள்: கிராஸ்ரோட்ஸ் அண்டு ஆர்கனைஸர் வழக்குகள்), 2017, பக்கங்கள் 9-11, http://www.

academia.edu/37231132/Civil_Liberties_in_the_Early_Constitution_the_CrossRoads_and_Organiser_cases (அணுகிய நாள் நவம்பர் 25, 2018).

51. *ஆர்கனைஸர்*, பிப்ரவரி 27, 1950.

52. மைரோன் வேய்னர், *பார்ட்டி பாலிடிக்ஸ் இன் இந்தியா: தி டெவெலப்மெண்ட் ஆஃப் எ மல்டி-பார்ட்டி சிஸ்டம்* (இந்தியாவில் கட்சி அரசியல்: பல-கட்சி முறையின் வளர்ச்சி), (பிரின்ஸ்டன் யூனிவர்சிட்டி பிரஸ், 1957), பக்கம் 77.

53. *ஜவஹர்லால் நேரு டு சர்தார் படேல்*, (ஜவஹர்லால் நேருவிடமிருந்து சர்தார் படேலுக்கு) பிப்ரவரி 20, 1950, *செலக்டட் ஒர்க்ஸ் ஆஃப் ஜவஹர்லால் நேரு* (ஜவஹர்லால் நேருவின் தேர்ந்தெடுக்கப்பட்ட படைப்புகள்) தொகுப்பு: எஸ். கோபால், தொகுதி 14/1 (புதுதில்லி: ஜவஹர்லால் நேரு நினைவு நிதி, 1992), பக்கம் 48.

54. கோரக்நாத் மடத்தின் மடாதிபதி. பிற்காலத்தில் திக்விஜயநாத் கோரக்பூரிலிருந்து நாடாளுமன்றத்துக்கு தேர்ந்தெடுக்கப்பட்டார். அவருக்கு அடுத்து வந்த மடாதிபதிகளான மகாந்த் அவைத்யநாத் மற்றும் மகாந்த் ஆதித்யநாத் போன்றவர்களும் திக்விஜயநாத்தின் அரசியல் பாரம்பரியத்தைத் தொடர்ந்தார்கள்.

55. *ஜவஹர்லால் நேரு டு சீஃப் மினிஸ்டர்ஸ்* (முதலமைச்சர்களுக்கு ஜவஹர்லால் நேருவின் கடிதங்கள்), பிப்ரவரி 2, 1950, தொகுப்பு: ஜி. பார்த்தசாரதி, *லெட்டர்ஸ் டு சீஃப் மினிஸ்டர்ஸ்*, 1947-1964, தொகுதி-2, (புதுதில்லி: ஜவஹர்லால் நேரு நினைவு நிதி, 1986), பக்கம் 6.

56. *ஜவஹர்லால் நேரு டு ஜெயபிரகாஷ் நாராயண்*, (ஜவஹர்லால் நேருவிடமிருந்து ஜெயபிரகாஷ் நாராயணனுக்கு) மார்ச் 23, 1950, *செலக்டட் ஒர்க்ஸ் ஆஃப் ஜவஹர்லால் நேரு* (ஜவஹர்லால் நேருவின் தேர்ந்தெடுக்கப்பட்ட படைப்புகள்) தொகுப்பு: எஸ். கோபால், தொகுதி 14/1 (புதுதில்லி: ஜவஹர்லால் நேரு நினைவு நிதி, 1992), பக்கம் 141.

57. *ஜவஹர்லால் நேரு டு பி. சி. ராய்*, (ஜவஹர்லால் நேருவிடமிருந்து பி.சி. ராய்க்கு) மார்ச் 16, 1950, *செலக்டட் ஒர்க்ஸ் ஆஃப் ஜவஹர்லால் நேரு* (ஜவஹர்லால் நேருவின் தேர்ந்தெடுக்கப்பட்ட படைப்புகள்) தொகுப்பு: எஸ். கோபால், தொகுதி 14/1 (புதுதில்லி: ஜவஹர்லால் நேரு நினைவு நிதி, 1992), பக்கம் 124.

58. *ஹிந்துஸ்தான் டைம்ஸ்*, ஏப்ரல் 27, 1950, புதுதில்லி, பக்கம் 9; பத்திரிகைகளுக்கு வழங்கப்பட்ட அறிக்கை, ஏப்ரல் 26, 1950, *செலக்டட் ஒர்க்ஸ் ஆஃப் ஜவஹர்லால் நேரு* (ஜவஹர்லால் நேருவின் தேர்ந்தெடுக்கப்பட்ட படைப்புகள்) தொகுப்பு: எஸ். கோபால், தொகுதி 14/1 (புதுதில்லி: ஜவஹர்லால் நேரு நினைவு நிதி, 1992), பக்கம் 124.

59. *ஜவஹர்லால் நேரு டு சர்தார் படேல்*, (ஜவஹர்லால் நேருவிடமிருந்து சர்தார் படேலுக்கு) மார்ச் 26, 1950, *செலக்டட் ஒர்க்ஸ் ஆஃப் ஜவஹர்லால் நேரு* (ஜவஹர்லால் நேருவின் தேர்ந்தெடுக்கப்பட்ட படைப்புகள்) தொகுப்பு: எஸ். கோபால், தொகுதி 14/1 (புதுதில்லி: ஜவஹர்லால் நேரு நினைவு நிதி, 1992), பக்கங்கள் 148-49.

60. *ஜவஹர்லால் நேரு டு சி. ராஜகோபாலச்சாரி*, (ஜவஹர்லால் நேருவிடமிருந்து சி. ராஜகோபாலச்சாரிக்கு) மார்ச் 16, 1950, *செலக்டட் ஒர்க்ஸ் ஆஃப் ஜவஹர்லால் நேரு* (ஜவஹர்லால் நேருவின் தேர்ந்தெடுக்கப்பட்ட படைப்புகள்) தொகுப்பு: எஸ். கோபால், தொகுதி 14/1 (புதுதில்லி: ஜவஹர்லால் நேரு நினைவு நிதி, 1992), பக்கம் 126.

61. *ஜவஹர்லால் நேரு டு சீஃப் மினிஸ்டர்ஸ்* (முதலமைச்சர்களுக்கு ஜவஹர்லால் நேருவின் கடிதங்கள்), மார்ச் 1, 1950, தொகுப்பு: ஜி. பார்த்தசாரதி, *லெட்டர்ஸ் டு சீஃப் மினிஸ்டர்ஸ்*, 1947-1964, தொகுதி-2, (புதுதில்லி: ஜவஹர்லால் நேரு நினைவு நிதி, 1986), பக்கம் 41.

62. *டைம்ஸ் ஆஃப் இந்தியா*, ஏப்ரல்11, 1950, பம்பாய், பக்கம் 5.

63. *பிரிஜ் பூஷன் V ஸ்டேட் ஆஃப் டெல்லி,* AIR 1950 SC 129.

64. ஆர்கனைஸர் பத்திரிகையின் முதல் மற்றும் நீண்டகால முதன்மைப் பொறுப்பாசிரியர் மல்கானி ஆவார். ஹார்வர்டு பல்கலைக்கழகத்தில் *நீமன் ஃபெல்லோ* பெற்றவர். நேருவின் மகளான இந்திரா காந்தியால் பிரகடனம் செய்யப்பட்ட நெருக்கடி நிலையின்போது கைதான முதல் நபர். பிற்காலத்தில் ராஜ்ய சபா உறுப்பினராகத் தேர்ந்தெடுக்கப்பட்டவர். புதுச்சேரி துணை நிலை ஆளுநராகப் பதவி வகித்தவர்.

65. *ஆர்கனைஸர்,* மார்ச் 6, 1950.

66. *ஆர்கனைஸர்,* மார்ச் 13, 1950.

70. *பிரிஜ் பூஷன் V ஸ்டேட் ஆஃப் டெல்லி,* AIR 1950 SC 129.

71. *ரோமேஷ் தாப்பர் V ஸ்டேட் ஆஃப் மெட்ராஸ்,* AIR 1950 SC 124.

72. *டைம்ஸ் ஆஃப் இந்தியா,* ஏப்ரல்17, 1950, பம்பாய், பக்கம் 5.

73. *டைம்ஸ் ஆஃப் இந்தியா,* மே 2, 1950, பம்பாய், பக்கம் 5.

74. தேசியம் சார்ந்த தலைவராகவும், தேசபந்து என்று அன்போடு அழைக்கப்பட்ட காங்கிரஸ் ஜாம்பவானுமான சி. ஆர். தாஸ் அவர்களின் சகோதரர். சி. ஆர். தாஸ் ஒத்துழையாமை இயக்கத்தின் பிரபல முகமாகத் திகழ்ந்தவர். அலிப்பூர் சதி வழக்கில் அரபிந்தோ கோஷ் அவர்களுக்கு ஆதரவாக வாதாடியவர்.

75. *டைம்ஸ் ஆஃப் இந்தியா,* மே 15, 1950, பம்பாய், பக்கம் 9.

76. இவருடைய பேரனான நீதியரசர் மார்கண்டேய கட்ஜுவும் வெளிப்படையாகப் பேசக்கூடியவர். மார்கண்டேய கட்ஜுவின் பேத்தி காங்கிரஸ் தலைவர்களுள் ஒருவரான சசி தரூரின் முதல் மனைவியாக இருந்தவர்.

77. *ஹிந்துஸ்தான் டைம்ஸ்,* மே 20, 1950, புதுதில்லி.

78. *ரோமேஷ் தாப்பர் V ஸ்டேட் ஆஃப் மெட்ராஸ்,* AIR 1950 SC 124.

79. *டைம்ஸ் ஆஃப் இந்தியா,* மே 27, 1950, பம்பாய், பக்கம் 11.

80. *ரோமேஷ் தாப்பர் V ஸ்டேட் ஆஃப் மெட்ராஸ்,* AIR 1950 SC 124.

81. *சர்தார் படேல் டு ஜவஹர்லால் நேரு* (சர்தார் படேலிடமிருந்து ஜவஹர்லால் நேருவுக்கு), ஜூலை 3, 1950, தொகுப்பு: துர்கா தாஸ், *சர்தார் படேல்'ஸ் கரஸ்பாண்டன்ஸ்* (சர்தார் படேலின் கடிதப் போக்குவரத்துகள்), தொகுதி–10, (அகமதாபாத்: நவஜீவன் பப்ளிஷிங் ஹவுஸ், 1974), பக்கம் 358.

82. *டைம்ஸ் ஆஃப் இந்தியா,* ஜூன் 5, 1950, பம்பாய், பக்கம் 6.

2. மக்கள் காத்திருப்பார்களா?

1. தற்போதைய ஜார்கண்ட்டில் இருக்கிறது.

2. சொத்துக்களை மொத்தமாகக் கையகப்படுத்திக் கொள்வதற்குப் பதிலாக அவற்றை நிர்வகிக்கும் அதிகாரத்தை மட்டும் அரசு எடுத்துக்கொண்டிருந்து. அதாவது வாடகை மற்றும் நிலுவைத்தொகைகளை வசூலிப்பது, ஊழியர்களை வேலைக்கு அமர்த்துவது, சொத்துக்களை வாடகைக்கு விடுவது, வாடகைதாரர்களை வெளியேற்றுவது. அந்தச் சொத்துக்களை விற்கவோ, விநியோகிக்கவோ, பிறவகையில் பிரிக்கவோ அரசுக்கு எந்தவொரு அதிகாரமும் இருக்காது. சொத்துக்களைக் கட்டுப்படுத்தி அதிலிருந்து கிடைக்கும் வருவாயிலிருந்து இருபது சதவீதத்தை உரிமையாளர்களுக்கு வழங்கும் வேலையை மட்டுமே அரசு செய்யும்.

3. *டைம்ஸ் ஆஃப் இந்தியா,* ஜனவரி 20,1950, பம்பாய், பக்கம் 8.

4. *டைம்ஸ் ஆஃப் இந்தியா*, ஜனவரி 20,1950, பம்பாய், பக்கம் 8.

5. *ஸ்டேட் ஆஃப் பீகார் v காமாக்ய நாராயண் சிங்*, AIR 1950, Pat. 366.

6. *காமேஷ்வர் சிங் v ஸ்டேட் ஆஃப் பீகார்*, AIR 1950, Pat. 392.

7. *ஜவஹர்லால் நேரு டூ வி.கே.கிருஷ்ண மேனன்*, (ஜவஹர்லால் நேருவிடமிருந்து வி.கே. கிருஷ்ண மேனனுக்கு) மார்ச் 20, 1950, *செலக்டட் ஒர்க்ஸ் ஆஃப் ஜவஹர்லால் நேரு* (ஜவஹர்லால் நேருவின் தேர்ந்தெடுக்கப்பட்ட படைப்புகள்) தொகுப்பு: எஸ். கோபால், தொகுதி 14/1 (புதுதில்லி: ஜவஹர்லால் நேரு நினைவு நிதி, 1992), பக்கம் 129;

   ஜவஹர்லால் நேரு டூ ராஜேந்திர பிரசாத், (ஜவஹர்லால் நேருவிடமிருந்து ராஜேந்திர பிரசாத்துக்கு) மார்ச் 20, 1950, *செலக்டட் ஒர்க்ஸ் ஆஃப் ஜவஹர்லால் நேரு* (ஜவஹர்லால் நேருவின் தேர்ந்தெடுக்கப்பட்ட படைப்புகள்) தொகுப்பு: எஸ். கோபால், தொகுதி 14/1 (புதுதில்லி: ஜவஹர்லால் நேரு நினைவு நிதி, 1992), பக்கம் 130;

   ஜவஹர்லால் நேரு டூ விஜயலட்சுமி பண்டிட், (ஜவஹர்லால் நேருவிடமிருந்து விஜயலட்சுமி பண்டிட்டுக்கு) மார்ச் 20, 1950, *செலக்டட் ஒர்க்ஸ் ஆஃப் ஜவஹர்லால் நேரு* (ஜவஹர்லால் நேருவின் தேர்ந்தெடுக்கப்பட்ட படைப்புகள்) தொகுப்பு: எஸ். கோபால், தொகுதி 14/1 (புதுதில்லி: ஜவஹர்லால் நேரு நினைவு நிதி, 1992), பக்கம் 132;

   ஜவஹர்லால் நேரு டூ விஜயலட்சுமி பண்டிட், (ஜவஹர்லால் நேருவிடமிருந்து விஜயலட்சுமி பண்டிட்டுக்கு) ஏப்ரல் 12, 1950, *செலக்டட் ஒர்க்ஸ் ஆஃப் ஜவஹர்லால் நேரு* (ஜவஹர்லால் நேருவின் தேர்ந்தெடுக்கப்பட்ட படைப்புகள்) தொகுப்பு: எஸ். கோபால், தொகுதி 14/2 (புதுதில்லி: ஜவஹர்லால் நேரு நினைவு நிதி, 1993), பக்கம் 27.

8. *சர்தார் படேல் டூ ஜவஹர்லால் நேரு* (சர்தார் படேலிடமிருந்து ஜவஹர்லால் நேருவுக்கு), மார்ச் 28, 1950, தொகுப்பு: துர்கா தாஸ், *சர்தார் படேல்'ஸ் கரஸ்பாண்டன்ஸ்* (சர்தார் படேலின் கடிதப் போக்குவரத்துகள்), தொகுதி–10, (அகமதாபாத்: நவஜீவன் பப்ளிஷிங் ஹவுஸ், 1974), பக்கம் 19. நேருவை விமர்சிப்பவர்களைப் போலவே சர்தார் படேலும், பாகிஸ்தானில் நடப்பதையும் அதன் விளைவாக இந்தியாவில் நடப்பவைகளையும் புறக்கணித்தால் பாகிஸ்தானுக்கும், இந்திய முஸ்லீம்களுக்கும் எதிரான விரோத மனப்பான்மையைச் சமாளிக்க அரசாங்கம் அடக்குமுறையை மட்டுமே நம்பியிருக்கிறது என்று அர்த்தம் என நம்பினார். 'நம்முடைய மதச்சார்பற்ற கொள்கைகள் இந்தியாவிலுள்ள நமது முஸ்லிம் குடிமக்களின் மீது ஒரு பொறுப்பைச் சுமத்துகின்றன. பாகிஸ்தானுக்கான கோரிக்கையின் அடிப்படையிலும், அதனோடு அவர்களுக்கு இருந்த கடந்தகால தொடர்புகளின் அடிப்படையிலும், அவர்களில் சிலருடைய துரதிர்ஷ்டமான நடவடிக்கைகளின் அடிப்படையிலும், அவர்களுடைய விசுவாசம் குறித்து மக்களில் பலருக்கும் ஏற்பட்டுள்ள சந்தேகங்களை அகற்றுவதற்கான பொறுப்பு அது,' என்று அவர் நேருவிடம் தெரிவித்திருந்தார்.

9. *ஹிந்துஸ்தான் டைம்ஸ்*, ஏப்ரல் 12, 1950. வங்காளத்தின் பத்திரிகைகள் நேருவைச் சித்தரித்திருந்த விதத்தை இந்தச் செய்திச் சுருக்கத்தின் மூலம் தெரிந்துகொள்ளலாம். பிரதமர் குறித்தும், பாகிஸ்தான் விவகாரத்தில் அவரின் அணுகுமுறை குறித்தும் வங்காளத்தைச் சேர்ந்த அனைத்து பத்திரிகைகளும் ஒட்டுமொத்த எதிர்ப்பைக் காட்டியிருந்தன.

10. *ஜவஹர்லால் நேரு டூ சர்தார் படேல்*, (ஜவஹர்லால் நேருவிடமிருந்து சர்தார் படேலுக்கு) மார்ச் 26, 1950, *செலக்டட் ஒர்க்ஸ் ஆஃப் ஜவஹர்லால் நேரு* (ஜவஹர்லால் நேருவின் தேர்ந்தெடுக்கப்பட்ட படைப்புகள்) தொகுப்பு: எஸ். கோபால், தொகுதி 14/1 (புதுதில்லி: ஜவஹர்லால் நேரு நினைவு நிதி, 1992), பக்கங்கள் 148.

11. *சர்தார் படேல் டூ ஜவஹர்லால் நேரு* (சர்தார் படேலிடமிருந்து ஜவஹர்லால் நேருவுக்கு), மார்ச் 28, 1950, தொகுப்பு: துர்கா தாஸ், *சர்தார் படேல்'ஸ் கரஸ்பாண்டன்ஸ்* (சர்தார் படேலின்

கடிதப் போக்குவரத்துகள்), தொகுதி–10, (அகமதாபாத்: நவஜீவன் பப்ளிஷிங் ஹவுஸ், 1974), பக்கம் 20.

12. *சர்தார் படேல் டு ஜவஹர்லால் நேரு* (சர்தார் படேலிடமிருந்து ஜவஹர்லால் நேருவுக்கு), மார்ச் 28, 1950, தொகுப்பு: துர்கா தாஸ், *சர்தார் படேல்'ஸ் கரஸ்பாண்டன்ஸ்* (சர்தார் படேலின் கடிதப் போக்குவரத்துகள்), தொகுதி–10, (அகமதாபாத்: நவஜீவன் பப்ளிஷிங் ஹவுஸ், 1974), பக்கம் 20.

13. *சர்தார் படேல் டு ஜவஹர்லால் நேரு* (சர்தார் படேலிடமிருந்து ஜவஹர்லால் நேருவுக்கு), ஜூலை 3, 1950, தொகுப்பு: துர்கா தாஸ், *சர்தார் படேல்'ஸ் கரஸ்பாண்டன்ஸ்* (சர்தார் படேலின் கடிதப் போக்குவரத்துகள்), தொகுதி–10, (அகமதாபாத்: நவஜீவன் பப்ளிஷிங் ஹவுஸ், 1974), பக்கம் 358.

14. நேரு–லியாகத் உடன்படிக்கைக்கும், புதிதாக அமைக்கப்பட்டுள்ள தலையங்க ஆலோசனை நடைமுறைக்கும் எதிராகவே இருக்கும் மேற்குவங்கப் பத்திரிகைகளின் தொனியில் எந்தவொரு முன்னேற்றமும் தென்படவில்லை. அவை கிழக்கு பாகிஸ்தானின் அங்கீகாரம் மற்றும் பாகிஸ்தான் அரசின் மீது சந்தேகங்களைக் கிளப்பும் வகையில் செய்திகளை அச்சிட்டு பாகிஸ்தான்–விரோத பிரச்சாரத்தில் தொடர்ந்து ஈடுபட்டுவருகின்றன என்று பாகிஸ்தான் அரசு புகார் தெரிவித்திருந்தது.

15. *ஜவஹர்லால் நேரு டு ஜபாருல்லா கான்,* (ஜவஹர்லால் நேருவிடமிருந்து ஜபாருல்லா கானுக்கு) மே 20, 1950, *செலக்டட் ஒர்க்ஸ் ஆஃப் ஜவஹர்லால் நேரு* (ஜவஹர்லால் நேருவின் தேர்ந்தெடுக்கப்பட்ட படைப்புகள்) தொகுப்பு: எஸ். கோபால், தொகுதி 14/2 (புதுதில்லி: ஜவஹர்லால் நேரு நினைவு நிதி, 1993), பக்கம் 111. மேற்குவங்கப் பத்திரிகைகளின் தொனியை மேம்படுத்துவதற்கு அனைத்து முயற்சிகளும் எடுக்கப்பட்டு வருவதாகக் கூட ஜபாருல்லா கானுக்கு நேரு உறுதியளித்திருந்தார்.

16. *ஹிந்துஸ்தான் டைம்ஸ்,* ஏப்ரல் 1, 1950, புதுதில்லி, பக்கம் 3.

17. *ஹிந்துஸ்தான் டைம்ஸ்,* ஏப்ரல் 1, 1950, புதுதில்லி, பக்கம் 3.

18. *டைம்ஸ் ஆஃப் இந்தியா,* ஏப்ரல் 8,1950, பம்பாய், பக்கம் 5.

19. *டைம்ஸ் ஆஃப் இந்தியா,* ஜூலை 28, 1950, பம்பாய், பக்கம் 6.

20. *ஹிந்துஸ்தான் டைம்ஸ்,* ஏப்ரல் 23, 1950, புதுதில்லி, பக்கம் 12; *ஹிந்துஸ்தான் டைம்ஸ்,* ஏப்ரல் 24, 1950, புதுதில்லி, பக்கம் 6. அப்போது, சட்டமன்றத்தில் காங்கிரஸுக்கு எதிராக இருந்தவர்களில் பல பேர் உண்மையான ராஜாக்கள்.

21. புருஷோத்தம் தாஸ் டாண்டன் ஒரு மூத்த காங்கிரஸ் தலைவர். பிற்கால காங்கிரஸ் தலைவர்.

22. *ஹிந்துஸ்தான் டைம்ஸ்,* ஏப்ரல் 26, 1950, புதுதில்லி, பக்கம் 6.

23. *ஹிந்துஸ்தான் டைம்ஸ்,* மே 6, 1950, புதுதில்லி, பக்கம் 8; *ஹிந்துஸ்தான் டைம்ஸ்,* மே 9, 1950, புதுதில்லி, பக்கம் 8;

24. *ஹிந்துஸ்தான் டைம்ஸ்,* மே 13, 1950, புதுதில்லி, பக்கம் 8.

25. *டைம்ஸ் ஆஃப் இந்தியா,* ஜூலை 28, 1950, பம்பாய், பக்கம் 6; *ஹிந்துஸ்தான் டைம்ஸ்,* ஜூன் 14, 1950, புதுதில்லி, பக்கம் 8.

26. *ஹிந்துஸ்தான் டைம்ஸ்,* ஏப்ரல் 20,1950, புதுதில்லி, பக்கம் 12; *ஹிந்துஸ்தான் டைம்ஸ்,* ஜூன் 1, 1950, புதுதில்லி, பக்கம் 6.

27. *ஹிந்துஸ்தான் டைம்ஸ்,* ஏப்ரல் 15, 1950, புதுதில்லி, பக்கம் 8.

28. தனது ஆண்டுக் குத்தகையை விடப் பத்து மடங்கு விலை கொடுத்து நிலத்தை வாங்க விரும்பும் ஒரு விவசாயி.

29. *ஹிந்துஸ்தான் டைம்ஸ்*, ஏப்ரல் 19, 1950, புதுதில்லி, பக்கம் 8.

30. *ஹிந்துஸ்தான் டைம்ஸ்*, ஏப்ரல் 29, 1950, புதுதில்லி, பக்கம் 5.

31. *ஹிந்துஸ்தான் டைம்ஸ்*, ஏப்ரல் 26, 1950, புதுதில்லி, பக்கம் 6.

32. *ஹிந்துஸ்தான் டைம்ஸ்*, ஜூலை 10, 1950, புதுதில்லி, பக்கம் 6. பிரிட்டிஷார் வெளியேறிய உடனேயே புதிய சொர்க்கம் பிறந்துவிடும் என்பதை ஒரு தேசியவாதப் பிரச்சாரம் என்று வால்டர் கிராக்கர் குறிப்பிட்டார்; *நேரு: எ கான்டெம்ப்ரோரி எஸ்டிமேட்* (நேரு: ஒரு சமகால மதிப்பீடு), வால்டர் கிராக்கர், (புதுதில்லி: ராண்டம் ஹவுஸ், 2011)

33. *ஹிந்துஸ்தான் டைம்ஸ்*, ஏப்ரல் 14, 1950, புதுதில்லி, பக்கம் 8.

34. *ஹிந்துஸ்தான் டைம்ஸ்*, ஏப்ரல் 20, 1950, புதுதில்லி, பக்கம் 6.

35. *ஹிந்துஸ்தான் டைம்ஸ்*, ஏப்ரல் 23, 1950, புதுதில்லி, பக்கம் 1.

36. *ஹிந்துஸ்தான் டைம்ஸ்*, ஏப்ரல் 28, 1950, புதுதில்லி, பக்கம் 5.

37. *டைம்ஸ் ஆஃப் இந்தியா*, மே 15, 1950, பம்பாய், பக்கம் 3.

38. *காமேஷ்வர் சிங் V ஸ்டேட் ஆஃப் பீகார்*, AIR 1950, Pat. 392.

39. *ஹிந்துஸ்தான் டைம்ஸ்*, ஜூன் 7, 1950, புதுதில்லி, பக்கம் 3.

40. *காமேஷ்வர் சிங் V ஸ்டேட் ஆஃப் பீகார்*, AIR 1950, Pat. 392; *டைம்ஸ் ஆஃப் இந்தியா*, ஜூன் 7,1950, பம்பாய், பக்கம் 5; கோபால் சங்கரநாராயண், *லா அண்டு பாலிடிக்ஸ் இன் ஆப்ரிக்கா, ஏசியா அண்டு லத்தீன் அமெரிக்கா* (ஆப்ரிக்கா, ஆசியா மற்றும் லத்தீன் அமெரிக்காவில் சட்டமும் அரசியலும்), தொகுதி–44, எண்–2, பக்கம் 225.

41. *ஹிந்துஸ்தான் டைம்ஸ்*, ஜூன் 3, 1950, புதுதில்லி, பக்கம் 8.

42. *ஹிந்துஸ்தான் டைம்ஸ்*, ஜூன் 3, 1950, புதுதில்லி, பக்கம் 8.

43. ஜான் மத்தாயின் சகோதரர் மகன்தான் வெண்மைப் புரட்சிக்கும் அமுல் நிறுவனத்துக்கும் காரணகர்த்தாவான வர்கீஸ் குரியன். ஜான் மத்தாயின் மகனான ரவி மத்தாய், அகமதாபாத்தில் உள்ள இந்திய மேலாண்மையியல் நிறுவனத்தின் நிறுவனர் மற்றும் இயக்குநராக இருந்தவர்.

44. *ஹிந்துஸ்தான் டைம்ஸ்*, ஜூன் 3, 1950, புதுதில்லி, பக்கம் 4; *டைம்ஸ் ஆஃப் இந்தியா*, ஜூன் 3, 1950, பம்பாய், பக்கம் 1.

45. *டைம்ஸ் ஆஃப் இந்தியா*, ஜூன் 2, 1950, பம்பாய், பக்கம் 1.

46. *டைம்ஸ் ஆஃப் இந்தியா*, ஜூன் 6, 1950, பம்பாய், பக்கம் 1.

47. *டைம்ஸ் ஆஃப் இந்தியா*, ஜூன் 6, 1950, பம்பாய், பக்கம் 1.

48. *டைம்ஸ் ஆஃப் இந்தியா*, ஜூன் 6, 1950, பம்பாய், பக்கம் 1.

49. மத்தாய் தனது அரசியல் பணியை விடுத்து டாடா குழுமத்தில் மீண்டும் இணைந்தது பொதுப்பார்வையில் அவர் மீதான நம்பகத்தன்மையை அதிகப்படுத்தியது.

50. *ஜவஹர்லால் நேரு டூ ஜான் மத்தாய்*, (ஜவஹர்லால் நேருவிடமிருந்து ஜான் மத்தாய்க்கு) ஜூன் 4, 1950, *செலக்டட் ஒர்க்ஸ் ஆஃப் ஜவஹர்லால் நேரு* (ஜவஹர்லால் நேருவின் தேர்ந்தெடுக்கப்பட்ட படைப்புகள்) தொகுப்பு: எஸ். கோபால், தொகுதி 14/2 (புதுதில்லி: ஜவஹர்லால் நேரு நினைவு நிதி, 1993), பக்கங்கள் 234, 246;

ஜவஹர்லால் நேரு டூ சர்தார் படேல், (ஜவஹர்லால் நேருவிடமிருந்து சர்தார் படேலுக்கு) ஜூன் 5, 1950, *செலக்டட் ஒர்க்ஸ் ஆஃப் ஜவஹர்லால் நேரு* (ஜவஹர்லால் நேருவின்

தேர்ந்தெடுக்கப்பட்ட படைப்புகள்) தொகுப்பு: எஸ். கோபால், தொகுதி 14/1 (புதுதில்லி: ஜவஹர்லால் நேரு நினைவு நிதி, 1992), பக்கங்கள் 244;

ஜவஹர்லால் நேரு டூ விஜயலட்சுமி பண்டிட், (ஜவஹர்லால் நேருவிடமிருந்து விஜயலட்சுமி பண்டிட்டுக்கு) ஜூன் 5, 1950, *செலக்டட் ஒர்க்ஸ் ஆஃப் ஜவஹர்லால் நேரு* (ஜவஹர்லால் நேருவின் தேர்ந்தெடுக்கப்பட்ட படைப்புகள்) தொகுப்பு: எஸ். கோபால், தொகுதி 14/2 (புதுதில்லி: ஜவஹர்லால் நேரு நினைவு நிதி, 1993), பக்கம் 246.

51. *ஜவஹர்லால் நேரு டூ சி. ராஜகோபாலச்சாரி,* (ஜவஹர்லால் நேருவிடமிருந்து சி. ராஜகோபாலச்சாரிக்கு) , ஜூன் 4, 1950, *செலக்டட் ஒர்க்ஸ் ஆஃப் ஜவஹர்லால் நேரு* (ஜவஹர்லால் நேருவின் தேர்ந்தெடுக்கப்பட்ட படைப்புகள்) தொகுப்பு: எஸ். கோபால், தொகுதி 14/2 (புதுதில்லி: ஜவஹர்லால் நேரு நினைவு நிதி, 1993), பக்கம் 239. சுவாரசியமான விஷயம் என்னவெனில், நேரு தன்னுடன் சில பத்திரிகையாளர்களையும் அந்தக் கடற்படைக் கப்பலில் அழைத்துச் சென்றிருந்தார். மேலும் பார்க்க: *ஜவஹர்லால் நேரு டூ விஜயலட்சுமி பண்டிட்,* (ஜவஹர்லால் நேருவிடமிருந்து விஜயலட்சுமி பண்டிட்டுக்கு) ஜூன் 5, 1950, *செலக்டட் ஒர்க்ஸ் ஆஃப் ஜவஹர்லால் நேரு* (ஜவஹர்லால் நேருவின் தேர்ந்தெடுக்கப்பட்ட படைப்புகள்) தொகுப்பு: எஸ். கோபால், தொகுதி 14/2 (புதுதில்லி: ஜவஹர்லால் நேரு நினைவு நிதி, 1993), பக்கம் 246.

52. *டைம்ஸ் ஆஃப் இந்தியா,* ஜூன் 15, 1950, பம்பாய், பக்கம் 6.

53. *ஜவஹர்லால் நேரு டூ விஜயலட்சுமி பண்டிட்,* (ஜவஹர்லால் நேருவிடமிருந்து விஜயலட்சுமி பண்டிட்டுக்கு) ஏப்ரல் 12, 1950, *செலக்டட் ஒர்க்ஸ் ஆஃப் ஜவஹர்லால் நேரு* (ஜவஹர்லால் நேருவின் தேர்ந்தெடுக்கப்பட்ட படைப்புகள்) தொகுப்பு: எஸ். கோபால், தொகுதி 14/2 (புதுதில்லி: ஜவஹர்லால் நேரு நினைவு நிதி, 1993), பக்கம் 27;

ஜவஹர்லால் நேரு டூ விஜயலட்சுமி பண்டிட், (ஜவஹர்லால் நேருவிடமிருந்து விஜயலட்சுமி பண்டிட்டுக்கு) ஏப்ரல் 15, 1950, *செலக்டட் ஒர்க்ஸ் ஆஃப் ஜவஹர்லால் நேரு* (ஜவஹர்லால் நேருவின் தேர்ந்தெடுக்கப்பட்ட படைப்புகள்) தொகுப்பு: எஸ். கோபால், தொகுதி 14/2 (புதுதில்லி: ஜவஹர்லால் நேரு நினைவு நிதி, 1993), பக்கம் 44;

ஜவஹர்லால் நேரு டூ வி.கே.கிருஷ்ண மேனன், (ஜவஹர்லால் நேருவிடமிருந்து வி.கே. கிருஷ்ண மேனனுக்கு) ஜூன் 4, 1950, *செலக்டட் ஒர்க்ஸ் ஆஃப் ஜவஹர்லால் நேரு* (ஜவஹர்லால் நேருவின் தேர்ந்தெடுக்கப்பட்ட படைப்புகள்) தொகுப்பு: எஸ். கோபால், தொகுதி 14/2 (புதுதில்லி: ஜவஹர்லால் நேரு நினைவு நிதி, 1993), பக்கம் 241;

ஜவஹர்லால் நேரு டூ விஜயலட்சுமி பண்டிட், (ஜவஹர்லால் நேருவிடமிருந்து விஜயலட்சுமி பண்டிட்டுக்கு) ஜூன் 5, 1950, *செலக்டட் ஒர்க்ஸ் ஆஃப் ஜவஹர்லால் நேரு* (ஜவஹர்லால் நேருவின் தேர்ந்தெடுக்கப்பட்ட படைப்புகள்) தொகுப்பு: எஸ். கோபால், தொகுதி 14/2 (புதுதில்லி: ஜவஹர்லால் நேரு நினைவு நிதி, 1993), பக்கம் 245.

54. *தி பிரேமிங் ஆஃப் இந்தியா'ஸ் கான்ஸ்டிடியூஷன்: செலக்ட் டாக்குமெண்ட்ஸ்* (இந்திய அரசமைப்புச் சட்டத்தை வடிவமைத்தல்: தேர்ந்தெடுக்கப்பட்ட ஆவணங்கள்), தொகுப்பு: பி. சிவ ராவ், தொகுதி–2, (புதுதில்லி, இந்தியப் பொது நிர்வாக நிறுவனம், 1967), பக்கங்கள் 231–40; கோபால் சங்கரநாராயண், *லா அண்டு பாலிடிக்ஸ் இன் ஆப்ரிக்கா, ஏசியா அண்டு லத்தீன் அமெரிக்கா* (.ஆப்ரிக்கா, ஆசியா மற்றும் லத்தீன் அமெரிக்காவில் சட்டமும் அரசியலும்), தொகுதி–44, எண்–2, பக்கம் 225.

55. *ஹிந்துஸ்தான் டைம்ஸ்,* ஜூன் 1, 1950, புதுதில்லி, பக்கம் 6. 1960களில் சி.பி. குப்தா உத்திரப்பிரதேச முதலமைச்சராக மூன்று முறை பதவி வகிக்க இருக்கிறார்.

56. சஹாய்க்குத் தனிப்பட்ட காரணம் இருந்தது. அவர் ஒருமுறை லாரி விபத்தில் சிக்கியிருந்தார். அது தர்பங்காவின் ராஜா காமேஷ்வர் சிங்கின் உத்தரவின் பேரில் தன்னைக் கொல்ல நடந்த சதிமுயற்சி என்று சஹாய் குற்றம்சாட்டினார். *ஹிந்துஸ்தான் டைம்ஸ்*, ஜூலை 26, 2004, https://www.hindustantimes.com/india/land-reforms-loop-full-of-holes/story-aesBOfmlsJ3IAKnwjGJq6J.html. (அணுகிய நாள் மே 1, 2019)

57. *டைம்ஸ் ஆஃப் இந்தியா*, ஜூன் 10, 1950, பம்பாய், பக்கம் 7.

58. *டைம்ஸ் ஆஃப் இந்தியா*, ஜூன் 10, 1950, பம்பாய், பக்கம் 7.

59. *டைம்ஸ் ஆஃப் இந்தியா*, ஜூன் 11, 1950, பம்பாய், பக்கம் 14.

60. *ஹிந்துஸ்தான் டைம்ஸ்*, ஜூன் 12, 1950, புதுதில்லி, பக்கம் 5.

61. *டைம்ஸ் ஆஃப் இந்தியா*, ஜூன் 22, 1950, பம்பாய், பக்கம் 6.

62. *டைம்ஸ் ஆஃப் இந்தியா*, ஜூலை 13, 1950, பம்பாய், பக்கம் 8.

63. *டைம்ஸ் ஆஃப் இந்தியா*, ஜூலை 6, 1950, பம்பாய், பக்கம் 1.

64. சி. ராஜகோபாலச்சாரி, சி.டி. தேஷ்முக், கே.எம். முன்ஷி, ஜெகஜீவன் ராம், பி.ஆர். அம்பேத்கர் மற்றும் என். வி. காட்கில் ஆகியோர் அக்குழுவில் இருந்தார்கள்.

65. *டைம்ஸ் ஆஃப் இந்தியா*, ஜூன் 12, 1950, பம்பாய், பக்கம் 1.

66. *ஹிந்துஸ்தான் டைம்ஸ்*, ஜூலை 15, 1950, புதுதில்லி, பக்கம் 5.

67. *ஹிந்துஸ்தான் டைம்ஸ்*, ஜூலை 5, 1950, புதுதில்லி, பக்கம் 7.

68. *டைம்ஸ் ஆஃப் இந்தியா*, ஜூலை 11, 1950, பம்பாய், பக்கம் 3.

69. *டைம்ஸ் ஆஃப் இந்தியா*, ஜூலை 11, 1950, பம்பாய், பக்கம் 3.

70. *நோட் டு ஹோம் மினிஸ்டர்* (உள்துறை அமைச்சருக்கு ஜவஹர்லால் நேருவின் குறிப்பு) ஜூலை 25, 1950, *செலக்டட் ஒர்க்ஸ் ஆஃப் ஜவஹர்லால் நேரு* (ஜவஹர்லால் நேருவின் தேர்ந்தெடுக்கப்பட்ட படைப்புகள்) தொகுப்பு: எஸ். கோபால், தொகுதி 14/2 (புதுதில்லி: ஜவஹர்லால் நேரு நினைவு நிதி, 1993), பக்கம் 223.

71. *நோட் டு ஹோம் மினிஸ்டர்* (உள்துறை அமைச்சருக்கு ஜவஹர்லால் நேருவின் குறிப்பு) ஜூலை 25, 1950, *செலக்டட் ஒர்க்ஸ் ஆஃப் ஜவஹர்லால் நேரு* (ஜவஹர்லால் நேருவின் தேர்ந்தெடுக்கப்பட்ட படைப்புகள்) தொகுப்பு: எஸ். கோபால், தொகுதி 14/2 (புதுதில்லி: ஜவஹர்லால் நேரு நினைவு நிதி, 1993), பக்கம் 223.

72. வகுப்புவாரி பிரதிநிதித்துவம் மற்றும் நீதிக்கட்சி அரசியல் தொடர்பான மேலும் விவரங்களுக்கு, *'தி எவலுஷன் ஆஃப் கம்யூனல் ரெபிரசென்டேஷன் இன் தமிழ்நாடு'* (தமிழ்நாட்டில் வகுப்புவாரி பிரதிநிதித்துவத்தின் பரிணாம வளர்ச்சி), பி. மாறன், பதிப்பிக்கப்படாத பி.எச்டி. ஆய்வுக்கட்டுரை, மதுரை காமராஜர் பல்கலைக்கழகம், 2012, குறிப்பாக அத்தியாயம் 3.

73. *தி ஹிஸ்டரி ஆஃப் தி ஸ்ட்ரகில் ஃபார் சோசியல் ஜஸ்டிஸ் இன் தமிழ்நாடு* (தமிழ்நாட்டின் சமூக நீதிக்கான போராட்டத்தின் வரலாறு), கி. வீரமணி, பக்கங்கள் 25, 26; *'தி எவலுஷன் ஆஃப் கம்யூனல் ரெபிரசென்டேஷன் இன் தமிழ்நாடு'* (தமிழ்நாட்டில் வகுப்புவாரி பிரதிநிதித்துவத்தின் பரிணாம வளர்ச்சி), பி. மாறன், பதிப்பிக்கப்படாத பி.எச்டி. ஆய்வுக்கட்டுரை, மதுரை காமராஜர் பல்கலைக்கழகம், 2012, பக்கங்கள் 124-140.

74. *டைம்ஸ் ஆஃப் இந்தியா*, ஜூன் 8, 1950, பம்பாய், பக்கம் 3.

75. *டைம்ஸ் ஆஃப் இந்தியா*, ஜூன் 15, 1950, பம்பாய், பக்கம் 3.

76. *சம்பகம் துரைராஜன்ப v ஸ்டேட் ஆஃப் மெட்ராஸ்*, AIR 1950 Mad. 120.

77. *சம்பகம் துரைராஜன்ப v ஸ்டேட் ஆஃப் மெட்ராஸ்,* AIR 1950 Mad. 120.

78. *டைம்ஸ் ஆஃப் இந்தியா,* ஜூன் 14, 1950, பம்பாய், பக்கம் 7.

79. *டைம்ஸ் ஆஃப் இந்தியா,* ஜூன் 14, 1950, பம்பாய், பக்கம் 7.

80. *டைம்ஸ் ஆஃப் இந்தியா,* ஜூன் 12, 1950, பம்பாய், பக்கம் 6.

81. *டைம்ஸ் ஆஃப் இந்தியா,* ஜூன் 6, 1950, பம்பாய், பக்கம் 6.

82. *டைம்ஸ் ஆஃப் இந்தியா,* ஜூன் 6, 1950, பம்பாய், பக்கம் 6.

83. *ஹிந்துஸ்தான் டைம்ஸ்,* ஜூன் 17, 1950, புதுதில்லி, பக்கம் 7.

84. *டைம்ஸ் ஆஃப் இந்தியா,* ஜூன் 16, 1950, பம்பாய், பக்கம் 6.

85. *டைம்ஸ் ஆஃப் இந்தியா,* ஜூன் 12, 1950, பம்பாய், பக்கம் 6.

86. *டைம்ஸ் ஆஃப் இந்தியா,* ஜூன் 12, 1950, பம்பாய், பக்கம் 6.

87. *ஹிந்துஸ்தான் டைம்ஸ்,* ஜூலை 28, 1950, புதுதில்லி, பக்கம் 1.

88. சம்பகம் துரைராஜன்ப v ஸ்டேட் ஆஃப் மெட்ராஸ், AIR 1950 Mad. 120.

89. *ஹிந்துஸ்தான் டைம்ஸ்,* ஜூலை 29, 1950, புதுதில்லி, பக்கம் 5.

90. *சம்பகம் துரைராஜன்ப v ஸ்டேட் ஆஃப் மெட்ராஸ்,* AIR 1950 Mad. 120.

91. *சம்பகம் துரைராஜன்ப v ஸ்டேட் ஆஃப் மெட்ராஸ்,* AIR 1950 Mad. 120; *ஹிந்துஸ்தான் டைம்ஸ்,* ஜூலை 29, 1950, புதுதில்லி, பக்கம் 5.

92. *டைம்ஸ் ஆஃப் இந்தியா,* ஆகஸ்ட் 6, 1950, பம்பாய், பக்கம் 13.

93. *டைம்ஸ் ஆஃப் இந்தியா,* ஆகஸ்ட் 11, 1950, பம்பாய், பக்கம் 6.

94. *டைம்ஸ் ஆஃப் இந்தியா,* ஆகஸ்ட் 6, 1950, பம்பாய், பக்கம் 13.

95. *டைம்ஸ் ஆஃப் இந்தியா,* ஆகஸ்ட் 11, 1950, பம்பாய், பக்கம் 6.

96. *சம்பகம் துரைராஜன்ப v ஸ்டேட் ஆஃப் மெட்ராஸ்,* AIR 1950 Mad. 120.

97. *டைம்ஸ் ஆஃப் இந்தியா,* ஆகஸ்ட் 11, 1950, பம்பாய், பக்கம் 6.

98. *நோட் டூ ஹோம் மினிஸ்டர்* (உள்துறை அமைச்சருக்கு ஜவஹர்லால் நேருவின் குறிப்பு) ஜூலை 25, 1950, *செலக்டட் ஒர்க்ஸ் ஆஃப் ஜவஹர்லால் நேரு* (ஜவஹர்லால் நேருவின் தேர்ந்தெடுக்கப்பட்ட படைப்புகள்) தொகுப்பு: எஸ். கோபால், தொகுதி 14/2 (புதுதில்லி: ஜவஹர்லால் நேரு நினைவு நிதி, 1993), பக்கம் 223.

99. *ஜவஹர்லால் நேரு டூ சீஃப் மினிஸ்டர்ஸ்* (முதலமைச்சர்களுக்கு ஜவஹர்லால் நேருவின் கடிதங்கள்), ஆகஸ்ட் 3, 1950, தொகுப்பு: ஜி. பார்த்தசாரதி, *லெட்டர்ஸ் டூ சீஃப் மினிஸ்டர்ஸ்,* 1947–1964, தொகுதி–2, (புதுதில்லி: ஜவஹர்லால் நேரு நினைவு நிதி, 1986), பக்கம் 162.

100. *டைம்ஸ் ஆஃப் இந்தியா,* ஆகஸ்ட் 11, 1950, பம்பாய், பக்கம் 6.

101. *ஹிந்துஸ்தான் டைம்ஸ்,* ஜூலை 28, 1950, புதுதில்லி, பக்கம் 8.

102. *டைம்ஸ் ஆஃப் இந்தியா,* ஆகஸ்ட் 5, 1950, பம்பாய், பக்கம் 7; *டைம்ஸ் ஆஃப் இந்தியா,* ஜூலை 28, 1950, பம்பாய், பக்கம் 6.

103. *ஹிந்துஸ்தான் டைம்ஸ்,* ஆகஸ்ட் 5, 1950, புதுதில்லி, பக்கம் 1.

104. *ஹிந்துஸ்தான் டைம்ஸ்,* ஆகஸ்ட் 5, 1950, புதுதில்லி, பக்கம் 9.

105. *டைம்ஸ் ஆஃப் இந்தியா,* ஜூன் 30, 1950, பம்பாய், பக்கம் 6.

3. நெருக்கடி முற்றுகிறது

1. *டைம்ஸ் ஆஃப் இந்தியா*, ஆகஸ்ட் 15, 1950, பம்பாய், பக்கம் 6.
2. *டைம்ஸ் ஆஃப் இந்தியா*, ஆகஸ்ட் 15, 1950, பம்பாய், பக்கம் 6.
3. ரோஹித் டே, *எ பீபுள்ஸ் கான்ஸ்டிடியூஷன்* (மக்களின் அரசமைப்புச் சட்டம்), (பிரின்ஸ்டன்: பிரின்ஸ்டன் யூனிவர்சிட்டி பிரஸ், 2018) பக்கம் 2.
4. *டைம்ஸ் ஆஃப் இந்தியா*, ஆகஸ்ட் 10, 1950, பம்பாய், பக்கம் 6.
5. *டைம்ஸ் ஆஃப் இந்தியா*, ஆகஸ்ட் 10, 1950, பம்பாய், பக்கம் 6.
6. ஆந்திரப்பிரதேசம், தெலுங்கானா, தமிழ்நாடு, கேரளா மற்றும் கர்நாடகாவை உள்ளடக்கிய ஒரு தனி, சுதந்திர நாடு.
7. *டைம்ஸ் ஆஃப் இந்தியா*, ஆகஸ்ட் 23, 1950, பம்பாய், பக்கம் 6.
8. *டைம்ஸ் ஆஃப் இந்தியா*, ஆகஸ்ட் 23, 1950, பம்பாய், பக்கம் 6.
9. *டைம்ஸ் ஆஃப் இந்தியா*, ஆகஸ்ட் 23, 1950, பம்பாய், பக்கம் 6.
10. *டைம்ஸ் ஆஃப் இந்தியா*, ஆகஸ்ட் 21, 1950, பம்பாய், பக்கம் 1.
11. *தி பிரேமிங் ஆஃப் இந்தியா'ஸ் கான்ஸ்டிடியூஷன்: செலக்ட் டாக்குமெண்ட்ஸ்* (இந்திய அரசமைப்புச் சட்டத்தை வடிவமைத்தல்: தேர்ந்தெடுக்கப்பட்ட ஆவணங்கள்), தொகுப்பு: பி. சிவ ராவ், தொகுதி-2, (புதுதில்லி, இந்தியப் பொது நிர்வாக நிறுவனம், 1967), பக்கங்கள் 231-40; கோபால் சங்கரநாராயண், *லா அண்டு பாலிடிக்ஸ் இன் ஆப்ரிக்கா, ஏசியா அண்டு லத்தீன் அமெரிக்கா* (ஆப்ரிக்கா, ஆசியா மற்றும் லத்தீன் அமெரிக்காவில் சட்டமும் அரசியலும்), தொகுதி-44, எண்-2, பக்கம் 225.
12. கோபால் சங்கரநாராயண், *லா அண்டு பாலிடிக்ஸ் இன் ஆப்ரிக்கா, ஏசியா அண்டு லத்தீன் அமெரிக்கா* (ஆப்ரிக்கா, ஆசியா மற்றும் லத்தீன் அமெரிக்காவில் சட்டமும் அரசியலும்), தொகுதி-44, எண்-2, பக்கம் 226; கிரான்வெல் ஆஸ்டின், *தி இண்டியன் கான்ஸ்டிடியூஷன்: கார்னர்ஸ்டோன் ஆஃப் எ நேஷன்* (இந்திய அரசமைப்புச் சட்டம்: ஒரு தேசத்தின் அடித்தளம்), (ஆக்ஸ்போர்டு: ஆக்ஸ்போர்டு யூனிவர்சிட்டி பிரஸ், 1972) பக்கங்கள் 87-99.
13. *ஜவஹர்லால் நேரு டு சர்தார் படேல்* (ஜவஹர்லால் நேருவிடமிருந்து சர்தார் படேலுக்கு), ஆகஸ்ட் 26, 1950; ஆகஸ்ட் 28, 1950, *செலக்டட் ஒர்க்ஸ் ஆஃப் ஜவஹர்லால் நேரு* (ஜவஹர்லால் நேருவின் தேர்ந்தெடுக்கப்பட்ட படைப்புகள்) தொகுப்பு: எஸ். கோபால், தொகுதி 15/1 (புதுதில்லி: ஜவஹர்லால் நேரு நினைவு நிதி, 1993), பக்கம் 104-105; *படேல்: எ லைஃப்* (படேல்: ஒரு வாழ்க்கை), ராஜ்மோகன் காந்தி, (அகமதாபாத்: நவஜீவன் பப்ளிஷிங் ஹவுஸ், 1990), பக்கங்கள் 520-526.
14. *ஹிந்துஸ்தான் டைம்ஸ்*, செப்டம்பர் 3, 1950, புதுதில்லி, பக்கம் 1.
15. *படேல்: எ லைஃப்* (படேல்: ஒரு வாழ்க்கை), ராஜ்மோகன் காந்தி, (அகமதாபாத்: நவஜீவன் பப்ளிஷிங் ஹவுஸ், 1990), பக்கங்கள் 504-506, 520-526. குறிப்பாக பக்கம் 526.
16. *டைம்ஸ் ஆஃப் இந்தியா*, செப்டம்பர் 4, 1950, பம்பாய், பக்கம் 5. டாண்டன் தனது வழக்கமான மூன்றாண்டு பதவிக்காலத்துக்கு பதிலாக ஓராண்டு மட்டுமே தலைவராக நீடித்தார். பிறகு தன்னுடைய பதவியை நேருவுக்கு விட்டுக்கொடுத்தார். டாண்டனின் மீதிருந்த பதவிக்காலத்தைப் பிரதமராக இருந்துகொண்டே காங்கிரஸ் கட்சியின் தலைவராகவும் நிறைவு செய்தார் நேரு.
17. கிருபளானி காங்கிரஸ் கட்சியின் முன்னாள் தலைவர். முப்பதாண்டுகளாக அக்கட்சியில் இருந்தவர். பன்னிரண்டு ஆண்டுகள் அதன் பொதுச் செயலாளராகப் பதவி வகித்தவர்.

18. *டைம்ஸ் ஆஃப் இந்தியா,* செப்டம்பர் 7, 1950, பம்பாய், பக்கம் 1.

19. *டைம்ஸ் ஆஃப் இந்தியா,* செப்டம்பர் 8, 1950, பம்பாய், பக்கம் 6.

20. *டைம்ஸ் ஆஃப் இந்தியா,* செப்டம்பர் 8, 1950, பம்பாய், பக்கம் 6.

21. *ஜவஹர்லால் நேரு டூ ராஜேந்திர பிரசாத்,* (ஜவஹர்லால் நேருவிடமிருந்து ராஜேந்திர பிரசாத்துக்கு) செப்டம்பர் 11, 1950, *செலக்டட் ஒர்க்ஸ் ஆஃப் ஜவஹர்லால் நேரு* (ஜவஹர்லால் நேருவின் தேர்ந்தெடுக்கப்பட்ட படைப்புகள்) தொகுப்பு: எஸ். கோபால், தொகுதி 15/1 (புதுதில்லி: ஜவஹர்லால் நேரு நினைவு நிதி, 1993), பக்கம் 51;

22. *சர்தார் படேல் டூ ஜவஹர்லால் நேரு* (சர்தார் படேலிடமிருந்து ஜவஹர்லால் நேருவுக்கு), செப்டம்பர் 11, 1950, *சர்தார் படேல்'ஸ் கரஸ்பாண்டன்ஸ்* (சர்தார் படேலின் கடிதப் போக்குவரத்துகள்), தொகுப்பு: துர்கா தாஸ், தொகுதி–9, (அகமதாபாத்: நவஜீவன் பப்ளிஷிங் ஹவுஸ், 1974), பக்கம் 274.

22. *ஸ்டடீஸ் இன் பீப்புள்'ஸ் ஹிஸ்டரி* (மக்கள் வரலாற்றில் ஆய்வுகள்), ஜி. பி. ஷர்மா, தொகுதி–2, எண்–2, பக்கங்கள் 216–24.

23. *சர்தார் படேல் டூ ஜவஹர்லால் நேரு* (சர்தார் படேலிடமிருந்து ஜவஹர்லால் நேருவுக்கு), செப்டம்பர் 11, 1950, *சர்தார் படேல்'ஸ் கரஸ்பாண்டன்ஸ்* (சர்தார் படேலின் கடிதப் போக்குவரத்துகள்), தொகுப்பு: துர்கா தாஸ், தொகுதி–9, (அகமதாபாத்: நவஜீவன் பப்ளிஷிங் ஹவுஸ், 1974), பக்கம் 274.

24. *ஜவஹர்லால் நேரு டூ ராஜேந்திர பிரசாத்,* (ஜவஹர்லால் நேருவிடமிருந்து ராஜேந்திர பிரசாத்துக்கு) செப்டம்பர் 11, 1950, *செலக்டட் ஒர்க்ஸ் ஆஃப் ஜவஹர்லால் நேரு* (ஜவஹர்லால் நேருவின் தேர்ந்தெடுக்கப்பட்ட படைப்புகள்) தொகுப்பு: எஸ். கோபால், தொகுதி 15/1 (புதுதில்லி: ஜவஹர்லால் நேரு நினைவு நிதி, 1993), பக்கம் 51;

25. *சர்தார் படேல் டூ ஜவஹர்லால் நேரு* (சர்தார் படேலிடமிருந்து ஜவஹர்லால் நேருவுக்கு), செப்டம்பர் 11, 1950, *சர்தார் படேல்'ஸ் கரஸ்பாண்டன்ஸ்* (சர்தார் படேலின் கடிதப் போக்குவரத்துகள்), தொகுப்பு: துர்கா தாஸ், தொகுதி–9, (அகமதாபாத்: நவஜீவன் பப்ளிஷிங் ஹவுஸ், 1974), பக்கம் 274.

26. படேல்தான் டாண்டனின் வெற்றிக்குச் சூத்திரதாரி எனவும், அவருக்கு விருப்பமான டாண்டனுக்கே வாக்களிக்கும்படி கட்சிக்காரர்களுக்கு அழுத்தம் கொடுத்தது, மிரட்டியது போன்ற செயல்களில் ஈடுபட்டதாகவும் நேரு மிகுந்த கசப்புணர்வோடு படேலிடம் புகார் செய்தார். *ஜவஹர்லால் நேரு டூ சர்தார் படேல்* (ஜவஹர்லால் நேருவிடமிருந்து சர்தார் படேலுக்கு), செப்டம்பர் 28, 1950, (வரைவுக் கடிதம்) *செலக்டட் ஒர்க்ஸ் ஆஃப் ஜவஹர்லால் நேரு* (ஜவஹர்லால் நேருவின் தேர்ந்தெடுக்கப்பட்ட படைப்புகள்) தொகுப்பு: எஸ். கோபால், தொகுதி 15/1 (புதுதில்லி: ஜவஹர்லால் நேரு நினைவு நிதி, 1993), பக்கம் 107.

27. *ஜவஹர்லால் நேரு டூ ராஜேந்திர பிரசாத்,* (ஜவஹர்லால் நேருவிடமிருந்து ராஜேந்திர பிரசாத்துக்கு) செப்டம்பர் 11, 1950, *செலக்டட் ஒர்க்ஸ் ஆஃப் ஜவஹர்லால் நேரு* (ஜவஹர்லால் நேருவின் தேர்ந்தெடுக்கப்பட்ட படைப்புகள்) தொகுப்பு: எஸ். கோபால், தொகுதி 15/1 (புதுதில்லி: ஜவஹர்லால் நேரு நினைவு நிதி, 1993), பக்கம் 51;

28. *ஜவஹர்லால் நேரு டூ ராஜேந்திர பிரசாத்,* (ஜவஹர்லால் நேருவிடமிருந்து ராஜேந்திர பிரசாத்துக்கு) செப்டம்பர் 11, 1950, *செலக்டட் ஒர்க்ஸ் ஆஃப் ஜவஹர்லால் நேரு* (ஜவஹர்லால் நேருவின் தேர்ந்தெடுக்கப்பட்ட படைப்புகள்) தொகுப்பு: எஸ். கோபால், தொகுதி 15/1 (புதுதில்லி: ஜவஹர்லால் நேரு நினைவு நிதி, 1993), பக்கம் 51;

29. *ஜவஹர்லால் நேரு டூ சர்தார் படேல்* (ஜவஹர்லால் நேருவிடமிருந்து சர்தார் படேலுக்கு), செப்டம்பர் 12, 1950; *செலக்டட் ஒர்க்ஸ் ஆஃப் ஜவஹர்லால் நேரு* (ஜவஹர்லால் நேருவின்

தேர்ந்தெடுக்கப்பட்ட படைப்புகள்) தொகுப்பு: எஸ். கோபால், தொகுதி 15/1 (புதுதில்லி: ஜவஹர்லால் நேரு நினைவு நிதி, 1993), பக்கம் 52.

30. *ஸ்டேட்மென்ட் டூ தி பிரஸ்* (பத்திரிகைகளுக்கு ஜவஹர்லால் நேருவின் செய்திக் குறிப்பு) செப்டம்பர் 12, 1950, *செலக்டட் ஒர்க்ஸ் ஆஃப் ஜவஹர்லால் நேரு* (ஜவஹர்லால் நேருவின் தேர்ந்தெடுக்கப்பட்ட படைப்புகள்) தொகுப்பு: எஸ். கோபால், தொகுதி 15/1 (புதுதில்லி: ஜவஹர்லால் நேரு நினைவு நிதி, 1993), பக்கம் 114.

31. *டைம்ஸ் ஆஃப் இந்தியா*, செப்டம்பர் 20, 1950, பம்பாய், பக்கம் 8.

32. *டைம்ஸ் ஆஃப் இந்தியா*, செப்டம்பர் 20, 1950, பம்பாய், பக்கம் 8.

33. *ஹிந்துஸ்தான் டைம்ஸ்*, செப்டம்பர் 11, 1950, புதுதில்லி, பக்கம் 1.

34. *ஜவஹர்லால் நேரு டூ விஜயலட்சுமி பண்டிட்*, (ஜவஹர்லால் நேருவிடமிருந்து விஜயலட்சுமி பண்டிட்டுக்கு) செப்டம்பர் 12, 1950, *செலக்டட் ஒர்க்ஸ் ஆஃப் ஜவஹர்லால் நேரு* (ஜவஹர்லால் நேருவின் தேர்ந்தெடுக்கப்பட்ட படைப்புகள்) தொகுப்பு: எஸ். கோபால், தொகுதி 15/1, (புதுதில்லி: ஜவஹர்லால் நேரு நினைவு நிதி, 1993), பக்கம் 117.

35. *ஜவஹர்லால் நேரு டூ விஜயலட்சுமி பண்டிட்*, (ஜவஹர்லால் நேருவிடமிருந்து விஜயலட்சுமி பண்டிட்டுக்கு) செப்டம்பர் 12, 1950, *செலக்டட் ஒர்க்ஸ் ஆஃப் ஜவஹர்லால் நேரு* (ஜவஹர்லால் நேருவின் தேர்ந்தெடுக்கப்பட்ட படைப்புகள்) தொகுப்பு: எஸ். கோபால், தொகுதி 15/1, (புதுதில்லி: ஜவஹர்லால் நேரு நினைவு நிதி, 1993), பக்கம் 117.

36. *ஹிந்துஸ்தான் டைம்ஸ்*, செப்டம்பர் 18, 1950, புதுதில்லி, பக்கம் 4.

37. *ஹிந்துஸ்தான் டைம்ஸ்*, செப்டம்பர் 18, 1950, புதுதில்லி, பக்கம் 4.

38. *ஜவஹர்லால் நேரு டூ சர்தார் படேல்* (ஜவஹர்லால் நேருவிடமிருந்து சர்தார் படேலுக்கு), (வரைவுக் கடிதம்), செப்டம்பர் 28, 1950; *செலக்டட் ஒர்க்ஸ் ஆஃப் ஜவஹர்லால் நேரு* (ஜவஹர்லால் நேருவின் தேர்ந்தெடுக்கப்பட்ட படைப்புகள்) தொகுப்பு: எஸ். கோபால், தொகுதி 15/1 (புதுதில்லி: ஜவஹர்லால் நேரு நினைவு நிதி, 1993), பக்கம் 107.

39. *ஜவஹர்லால் நேரு டூ விஜயலட்சுமி பண்டிட்*, (ஜவஹர்லால் நேருவிடமிருந்து விஜயலட்சுமி பண்டிட்டுக்கு) செப்டம்பர் 19, 1950, *செலக்டட் ஒர்க்ஸ் ஆஃப் ஜவஹர்லால் நேரு* (ஜவஹர்லால் நேருவின் தேர்ந்தெடுக்கப்பட்ட படைப்புகள்) தொகுப்பு: எஸ். கோபால், தொகுதி 15/1, (புதுதில்லி: ஜவஹர்லால் நேரு நினைவு நிதி, 1993), பக்கம் 136.

40. *ஹிந்துஸ்தான் டைம்ஸ்*, செப்டம்பர் 20, 1950, புதுதில்லி, பக்கம் 6; *படேல்: எ லைஃப்* (படேல்: ஒரு வாழ்க்கை), ராஜ்மோகன் காந்தி, (அகமதாபாத்: நவஜீவன் பப்ளிஷிங் ஹவுஸ், 1990), பக்கங்கள் 526.

41. *ஹிந்துஸ்தான் டைம்ஸ்*, செப்டம்பர் 21, 1950, புதுதில்லி, பக்கம் 1.

42. *ஹிந்துஸ்தான் டைம்ஸ்*, செப்டம்பர் 21, 1950, புதுதில்லி, பக்கம் 1; *ஹிந்துஸ்தான் டைம்ஸ்*, செப்டம்பர் 22, 1950, புதுதில்லி, பக்கம் 1.

43. *ஹிந்துஸ்தான் டைம்ஸ்*, செப்டம்பர் 21, 1950, புதுதில்லி, பக்கம் 5.

44. மைரோான் வேய்னர், *பார்ட்டி பாலிடிக்ஸ் இன் இந்தியா: தி டெவெலப்மென்ட் ஆஃப் எ மல்டி-பார்ட்டி சிஸ்டம்* (இந்தியாவில் கட்சி அரசியல்: பல-கட்சி முறையின் வளர்ச்சி), (பிரின்ஸ்டன் யூனிவர்சிட்டி பிரஸ், 1957), பக்கங்கள் 70-78.

45. *டைம்ஸ் ஆஃப் இந்தியா*, செப்டம்பர் 22, 1950, பம்பாய், பக்கம் 6.

46. *ஜவஹர்லால் நேரு டூ விஜயலட்சுமி பண்டிட்*, (ஜவஹர்லால் நேருவிடமிருந்து விஜயலட்சுமி பண்டிட்டுக்கு) செப்டம்பர் 19, 1950, *செலக்டட் ஒர்க்ஸ் ஆஃப் ஜவஹர்லால் நேரு* (ஜவஹர்லால்

நேருவின் தேர்ந்தெடுக்கப்பட்ட படைப்புகள்) தொகுப்பு: எஸ். கோபால், தொகுதி 15/1, (புதுதில்லி: ஜவஹர்லால் நேரு நினைவு நிதி, 1993), பக்கம் 136.

47. ஹர்ஷன் குமாரசிங்கம், *மாடர்ன் ஏசியன் ஸ்டடிஸ்* (நவீன ஆசிய ஆய்வுகள்), தொகுதி–44, எண்–4, பக்கம் 715.

48. *டைம்ஸ் ஆஃப் இந்தியா*, செப்டம்பர் 23, 1950, பம்பாய், பக்கம் 8.

49. *ஹிந்துஸ்தான் டைம்ஸ்*, செப்டம்பர் 21, 1950, புதுதில்லி, பக்கம் 1.

50. *ஜவஹர்லால் நேரு டூ சீஃப் மினிஸ்டர்ஸ்* (முதலமைச்சர்களுக்கு ஜவஹர்லால் நேருவின் கடிதங்கள்), அக்டோபர் 1, 1950, தொகுப்பு: ஜி. பார்த்தசாரதி, *லெட்டர்ஸ் டூ சீஃப் மினிஸ்டர்ஸ்*, 1947–1964, தொகுதி–2, (புதுதில்லி: ஜவஹர்லால் நேரு நினைவு நிதி, 1986), பக்கம் 209.

51. *ஜவஹர்லால் நேரு டூ சீஃப் மினிஸ்டர்ஸ்* (முதலமைச்சர்களுக்கு ஜவஹர்லால் நேருவின் கடிதங்கள்), செப்டம்பர் 27, 1950, தொகுப்பு: ஜி. பார்த்தசாரதி, *லெட்டர்ஸ் டூ சீஃப் மினிஸ்டர்ஸ்*, 1947–1964, தொகுதி–2, (புதுதில்லி: ஜவஹர்லால் நேரு நினைவு நிதி, 1986), பக்கம் 205.

52. *வி.ஜி. ரோ v ஸ்டேட் ஆஃப் மெட்ராஸ்*, AIR 1951 Mad.147.

53. *வி.ஜி. ரோ v ஸ்டேட் ஆஃப் மெட்ராஸ்*, AIR 1951 Mad.147.

54. *வி.ஜி. ரோ v ஸ்டேட் ஆஃப் மெட்ராஸ்*, AIR 1951 Mad.147.

55. *டைம்ஸ் ஆஃப் இந்தியா*, செப்டம்பர் 15, 1950, பம்பாய், பக்கம் 1.

56. *ஜவஹர்லால் நேரு டூ சீஃப் மினிஸ்டர்ஸ்* (முதலமைச்சர்களுக்கு ஜவஹர்லால் நேருவின் கடிதங்கள்), செப்டம்பர் 14, 1950, *செலக்டட் ஒர்க்ஸ் ஆஃப் ஜவஹர்லால் நேரு* (ஜவஹர்லால் நேருவின் தேர்ந்தெடுக்கப்பட்ட படைப்புகள்) தொகுப்பு: எஸ். கோபால், தொகுதி 15/1, (புதுதில்லி: ஜவஹர்லால் நேரு நினைவு நிதி, 1993), பக்கம் 540.

57. *காமேஷ்வர் சிங் v ஸ்டேட் ஆஃப் பீகார்*, AIR 1951 Pat 91.

58. *ஜவஹர்லால் நேரு டூ ஸ்ரீ கிருஷ்ணா சின்ஹா* (ஜவஹர்லால் நேருவிடமிருந்து ஸ்ரீ கிருஷ்ணா சின்ஹாவுக்கு), அக்டோபர் 19, 1950, *செலக்டட் ஒர்க்ஸ் ஆஃப் ஜவஹர்லால் நேரு* (ஜவஹர்லால் நேருவின் தேர்ந்தெடுக்கப்பட்ட படைப்புகள்) தொகுப்பு: எஸ். கோபால், தொகுதி 15/1, (புதுதில்லி: ஜவஹர்லால் நேரு நினைவு நிதி, 1993), பக்கம் 52.

59. பிரிட்டிஷ் காலனி பஞ்சாபில் சட்டப்படி அங்கீகரிக்கப்பட்ட விவசாயிகள் என்று ஒரு பிரிவு உருவாக்கப்பட்டது. ஏலத்தில் வாங்குபவர்களையும், நகர்ப்புற வியாபாரிகளையும் விவசாய நிலங்களை வாங்குவதைத் தடுப்பது இதன் நோக்கம். 1857ன் புரட்சிக்கு இது மிகமுக்கிய காரணமாக அமைந்தது.

60. *டைம்ஸ் ஆஃப் இந்தியா*, அக்டோபர் 11, 1950, பம்பாய், பக்கம் 6.

61. *டைம்ஸ் ஆஃப் இந்தியா*, அக்டோபர் 11, 1950, பம்பாய், பக்கம் 6.

62. *டைம்ஸ் ஆஃப் இந்தியா*, அக்டோபர் 11, 1950, பம்பாய், பக்கம் 6.

63. பாரதி பிரஸ், திருமதி. ஷைலா பாலா தேவி v தலைமைச் செயலாளர், பீகார் அரசு, AIR 1951 CriLJ 309 (பாட்னா).

64. பாரதி பிரஸ், திருமதி. ஷைலா பாலா தேவி v தலைமைச் செயலாளர், பீகார் அரசு, AIR 1951 CriLJ 309 (பாட்னா); அபினவ் சந்திரசூட், செப்டம்பர் 5, 2017. https://scroll.in/article/849499/freedom-of-expression-was-once-absolute-in-india-then-jawaharlal-nehru-asked-for-changes (அணுகிய நாள் ஜூன் 1, 2019).

65. பாரதி பிரஸ், திருமதி. ஷைலா பாலா தேவி v தலைமைச் செயலாளர், பீகார் அரசு, AIR 1951 CriLJ 309 (பாட்னா).

66. *டைம்ஸ் ஆஃப் இந்தியா,* அக்டோபர் 17, 1950, பம்பாய், பக்கம் 7.

67. *ஹிந்துஸ்தான் டைம்ஸ்,* ஏப்ரல் 8, 1950, புதுதில்லி, பக்கம் 8; *ஹிந்துஸ்தான் டைம்ஸ்,* ஏப்ரல் 13, 1950, புதுதில்லி, பக்கம் 7; *ஹிந்துஸ்தான் டைம்ஸ்,* ஏப்ரல் 15, 1950, புதுதில்லி, பக்கம் 8; *ஹிந்துஸ்தான் டைம்ஸ்,* ஏப்ரல் 17, 1950, புதுதில்லி, பக்கம் 8.

68. *மோதிலால் மற்றும் பிறர் v ஸ்டேட் ஆஃப் உத்திரப்பிரதேஷ்,* AIR 1951, All.257.

69. *ஹிந்துஸ்தான் டைம்ஸ்,* மே 14, 1950, புதுதில்லி, பக்கம் 12.

70. *ஹிந்துஸ்தான் டைம்ஸ்,* ஜூலை 29, 1950, புதுதில்லி, பக்கம் 8.

71. *டைம்ஸ் ஆஃப் இந்தியா,* ஏப்ரல் 3, 1950, பம்பாய், பக்கம் 3; *டைம்ஸ் ஆஃப் இந்தியா,* ஏப்ரல் 11, 1950, பம்பாய், பக்கம் 5; *டைம்ஸ் ஆஃப் இந்தியா,* ஏப்ரல் 12, 1950, பம்பாய், பக்கம் 3.

72. *டைம்ஸ் ஆஃப் இந்தியா,* அக்டோபர் 17, 1950, பம்பாய், பக்கம் 7.

73. *டைம்ஸ் ஆஃப் இந்தியா,* அக்டோபர் 17, 1950, பம்பாய், பக்கம் 7.

74. *டைம்ஸ் ஆஃப் இந்தியா,* நவம்பர் 30, 1950, பம்பாய், பக்கம் 9.

75. கிரான்வெல் ஆஸ்டின், *ஒர்க்கிங் எ டெமோகிராடிக் கான்ஸ்டிடியூஷன்: தி இந்தியன் எக்ஸ்பீரியன்ஸ்* (ஜனநாயக அரசமைப்புச் சட்டத்தைத் செயல்படுத்துதல்: ஓர் இந்திய அனுபவம்), (புதுதில்லி: ஆக்ஸ்போர்டு யூனிவர்சிட்டி பிரஸ், 2003) பக்கம் 42.

76. சட்ட அமைச்சகம், கோப்பு எண். F34/51-C- தேசிய ஆவணக் காப்பகம்.

77. இந்தியாவில் மாவட்ட நீதிமன்றம் என்பது சிவில் வழக்குகளைக் கையாளும் ஒரு கீழமை நீதிமன்றம் ஆகும்.

78. *பி. வெங்கட்ரமணா v ஸ்டேட் ஆஃப் மெட்ராஸ்,* AIR 1951 SC 229.

79. *ஹிந்துஸ்தான் டைம்ஸ்,* நவம்பர் 1, 1950, புதுதில்லி, பக்கம் 1.

80. பஞ்சாப் சூழலைப் பற்றிய எளிமையான புரிதலுக்கு: *மாஸ்டர் தாரா சிங் இன் இந்தியன் ஹிஸ்டரி: காலனியலிசம், நேஷனலிசம் அண்டு தி பாலிடிக்ஸ் ஆஃப் சீக் ஐடென்டிட்டி* (இந்திய வரலாற்றில் மாஸ்டர் தாரா சிங்: காலனியவாதம், தேசியவாதம் மற்றும் சீக்கிய அடையாளத்தின் அரசியல்), ஜெ. எஸ். கிரேவால், (புதுதில்லி: ஆக்ஸ்போர்டு யூனிவர்சிட்டி பிரஸ், 2018) பக்கங்கள் 454-62.

81. *ஹிந்துஸ்தான் டைம்ஸ்,* நவம்பர் 11, 1950, புதுதில்லி, பக்கம் 1.

82. *டைம்ஸ் ஆஃப் இந்தியா,* நவம்பர் 15, 1950, பம்பாய், பக்கம் 1.

83. *ஹிந்துஸ்தான் டைம்ஸ்,* நவம்பர் 1, 1950, புதுதில்லி, பக்கம் 1.

84. *டைம்ஸ் ஆஃப் இந்தியா,* நவம்பர் 12, 1950, பம்பாய், பக்கம் 1.

85. *டைம்ஸ் ஆஃப் இந்தியா,* நவம்பர் 12, 1950, பம்பாய், பக்கம் 1.

86. *டைம்ஸ் ஆஃப் இந்தியா,* நவம்பர் 7, 1950, பம்பாய், பக்கம் 7.

87. *டைம்ஸ் ஆஃப் இந்தியா,* நவம்பர் 16, 1950, பம்பாய், பக்கம் 5.

88. *டைம்ஸ் ஆஃப் இந்தியா,* நவம்பர் 22, 1950, பம்பாய், பக்கம் 3.

89. *டைம்ஸ் ஆஃப் இந்தியா,* நவம்பர் 22, 1950, பம்பாய், பக்கம் 3.

90. *டைம்ஸ் ஆஃப் இந்தியா,* நவம்பர் 30, 1950, பம்பாய், பக்கம் 3.

91. தாரா சிங் v ஸ்டேட் ஆஃப் பஞ்சாப், AIR 1951, Punj. 27.

92. டைம்ஸ் ஆஃப் இந்தியா, டிசம்பர் 5, 1950, பம்பாய், பக்கம் 6.
93. டைம்ஸ் ஆஃப் இந்தியா, நவம்பர் 30, 1950, பம்பாய், பக்கம் 6.
94. டைம்ஸ் ஆஃப் இந்தியா, டிசம்பர் 5, 1950, பம்பாய், பக்கம் 4.
95. டைம்ஸ் ஆஃப் இந்தியா, நவம்பர் 30, 1950, பம்பாய், பக்கம் 3.
96. டைம்ஸ் ஆஃப் இந்தியா, நவம்பர் 30, 1950, பம்பாய், பக்கம் 6.
97. டைம்ஸ் ஆஃப் இந்தியா, டிசம்பர் 3, 1950, பம்பாய், பக்கம் 4.
98. டைம்ஸ் ஆஃப் இந்தியா, டிசம்பர் 3, 1950, பம்பாய், பக்கம் 4.
99. டைம்ஸ் ஆஃப் இந்தியா, டிசம்பர் 3, 1950, பம்பாய், பக்கம் 4.
100. டைம்ஸ் ஆஃப் இந்தியா, டிசம்பர் 5, 1950, பம்பாய், பக்கம் 4.
101. ஜவஹர்லால் நேரு டு சீஃப் மினிஸ்டர்ஸ் (முதலமைச்சர்களுக்கு ஜவஹர்லால் நேருவின் கடிதங்கள்), செப்டம்பர் 27, 1950, தொகுப்பு: ஜி. பார்த்தசாரதி, *லெட்டர்ஸ் டு சீஃப் மினிஸ்டர்ஸ்*, 1947-1964, தொகுதி-2, (புதுதில்லி: ஜவஹர்லால் நேரு நினைவு நிதி, 1986), பக்கம் 291.
102. ஜவஹர்லால் நேரு டு சீஃப் மினிஸ்டர்ஸ் (முதலமைச்சர்களுக்கு ஜவஹர்லால் நேருவின் கடிதங்கள்), செப்டம்பர் 27, 1950, தொகுப்பு: ஜி. பார்த்தசாரதி, *லெட்டர்ஸ் டு சீஃப் மினிஸ்டர்ஸ்*, 1947-1964, தொகுதி-2, (புதுதில்லி: ஜவஹர்லால் நேரு நினைவு நிதி, 1986), பக்கம் 291.
103. ஜவஹர்லால் நேரு டு சீஃப் மினிஸ்டர்ஸ் (முதலமைச்சர்களுக்கு ஜவஹர்லால் நேருவின் கடிதங்கள்), செப்டம்பர் 27, 1950, தொகுப்பு: ஜி. பார்த்தசாரதி, *லெட்டர்ஸ் டு சீஃப் மினிஸ்டர்ஸ்*, 1947-1964, தொகுதி-2, (புதுதில்லி: ஜவஹர்லால் நேரு நினைவு நிதி, 1986), பக்கம் 291.
104. ஜவஹர்லால் நேரு டு சீஃப் மினிஸ்டர்ஸ் (முதலமைச்சர்களுக்கு ஜவஹர்லால் நேருவின் கடிதங்கள்), செப்டம்பர் 27, 1950, தொகுப்பு: ஜி. பார்த்தசாரதி, *லெட்டர்ஸ் டு சீஃப் மினிஸ்டர்ஸ்*, 1947-1964, தொகுதி-2, (புதுதில்லி: ஜவஹர்லால் நேரு நினைவு நிதி, 1986), பக்கம் 291.
105. படேல்: எ லைஃப் (படேல்: ஒரு வாழ்க்கை), ராஜ்மோகன் காந்தி, (அகமதாபாத்: நவஜீவன் பப்ளிஷிங் ஹவுஸ், 1990), பக்கங்கள் 520-524.
106. சர்தார் படேல் டு ஜவஹர்லால் நேரு (சர்தார் படேலிடமிருந்து ஜவஹர்லால் நேருவுக்கு), ஜூலை 3, 1950, *சர்தார் படேல்'ஸ் கரஸ்பாண்டன்ஸ்* (சர்தார் படேலின் கடிதப் போக்குவரத்துகள்), தொகுப்பு: துர்கா தாஸ், தொகுதி-9, (அகமதாபாத்: நவஜீவன் பப்ளிஷிங் ஹவுஸ், 1974), பக்கம் 358.
107. சர்தார் படேல் டு ஜவஹர்லால் நேரு (சர்தார் படேலிடமிருந்து ஜவஹர்லால் நேருவுக்கு), ஜூலை 3, 1950, *சர்தார் படேல்'ஸ் கரஸ்பாண்டன்ஸ்* (சர்தார் படேலின் கடிதப் போக்குவரத்துகள்), தொகுப்பு: துர்கா தாஸ், தொகுதி-9, (அகமதாபாத்: நவஜீவன் பப்ளிஷிங் ஹவுஸ், 1974), பக்கம் 358.

4. புயல் உருவாகிறது

1. பத்திரிகைச் சுதந்திரம் /, அனைத்திந்தியப் பத்திரிகையாசிரியர் சம்மேளனத்தில் ஆற்றிய உரை, டிசம்பர் 3, 1950, *செலக்டட் ஒர்க்ஸ் ஆஃப் ஜவஹர்லால் நேரு* (ஜவஹர்லால் நேருவின்

தேர்ந்தெடுக்கப்பட்ட படைப்புகள்) தொகுப்பு: எஸ். கோபால், தொகுதி 15/2, (புதுதில்லி: ஜவஹர்லால் நேரு நினைவு நிதி, 1993), பக்கங்கள் 250–251.

2. *ஹிந்துஸ்தான் டைம்ஸ்*, டிசம்பர் 4, 1950, புதுதில்லி, பக்கம் 1.

3. *ஹிந்துஸ்தான் டைம்ஸ்*, டிசம்பர் 4, 1950, புதுதில்லி, பக்கம் 10.

4. *ஜவஹர்லால் நேரு டூ பி.சி. ராய்* (ஜவஹர்லால் நேருவிடமிருந்து பி. சி. ராய்க்கு), டிசம்பர் 16, 1950, *செலக்டட் ஒர்க்ஸ் ஆஃப் ஜவஹர்லால் நேரு* (ஜவஹர்லால் நேருவின் தேர்ந்தெடுக்கப்பட்ட படைப்புகள்) தொகுப்பு: எஸ். கோபால், தொகுதி 15/2, (புதுதில்லி: ஜவஹர்லால் நேரு நினைவு நிதி, 1993), பக்கம் 257.

5. *ஹிந்துஸ்தான் டைம்ஸ்*, டிசம்பர் 9, 1950, புதுதில்லி, பக்கம் 5.

6. *ஜவஹர்லால் நேரு டூ ஜி. வி. மாவலங்கர்* (ஜவஹர்லால் நேருவிடமிருந்து ஜி. வி. மாவலங்கருக்கு), டிசம்பர் 13, 1950, *செலக்டட் ஒர்க்ஸ் ஆஃப் ஜவஹர்லால் நேரு* (ஜவஹர்லால் நேருவின் தேர்ந்தெடுக்கப்பட்ட படைப்புகள்) தொகுப்பு: எஸ். கோபால், தொகுதி 15/2, (புதுதில்லி: ஜவஹர்லால் நேரு நினைவு நிதி, 1993), பக்கம் 233.

7. *ஜவஹர்லால் நேரு டூ ஜி. வி. மாவலங்கர்* (ஜவஹர்லால் நேருவிடமிருந்து ஜி. வி. மாவலங்கருக்கு), டிசம்பர் 13, 1950, *செலக்டட் ஒர்க்ஸ் ஆஃப் ஜவஹர்லால் நேரு* (ஜவஹர்லால் நேருவின் தேர்ந்தெடுக்கப்பட்ட படைப்புகள்) தொகுப்பு: எஸ். கோபால், தொகுதி 15/2, (புதுதில்லி: ஜவஹர்லால் நேரு நினைவு நிதி, 1993), பக்கம் 233.

8. ஹர்ஷன் குமாரசிங்கம், *மாடர்ன் ஏசியன் ஸ்டடிஸ்* (நவீன ஆசிய ஆய்வுகள்), தொகுதி–44, எண்–4, பக்கங்கள் 718–727.

9. *ஜவஹர்லால் நேரு டூ சீஃப் மினிஸ்டர்ஸ்* (முதலமைச்சர்களுக்கு ஜவஹர்லால் நேருவின் கடிதங்கள்), டிசம்பர் 18, 1950, தொகுப்பு: ஜி. பார்த்தசாரதி, *லெட்டர்ஸ் டூ சீஃப் மினிஸ்டர்ஸ்*, 1947–1964, தொகுதி–2, (புதுதில்லி: ஜவஹர்லால் நேரு நினைவு நிதி, 1986), பக்கம் 291.

10. *சர்தார் படேல்'ஸ் நோட் டூ மகாத்மா காந்தி* (மகாத்மா காந்திக்கு சர்தார் படேலின் குறிப்பு), ஜனவரி12, 1948, தொகுப்பு: துர்கா தாஸ், *சர்தார் படேல்'ஸ் கரஸ்பாண்டன்ஸ்* (சர்தார் படேலின் கடிதப் போக்குவரத்துகள்), தொகுதி–6, (அகமதாபாத்: நவஜீவன் பப்ளிஷிங் ஹவுஸ், 1973), பக்கங்கள் 21–22.

11. *த்ரீ ஹார்ஸ்மென் ஆஃப் தி நியூ அப்போகாலிப்ஸ்* (புதிய பேரழிவின் மூன்று குதிரை வீரர்கள்), நீரத் சி. சௌத்ரி, (புதுதில்லி: ஆக்ஸ்போர்டு யூனிவர்சிட்டி பிரஸ், 1997), பக்கம் 114.

12. *தி எசென்ஷியல் ரைட்டிங்ஸ் ஆஃப் ஜவஹர்லால் நேரு* (ஜவஹர்லால் நேருவின் மிகமுக்கியப் படைப்புகள்), தொகுப்பு: எஸ். கோபால் மற்றும் உமா ஐயங்கார், (புதுதில்லி: ஆக்ஸ்போர்டு யூனிவர்சிட்டி பிரஸ், 2003), பக்கங்கள் 644–645.

13. *ஜவஹர்லால் நேரு டூ சீஃப் மினிஸ்டர்ஸ்* (முதலமைச்சர்களுக்கு ஜவஹர்லால் நேருவின் கடிதங்கள்), டிசம்பர் 31, 1950, தொகுப்பு: ஜி. பார்த்தசாரதி, *லெட்டர்ஸ் டூ சீஃப் மினிஸ்டர்ஸ்*, 1947–1964, தொகுதி–2, (புதுதில்லி: ஜவஹர்லால் நேரு நினைவு நிதி, 1986), பக்கம் 309.

14. *டைம்ஸ் ஆஃப் இந்தியா*, டிசம்பர் 23, 1950, பம்பாய், பக்கம் 6.

15. *டைம்ஸ் ஆஃப் இந்தியா*, டிசம்பர் 23, 1950, பம்பாய், பக்கம் 6.

16. *ஹிந்துஸ்தான் டைம்ஸ்*, டிசம்பர் 30, 1950, புதுதில்லி, பக்கம் 6.

17. *ஹிந்துஸ்தான் டைம்ஸ்*, டிசம்பர் 30, 1950, புதுதில்லி, பக்கம் 6.

18. பாரத மாதாவுக்கு ஜெயம்.

19. *ஹிந்துஸ்தான் டைம்ஸ்*, ஜனவரி 11, 1951, புதுதில்லி, பக்கம் 1.

20. *ஹிந்துஸ்தான் டைம்ஸ்*, ஜனவரி 17, 1951, புதுதில்லி, பக்கம் 1.

21. காமேஷ்வர் சிங் v ஸ்டேட் ஆஃப் பீகார், AIR 1951 Pat.91.

22. *ஹிந்துஸ்தான் டைம்ஸ்*, ஜனவரி 18, 1951, புதுதில்லி, பக்கம் 4.

23. *ஹிந்துஸ்தான் டைம்ஸ்*, ஜனவரி 18, 1951, புதுதில்லி, பக்கம் 4.

24. கிரான்வெல் ஆஸ்டின், *ஒர்க்கிங் எ டெமோகிராடிக் கான்ஸ்டிடியூஷன்: தி இந்தியன் எக்ஸ்பீரியன்ஸ்* (ஜனநாயக அரசமைப்புச் சட்டத்தைத் செயல்படுத்துதல்: ஓர் இந்திய அனுபவம்), (புதுதில்லி: ஆக்ஸ்போர்டு யூனிவர்சிட்டி பிரஸ், 2003) பக்கம் 43ல் இடம்பெற்றுள்ள சட்ட அமைச்சகத்தின் ஜனவரி 6, 1951 தேதியிட்ட குறிப்பு.

25. கிரான்வெல் ஆஸ்டின், *ஒர்க்கிங் எ டெமோகிராடிக் கான்ஸ்டிடியூஷன்: தி இந்தியன் எக்ஸ்பீரியன்ஸ்* (ஜனநாயக அரசமைப்புச் சட்டத்தைத் செயல்படுத்துதல்: ஓர் இந்திய அனுபவம்), (புதுதில்லி: ஆக்ஸ்போர்டு யூனிவர்சிட்டி பிரஸ், 2003) பக்கம் 43.

26. கிரான்வெல் ஆஸ்டின், *ஒர்க்கிங் எ டெமோகிராடிக் கான்ஸ்டிடியூஷன்: தி இந்தியன் எக்ஸ்பீரியன்ஸ்* (ஜனநாயக அரசமைப்புச் சட்டத்தைத் செயல்படுத்துதல்: ஓர் இந்திய அனுபவம்), (புதுதில்லி: ஆக்ஸ்போர்டு யூனிவர்சிட்டி பிரஸ், 2003) பக்கம் 43ல் இடம்பெற்றுள்ள சட்ட அமைச்சகத்தின் ஜனவரி 15, 1951 தேதியிட்ட குறிப்பு.

27. கிரான்வெல் ஆஸ்டின், *ஒர்க்கிங் எ டெமோகிராடிக் கான்ஸ்டிடியூஷன்: தி இந்தியன் எக்ஸ்பீரியன்ஸ்* (ஜனநாயக அரசமைப்புச் சட்டத்தைத் செயல்படுத்துதல்: ஓர் இந்திய அனுபவம்), (புதுதில்லி: ஆக்ஸ்போர்டு யூனிவர்சிட்டி பிரஸ், 2003) பக்கம் 43ல் இடம்பெற்றுள்ள சட்ட அமைச்சகத்தின் ஜனவரி 15, 1951 தேதியிட்ட குறிப்பு. மேலும் பார்க்க: கிரான்வெல் ஆஸ்டின், *ஒர்க்கிங் எ டெமோகிராடிக் கான்ஸ்டிடியூஷன்: தி இந்தியன் எக்ஸ்பீரியன்ஸ்* (ஜனநாயக அரசமைப்புச் சட்டத்தைத் செயல்படுத்துதல்: ஓர் இந்திய அனுபவம்), (புதுதில்லி: ஆக்ஸ்போர்டு யூனிவர்சிட்டி பிரஸ், 2003) பக்கம் 81.

28. கிரான்வெல் ஆஸ்டின், *ஒர்க்கிங் எ டெமோகிராடிக் கான்ஸ்டிடியூஷன்: தி இந்தியன் எக்ஸ்பீரியன்ஸ்* (ஜனநாயக அரசமைப்புச் சட்டத்தைத் செயல்படுத்துதல்: ஓர் இந்திய அனுபவம்), (புதுதில்லி: ஆக்ஸ்போர்டு யூனிவர்சிட்டி பிரஸ், 2003) பக்கம் 43.

29. அரசமைப்புச் சட்டத்தின் 226வது பிரிவு உயர்நீதிமன்றங்களின் உரிமைகள் மற்றும் அதிகாரங்களைப் பற்றி கூறுகிறது.

30. *டைம்ஸ் ஆஃப் இந்தியா*, ஜனவரி 18, 1951, பம்பாய், பக்கம் 9.

31. *ஹிந்துஸ்தான் டைம்ஸ்*, ஜனவரி 25, 1951, புதுதில்லி, பக்கம் 1.

32. *ஹிந்துஸ்தான் டைம்ஸ்*, ஜனவரி 25, 1951, புதுதில்லி, பக்கம் 1.

33. *ஹிந்துஸ்தான் டைம்ஸ்*, ஜனவரி 26, 1951, புதுதில்லி, பக்கம் 12.

34. *ஹிந்துஸ்தான் டைம்ஸ்*, ஜனவரி 26, 1951, புதுதில்லி, பக்கம் 12.

35. *ஹிந்துஸ்தான் டைம்ஸ்*, ஜனவரி 26, 1951, புதுதில்லி, பக்கம் 1; ராஜா சூர்யபால் சிங் மற்றும் பிறர் v ஸ்டேட் ஆஃப் உத்திரப்பிரதேஷ், AIR 1951 All.674.

36. *ஹிந்துஸ்தான் டைம்ஸ்*, ஜனவரி 26, 1951, புதுதில்லி, பக்கம் 1; ராஜா சூர்யபால் சிங் மற்றும் பிறர் v ஸ்டேட் ஆஃப் உத்திரப்பிரதேஷ், AIR 1951 All.674.

37. *ஹிந்துஸ்தான் டைம்ஸ்*, ஜனவரி 26, 1951, புதுதில்லி, பக்கம் 1; ராஜா சூர்யபால் சிங் மற்றும் பிறர் v ஸ்டேட் ஆஃப் உத்திரப்பிரதேஷ், AIR 1951 All.674.

38. *ஹிந்துஸ்தான் டைம்ஸ்*, ஜனவரி 26, 1951, புதுதில்லி, பக்கம் 1.

39. *டைம்ஸ் ஆஃப் இந்தியா,* டிசம்பர் 23, 1950, பம்பாய், பக்கம் 6; மைரோன் வேய்னர், *பார்ட்டி பாலிடிக்ஸ் இன் இந்தியா: தி டெவெலப்மெண்ட் ஆஃப் எ மல்டி–பார்ட்டி சிஸ்டம்* (இந்தியாவில் கட்சி அரசியல்: பல–கட்சி முறையின் வளர்ச்சி), (பிரின்ஸ்டன் யூனிவர்சிட்டி பிரஸ், 1957), பக்கங்கள் 71–74.

40. *ஹிந்துஸ்தான் டைம்ஸ்,* ஜனவரி 26, 1951, புதுதில்லி, பக்கம் 1.

41. *ஹிந்துஸ்தான் டைம்ஸ்,* ஜனவரி 26, 1951, புதுதில்லி, பக்கம் 1.

42. *ஜவஹர்லால் நேரு டு சீஃப் மினிஸ்டர்ஸ்* (முதலமைச்சர்களுக்கு ஜவஹர்லால் நேருவின் கடிதங்கள்), பிப்ரவரி 1, 1951, தொகுப்பு: ஜி. பார்த்தசாரதி, *லெட்டர்ஸ் டு சீஃப் மினிஸ்டர்ஸ்,* 1947–1964, தொகுதி–2, (புதுதில்லி: ஜவஹர்லால் நேரு நினைவு நிதி, 1986), பக்கம் 325.

43. ஹர்ஷன் குமாரசிங்கம், *மாடர்ன் ஏசியன் ஸ்டடிஸ்* (நவீன ஆசிய ஆய்வுகள்), தொகுதி–44, எண்–4, பக்கம் 719.

44. *டைம்ஸ் ஆஃப் இந்தியா,* பிப்ரவரி 14, 1951, பம்பாய், பக்கம் 1.

45. மோகன்லால் கௌதம் அவர்களின் மகளான ஷீலா பாரதிய ஜனதா கட்சியின் பிரபலமான தலைவர். அலிகார் தொகுதியிலிருந்து நாடாளுமன்ற உறுப்பினராகப் பலமுறை தேர்ந்தெடுக்கப்பட்டவர். *ஸ்லீப்வெல்* மெத்தை நிறுவனத்தின் நிறுவனர்.

46. கிரான்வெல் ஆஸ்டின், *ஒர்க்கிங் எ டெமோகிராடிக் கான்ஸ்டிடியூஷன்: தி இந்தியன் எக்ஸ்பீரியன்ஸ்* (ஜனநாயக அரசமைப்புச் சட்டத்தைத் செயல்படுத்துதல்: ஓர் இந்திய அனுபவம்), (புதுதில்லி: ஆக்ஸ்போர்டு யூனிவர்சிட்டி பிரஸ், 2003) பக்கம் 43.

47. *டைம்ஸ் ஆஃப் இந்தியா,* பிப்ரவரி 14, 1951, பம்பாய், பக்கம் 1.

48. *டைம்ஸ் ஆஃப் இந்தியா,* பிப்ரவரி 14, 1951, பம்பாய், பக்கம் 1.

49. நாடாளுமன்றத்தில் விடுத்த அறிக்கை, பிப்ரவரி 16, 1951, *செலக்டட் ஒர்க்ஸ் ஆஃப் ஜவஹர்லால் நேரு* (ஜவஹர்லால் நேருவின் தேர்ந்தெடுக்கப்பட்ட படைப்புகள்) தொகுப்பு: எஸ். கோபால், தொகுதி 15/2, (புதுதில்லி: ஜவஹர்லால் நேரு நினைவு நிதி, 1993), பக்கம் 235.

50. *ஜவஹர்லால் நேரு டு சீஃப் மினிஸ்டர்ஸ்* (முதலமைச்சர்களுக்கு ஜவஹர்லால் நேருவின் கடிதங்கள்), பிப்ரவரி 18, 1951, தொகுப்பு: ஜி. பார்த்தசாரதி, *லெட்டர்ஸ் டு சீஃப் மினிஸ்டர்ஸ்,* 1947–1964, தொகுதி–2, (புதுதில்லி: ஜவஹர்லால் நேரு நினைவு நிதி, 1986), பக்கம் 337.

51. *ஜவஹர்லால் நேரு டு சீஃப் மினிஸ்டர்ஸ்* (முதலமைச்சர்களுக்கு ஜவஹர்லால் நேருவின் கடிதங்கள்), பிப்ரவரி 18, 1951, தொகுப்பு: ஜி. பார்த்தசாரதி, *லெட்டர்ஸ் டு சீஃப் மினிஸ்டர்ஸ்,* 1947–1964, தொகுதி–2, (புதுதில்லி: ஜவஹர்லால் நேரு நினைவு நிதி, 1986), பக்கம் 337.

52. *ஜி.பி. பந்த் டு ஜவஹர்லால் நேரு* (ஜி.பி. பந்த்திடமிருந்து ஜவஹர்லால் நேருவுக்கு), மார்ச் 5, 1951, *பந்த்–நேரு கரஸ்பாண்டன்ஸ்* (பந்த்–நேரு கடிதப் போக்குவரத்துகள்), ஜி. பி. பந்த் தொகுப்பு, தேசிய ஆவணக் காப்பகம்; கிரான்வெல் ஆஸ்டின், *ஒர்க்கிங் எ டெமோகிராடிக் கான்ஸ்டிடியூஷன்: தி இந்தியன் எக்ஸ்பீரியன்ஸ்* (ஜனநாயக அரசமைப்புச் சட்டத்தைத் செயல்படுத்துதல்: ஓர் இந்திய அனுபவம்), (புதுதில்லி: ஆக்ஸ்போர்டு யூனிவர்சிட்டி பிரஸ், 2003) பக்கங்கள் 43,81,93..

53. *ஜி.பி. பந்த் டு ஜவஹர்லால் நேரு* (ஜி.பி. பந்த்திடமிருந்து ஜவஹர்லால் நேருவுக்கு), மார்ச் 5, 1951, *பந்த்–நேரு கரஸ்பாண்டன்ஸ்* (பந்த்–நேரு கடிதப் போக்குவரத்துகள்), ஜி.பி. பந்த் தொகுப்பு, தேசிய ஆவணக் காப்பகம்; கிரான்வெல் ஆஸ்டின், *ஒர்க்கிங் எ டெமோகிராடிக் கான்ஸ்டிடியூஷன்: தி இந்தியன் எக்ஸ்பீரியன்ஸ்* (ஜனநாயக அரசமைப்புச் சட்டத்தைத் செயல்படுத்துதல்: ஓர் இந்திய அனுபவம்), (புதுதில்லி: ஆக்ஸ்போர்டு யூனிவர்சிட்டி பிரஸ், 2003) பக்கங்கள் 43,81,93.

54. கிரான்வெல் ஆஸ்டின், *ஒர்க்கிங் எ டெமோகிராடிக் கான்ஸ்டிடியூஷன்: தி இந்தியன் எக்ஸ்பீரியன்ஸ்* (ஜனநாயக அரசமைப்புச் சட்டத்தைத் செயல்படுத்துதல்: ஓர் இந்திய அனுபவம்), (புதுதில்லி: ஆக்ஸ்போர்டு யூனிவர்சிட்டி பிரஸ், 2003) பக்கங்கள் 43,84..

55. *டைம்ஸ் ஆஃப் இந்தியா,* மார்ச் 13, 1951, பம்பாய், பக்கம் 1.

56. *காமேஷ்வர் சிங் v ஸ்டேட் ஆஃப் பீகார்,* AIR 1951, Pat.91.

57. கிரான்வெல் ஆஸ்டின், *ஒர்க்கிங் எ டெமோகிராடிக் கான்ஸ்டிடியூஷன்: தி இந்தியன் எக்ஸ்பீரியன்ஸ்* (ஜனநாயக அரசமைப்புச் சட்டத்தைத் செயல்படுத்துதல்: ஓர் இந்திய அனுபவம்), (புதுதில்லி: ஆக்ஸ்போர்டு யூனிவர்சிட்டி பிரஸ், 2003) பக்கம் 84.

58. பத்திரிகையாளர் சந்திப்பின் குறிப்புகள், மார்ச் 13, 1951, *செலக்டட் ஒர்க்ஸ் ஆஃப் ஜவஹர்லால் நேரு* (ஜவஹர்லால் நேருவின் தேர்ந்தெடுக்கப்பட்ட படைப்புகள்) தொகுப்பு: எஸ். கோபால், தொகுதி 16/1, (புதுதில்லி: ஜவஹர்லால் நேரு நினைவு நிதி, 1994), பக்கம் 153.

59. கிரான்வெல் ஆஸ்டின், *ஒர்க்கிங் எ டெமோகிராடிக் கான்ஸ்டிடியூஷன்: தி இந்தியன் எக்ஸ்பீரியன்ஸ்* (ஜனநாயக அரசமைப்புச் சட்டத்தைத் செயல்படுத்துதல்: ஓர் இந்திய அனுபவம்), (புதுதில்லி: ஆக்ஸ்போர்டு யூனிவர்சிட்டி பிரஸ், 2003) பக்கங்கள் 43 மற்றும் 44ல் குறிப்பிடப்பட்டுள்ள மார்ச் 14, 1951 தேதியிட்ட சட்ட அமைச்சகத்தின் குறிப்பாணை. கோப்பு எண். F34/51-C- தேசிய ஆவணக் காப்பகம்.

60. கிரான்வெல் ஆஸ்டின், *ஒர்க்கிங் எ டெமோகிராடிக் கான்ஸ்டிடியூஷன்: தி இந்தியன் எக்ஸ்பீரியன்ஸ்* (ஜனநாயக அரசமைப்புச் சட்டத்தைத் செயல்படுத்துதல்: ஓர் இந்திய அனுபவம்), (புதுதில்லி: ஆக்ஸ்போர்டு யூனிவர்சிட்டி பிரஸ், 2003) பக்கங்கள் 43 மற்றும் 44ல் குறிப்பிடப்பட்டுள்ள மார்ச் 14, 1951 தேதியிட்ட சட்ட அமைச்சகத்தின் குறிப்பாணை. கோப்பு எண். F34/51-C- தேசிய ஆவணக் காப்பகம்.

61. கிரான்வெல் ஆஸ்டின், *ஒர்க்கிங் எ டெமோகிராடிக் கான்ஸ்டிடியூஷன்: தி இந்தியன் எக்ஸ்பீரியன்ஸ்* (ஜனநாயக அரசமைப்புச் சட்டத்தைத் செயல்படுத்துதல்: ஓர் இந்திய அனுபவம்), (புதுதில்லி: ஆக்ஸ்போர்டு யூனிவர்சிட்டி பிரஸ், 2003) பக்கம் 84ல் குறிப்பிடப்பட்டுள்ள மார்ச் 14, 1951 தேதியிட்ட சட்ட அமைச்சகத்தின் குறிப்பாணை. கோப்பு எண். F34/51-C- தேசிய ஆவணக் காப்பகம்.

62. விதியின் விளையாட்டாக, அரசாங்கத்திலிருந்து அம்பேத்கர் 1952ல் வெளியேற இருக்கிறார். மத்தியப் பிரதேசத்தின் ஜமீன்தார்முறை ஒழிப்புச் சட்டத்துக்கு எதிராக உச்சநீதிமன்றத்தில் பி. ஆர். தாஸுடன் இணைந்து வாதாட இருக்கிறார். விஸ்வேஷ்வர் ராவ் v ஸ்டேட் ஆஃப் மத்திய பிரதேஷ், AIR 1952, SC 252. பாட்னா உயர்நீதிமன்றத்தின் தீர்ப்பை எதிர்த்து உச்சநீதிமன்றத்தில் தொடரப்பட்ட மேல்முறையீட்டு வழக்கிலும் மகாராஜா காமேஷ்வர் சிங்குக்கு ஆதரவாக அவர் வாதாட இருக்கிறார்.

63. ஹர்ஷன் குமாரசிங்கம், *மாடர்ன் ஏசியன் ஸ்டடிஸ்* (நவீன ஆசிய ஆய்வுகள்), தொகுதி-44, எண்-4, பக்கம் 711.

64. கிரான்வெல் ஆஸ்டின், *ஒர்க்கிங் எ டெமோகிராடிக் கான்ஸ்டிடியூஷன்: தி இந்தியன் எக்ஸ்பீரியன்ஸ்* (ஜனநாயக அரசமைப்புச் சட்டத்தைத் செயல்படுத்துதல்: ஓர் இந்திய அனுபவம்), (புதுதில்லி: ஆக்ஸ்போர்டு யூனிவர்சிட்டி பிரஸ், 2003) பக்கம் 44ல் குறிப்பிடப்பட்டுள்ள மார்ச் 14, 1951 தேதியிட்ட சட்ட அமைச்சகத்தின் குறிப்பாணை. கோப்பு எண். F34/51-C- தேசிய ஆவணக் காப்பகம்.

65. கிரான்வெல் ஆஸ்டின், *ஒர்க்கிங் எ டெமோகிராடிக் கான்ஸ்டிடியூஷன்: தி இந்தியன் எக்ஸ்பீரியன்ஸ்* (ஜனநாயக அரசமைப்புச் சட்டத்தைத் செயல்படுத்துதல்: ஓர் இந்திய அனுபவம்), (புதுதில்லி: ஆக்ஸ்போர்டு யூனிவர்சிட்டி பிரஸ், 2003) பக்கம் 44ல் குறிப்பிடப்பட்டுள்ள மார்ச்

14, 1951 தேதியிட்ட சட்ட அமைச்சகத்தின் குறிப்பாணை. கோப்பு எண். F34/51-C- தேசிய ஆவணக் காப்பகம்.

66. மேக்நாத் தேசாய், *தி இந்தியன் எக்ஸ்பிரஸ்,* மே 19, 2019, புதுதில்லி; https://indianexpress.com/article/opinion/columns/independence-british-rule-women-safety-sexual-harassment-waiting-for-freedom-democracy-5735394/ (அணுகிய நாள்: ஜூன் 25, 2019).

67. கிரான்வெல் ஆஸ்டின், *ஒர்க்கிங் எ டெமோகிராடிக் கான்ஸ்டிடியூஷன்: தி இந்தியன் எக்ஸ்பீரியன்ஸ்* (ஜனநாயக அரசமைப்புச் சட்டத்தைத் செயல்படுத்துதல்: ஓர் இந்திய அனுபவம்), (புதுதில்லி: ஆக்ஸ்போர்டு யூனிவர்சிட்டி பிரஸ், 2003) பக்கம் 44.

68. *ஜவஹர்லால் நேரு டு சீஃப் மினிஸ்டர்ஸ்* (முதலமைச்சர்களுக்கு ஜவஹர்லால் நேருவின் கடிதங்கள்), மார்ச் 21, 1951, தொகுப்பு: ஜி. பார்த்தசாரதி, *லெட்டர்ஸ் டு சீஃப் மினிஸ்டர்ஸ்,* 1947-1964, தொகுதி-2, (புதுதில்லி: ஜவஹர்லால் நேரு நினைவு நிதி, 1986), பக்கம் 363.

69. கிரான்வெல் ஆஸ்டின், *ஒர்க்கிங் எ டெமோகிராடிக் கான்ஸ்டிடியூஷன்: தி இந்தியன் எக்ஸ்பீரியன்ஸ்* (ஜனநாயக அரசமைப்புச் சட்டத்தைத் செயல்படுத்துதல்: ஓர் இந்திய அனுபவம்), (புதுதில்லி: ஆக்ஸ்போர்டு யூனிவர்சிட்டி பிரஸ், 2003) பக்கம் 84ல் குறிப்பிடப்பட்டுள்ள கே.வி. கே. சுந்தரத்துக்கு வி.கே.டி .சாரி எழுதிய மார்ச் 14, 1951 தேதியிட்ட கடிதம். சட்ட அமைச்சகத்தின் கோப்பு எண். F34/51-C- தேசிய ஆவணக் காப்பகம்.

70. உபேந்திரா பாக்சி, *இந்தியன் எக்ஸ்பிரஸ்,* ஜூன் 6, 2019, https://indianexpress.com/article/opinion/columns/the-consitutional-citizen-rights-freedom-india-5767375/ (அணுகிய நாள்: டிசம்பர் 16, 2019). சில குறிப்பிட்ட வழக்குகளில், பம்பாய் உயர்நீதிமன்றத்தின் தலைமை நீதிபதி கஜேந்திரகட்கர் சொன்னதாகக் கூறப்படுகிறது.

71. *காமேஷ்வர் சிங் v ஸ்டேட் ஆஃப் பீகார்,* AIR 1951, Pat.91.

72. *காமேஷ்வர் சிங் v ஸ்டேட் ஆஃப் பீகார்,* AIR 1951, Pat.91.

73. *காமேஷ்வர் சிங் v ஸ்டேட் ஆஃப் பீகார்,* AIR 1951, Pat.91.

74. *காமேஷ்வர் சிங் v ஸ்டேட் ஆஃப் பீகார்,* AIR 1951, Pat.91.

75. *டைம்ஸ் ஆஃப் இந்தியா,* மார்ச் 14, 1951, பம்பாய், பக்கம் 4.

76. *டைம்ஸ் ஆஃப் இந்தியா,* மார்ச் 14, 1951, பம்பாய், பக்கம் 4.

77. சர்பாணி சென், *தி கான்ஸ்டிடியூஷன் ஆஃப் இந்தியா: பாப்புலர் சாவரினிட்டி அண்டு டெமோகிராடிக் ட்ரான்ஸ்போர்மேஷன்* (இந்திய அரசமைப்புச் சட்டம்: பொது இறையாண்மையும் ஜனநாயக உருமாற்றமும்), (புதுதில்லி: ஆக்ஸ்போர்டு யூனிவர்சிட்டி பிரஸ், 2007), பக்கம் 160.

78. *மேற்கு வங்காளக் குடிவரவு வருவாய்த்துறை எழுத்தர் கூட்டுறவு சங்கம் v பேலா பானர்ஜி மற்றும் பிறர்,* AIR 1951, Cal 111.

79. *மேற்கு வங்காளக் குடிவரவு வருவாய்த்துறை எழுத்தர் கூட்டுறவு சங்கம் v பேலா பானர்ஜி மற்றும் பிறர்,* AIR 1951, Cal 111.

80. கிரான்வெல் ஆஸ்டின், *ஒர்க்கிங் எ டெமோகிராடிக் கான்ஸ்டிடியூஷன்: தி இந்தியன் எக்ஸ்பீரியன்ஸ்* (ஜனநாயக அரசமைப்புச் சட்டத்தைத் செயல்படுத்துதல்: ஓர் இந்திய அனுபவம்), (புதுதில்லி: ஆக்ஸ்போர்டு யூனிவர்சிட்டி பிரஸ், 2003) பக்கம் 45.

81. *ஹிந்துஸ்தான் டைம்ஸ்,* குடியரசு தின சிறப்புப் பதிப்பு, ஜனவரி 26, 1950, புதுதில்லி, பக்கம் 6.

82. கென்னத். சி. வியர் கட்டுரை, *ஹிந்துஸ்தான் டைம்ஸ்,* ஜனவரி 26, 1950, புதுதில்லி, பக்கம் 1.

83. இந்தக் கட்டுரை ‘சாணக்யா’ என்னும் புனைப்பெயரில்.எழுதப்பட்டது. நவம்பர் 1937ல் ‘ராஷ்ட்ரபதி’ என்னும் இதழில் முதன்முதலில் வெளிவந்தது. பிறகு மீண்டும் கல்கத்தாவைச் சேர்ந்த ‘தி மாடர்ன் ரிவ்யூ’ல் நவம்பர் 1947ல் வெளியானது. *தி எசென்ஷியல் ரைட்டிங்ஸ் ஆஃப் ஜவஹர்லால் நேரு* (ஜவஹர்லால் நேருவின் மிகமுக்கியப் படைப்புகள்), தொகுப்பு: எஸ். கோபால் மற்றும் உமா ஐயங்கார், (புதுதில்லி: ஆக்ஸ்போர்டு யூனிவர்சிட்டி பிரஸ், 2003), பக்கங்கள் 644–645; ஹர்ஷன் குமாரசிங்கம், *மாடர்ன் ஏசியன் ஸ்டடீஸ்* (நவீன ஆசிய ஆய்வுகள்), தொகுதி–44, எண்–4, பக்கங்கள் 709–711.

5. அடைமழை

1. *ஸ்டேட் ஆஃப் மெட்ராஸ் v சம்பகம் துரைராஜன்* AIR 1951 SC 226.
2. *பி. வெங்கட்ரமணா v ஸ்டேட் ஆஃப் மெட்ராஸ்,* AIR 1951 SC 229.
3. *டைம்ஸ் ஆஃப் இந்தியா,* மார்ச் 27, 1951, பம்பாய், பக்கம் 5.
4. கிரான்வெல் ஆஸ்டின், *ஒர்க்கிங் எ டெமோகிராடிக் கான்ஸ்டிடியூஷன்: தி இந்தியன் எக்ஸ்பீரியன்ஸ்* (ஜனநாயக அரசமைப்புச் சட்டத்தைத் செயல்படுத்துதல்: ஓர் இந்திய அனுபவம்), (புதுதில்லி: ஆக்ஸ்போர்டு யூனிவர்சிட்டி பிரஸ், 2003) பக்கம் 43.
5. *ஜவஹர்லால் நேரு: எ பயோகிராஃபி வால்யூம் டூ: 1947–1956* (ஜவஹர்லால் நேரு: ஒரு வாழ்க்கை வரலாறு தொகுதி–2: 1947–1956), சர்வபள்ளி கோபால், (லண்டன்: கேப், 1979), பக்கம் 312.
6. ஹர்ஷன் குமாரசிங்கம், *மாடர்ன் ஏசியன் ஸ்டடீஸ்* (நவீன ஆசிய ஆய்வுகள்), தொகுதி–44, எண்–4, பக்கம் 719.
7. இந்தியாவின் முதல் குடியரசுத் துணைத் தலைவர் சர்வபள்ளி ராதாகிருஷ்ணனின் மகன்தான் கோபால். அவர் வெளியுறவு அமைச்சகத்தின் வரலாற்றுப் பிரிவின் இயக்குநராகப் பதவி வகித்தவர். ஆக்ஸ்போர்டு பல்கலைக்கழகத்தில் இந்திய வரலாற்றுப் பேராசிரியராக இருந்தவர். ஜவஹர்லால் நேரு பல்கலைக்கழகத்தின் பேராசிரியர் மற்றும் அதன் வரலாற்று ஆராய்ச்சி மையத்தைத் தோற்றுவித்தவர்.
8. *ஜவஹர்லால் நேரு: எ பயோகிராஃபி வால்யூம் டூ: 1947–1956* (ஜவஹர்லால் நேரு: ஒரு வாழ்க்கை வரலாறு தொகுதி–2: 1947–1956), சர்வபள்ளி கோபால், (லண்டன்: கேப், 1979), பக்கம் 304.
9. *ஜவஹர்லால் நேரு: எ பயோகிராஃபி வால்யூம் டூ: 1947–1956* (ஜவஹர்லால் நேரு: ஒரு வாழ்க்கை வரலாறு தொகுதி–2: 1947–1956), சர்வபள்ளி கோபால், (லண்டன்: கேப், 1979), பக்கம் 304.
10. *டைம்ஸ் ஆஃப் இந்தியா,* ஏப்ரல் 9, 1951, பம்பாய், பக்கம் 5.
11. *தி ஸ்டேட்ஸ்மேன்,* ஏப்ரல் 9, 1951, கல்கத்தா, பக்கம் 5;
12. *ஸ்டேட் ஆஃப் மெட்ராஸ் v சம்பகம் துரைராஜன்* AIR 1951 SC 226.
13. *பி. வெங்கட்ரமணா v ஸ்டேட் ஆஃப் மெட்ராஸ்,* AIR 1951 SC 229.
14. *பி. வெங்கட்ரமணா v ஸ்டேட் ஆஃப் மெட்ராஸ்,* AIR 1951 SC 229.
15. *டைம்ஸ் ஆஃப் இந்தியா,* ஏப்ரல் 10, 1951, பம்பாய், பக்கம் 5; *தி ஸ்டேட்ஸ்மேன்* ஏப்ரல் 10, 1951, கல்கத்தா, பக்கம் 5.

16. *டைம்ஸ் ஆஃப் இந்தியா*, ஏப்ரல் 10, 1951, பம்பாய், பக்கம் 5; *தி ஸ்டேட்ஸ்மேன்* ஏப்ரல் 10, 1951, கல்கத்தா, பக்கம் 5.
17. *ஜவஹர்லால் நேரு டு பி. எஸ். குமாரசாமி ராஜா* (ஜவஹர்லால் நேருவிடமிருந்து பி. எஸ். குமாரசாமி ராஜாவுக்கு), ஏப்ரல் 11, 1951, *செலக்டட் ஒர்க்ஸ் ஆஃப் ஜவஹர்லால் நேரு* (ஜவஹர்லால் நேருவின் தேர்ந்தெடுக்கப்பட்ட படைப்புகள்) தொகுப்பு: எஸ். கோபால், தொகுதி 16/1, (புதுதில்லி: ஜவஹர்லால் நேரு நினைவு நிதி, 1994), பக்கம் 153.
18. *ஜவஹர்லால் நேரு டு பி. எஸ். குமாரசாமி ராஜா* (ஜவஹர்லால் நேருவிடமிருந்து பி. எஸ். குமாரசாமி ராஜாவுக்கு), ஏப்ரல் 11, 1951, *செலக்டட் ஒர்க்ஸ் ஆஃப் ஜவஹர்லால் நேரு* (ஜவஹர்லால் நேருவின் தேர்ந்தெடுக்கப்பட்ட படைப்புகள்) தொகுப்பு: எஸ். கோபால், தொகுதி 16/1, (புதுதில்லி: ஜவஹர்லால் நேரு நினைவு நிதி, 1994), பக்கம் 153.
19. *டைம்ஸ் ஆஃப் இந்தியா*, ஏப்ரல் 10, 1951, பம்பாய், பக்கம் 4.
20. *டைம்ஸ் ஆஃப் இந்தியா*, ஏப்ரல் 12, 1951, பம்பாய், பக்கம் 6.
21. *டைம்ஸ் ஆஃப் இந்தியா*, ஏப்ரல் 18, 1951, பம்பாய், பக்கம் 4.
22. *டைம்ஸ் ஆஃப் இந்தியா*, ஏப்ரல் 18, 1951, பம்பாய், பக்கம் 4.
23. *டைம்ஸ் ஆஃப் இந்தியா*, ஏப்ரல் 14, 1951, பம்பாய், பக்கம் 5.
24. *டைம்ஸ் ஆஃப் இந்தியா*, ஏப்ரல் 20, 1951, பம்பாய், பக்கம் 8.
25. *டைம்ஸ் ஆஃப் இந்தியா*, ஏப்ரல் 23, 1951, பம்பாய், பக்கம் 7.
26. *டைம்ஸ் ஆஃப் இந்தியா*, ஏப்ரல் 22, 1951, பம்பாய், பக்கம் 1.
27. *டைம்ஸ் ஆஃப் இந்தியா*, ஏப்ரல் 22, 1951, பம்பாய், பக்கம் 1.
28. *டைம்ஸ் ஆஃப் இந்தியா*, ஏப்ரல் 22, 1951, பம்பாய், பக்கம் 1.
29. *டைம்ஸ் ஆஃப் இந்தியா*, ஏப்ரல் 24, 1951, பம்பாய், பக்கம் 6.
30. *டைம்ஸ் ஆஃப் இந்தியா*, ஏப்ரல் 30, 1951, பம்பாய், பக்கம் 5.
31. *டைம்ஸ் ஆஃப் இந்தியா*, ஏப்ரல் 14, 1951, பம்பாய், பக்கம் 4.
32. *டைம்ஸ் ஆஃப் இந்தியா*, ஏப்ரல் 14, 1951, பம்பாய், பக்கம் 4.
33. *டைம்ஸ்ஆஃப் இந்தியா*, ஏப்ரல் 30, 1951, பம்பாய், பக்கம் 4.
34. *டைம்ஸ் ஆஃப் இந்தியா*, ஏப்ரல் 30, 1951, பம்பாய், பக்கம் 4.
35. *பி.யூ.சி.எல் புல்லெட்டின்* (பி.யூ.சி.எல் செய்தி அறிக்கை), ராஜிந்தர் சச்சார், தொகுதி–36, எண்:2, பிப்ரவரி 2016, பக்கம் 12.
36. கிரான்வெல் ஆஸ்டின், *ஒர்க்கிங் எ டெமோகிராடிக் கான்ஸ்டிடியூஷன்: தி இந்தியன் எக்ஸ்பீரியன்ஸ்* (ஜனநாயக அரசமைப்புச் சட்டத்தைத் செயல்படுத்துதல்: ஓர் இந்திய அனுபவம்), (புதுதில்லி: ஆக்ஸ்போர்டு யூனிவர்சிட்டி பிரஸ், 2003) பக்கம் 85.
37. கிரான்வெல் ஆஸ்டின், *ஒர்க்கிங் எ டெமோகிராடிக் கான்ஸ்டிடியூஷன்: தி இந்தியன் எக்ஸ்பீரியன்ஸ்* (ஜனநாயக அரசமைப்புச் சட்டத்தைத் செயல்படுத்துதல்: ஓர் இந்திய அனுபவம்), (புதுதில்லி: ஆக்ஸ்போர்டு யூனிவர்சிட்டி பிரஸ், 2003) பக்கம் 94.
38. கிரான்வெல் ஆஸ்டின், *ஒர்க்கிங் எ டெமோகிராடிக் கான்ஸ்டிடியூஷன்: தி இந்தியன் எக்ஸ்பீரியன்ஸ்* (ஜனநாயக அரசமைப்புச் சட்டத்தைத் செயல்படுத்துதல்: ஓர் இந்திய அனுபவம்), (புதுதில்லி: ஆக்ஸ்போர்டு யூனிவர்சிட்டி பிரஸ், 2003) பக்கம் 97.
39. *டைம்ஸ் ஆஃப் இந்தியா*, ஏப்ரல் 20, 1951, பம்பாய், பக்கம் 7.
40. *டைம்ஸ் ஆஃப் இந்தியா*, ஏப்ரல் 19, 1951, பம்பாய், பக்கம் 1.

41. *டைம்ஸ் ஆஃப் இந்தியா,* ஏப்ரல் 19, 1951, பம்பாய், பக்கம் 1.

42. *டைம்ஸ் ஆஃப் இந்தியா,* ஏப்ரல் 28, 1951, பம்பாய், பக்கம் 7.

43. *டைம்ஸ் ஆஃப் இந்தியா,* மே 10, 1951, பம்பாய், பக்கம் 6.

44. *டைம்ஸ் ஆஃப் இந்தியா,* மே 10, 1951, பம்பாய், பக்கம் 6.

45. *எ நோட் ஆன் அமென்டுமென்ட்ஸ் டூ தி கான்ஸ்டிடியூஷன்,* (அரசமைப்புச் சட்டத்திருத்தம் பற்றிய குறிப்பு), ஏப்ரல் 30, 1951, *டாக்டர். ராஜேந்திர பிரசாத்: கரஸ்பாண்டன்ஸ் அண்டு செலக்டட் டாக்குமெண்ட்ஸ்* (டாக்டர். ராஜேந்திர பிரசாத்: கடிதப் போக்குவரத்துகளும் தேர்ந்தெடுக்கப்பட்ட ஆவணங்களும்), தொகுப்பு: வால்மீகி சௌத்ரி, தொகுதி–14, (புதுதில்லி, அல்லைடு பப்ளிஷர்ஸ், 1991), பக்கம் 273.

46. *எ நோட் ஆன் அமென்டுமென்ட்ஸ் டூ தி கான்ஸ்டிடியூஷன்,* (அரசமைப்புச் சட்டத்திருத்தம் பற்றிய குறிப்பு), ஏப்ரல் 30, 1951, *டாக்டர். ராஜேந்திர பிரசாத்: கரஸ்பாண்டன்ஸ் அண்டு செலக்டட் டாக்குமெண்ட்ஸ்* (டாக்டர். ராஜேந்திர பிரசாத்: கடிதப் போக்குவரத்துகளும் தேர்ந்தெடுக்கப்பட்ட ஆவணங்களும்), தொகுப்பு: வால்மீகி சௌத்ரி, தொகுதி–14, (புதுதில்லி, அல்லைடு பப்ளிஷர்ஸ், 1991), பக்கம் 273.

47. *எ நோட் ஆன் அமென்டுமென்ட்ஸ் டூ தி கான்ஸ்டிடியூஷன்,* (அரசமைப்புச் சட்டத்திருத்தம் பற்றிய குறிப்பு), ஏப்ரல் 30, 1951, *டாக்டர். ராஜேந்திர பிரசாத்: கரஸ்பாண்டன்ஸ் அண்டு செலக்டட் டாக்குமெண்ட்ஸ்* (டாக்டர். ராஜேந்திர பிரசாத்: கடிதப் போக்குவரத்துகளும் தேர்ந்தெடுக்கப்பட்ட ஆவணங்களும்), தொகுப்பு: வால்மீகி சௌத்ரி, தொகுதி–14, (புதுதில்லி, அல்லைடு பப்ளிஷர்ஸ், 1991), பக்கம் 275.

48. *எ நோட் ஆன் அமென்டுமென்ட்ஸ் டூ தி கான்ஸ்டிடியூஷன்,* (அரசமைப்புச் சட்டத்திருத்தம் பற்றிய குறிப்பு), ஏப்ரல் 30, 1951, *டாக்டர். ராஜேந்திர பிரசாத்: கரஸ்பாண்டன்ஸ் அண்டு செலக்டட் டாக்குமெண்ட்ஸ்* (டாக்டர். ராஜேந்திர பிரசாத்: கடிதப் போக்குவரத்துகளும் தேர்ந்தெடுக்கப்பட்ட ஆவணங்களும்), தொகுப்பு: வால்மீகி சௌத்ரி, தொகுதி–14, (புதுதில்லி, அல்லைடு பப்ளிஷர்ஸ், 1991), பக்கம் 274.

49. *எ நோட் ஆன் அமென்டுமென்ட்ஸ் டூ தி கான்ஸ்டிடியூஷன்,* (அரசமைப்புச் சட்டத்திருத்தம் பற்றிய குறிப்பு), ஏப்ரல் 30, 1951, *டாக்டர். ராஜேந்திர பிரசாத்: கரஸ்பாண்டன்ஸ் அண்டு செலக்டட் டாக்குமெண்ட்ஸ்* (டாக்டர். ராஜேந்திர பிரசாத்: கடிதப் போக்குவரத்துகளும் தேர்ந்தெடுக்கப்பட்ட ஆவணங்களும்), தொகுப்பு: வால்மீகி சௌத்ரி, தொகுதி–14, (புதுதில்லி, அல்லைடு பப்ளிஷர்ஸ், 1991), பக்கம் 273.

50. *எ நோட் ஆன் அமென்டுமென்ட்ஸ் டூ தி கான்ஸ்டிடியூஷன்,* (அரசமைப்புச் சட்டத்திருத்தம் பற்றிய குறிப்பு), ஏப்ரல் 30, 1951, *டாக்டர். ராஜேந்திர பிரசாத்: கரஸ்பாண்டன்ஸ் அண்டு செலக்டட் டாக்குமெண்ட்ஸ்* (டாக்டர். ராஜேந்திர பிரசாத்: கடிதப் போக்குவரத்துகளும் தேர்ந்தெடுக்கப்பட்ட ஆவணங்களும்), தொகுப்பு: வால்மீகி சௌத்ரி, தொகுதி–14, (புதுதில்லி, அல்லைடு பப்ளிஷர்ஸ், 1991), பக்கம் 273.

51. *எ நோட் ஆன் அமென்டுமென்ட்ஸ் டூ தி கான்ஸ்டிடியூஷன்,* (அரசமைப்புச் சட்டத்திருத்தம் பற்றிய குறிப்பு), ஏப்ரல் 30, 1951, *டாக்டர். ராஜேந்திர பிரசாத்: கரஸ்பாண்டன்ஸ் அண்டு செலக்டட் டாக்குமெண்ட்ஸ்* (டாக்டர். ராஜேந்திர பிரசாத்: கடிதப் போக்குவரத்துகளும் தேர்ந்தெடுக்கப்பட்ட ஆவணங்களும்), தொகுப்பு: வால்மீகி சௌத்ரி, தொகுதி–14, (புதுதில்லி, அல்லைடு பப்ளிஷர்ஸ், 1991), பக்கம் 274.

52. *எ நோட் ஆன் அமென்டுமென்ட்ஸ் டூ தி கான்ஸ்டிடியூஷன்,* (அரசமைப்புச் சட்டத்திருத்தம் பற்றிய குறிப்பு), ஏப்ரல் 30, 1951, *டாக்டர். ராஜேந்திர பிரசாத்: கரஸ்பாண்டன்ஸ் அண்டு செலக்டட் டாக்குமெண்ட்ஸ்* (டாக்டர். ராஜேந்திர பிரசாத்: கடிதப் போக்குவரத்துகளும்

தேர்ந்தெடுக்கப்பட்ட ஆவணங்களும்), தொகுப்பு: வால்மீகி சௌத்ரி, தொகுதி–14, (புதுதில்லி, அல்லைடு பப்ளிஷர்ஸ், 1991), பக்கம் 277; கிரான்வெல் ஆஸ்டின், *ஒர்க்கிங் எ டெமோகிராடிக் கான்ஸ்டிடியூஷன்: தி இந்தியன் எக்ஸ்பீரியன்ஸ்* (ஜனநாயக அரசமைப்புச் சட்டத்தைத் செயல்படுத்துதல்: ஓர் இந்திய அனுபவம்), (புதுதில்லி: ஆக்ஸ்போர்டு யூனிவர்சிட்டி பிரஸ், 2003) பக்கம் 86.

53. ஹர்ஷன் குமாரசிங்கம், *மாடர்ன் ஏசியன் ஸ்டடிஸ்* (நவீன ஆசிய ஆய்வுகள்), தொகுதி–44, எண்–4, பக்கம் 719.

54. ஜவஹர்லால் நேரு *டூ சீஃப் மினிஸ்டர்ஸ்* (முதலமைச்சர்களுக்கு ஜவஹர்லால் நேருவின் கடிதங்கள்), மே 2, 1951, தொகுப்பு: ஜி. பார்த்தசாரதி, *லெட்டர்ஸ் டூ சீஃப் மினிஸ்டர்ஸ்*, 1947–1964, தொகுதி–2, (புதுதில்லி: ஜவஹர்லால் நேரு நினைவு நிதி, 1986), பக்கம் 387.

55. *தி ஸ்டேட்ஸ்மேன்* மே 11, 1951, கல்கத்தா, பக்கம் 1; ராஜா சூர்யபால் சிங் மற்றும் பிறர் v ஸ்டேட் ஆஃப் உத்திர பிரதேஷ், AIR 1951, All.674.

56. *தி ஐடியா ஆஃப் இந்தியா* (இந்தியா என்னும் கருத்து), சுனில் கில்னானி, (புதுதில்லி: பென்குயின் புக்ஸ் இந்தியா, 2012), பக்கம் 24.

57. *டைம்ஸ் ஆஃப் இந்தியா*, மே 21, 1951, பம்பாய், பக்கம் 4.

58. ஹர்ஷன் குமாரசிங்கம், *மாடர்ன் ஏசியன் ஸ்டடிஸ்* (நவீன ஆசிய ஆய்வுகள்), தொகுதி–44, எண்–4, பக்கம் 712.

59. ஹர்ஷன் குமாரசிங்கம், *மாடர்ன் ஏசியன் ஸ்டடிஸ்* (நவீன ஆசிய ஆய்வுகள்), தொகுதி–44, எண்–4, பக்கம் 712.

60. *தி ஸ்டேட்ஸ்மேன்* மே 11, 1951, கல்கத்தா, பக்கம் 1.

61. *தி ஸ்டேட்ஸ்மேன்* மே 11, 1951, கல்கத்தா, பக்கம் 1.

62. கிரான்வெல் ஆஸ்டின், *ஒர்க்கிங் எ டெமோகிராடிக் கான்ஸ்டிடியூஷன்: தி இந்தியன் எக்ஸ்பீரியன்ஸ்* (ஜனநாயக அரசமைப்புச் சட்டத்தைத் செயல்படுத்துதல்: ஓர் இந்திய அனுபவம்), (புதுதில்லி: ஆக்ஸ்போர்டு யூனிவர்சிட்டி பிரஸ், 2003) பக்கம் 86.

63. ஹுசைன் இமாம், மே 12, 1951, *பார்லிமண்ட்ரி டிபேட்ஸ்* (நாடாளுமன்ற விவாதங்கள்) பகுதி–2, தொகுதி–12, (புதுடெல்லி: 1951) பக்கம் 8584.

64. சபாநாயகர், மே 12, 1951, *பார்லிமண்ட்ரி டிபேட்ஸ்* (நாடாளுமன்ற விவாதங்கள்) பகுதி–2, தொகுதி–12, (புதுடெல்லி: 1951) பக்கம் 8584.

65. *தி ஸ்டேட்ஸ்மேன்* மே 13, 1951, கல்கத்தா, பக்கம் 1.

66. *டைம்ஸ் ஆஃப் இந்தியா*, மே 16, 1951, பம்பாய், பக்கம் 5.

67. *டைம்ஸ் ஆஃப் இந்தியா*, மே 16, 1951, பம்பாய், பக்கம் 5.

68. *டைம்ஸ் ஆஃப் இந்தியா*, மே 17, 1951, பம்பாய், பக்கம் 7; *தி ஸ்டேட்ஸ்மேன்* மே 17, 1951, கல்கத்தா, பக்கம் 5.

69. *டைம்ஸ் ஆஃப் இந்தியா*, மே 15, 1951, பம்பாய், பக்கம் 4.

70. *டைம்ஸ் ஆஃப் இந்தியா*, மே 15, 1951, பம்பாய், பக்கம் 4.

71. *டைம்ஸ் ஆஃப் இந்தியா*, மே 16, 1951, பம்பாய், பக்கம் 4.

72. *டைம்ஸ் ஆஃப் இந்தியா*, மே 16, 1951, பம்பாய், பக்கம் 4.

73. *தி ஸ்டேட்ஸ்மேன்* மே 13, 1951, கல்கத்தா, பக்கம் 1.

74. ஜவஹர்லால் நேரு, மே 16, 1951, *பார்லிமண்ட்ரி டிபேட்ஸ்* (நாடாளுமன்ற விவாதங்கள்) பகுதி-2, தொகுதி-12, (புதுடெல்லி: 1951) பக்கம் 8815.

75. ஜவஹர்லால் நேரு, மே 16, 1951, *பார்லிமண்ட்ரி டிபேட்ஸ்* (நாடாளுமன்ற விவாதங்கள்) பகுதி-2, தொகுதி-12, (புதுடெல்லி: 1951) பக்கம் 8815.

76. ஜவஹர்லால் நேரு, மே 16, 1951, *பார்லிமண்ட்ரி டிபேட்ஸ்* (நாடாளுமன்ற விவாதங்கள்) பகுதி-2, தொகுதி-12, (புதுடெல்லி: 1951) பக்கம் 8815.

77. ஜவஹர்லால் நேரு, மே 16, 1951, *பார்லிமண்ட்ரி டிபேட்ஸ்* (நாடாளுமன்ற விவாதங்கள்) பகுதி-2, தொகுதி-12, (புதுடெல்லி: 1951) பக்கம் 8818.

78. ஜவஹர்லால் நேரு, மே 16, 1951, *பார்லிமண்ட்ரி டிபேட்ஸ்* (நாடாளுமன்ற விவாதங்கள்) பகுதி-2, தொகுதி-12, (புதுடெல்லி: 1951) பக்கம் 8826.

79. ஜவஹர்லால் நேரு, மே 16, 1951, *பார்லிமண்ட்ரி டிபேட்ஸ்* (நாடாளுமன்ற விவாதங்கள்) பகுதி-2, தொகுதி-12, (புதுடெல்லி: 1951) பக்கம் 8828.

80. ஜவஹர்லால் நேரு, மே 16, 1951, *பார்லிமண்ட்ரி டிபேட்ஸ்* (நாடாளுமன்ற விவாதங்கள்) பகுதி-2, தொகுதி-12, (புதுடெல்லி: 1951) பக்கம் 8823.

81. ஜவஹர்லால் நேரு, மே 16, 1951, *பார்லிமண்ட்ரி டிபேட்ஸ்* (நாடாளுமன்ற விவாதங்கள்) பகுதி-2, தொகுதி-12, (புதுடெல்லி: 1951) பக்கம் 8824.

82. ஜவஹர்லால் நேரு, மே 16, 1951, *பார்லிமண்ட்ரி டிபேட்ஸ்* (நாடாளுமன்ற விவாதங்கள்) பகுதி-2, தொகுதி-12, (புதுடெல்லி: 1951) பக்கம் 8816.

83. ஜவஹர்லால் நேரு, மே 16, 1951, *பார்லிமண்ட்ரி டிபேட்ஸ்* (நாடாளுமன்ற விவாதங்கள்) பகுதி-2, தொகுதி-12, (புதுடெல்லி: 1951) பக்கம் 8821.

84. ஜவஹர்லால் நேரு, மே 16, 1951, *பார்லிமண்ட்ரி டிபேட்ஸ்* (நாடாளுமன்ற விவாதங்கள்) பகுதி-2, தொகுதி-12, (புதுடெல்லி: 1951) பக்கம் 8831.

85. ஜவஹர்லால் நேரு, மே 16, 1951, *பார்லிமண்ட்ரி டிபேட்ஸ்* (நாடாளுமன்ற விவாதங்கள்) பகுதி-2, தொகுதி-12, (புதுடெல்லி: 1951) பக்கம் 8832.

86. டாக்டர். எஸ். பி. முகர்ஜி, மே 16, 1951, *பார்லிமண்ட்ரி டிபேட்ஸ்* (நாடாளுமன்ற விவாதங்கள்) பகுதி-2, தொகுதி-12, (புதுடெல்லி: 1951) பக்கம் 8836.

87. டாக்டர். எஸ். பி. முகர்ஜி, மே 16, 1951, *பார்லிமண்ட்ரி டிபேட்ஸ்* (நாடாளுமன்ற விவாதங்கள்) பகுதி-2, தொகுதி-12, (புதுடெல்லி: 1951) பக்கம் 8838.

88. டாக்டர். எஸ். பி. முகர்ஜி, மே 16, 1951, *பார்லிமண்ட்ரி டிபேட்ஸ்* (நாடாளுமன்ற விவாதங்கள்) பகுதி-2, தொகுதி-12, (புதுடெல்லி: 1951) பக்கங்கள் 8841 – 8843.

89. டாக்டர். எஸ். பி. முகர்ஜி, மே 16, 1951, *பார்லிமண்ட்ரி டிபேட்ஸ்* (நாடாளுமன்ற விவாதங்கள்) பகுதி-2, தொகுதி-12, (புதுடெல்லி: 1951) பக்கம் 8838.

90. டாக்டர். எஸ். பி. முகர்ஜி, மே 16, 1951, *பார்லிமண்ட்ரி டிபேட்ஸ்* (நாடாளுமன்ற விவாதங்கள்) பகுதி-2, தொகுதி-12, (புதுடெல்லி: 1951) பக்கம் 8855.

91. டாக்டர். எஸ். பி. முகர்ஜி, மே 16, 1951, *பார்லிமண்ட்ரி டிபேட்ஸ்* (நாடாளுமன்ற விவாதங்கள்) பகுதி-2, தொகுதி-12, (புதுடெல்லி: 1951) பக்கம் 8846.

92. டாக்டர். எஸ். பி. முகர்ஜி, மே 16, 1951, *பார்லிமண்ட்ரி டிபேட்ஸ்* (நாடாளுமன்ற விவாதங்கள்) பகுதி-2, தொகுதி-12, (புதுடெல்லி: 1951) பக்கங்கள் 8849-8850.

93. டாக்டர். எஸ். பி. முகர்ஜி, மே 16, 1951, *பார்லிமண்ட்ரி டிபேட்ஸ்* (நாடாளுமன்ற விவாதங்கள்) பகுதி-2, தொகுதி-12, (புதுடெல்லி: 1951) பக்கம் 8850.

94. டாக்டர். எஸ். பி. முகர்ஜி, மே 16, 1951, *பார்லிமண்ட்ரி டிபேட்ஸ்* (நாடாளுமன்ற விவாதங்கள்) பகுதி–2, தொகுதி–12, (புதுடெல்லி: 1951) பக்கங்கள் 8851–8852.

95. டாக்டர். எஸ். பி. முகர்ஜி, மே 16, 1951, *பார்லிமண்ட்ரி டிபேட்ஸ்* (நாடாளுமன்ற விவாதங்கள்) பகுதி–2, தொகுதி–12, (புதுடெல்லி: 1951) பக்கம் 8851.

96. டாக்டர். எஸ். பி. முகர்ஜி, மே 16, 1951, *பார்லிமண்ட்ரி டிபேட்ஸ்* (நாடாளுமன்ற விவாதங்கள்) பகுதி–2, தொகுதி–12, (புதுடெல்லி: 1951) பக்கம் 8856.

97. பேராசிரியர். என்.ஜி. ரங்கா, மே 16, 1951, *பார்லிமண்ட்ரி டிபேட்ஸ்* (நாடாளுமன்ற விவாதங்கள்) பகுதி–2, தொகுதி–12, (புதுடெல்லி: 1951) பக்கம் 8857.

98. பேராசிரியர். என்.ஜி. ரங்கா, மே 16, 1951, *பார்லிமண்ட்ரி டிபேட்ஸ்* (நாடாளுமன்ற விவாதங்கள்) பகுதி–2, தொகுதி–12, (புதுடெல்லி: 1951) பக்கம் 8857.

99. *டைம்ஸ் ஆஃப் இந்தியா,* மே 17, 1951, பம்பாய், பக்கம் 1.

100. *பார்லிமண்ட்ரி டிபேட்ஸ்* (நாடாளுமன்ற விவாதங்கள்) பகுதி–2, தொகுதி–12, (புதுடெல்லி: 1951) பக்கம் 8865.

101. காமேஷ்வர் சிங், மே 16, 1951, *பார்லிமண்ட்ரி டிபேட்ஸ்* (நாடாளுமன்ற விவாதங்கள்) பகுதி–2, தொகுதி–12, (புதுடெல்லி: 1951) பக்கம் 8865.

102. காமேஷ்வர் சிங், மே 16, 1951, *பார்லிமண்ட்ரி டிபேட்ஸ்* (நாடாளுமன்ற விவாதங்கள்) பகுதி–2, தொகுதி–12, (புதுடெல்லி: 1951) பக்கம் 8867.

103. *ஜவஹர்லால் நேரு டு சீஃப் மினிஸ்டர்ஸ்* (முதலமைச்சர்களுக்கு ஜவஹர்லால் நேருவின் கடிதங்கள்), மே 17, 1951, தொகுப்பு: ஜி. பார்த்தசாரதி, *லெட்டர்ஸ் டு சீஃப் மினிஸ்டர்ஸ்,* 1947–1964, தொகுதி–2, (புதுதில்லி: ஜவஹர்லால் நேரு நினைவு நிதி, 1986), பக்கம் 397.

6. போர் தீவிரமடைகிறது

1. *ஜவஹர்லால் நேரு டு ஜி.வி. மாவலங்கர்* (ஜவஹர்லால் நேருவிடமிருந்து ஜி. வி. மாவலங்கருக்கு), மே 16, 1951, *செலக்டட் ஒர்க்ஸ் ஆஃப் ஜவஹர்லால் நேரு* (ஜவஹர்லால் நேருவின் தேர்ந்தெடுக்கப்பட்ட படைப்புகள்) தொகுப்பு: எஸ். கோபால், தொகுதி 16/1, (புதுதில்லி: ஜவஹர்லால் நேரு நினைவு நிதி, 1994), பக்கம் 171. மேலும், அக்கடிதத்தின் அடிக்குறிப்பைப் பார்க்க.

2. *ஜவஹர்லால் நேரு டு ஜி.வி. மாவலங்கர்* (ஜவஹர்லால் நேருவிடமிருந்து ஜி. வி. மாவலங்கருக்கு), மே 16, 1951, *செலக்டட் ஒர்க்ஸ் ஆஃப் ஜவஹர்லால் நேரு* (ஜவஹர்லால் நேருவின் தேர்ந்தெடுக்கப்பட்ட படைப்புகள்) தொகுப்பு: எஸ். கோபால், தொகுதி 16/1, (புதுதில்லி: ஜவஹர்லால் நேரு நினைவு நிதி, 1994), பக்கம் 172.

3. *ஜவஹர்லால் நேரு டு ஜி.வி. மாவலங்கர்* (ஜவஹர்லால் நேருவிடமிருந்து ஜி. வி. மாவலங்கருக்கு), மே 16, 1951, *செலக்டட் ஒர்க்ஸ் ஆஃப் ஜவஹர்லால் நேரு* (ஜவஹர்லால் நேருவின் தேர்ந்தெடுக்கப்பட்ட படைப்புகள்) தொகுப்பு: எஸ். கோபால், தொகுதி 16/1, (புதுதில்லி: ஜவஹர்லால் நேரு நினைவு நிதி, 1994), பக்கம் 172.

4. *டைம்ஸ் ஆஃப் இந்தியா,* மே 18, 1951, பம்பாய், பக்கம் 5.

5. எம்.பி. மிஸ்ரா, மே 17, 1951, *பார்லிமண்ட்ரி டிபேட்ஸ்* (நாடாளுமன்ற விவாதங்கள்) பகுதி–2, தொகுதி–12, (புதுடெல்லி: 1951) பக்கம் 8989.

6. *டைம்ஸ் ஆஃப் இந்தியா,* மே 19, 1951, பம்பாய், பக்கம் 1.

7. *டைம்ஸ் ஆஃப் இந்தியா,* மே 18, 1951, பம்பாய், பக்கம் 5.

8. எச்.என். குன்ஸ்ரூ, மே 17, 1951, *பார்லிமண்ட்ரி டிபேட்ஸ்* (நாடாளுமன்ற விவாதங்கள்) பகுதி–2, தொகுதி–12, (புதுடெல்லி: 1951) பக்கம் 8902.

9. *டைம்ஸ் ஆஃப் இந்தியா,* மே 18, 1951, பம்பாய், பக்கம் 5.

10. *டைம்ஸ் ஆஃப் இந்தியா,* மே 18, 1951, பம்பாய், பக்கம் 5.

11. 'உள்ளார்ந்த காவல் அதிகாரங்கள்' அல்லது 'மறைமுகமான காவல் அதிகாரங்கள்' என்பது அமெரிக்க அரசமைப்புச் சட்டத்தின் மீதான அமெரிக்க உச்சநீதிமன்றத்தின் புரிதலைக் குறிக்கிறது. அமெரிக்காவின் பாதுகாப்பை உறுதிசெய்வதற்காக அங்கே நடைமுறையில் இருக்கும் மிகப்பரந்த அளவிலான பேச்சு மற்றும் கருத்துச் சுதந்திரத்துக்குச் சில கட்டுப்பாடுகளை விதிக்க, தனது பார்வையிலான விளக்கங்களின் அடிப்படையில் அமெரிக்க அரசுக்கு அந்நாட்டு உச்சநீதிமன்றம் அதிகாரம் அளிக்கிறது. அமெரிக்க அரசமைப்புச் சட்டம், குறிப்பிட்ட சில அடிப்படை சுதந்திரங்களை மட்டுமே அவற்றைக் கட்டுப்படுத்தக்கூடிய காரணங்களைக் குறிப்பிடாமல் பட்டியலிட்டுள்ளது. அதனால், 'உள்ளார்ந்த காவல் அதிகாரங்கள்' என்னும் இந்தக் கோட்பாடு அரசின் பாதுகாப்புக்கு பெரும் அச்சுறுத்தல்களாக இருப்பனவற்றைச் சமாளிக்க உச்சநீதிமன்றத்தால் அவ்வப்போது படிப்படியாக உருவம் பெற்றது. இதற்கு மாறாக, இந்தியாவில் அடிப்படை உரிமைகளைக் கட்டுப்படுத்தக்கூடிய காரணங்கள் இந்திய அரசமைப்புச் சட்டத்திலேயே நேரடியாக எழுதப்பட்டிருக்கிறது. இதன் காரணமாக 'காவல் அதிகாரங்கள்' தொடர்பான உச்சநீதிமன்றத்தின் தலையீடு முற்றிலுமாக தவிர்க்கப்பட்டிருக்கிறது.

12. *டைம்ஸ் ஆஃப் இந்தியா,* மே 19, 1951, பம்பாய், பக்கம் 1.

13. பி. ஆர். அம்பேத்கர், மே 18, 1951, *பார்லிமண்ட்ரி டிபேட்ஸ்* (நாடாளுமன்ற விவாதங்கள்) பகுதி–2, தொகுதி–12, (புதுடெல்லி: 1951) பக்கம் 9028.

14. ஜவஹர்லால் நேரு, மே 18, 1951, *பார்லிமண்ட்ரி டிபேட்ஸ்* (நாடாளுமன்ற விவாதங்கள்) பகுதி–2, தொகுதி–12, (புதுடெல்லி: 1951) பக்கம் 9083.

15. *தி ஸ்டேட்ஸ்மேன்* மே 19, 1951, கல்கத்தா, பக்கம் 1.

16. *டைம்ஸ் ஆஃப் இந்தியா,* மே 18, 1951, பம்பாய், பக்கம் 1; *தி லீடர்,* மே 18, 1951, அலகாபாத், பக்கம் 1.

17. *டைம்ஸ் ஆஃப் இந்தியா,* மே 19, 1951, பம்பாய், பக்கம் 1.

18. *டைம்ஸ் ஆஃப் இந்தியா,* மே 21, 1951, பம்பாய், பக்கம் 5.

19. *ஜவஹர்லால் நேரு டூ சீஃப் மினிஸ்டர்ஸ்* (முதலமைச்சர்களுக்கு ஜவஹர்லால் நேருவின் கடிதங்கள்), மே 17, 1951, தொகுப்பு: ஜி. பார்த்தசாரதி, *லெட்டர்ஸ் டூ சீஃப் மினிஸ்டர்ஸ்,* 1947–1964, தொகுதி–2, (புதுதில்லி: ஜவஹர்லால் நேரு நினைவு நிதி, 1986), பக்கம் 397.

20. *டைம்ஸ் ஆஃப் இந்தியா,* மே 21, 1951, பம்பாய், பக்கம் 5.

21. *டைம்ஸ் ஆஃப் இந்தியா,* மே 17, 1951, பம்பாய், பக்கம் 7.

22. *தி ஸ்டேட்ஸ்மேன்* மே 17, 1951, கல்கத்தா, பக்கம் 5.

23. *தி ஸ்டேட்ஸ்மேன்* மே 17, 1951, கல்கத்தா, பக்கம் 5.

24. *டைம்ஸ் ஆஃப் இந்தியா,* மே 18, 1951, பம்பாய், பக்கம் 7.

25. *டைம்ஸ் ஆஃப் இந்தியா,* மே 22, 1951, பம்பாய், பக்கம் 5.

26. *ஜவஹர்லால் நேரு டூ தேசபந்து குப்தா* (ஜவஹர்லால் நேருவிடமிருந்து தேசபந்து குப்தாவுக்கு), மே 20, 1951, *செலக்டட் ஒர்க்ஸ் ஆஃப் ஜவஹர்லால் நேரு* (ஜவஹர்லால் நேருவின் தேர்ந்தெடுக்கப்பட்ட படைப்புகள்) தொகுப்பு: எஸ். கோபால், தொகுதி 16/1, (புதுதில்லி: ஜவஹர்லால் நேரு நினைவு நிதி, 1994), பக்கம் 188.

27. *ஜவஹர்லால் நேரு டு தேசபந்து குப்தா* (ஜவஹர்லால் நேருவிடமிருந்து தேசபந்து குப்தாவுக்கு), மே 20, 1951, *செலக்டட் ஒர்க்ஸ் ஆஃப் ஜவஹர்லால் நேரு* (ஜவஹர்லால் நேருவின் தேர்ந்தெடுக்கப்பட்ட படைப்புகள்) தொகுப்பு: எஸ். கோபால், தொகுதி 16/1, (புதுதில்லி: ஜவஹர்லால் நேரு நினைவு நிதி, 1994), பக்கம் 188.
28. *டைம்ஸ் ஆஃப் இந்தியா,* மே 24, 1951, பம்பாய், பக்கம் 1.
29. *தி ஸ்டேட்ஸ்மேன்* மே 19, 1951, கல்கத்தா, பக்கம் 5.
30. *டைம்ஸ் ஆஃப் இந்தியா,* மே 21, 1951, பம்பாய், பக்கம் 4.
31. *டைம்ஸ் ஆஃப் இந்தியா,* மே 21, 1951, பம்பாய், பக்கம் 4.
32. *டைம்ஸ் ஆஃப் இந்தியா,* மே 21, 1951, பம்பாய், பக்கம் 4.
33. *டைம்ஸ் ஆஃப் இந்தியா,* மே 23, 1951, பம்பாய், பக்கம் 4.
34. *டைம்ஸ் ஆஃப் இந்தியா,* மே 23, 1951, பம்பாய், பக்கம் 4.
35. *டைம்ஸ் ஆஃப் இந்தியா,* மே 23, 1951, பம்பாய், பக்கம் 4.
36. *டைம்ஸ் ஆஃப் இந்தியா,* மே 22, 1951, பம்பாய், பக்கம் 4.
37. *டைம்ஸ் ஆஃப் இந்தியா,* மே 24, 1951, பம்பாய், பக்கம் 6.
38. *ஜவஹர்லால் நேரு டு டி. டி. கிருஷ்ணமாச்சாரி* (ஜவஹர்லால் நேருவிடமிருந்து டி.டி. கிருஷ்ணமாச்சாரிக்கு), மே 22, 1951, *செலக்டட் ஒர்க்ஸ் ஆஃப் ஜவஹர்லால் நேரு* (ஜவஹர்லால் நேருவின் தேர்ந்தெடுக்கப்பட்ட படைப்புகள்) தொகுப்பு: எஸ். கோபால், தொகுதி 16/1, (புதுதில்லி: ஜவஹர்லால் நேரு நினைவு நிதி, 1994), பக்கம் 189.
39. *ஜவஹர்லால் நேரு டு டி.டி. கிருஷ்ணமாச்சாரி* (ஜவஹர்லால் நேருவிடமிருந்து டி.டி. கிருஷ்ணமாச்சாரிக்கு), மே 22, 1951, *செலக்டட் ஒர்க்ஸ் ஆஃப் ஜவஹர்லால் நேரு* (ஜவஹர்லால் நேருவின் தேர்ந்தெடுக்கப்பட்ட படைப்புகள்) தொகுப்பு: எஸ். கோபால், தொகுதி 16/1, (புதுதில்லி: ஜவஹர்லால் நேரு நினைவு நிதி, 1994), பக்கம் 189.
40. *டைம்ஸ் ஆஃப் இந்தியா,* மே 25, 1951, பம்பாய், பக்கம் 1.
41. கிரான்வெல் ஆஸ்டின், *ஒர்க்கிங் எ டெமோகிராடிக் கான்ஸ்டிடியூஷன்: தி இந்தியன் எக்ஸ்பீரியன்ஸ்* (ஜனநாயக அரசமைப்புச் சட்டத்தைத் செயல்படுத்துதல்: ஓர் இந்திய அனுபவம்), (புதுதில்லி: ஆக்ஸ்போர்டு யூனிவர்சிட்டி பிரஸ், 2003) பக்கம் 47.
42. *டைம்ஸ் ஆஃப் இந்தியா,* மே 25, 1951, பம்பாய், பக்கம் 1.
43. *ஜவஹர்லால் நேரு டு பி.சி. ராய்* (ஜவஹர்லால் நேருவிடமிருந்து பி. சி. ராய்க்கு), மே 25, 1951, *செலக்டட் ஒர்க்ஸ் ஆஃப் ஜவஹர்லால் நேரு* (ஜவஹர்லால் நேருவின் தேர்ந்தெடுக்கப்பட்ட படைப்புகள்) தொகுப்பு: எஸ். கோபால், தொகுதி 16/1, (புதுதில்லி: ஜவஹர்லால் நேரு நினைவு நிதி, 1994), பக்கம் 191.
44. *டைம்ஸ் ஆஃப் இந்தியா,* மே 24, 1951, பம்பாய், பக்கம் 1.
45. கிரான்வெல் ஆஸ்டின், *ஒர்க்கிங் எ டெமோகிராடிக் கான்ஸ்டிடியூஷன்: தி இந்தியன் எக்ஸ்பீரியன்ஸ்* (ஜனநாயக அரசமைப்புச் சட்டத்தைத் செயல்படுத்துதல்: ஓர் இந்திய அனுபவம்), (புதுதில்லி: ஆக்ஸ்போர்டு யூனிவர்சிட்டி பிரஸ், 2003) பக்கம் 97.
46. *தி லீடர்,* மே 26, 1951, அலகாபாத், பக்கம் 1.
47. *தி லீடர்,* மே 26, 1951, அலகாபாத், பக்கம் 1.
48. *தி லீடர்,* மே 26, 1951, அலகாபாத், பக்கம் 95.

49. *ஜவஹர்லால் நேரு டூ ராஜேந்திர பிரசாத்* (ஜவஹர்லால் நேருவிடமிருந்து ராஜேந்திர பிரசாத்துக்கு), மே 25, 1951, *செலக்டட் ஒர்க்ஸ் ஆஃப் ஜவஹர்லால் நேரு* (ஜவஹர்லால் நேருவின் தேர்ந்தெடுக்கப்பட்ட படைப்புகள்) தொகுப்பு: எஸ். கோபால், தொகுதி 16/1, (புதுதில்லி: ஜவஹர்லால் நேரு நினைவு நிதி, 1994), பக்கம் 191. மேலும், அக்கடிதத்தின் அடிக்குறிப்பைப் பார்க்க.

50. *ஜவஹர்லால் நேரு டூ ராஜேந்திர பிரசாத்* (ஜவஹர்லால் நேருவிடமிருந்து ராஜேந்திர பிரசாத்துக்கு), மே 25, 1951, *செலக்டட் ஒர்க்ஸ் ஆஃப் ஜவஹர்லால் நேரு* (ஜவஹர்லால் நேருவின் தேர்ந்தெடுக்கப்பட்ட படைப்புகள்) தொகுப்பு: எஸ். கோபால், தொகுதி 16/1, (புதுதில்லி: ஜவஹர்லால் நேரு நினைவு நிதி, 1994), பக்கம் 191.

51. *ஜவஹர்லால் நேரு டூ ராஜேந்திர பிரசாத்* (ஜவஹர்லால் நேருவிடமிருந்து ராஜேந்திர பிரசாத்துக்கு), மே 25, 1951, *செலக்டட் ஒர்க்ஸ் ஆஃப் ஜவஹர்லால் நேரு* (ஜவஹர்லால் நேருவின் தேர்ந்தெடுக்கப்பட்ட படைப்புகள்) தொகுப்பு: எஸ். கோபால், தொகுதி 16/1, (புதுதில்லி: ஜவஹர்லால் நேரு நினைவு நிதி, 1994), பக்கம் 192.

52. *ஜவஹர்லால் நேரு டூ ராஜேந்திர பிரசாத்* (ஜவஹர்லால் நேருவிடமிருந்து ராஜேந்திர பிரசாத்துக்கு), மே 25, 1951, *செலக்டட் ஒர்க்ஸ் ஆஃப் ஜவஹர்லால் நேரு* (ஜவஹர்லால் நேருவின் தேர்ந்தெடுக்கப்பட்ட படைப்புகள்) தொகுப்பு: எஸ். கோபால், தொகுதி 16/1, (புதுதில்லி: ஜவஹர்லால் நேரு நினைவு நிதி, 1994), பக்கம் 192.

53. *தி கான்ஸ்டிடியூஷன் (ஃபர்ஸ்ட் அமெண்ட்மண்ட்) பில், 1951: ரிப்போர்ட் ஆஃப் தி செலக்ட் கமிட்டி* [அரசமைப்பு முதல் திருத்தச் சட்ட மசோதா, 1951: தேர்வுக்குழுவின் அறிக்கை], நாடாளுமன்ற நூலகம், புதுதில்லி.

54. *டைம்ஸ் ஆஃப் இந்தியா*, மே 26, 1951, பம்பாய், பக்கம் 1.

55. *தி ஸ்டேட்ஸ்மேன்* மே 26, 1951, கல்கத்தா, பக்கம் 5.

56. *தி ஸ்டேட்ஸ்மேன்* மே 26, 1951, கல்கத்தா, பக்கம் 5.

57. *டைம்ஸ் ஆஃப் இந்தியா*, மே 26, 1951, பம்பாய், பக்கம் 1.

58. *டைம்ஸ் ஆஃப் இந்தியா*, மே 26, 1951, பம்பாய், பக்கம் 1.

59. *தி ஸ்டேட்ஸ்மேன்* மே 26, 1951, கல்கத்தா, பக்கம் 5.

60. *தி ஸ்டேட்ஸ்மேன்* மே 26, 1951, கல்கத்தா, பக்கம் 5.

61. *டைம்ஸ் ஆஃப் இந்தியா*, மே 26, 1951, பம்பாய், பக்கம் 1.

62. *ஜவஹர்லால் நேரு: எ பயோகிராஃபி வால்யூம் டூ: 1947-1956* (ஜவஹர்லால் நேரு: ஒரு வாழ்க்கை வரலாறு தொகுதி-2: 1947-1956), சர்வபள்ளி கோபால், (லண்டன்: கேப், 1979), பக்கம் 312.

63. *டைம்ஸ் ஆஃப் இந்தியா*, மே 26, 1951, பம்பாய், பக்கம் 1.

64. *டைம்ஸ் ஆஃப் இந்தியா*, மே 28, 1951, பம்பாய், பக்கம் 1.

65. *டைம்ஸ் ஆஃப் இந்தியா*, மே 28, 1951, பம்பாய், பக்கம் 1.

66. *டைம்ஸ் ஆஃப் இந்தியா*, மே 28, 1951, பம்பாய், பக்கம் 1.

67. *டைம்ஸ் ஆஃப் இந்தியா*, மே 28, 1951, பம்பாய், பக்கம் 1.

68. *டைம்ஸ் ஆஃப் இந்தியா*, மே 28, 1951, பம்பாய், பக்கம் 1.

69. *டைம்ஸ் ஆஃப் இந்தியா*, மே 29, 1951, பம்பாய், பக்கம் 1.

70. எச்.வி. காமத், மே 29, 1951, *பார்லிமண்ட்ரி டிபேட்ஸ்* (நாடாளுமன்ற விவாதங்கள்) பகுதி-2, தொகுதி-12, (புதுடெல்லி: 1951) பக்கம் 9612.
71. ஜவஹர்லால் நேரு, மே 29, 1951, *பார்லிமண்ட்ரி டிபேட்ஸ்* (நாடாளுமன்ற விவாதங்கள்) பகுதி-2, தொகுதி-12, (புதுடெல்லி: 1951) பக்கம் 9627.
72. ஜவஹர்லால் நேரு, மே 29, 1951, *பார்லிமண்ட்ரி டிபேட்ஸ்* (நாடாளுமன்ற விவாதங்கள்) பகுதி-2, தொகுதி-12, (புதுடெல்லி: 1951) பக்கம் 9623.
73. ஜவஹர்லால் நேரு, மே 29, 1951, *பார்லிமண்ட்ரி டிபேட்ஸ்* (நாடாளுமன்ற விவாதங்கள்) பகுதி-2, தொகுதி-12, (புதுடெல்லி: 1951) பக்கம் 9624.
74. ஜவஹர்லால் நேரு, மே 29, 1951, *பார்லிமண்ட்ரி டிபேட்ஸ்* (நாடாளுமன்ற விவாதங்கள்) பகுதி-2, தொகுதி-12, (புதுடெல்லி: 1951) பக்கம் 9628.
75. ஜவஹர்லால் நேரு, மே 29, 1951, *பார்லிமண்ட்ரி டிபேட்ஸ்* (நாடாளுமன்ற விவாதங்கள்) பகுதி-2, தொகுதி-12, (புதுடெல்லி: 1951) பக்கம் 9629.
76. ஜவஹர்லால் நேரு, மே 29, 1951, *பார்லிமண்ட்ரி டிபேட்ஸ்* (நாடாளுமன்ற விவாதங்கள்) பகுதி-2, தொகுதி-12, (புதுடெல்லி: 1951) பக்கம் 9630.
77. *டைம்ஸ் ஆஃப் இந்தியா*, மே 30, 1951, பம்பாய், பக்கம் 1.
78. *டைம்ஸ் ஆஃப் இந்தியா*, மே 30, 1951, பம்பாய், பக்கம் 1.
79. *டைம்ஸ் ஆஃப் இந்தியா*, மே 30, 1951, பம்பாய், பக்கம் 1.
80. *டைம்ஸ் ஆஃப் இந்தியா*, மே 30, 1951, பம்பாய், பக்கம் 1.
81. *டைம்ஸ் ஆஃப் இந்தியா*, மே 30, 1951, பம்பாய், பக்கம் 1.
82. *டைம்ஸ் ஆஃப் இந்தியா*, மே 30, 1951, பம்பாய், பக்கம் 1.
83. *தி ஸ்டேட்ஸ்மேன்* மே 31, 1951, கல்கத்தா, பக்கம் 5.
84. அருள்தந்தை. டிசோஸா, மே 30, 1951, *பார்லிமண்ட்ரி டிபேட்ஸ்* (நாடாளுமன்ற விவாதங்கள்) பகுதி-2, தொகுதி-12, (புதுடெல்லி: 1951) பக்கம் 9691.
85. அருள்தந்தை. டிசோஸா, மே 30, 1951, *பார்லிமண்ட்ரி டிபேட்ஸ்* (நாடாளுமன்ற விவாதங்கள்) பகுதி-2, தொகுதி-12, (புதுடெல்லி: 1951) பக்கம் 9693.
86. *டைம்ஸ் ஆஃப் இந்தியா*, மே 31, 1951, பம்பாய், பக்கம் 7.
87. பிராங்க் அந்தோணி, மே 31, 1951, *பார்லிமண்ட்ரி டிபேட்ஸ்* (நாடாளுமன்ற விவாதங்கள்) பகுதி-2, தொகுதி-12, (புதுடெல்லி: 1951) பக்கம் 9789.
88. பிராங்க் அந்தோணி, மே 31, 1951, *பார்லிமண்ட்ரி டிபேட்ஸ்* (நாடாளுமன்ற விவாதங்கள்) பகுதி-2, தொகுதி-12, (புதுடெல்லி: 1951) பக்கம் 9789.
89. பிராங்க் அந்தோணி, மே 31, 1951, *பார்லிமண்ட்ரி டிபேட்ஸ்* (நாடாளுமன்ற விவாதங்கள்) பகுதி-2, தொகுதி-12, (புதுடெல்லி: 1951) பக்கம் 9788.
90. *டைம்ஸ் ஆஃப் இந்தியா*, மே 31, 1951, பம்பாய், பக்கம் 7.
91. எஸ்.பி. முகர்ஜி, மே 30, 1951, *பார்லிமண்ட்ரி டிபேட்ஸ்* (நாடாளுமன்ற விவாதங்கள்) பகுதி-2, தொகுதி-12, (புதுடெல்லி: 1951) பக்கம் 9685.
92. எஸ்.பி. முகர்ஜி, மே 30, 1951, *பார்லிமண்ட்ரி டிபேட்ஸ்* (நாடாளுமன்ற விவாதங்கள்) பகுதி-2, தொகுதி-12, (புதுடெல்லி: 1951) பக்கம் 9711.
93. எஸ்.பி. முகர்ஜி, மே 30, 1951, *பார்லிமண்ட்ரி டிபேட்ஸ்* (நாடாளுமன்ற விவாதங்கள்) பகுதி-2, தொகுதி-12, (புதுடெல்லி: 1951) பக்கம் 9702.

94. எஸ்.பி. முகர்ஜி, மே 30, 1951, *பார்லிமண்ட்ரி டிபேட்ஸ்* (நாடாளுமன்ற விவாதங்கள்) பகுதி-2, தொகுதி-12, (புதுடெல்லி: 1951) பக்கம் 9711.
95. டைம்ஸ் ஆஃப் இந்தியா, மே 30, 1951, பம்பாய், பக்கம் 7.
96. டைம்ஸ் ஆஃப் இந்தியா, மே 30, 1951, பம்பாய், பக்கம் 7.
97. டைம்ஸ் ஆஃப் இந்தியா, மே 30, 1951, பம்பாய், பக்கம் 7.
98. ஆச்சார்யா கிருபளானி, மே 30, 1951, *பார்லிமண்ட்ரி டிபேட்ஸ்* (நாடாளுமன்ற விவாதங்கள்) பகுதி-2, தொகுதி-12, (புதுடெல்லி: 1951) பக்கம் 9721.
99. ஆச்சார்யா கிருபளானி, மே 30, 1951, *பார்லிமண்ட்ரி டிபேட்ஸ்* (நாடாளுமன்ற விவாதங்கள்) பகுதி-2, தொகுதி-12, (புதுடெல்லி: 1951) பக்கம் 9725.
100. ஆச்சார்யா கிருபளானி, மே 30, 1951, *பார்லிமண்ட்ரி டிபேட்ஸ்* (நாடாளுமன்ற விவாதங்கள்) பகுதி-2, தொகுதி-12, (புதுடெல்லி: 1951) பக்கம் 9728.
101. டைம்ஸ் ஆஃப் இந்தியா, மே 30, 1951, பம்பாய், பக்கம் 6.
102. டைம்ஸ் ஆஃப் இந்தியா, ஜூன் 1, 1951, பம்பாய், பக்கம் 4.
103. டைம்ஸ் ஆஃப் இந்தியா, ஜூன் 1, 1951, பம்பாய், பக்கம் 4.
104. ஜெயபிரகாஷ் நாராயண்: செலக்டட் ஒர்க்ஸ் (ஜெயபிரகாஷ் நாராயண்: தேர்ந்தெடுக்கப்பட்ட படைப்புகள்), தொகுப்பு: பிமல் பிரசாத், தொகுதி-6, (புதுதில்லி, மனோகர் புக்ஸ், 2005), பக்கம் 135.
105. ஜவஹர்லால் நேரு, மே 31, 1951, *பார்லிமண்ட்ரி டிபேட்ஸ்* (நாடாளுமன்ற விவாதங்கள்) பகுதி-2, தொகுதி-12, (புதுடெல்லி: 1951) பக்கம் 9796.
106. ஜவஹர்லால் நேரு, மே 31, 1951, *பார்லிமண்ட்ரி டிபேட்ஸ்* (நாடாளுமன்ற விவாதங்கள்) பகுதி-2, தொகுதி-12, (புதுடெல்லி: 1951) பக்கங்கள் 9791-9800.
107. டைம்ஸ் ஆஃப் இந்தியா, ஜூன் 1, 1951, பம்பாய், பக்கம் 5.
108. தி ஸ்டேட்ஸ்மேன் ஜூன் 1, 1951, கல்கத்தா, பக்கம் 1.
109. டைம்ஸ் ஆஃப் இந்தியா, மே 31, 1951, பம்பாய், பக்கம் 7
110. டைம்ஸ் ஆஃப் இந்தியா, ஜூன் 1, 1951, பம்பாய், பக்கம் 5.111. எச். வி. காமத், ஜூன் 1, 1951, *பார்லிமண்ட்ரி டிபேட்ஸ்* (நாடாளுமன்ற விவாதங்கள்) பகுதி-2, தொகுதி-12, (புதுடெல்லி: 1951) பக்கங்கள் 9814, 9827.
112. எஸ்.எல். சக்சேனா, ஜூன் 1, 1951, *பார்லிமண்ட்ரி டிபேட்ஸ்* (நாடாளுமன்ற விவாதங்கள்) பகுதி-2, தொகுதி-12, (புதுடெல்லி: 1951) பக்கங்கள் 9814, 9819.
113. எம்.ஏ. அய்யங்கார், ஜூன் 1, 1951, *பார்லிமண்ட்ரி டிபேட்ஸ்* (நாடாளுமன்ற விவாதங்கள்) பகுதி-2, தொகுதி-12, (புதுடெல்லி: 1951) பக்கங்கள் 9816.
114. எஸ்.பி. முகர்ஜி, ஜூன் 1, 1951, *பார்லிமண்ட்ரி டிபேட்ஸ்* (நாடாளுமன்ற விவாதங்கள்) பகுதி-2, தொகுதி-12, (புதுடெல்லி: 1951) பக்கங்கள் 9852, 9853.
115. எஸ்.பி. முகர்ஜி, ஜூன் 1, 1951, *பார்லிமண்ட்ரி டிபேட்ஸ்* (நாடாளுமன்ற விவாதங்கள்) பகுதி-2, தொகுதி-12, (புதுடெல்லி: 1951) பக்கங்கள் 9852, 9853.
116. ஜவஹர்லால் நேரு, ஜூன் 1, 1951, *பார்லிமண்ட்ரி டிபேட்ஸ்* (நாடாளுமன்ற விவாதங்கள்) பகுதி-2, தொகுதி-12, (புதுடெல்லி: 1951) பக்கம் 9876.
117. சயம்நந்தன் சஹாய், ஜூன் 1, 1951, *பார்லிமண்ட்ரி டிபேட்ஸ்* (நாடாளுமன்ற விவாதங்கள்) பகுதி-2, தொகுதி-12, (புதுடெல்லி: 1951) பக்கம் 9911.

118. *டைம்ஸ் ஆஃப் இந்தியா,* ஜூன் 2, 1951, பம்பாய், பக்கம் 5.

119. *டைம்ஸ் ஆஃப் இந்தியா,* ஜூன் 2, 1951, பம்பாய், பக்கம் 5.

120. எஸ்.எல். சக்சேனா, ஜூன் 2, 1951, *பார்லிமண்ட்ரி டிபேட்ஸ்* (நாடாளுமன்ற விவாதங்கள்) பகுதி–2, தொகுதி–12, (புதுடெல்லி: 1951) பக்கம் 10039.

121. எஸ்.எல். சக்சேனா, ஜூன் 2, 1951, *பார்லிமண்ட்ரி டிபேட்ஸ்* (நாடாளுமன்ற விவாதங்கள்) பகுதி–2, தொகுதி–12, (புதுடெல்லி: 1951) பக்கம் 10043.

122. எஸ்.பி. முகர்ஜி, ஜூன் 2, 1951, *பார்லிமண்ட்ரி டிபேட்ஸ்* (நாடாளுமன்ற விவாதங்கள்) பகுதி–2, தொகுதி–12, (புதுடெல்லி: 1951) பக்கங்கள் 10084, 10085.

123. எஸ்.பி. முகர்ஜி, ஜூன் 2, 1951, *பார்லிமண்ட்ரி டிபேட்ஸ்* (நாடாளுமன்ற விவாதங்கள்) பகுதி–2, தொகுதி–12, (புதுடெல்லி: 1951) பக்கங்கள் 10086, 10089.

124. எஸ்.பி. முகர்ஜி, ஜூன் 2, 1951, *பார்லிமண்ட்ரி டிபேட்ஸ்* (நாடாளுமன்ற விவாதங்கள்) பகுதி–2, தொகுதி–12, (புதுடெல்லி: 1951) பக்கம் 10091.

125. *ஜவஹர்லால் நேரு டு சீஃப் மினிஸ்டர்ஸ்* (முதலமைச்சர்களுக்கு ஜவஹர்லால் நேருவின் கடிதங்கள்), ஜூன் 15, 1951, தொகுப்பு: ஜி. பார்த்தசாரதி, *லெட்டர்ஸ் டு சீஃப் மினிஸ்டர்ஸ்,* 1947–1964, தொகுதி–2, (புதுதில்லி: ஜவஹர்லால் நேரு நினைவு நிதி, 1986), பக்கம் 417.

126. ஜவஹர்லால் நேரு, ஜூன் 2, 1951, *பார்லிமண்ட்ரி டிபேட்ஸ்* (நாடாளுமன்ற விவாதங்கள்) பகுதி–2, தொகுதி–12, (புதுடெல்லி: 1951) பக்கம் 10092.

127. எஸ்.பி. முகர்ஜி, ஜூன் 2, 1951, *பார்லிமண்ட்ரி டிபேட்ஸ்* (நாடாளுமன்ற விவாதங்கள்) பகுதி–2, தொகுதி–12, (புதுடெல்லி: 1951) பக்கம் 10092.

128. *டைம்ஸ் ஆஃப் இந்தியா,* ஜூன் 2, 1951, பம்பாய், பக்கம் 5.

129. *டைம்ஸ் ஆஃப் இந்தியா,* ஜூன் 2, 1951, பம்பாய், பக்கம் 5.

130. நேருவுக்கும் முகர்ஜிக்கும் இடையிலான வாக்குவாதம் பற்றி மேலும் அறிந்துகொள்ள, *பார்லிமண்ட்ரி டிபேட்ஸ்* (நாடாளுமன்ற விவாதங்கள்) பகுதி–2, தொகுதி–12, (புதுடெல்லி: 1951) பக்கங்கள் 10092, 10093.

131. நேருவுக்கும் முகர்ஜிக்கும் இடையிலான வாக்குவாதம் பற்றி மேலும் அறிந்துகொள்ள, *பார்லிமண்ட்ரி டிபேட்ஸ்* (நாடாளுமன்ற விவாதங்கள்) பகுதி–2, தொகுதி–12, (புதுடெல்லி: 1951) பக்கங்கள் 10092, 10093.

132. ஜவஹர்லால் நேரு, ஜூன் 2, 1951, *பார்லிமண்ட்ரி டிபேட்ஸ்* (நாடாளுமன்ற விவாதங்கள்) பகுதி–2, தொகுதி–12, (புதுடெல்லி: 1951) பக்கம் 10094.

133. ஜவஹர்லால் நேரு, ஜூன் 2, 1951, *பார்லிமண்ட்ரி டிபேட்ஸ்* (நாடாளுமன்ற விவாதங்கள்) பகுதி–2, தொகுதி–12, (புதுடெல்லி: 1951) பக்கம் 10096.

134. *டைம்ஸ் ஆஃப் இந்தியா,* ஜூன் 2, 1951, பம்பாய், பக்கம் 5.

135. துணை சபாநாயகர், ஜூன் 2, 1951, *பார்லிமண்ட்ரி டிபேட்ஸ்* (நாடாளுமன்ற விவாதங்கள்) பகுதி–2, தொகுதி–12, (புதுடெல்லி: 1951) பக்கம் 10107.

7. பிறகு

1. *தி லீடர்,* ஜூன் 2, 1951, அலகாபாத், பக்கம் 1.

2. *ஜவஹர்லால் நேரு டு சீஃப் மினிஸ்டர்ஸ்* (முதலமைச்சர்களுக்கு ஜவஹர்லால் நேருவின் கடிதங்கள்), ஜூன் 2, 1951, தொகுப்பு: ஜி. பார்த்தசாரதி, *லெட்டர்ஸ் டு சீஃப் மினிஸ்டர்ஸ்,* 1947–1964, தொகுதி–2, (புதுதில்லி: ஜவஹர்லால் நேரு நினைவு நிதி, 1986), பக்கம் 405.

3. *டைம்ஸ் ஆஃப் இந்தியா*, ஜூன் 6, 1951, பம்பாய், பக்கம் 1.

4. *டைம்ஸ் ஆஃப் இந்தியா*, ஜூன் 6, 1951, பம்பாய், பக்கம் 1.

5. *டைம்ஸ் ஆஃப் இந்தியா*, ஜூன் 7, 1951, பம்பாய், பக்கம் 6.

6. பத்திரிகையாளர் சந்திப்பின் குறிப்புகள்: பத்திரிகைகளும் அரசமைப்பு முதல் திருத்தச்சட்ட மாசோதாவும், *செலக்டட் ஒர்க்ஸ் ஆஃப் ஜவஹர்லால் நேரு* (ஜவஹர்லால் நேருவின் தேர்ந்தெடுக்கப்பட்ட படைப்புகள்) தொகுப்பு: எஸ். கோபால், தொகுதி 16/1, (புதுதில்லி: ஜவஹர்லால் நேரு நினைவு நிதி, 1994), பக்கம் 247.

7. *ராஜேந்திர பிரசாத் டூ அல்லாடி கிருஷ்ணசாமி அய்யர்* (ராஜேந்திர பிரசாத்திடமிருந்து அல்லாடி கிருஷ்ணசாமி அய்யருக்கு), ஜூன் 14, 1951, *டாக்டர். ராஜேந்திர பிரசாத்: கரஸ்பாண்டன்ஸ் அண்டு செலக்டட் டாக்குமெண்ட்ஸ்* (டாக்டர். ராஜேந்திர பிரசாத்: கடிதப் போக்குவரத்துகளும் தேர்ந்தெடுக்கப்பட்ட ஆவணங்களும்), தொகுப்பு: வால்மீகி சௌத்ரி, தொகுதி–14, (புதுதில்லி, அல்லைடு பப்ளிஷர்ஸ், 1991), பக்கங்கள் 69–71.

8. *ராஜேந்திர பிரசாத் டூ அல்லாடி கிருஷ்ணசாமி அய்யர்* (ராஜேந்திர பிரசாத்திடமிருந்து அல்லாடி கிருஷ்ணசாமி அய்யருக்கு), ஜூன் 14, 1951, *டாக்டர். ராஜேந்திர பிரசாத்: கரஸ்பாண்டன்ஸ் அண்டு செலக்டட் டாக்குமெண்ட்ஸ்* (டாக்டர். ராஜேந்திர பிரசாத்: கடிதப் போக்குவரத்துகளும் தேர்ந்தெடுக்கப்பட்ட ஆவணங்களும்), தொகுப்பு: வால்மீகி சௌத்ரி, தொகுதி–14, (புதுதில்லி, அல்லைடு பப்ளிஷர்ஸ், 1991), பக்கம் 70.

9. கிரான்வெல் ஆஸ்டின், *ஒர்க்கிங் எ டெமோகிராடிக் கான்ஸ்டிடியூஷன்: தி இந்தியன் எக்ஸ்பீரியன்ஸ்* (ஜனநாயக அரசமைப்புச் சட்டத்தைத் செயல்படுத்துதல்: ஓர் இந்திய அனுபவம்), (புதுதில்லி: ஆக்ஸ்போர்டு யூனிவர்சிட்டி பிரஸ், 2003) பக்கம் 90.

10. தேசபந்து குப்தா உடனான சந்திப்பின் பதிவுகள், ஜூன் 19, 1951, *டாக்டர். ராஜேந்திர பிரசாத்: கரஸ்பாண்டன்ஸ் அண்டு செலக்டட் டாக்குமெண்ட்ஸ்* (டாக்டர். ராஜேந்திர பிரசாத்: கடிதப் போக்குவரத்துகளும் தேர்ந்தெடுக்கப்பட்ட ஆவணங்களும்), தொகுப்பு: வால்மீகி சௌத்ரி, தொகுதி–14, (புதுதில்லி, அல்லைடு பப்ளிஷர்ஸ், 1991), பக்கம் 220.

11. *சங்கரி பிரசாத் சிங் தியோ v இந்திய ஒன்றியம்*, AIR 1951 SC 458; மேலும் பார்க்க: கிரான்வெல் ஆஸ்டின், *ஒர்க்கிங் எ டெமோகிராடிக் கான்ஸ்டிடியூஷன்: தி இந்தியன் எக்ஸ்பீரியன்ஸ்* (ஜனநாயக அரசமைப்புச் சட்டத்தைத் செயல்படுத்துதல்: ஓர் இந்திய அனுபவம்), (புதுதில்லி: ஆக்ஸ்போர்டு யூனிவர்சிட்டி பிரஸ், 2003) பக்கம் 91.

12. உபேந்திரா பாக்சி, http://www.india-seminar.com/2010/615/615_upendra_baxi.htm (அணுகிய நாள் நவம்பர் 20, 2018)

13. தேசபந்து குப்தா உடனான சந்திப்பின் பதிவுகள், ஜூன் 19, 1951, *டாக்டர். ராஜேந்திர பிரசாத்: கரஸ்பாண்டன்ஸ் அண்டு செலக்டட் டாக்குமெண்ட்ஸ்* (டாக்டர். ராஜேந்திர பிரசாத்: கடிதப் போக்குவரத்துகளும் தேர்ந்தெடுக்கப்பட்ட ஆவணங்களும்), தொகுப்பு: வால்மீகி சௌத்ரி, தொகுதி–14, (புதுதில்லி, அல்லைடு பப்ளிஷர்ஸ், 1991), பக்கம் 221.

14. பூர்வி கரியா போக்ரியால், '*கிரிட்டிக்கல் எவால்யுவேஷன் ஆஃப் தி பங்க்ஷனிங் ஆஃப் ஜூடிசியல் ரிவ்யூ இன் இந்தியா*' (இந்தியாவில் நீதித்துறை மறுஆய்வு செயல்பாடு குறித்த திறனாய்வு), பதிப்பிக்கப்படாத பி.எச்டி. ஆய்வுக்கட்டுரை, மகாராஜா சாயாஜிராவ் பல்கலைக்கழகம், பரோடா: 2006), பக்கம் 243.

15. கிரான்வெல் ஆஸ்டின், *ஒர்க்கிங் எ டெமோகிராடிக் கான்ஸ்டிடியூஷன்: தி இந்தியன் எக்ஸ்பீரியன்ஸ்* (ஜனநாயக அரசமைப்புச் சட்டத்தைத் செயல்படுத்துதல்: ஓர் இந்திய அனுபவம்), (புதுதில்லி: ஆக்ஸ்போர்டு யூனிவர்சிட்டி பிரஸ், 2003) பக்கம் 50.

16. *ஜவஹர்லால் நேரு டூ சீஃப் மினிஸ்டர்ஸ்* (முதலமைச்சர்களுக்கு ஜவஹர்லால் நேருவின் கடிதங்கள்), ஜூன் 2, 1951, தொகுப்பு: ஜி. பார்த்தசாரதி, *லெட்டர்ஸ் டூ சீஃப் மினிஸ்டர்ஸ்,* 1947–1964, தொகுதி–2, (புதுதில்லி: ஜவஹர்லால் நேரு நினைவு நிதி, 1986), பக்கம் 405.

17. *ஜவஹர்லால் நேரு டூ சீஃப் மினிஸ்டர்ஸ்* (முதலமைச்சர்களுக்கு ஜவஹர்லால் நேருவின் கடிதங்கள்), ஜூன் 15, 1951, தொகுப்பு: ஜி. பார்த்தசாரதி, *லெட்டர்ஸ் டூ சீஃப் மினிஸ்டர்ஸ்,* 1947–1964, தொகுதி–2, (புதுதில்லி: ஜவஹர்லால் நேரு நினைவு நிதி, 1986), பக்கம் 419.

18. சர்பாணி சென், *தி கான்ஸ்டிடியூஷன் ஆஃப் இந்தியா: பாப்புலர் சாவரினிட்டி அண்டு டெமோகிராடிக் ட்ரான்ஸ்போர்மேஷன்* (இந்திய அரசமைப்புச் சட்டம்: பொது இறையாண்மையும் ஜனநாயக உருமாற்றமும்), (புதுதில்லி: ஆக்ஸ்போர்டு யூனிவர்சிட்டி பிரஸ், 2007), பக்கம் 141.

19. கிரான்வெல் ஆஸ்டின், *ஓர்க்கிங் எ டெமோகிராடிக் கான்ஸ்டிடியூஷன்: தி இந்தியன் எக்ஸ்பீரியன்ஸ்* (ஜனநாயக அரசமைப்புச் சட்டத்தைத் செயல்படுத்துதல்: ஓர் இந்திய அனுபவம்), (புதுதில்லி: ஆக்ஸ்போர்டு யூனிவர்சிட்டி பிரஸ், 2003) பக்கம் 97.

20. *ஜவஹர்லால் நேரு டூ சீஃப் மினிஸ்டர்ஸ்* (முதலமைச்சர்களுக்கு ஜவஹர்லால் நேருவின் கடிதங்கள்), ஜூன் 15, 1951, தொகுப்பு: ஜி. பார்த்தசாரதி, *லெட்டர்ஸ் டூ சீஃப் மினிஸ்டர்ஸ்,* 1947–1964, தொகுதி–2, (புதுதில்லி: ஜவஹர்லால் நேரு நினைவு நிதி, 1986), பக்கம் 418.

21. *சஜ்ஜன் சிங் v ஸ்டேட் ஆஃப் ராஜஸ்தான்,* AIR 1965 SC 845; மேலும் பார்க்க: *தி ஆக்ஸ்போர்டு ஹாண்ட் புக் ஆஃப் இந்தியன் கான்ஸ்டிடியூஷன்* (இந்திய அரசமைப்புச் சட்டம் – ஆக்ஸ்போர்டு கையேடு), தொகுப்பு: மாதவ் கோஸ்லா, சுஜித் சௌத்ரி மற்றும் பிரதாப் பானு மேத்தா, (புதுதில்லி: ஆக்ஸ்போர்டு யூனிவர்சிட்டி பிரஸ், 2016) பக்கம் 236.

22. நிவேதிதா மேனன், *எக்கனாமிக் அண்டு பொலிடிக்கல் வீக்லி,* தொகுதி–39, எண்–8, பக்கம் 1813.

23. *தி ஐடியா ஆஃப் இந்தியா* (இந்தியா என்னும் சித்தாந்தம்), சுனில் கில்னானி, (புதுதில்லி: பெங்குயின் புக்ஸ் இந்தியா, 2012), பக்கம் 35.

24. கிரான்வெல் ஆஸ்டின், *ஓர்க்கிங் எ டெமோகிராடிக் கான்ஸ்டிடியூஷன்: தி இந்தியன் எக்ஸ்பீரியன்ஸ்* (ஜனநாயக அரசமைப்புச் சட்டத்தைத் செயல்படுத்துதல்: ஓர் இந்திய அனுபவம்), (புதுதில்லி: ஆக்ஸ்போர்டு யூனிவர்சிட்டி பிரஸ், 2003) பக்கம் 98.

25. கோபால் சங்கரநாராயண், *லா அண்டு பாலிடிக்ஸ் இன் ஆப்ரிக்கா, ஏசியா அண்டு லத்தீன் அமெரிக்கா* (ஆப்ரிக்கா, ஆசியா மற்றும் லத்தீன் அமெரிக்காவில் சட்டமும் அரசியலும்), தொகுதி–44, எண்–2, பக்கம் 217.

26. ஏ.ஜி. நூராணி. *எக்கனாமிக் அண்டு பொலிடிக்கல் வீக்லி,* தொகுதி–42, எண்–9, பக்கம் 732.

27. *கேசவானந்த பாரதி v ஸ்டேட் ஆஃப் கேரளா,* AIR 1973 SC 1461.

28. *ஐ.ஆர். கோஹ்லோ v ஸ்டேட் ஆஃப் தமிழ்நாடு,* AIR 2007, SC 197.

29. *டைம்ஸ் ஆஃப் இந்தியா,* ஜூன் 11, 1951, பம்பாய், பக்கம் 4.

30. *ஸ்டேட் ஆஃப் பீகார் v மகாராஜா காமேஷ்வர் சிங்,* AIR 1952 SC 252.

31. *ஸ்டேட் ஆஃப் பீகார் v மகாராஜா காமேஷ்வர் சிங்,* AIR 1952 SC 252.

32. *டைம்ஸ் ஆஃப் இந்தியா,* ஜூன் 11, 1951, பம்பாய், பக்கம் 4.

33. *தி ஐடியா ஆஃப் இந்தியா* (இந்தியா என்னும் சித்தாந்தம்), சுனில் கில்னானி, (புதுதில்லி: பெங்குயின் புக்ஸ் இந்தியா, 2012), பக்கம் 27.

34. *தி ஐடியா ஆஃப் இந்தியா* (இந்தியா என்னும் சித்தாந்தம்), சுனில் கில்னானி, (புதுதில்லி: பென்குயின் புக்ஸ் இந்தியா, 2012), பக்கம் 28.

35. மதுராவில் ஆற்றிய உரை: அவதூறான வதந்திகள், செப்டம்பர் 23, 1949, *செலக்டட் ஒர்க்ஸ் ஆஃப் கோவிந்த் வல்லப பந்த்* (கோவிந்த் வல்லப பந்த்தின் தேர்ந்தெடுக்கப்பட்ட படைப்புகள்) தொகுப்பு: பி. ஆர். நந்தா, தொகுதி 13, (புதுதில்லி: 2000), பக்கம் 173.

36. *தி ஐடியா ஆஃப் இந்தியா* (இந்தியா என்னும் சித்தாந்தம்), சுனில் கில்னானி, (புதுதில்லி: பென்குயின் புக்ஸ் இந்தியா, 2012), பக்கம் 26.

37. *தி ஐடியா ஆஃப் இந்தியா* (இந்தியா என்னும் சித்தாந்தம்), சுனில் கில்னானி, (புதுதில்லி: பென்குயின் புக்ஸ் இந்தியா, 2012), பக்கம் 26.

38. *தி ஐடியா ஆஃப் இந்தியா* (இந்தியா என்னும் சித்தாந்தம்), சுனில் கில்னானி, (புதுதில்லி: பென்குயின் புக்ஸ் இந்தியா, 2012), பக்கம் 34.